kỷ niệm về nhạc sĩ Anh Bằng

kỷ niệm về nhạc sĩ Anh Bằng

sách được hoàn thành bởi
VĂN ĐÀN ĐỒNG TÂM

Trần Việt Hải

Nam Lộc

Trúc Hồ

Cát Biển

Monique Bạch Hạc

Lam Phương

Diệu Tần

Phong Vũ

Thái Tú Hạp

Vi Sơn

Lê Dinh

Thanh Lan

Lữ Anh Thư

Thu Hảo

Tạ Xuân Thạc

Mười lăm người nêu trên đã trực tiếp điều hành để quyển sách được hình thành xin gửi đến quý vị hôm nay và thế hệ mai sau.

CHÚC MỪNG
NGÀY SINH NHẬT 84
NHẠC SĨ ANH BẰNG

Tủ sách: Đồng hành với những cây viết trẻ
Vinh danh những nhà làm văn hóa lớn
của VĂN ĐÀN ĐỒNG TÂM

ISBN 978-0-9820223-3-7
Copyright @ 2009 by Asia Entertainment Inc.
& Văn Đàn Đồng Tâm
All rights reserved
Printed in the USA
Distributed by Văn Đàn Đồng Tâm

Ảnh bìa:
Chân dung Nhạc sĩ ANH BẰNG

Thâu thập bài viết và tuyển chọn:
Trần Việt Hải – Tạ Xuân Thạc
Văn Đàn Đồng Tâm

Kỹ thuật trang trí:
Doãn Quốc Vinh – Đào Anh Dũng
Văn Đàn Đồng Tâm
Cao Xuân Huy

Giữ Bản Quyền – Ấn Loát – Phát Hành
Asia Entertaiment, Inc.
Văn Đàn Đồng Tâm

Thư từ liên lạc xin gửi về:
Văn Đàn Đồng Tâm
P.O. Box 692192
Houston, TX 77269-2192
Tel. (281) 370-0233 / 281-216-6491
Email: vandandongtamdqs@gmail.com

MỤC LỤC

Lời ngỏ - *Ban Chủ Trương* - 14
Thư họa Nỗi Lòng Người Đi - *Vũ Hối* - 16
Như Quỳnh với nhạc phẩm Chuyện Hoa Sim Tím - 17
Thơ kính tặng bác Nhạc Sĩ Anh Bằng - *Doãn Quốc Vinh* - 18
Tiểu sử Nhạc Sĩ Anh Bằng - *Nguyễn Đình Toàn* - 19
Hiệu đính về ngày và nơi sinh của Anh Bằng - *Trần Việt Hải* - 22
Anh Bằng và tôi - *Lê Dinh* - 24
Ba tôi - *Trần Anh Thành* - 36
Chân dung một nhạc sĩ tài hoa ẩn kín
Nhạc Sĩ Anh Bằng sau 50 năm sáng tạo - *Phạm Kim* - 44
Khiếu bẩm sinh thơ-nhạc của Nhạc Sĩ Anh Bằng
- *Nguyễn Thanh Liêm* - 61
Cảm nghĩ về nhạc sĩ Anh Bằng - *Doãn Quốc Sỹ* - 66
Anh Bằng người nhạc sĩ đàn anh khả kính - *Nam Lộc* - 71
Cám ơn thầy - *Trang Mỹ Dung* - 73
Anh Bằng dòng nhạc nổi trôi hậu bán thế kỷ 20 đầu thế kỷ 21
- *Tạ Xuân Thạc* - 76
Gặp gỡ nhạc sĩ Anh Bằng - *Lam Phương* - 93
Viết về một người anh - *Thanh Thúy* - 96
Đôi điều tản mạn về Nhạc Sĩ Anh Bằng của một người hậu bối
- *Monique Nguyễn - Bạch Hạc* - 101
Hoa Học Trò - Cõi nào buồn hơn - *Phong Vũ* - 105
Viết về Anh Bằng - *Nguyễn Xuân Vinh* - 112
Một kỷ niệm với Nhạc Sĩ Anh Bằng - *Dương Viết Điền* - 120
Niềm đam mê miệt mài của Nhạc Sĩ Anh Bằng - *Cát Biển* - 128
Thi sĩ, kịch sĩ Anh Bằng - *Diệu Tần* - 138
Nhạc Sĩ Anh Bằng nặng tình quê hương - *Bùi Ngọc* - 148
Những kỷ niệm từ Anh Bằng - *Thái Tú Hạp* - 155

Anh Bằng dòng nhạc tình ca duyên nợ - *Peter Morita* - 161
Dòng nhạc đa diện của Nhạc Sĩ Anh Bằng - *Lê Ngọc Châu* - 166
NS Anh Bằng người nhạc sĩ hiên ngang đi trong rừng âm nhạc VN
- *Như Phong* - 177
Nhạc Sĩ Anh Bằng với âm nhạc Việt Nam qua thời hưng thịnh
- *Nguyễn Quý Đại* - 185
Tình yêu qua những sáng tác của Nhạc Sĩ Anh Bằng
- *Yên Thư* - 197
Anh Bằng dòng nhạc, tiếng nói của một thế hệ
- *Nguyễn Vi Sơn* - 206
Anh đi con đường Việt - Bằng con tim Việt Nam
- *Bùi Đức Lạc* - 213
Ảnh hưởng dòng nhạc của Nhạc Sĩ Anh Bằng
- *Trần Văn Khang* - 225
Những ghi nhận về Nhạc sĩ Anh Bằng - *Kiều Mỹ Duyên* - 227
Nhạc Sĩ Anh Bằng và niềm đau của tình yêu - *Yến-Ngân* - 236
Dòng nhạc Anh Bằng và quê tôi - *Đường Sơn* - 242
Nhạc Sĩ Anh Bằng với những ca khúc tình tự quê hương
- *Thanh Lan* - 257
Những kỷ niệm nho nhỏ về Nhạc Sĩ Anh Bằng - *Tiểu Thu* - 260
Dòng nhạc Anh Bằng nhạc tiền chiến hay nhạc vàng
- *Nhật Uyên* - 269
Kỷ niệm với NS Anh Bằng tại đại đội 3 "Văn Nghệ Hành Khúc"
- *Thu Hảo* - 275
My Dear Grandpa "Anh Bằng" - *James Bach* - 277
Being Proud of Grandpa! - *Johnny Bach* - 279
My Grandpa - a Music Writer - *Peter Tran* - 280
Nhạc Anh Bằng và kỷ niệm thời ấu thơ - *Lữ Anh Thư* - 282
Một không gian @ một thời gian... - *T. Phạm* - 285
Nhạc Sĩ Anh Bằng với những dòng nhạc khó quên
- *Quỳnh Giao* - 289
Hà Nội và Anh Bằng trong tôi - *Việt Hải Los Angeles* - 294
Cảm xúc về Nỗi Lòng Người Đi của Nhạc sĩ Anh Bằng
- *Dáng Thơ* - 303

Viết về Nhạc Sĩ Anh Bằng - *Trường Hà - Vũ Duy Toại* - 307
Tôi nghe nhạc Anh Bằng - *Thúy Vi Paris* - 314
Cảm nghĩ về nhạc dân gian - *Anh Bằng - Hoàng Nam* - 322
Nhạc Sĩ Anh Bằng và Đêm Nguyện Cầu - *Minh Nguyệt* - 333
Nghe nhạc Anh Bằng - *Bích Huyền* - 339
Nét đặc thù trong dòng nhạc Anh Bằng - *Hoàng Huy Giang* - 344
Người đã giữ chân tôi - *Trúc Hồ* - 352
Cảm nghĩ về bản nhạc Trúc Đào - *Diễm Chi* - 354
Cảm nghĩ về bản nhạc Ai Bảo Em Là Giai Nhân
- *Hồ Ái Việt & Thanh Loan* - 358
Bác Anh Bằng - *Thiên Kim* - 362
Chữ Tâm kia mới bằng ba chữ Tài - *Ngọc Huyền* - 363
Tâm sự người học trò không thành danh của lớp nhạc Lê Minh Bằng
- *Cẩm Nguyệt* - 365
Cảm xúc về dòng nhạc Anh Bằng - *Kim Đào & Thục Đoan* - 371
Hình bóng người thương binh - *Hồng Vũ Lan Nhi* - 382
"Nỗi Lòng Người Đi" chuyện bây giờ mới kể - *Sonny Phan* - 386
Những giọt đời rơi - *Phiến Đan* - 402
Anh Bằng sáng tác như non - *hahuyenchi* - 409
Nghĩ về nhạc Anh Bằng - *Phạm Văn Vĩnh* - 410
Anh Bằng người nhạc sĩ của Đạo Học - *Lê Việt Điểu* - 413
Về một thần tượng thời niên thiếu - *letamanh* - 419
Ngày vui sinh nhật 84 của Nhạc sĩ Anh Bằng - *Vũ Tùng Văn* - 425
Người cuối ga khói - *Trịnh Thanh Thủy* - 431
Đôi lời về Nhạc Sĩ Anh Bằng - *Thúy Anh* - 435
Gặp gỡ đầu xuân với nhạc sĩ Anh Bằng và Lam Phương
- *Phong Vũ* - 441
Xuân hạnh ngộ Anh Bằng & Lam Phương - *Dương Viết Điền* - 446

MỪNG XUÂN KỶ SỬU 2009
VỚI NHẠC SĨ ANH BẰNG 83 TUỔI

KỶ NIỆM VỀ NHẠC SĨ ANH BẰNG

Nhạc sĩ Anh Bằng và bằng hữu

lời ngỏ

Văn Đàn Đồng Tâm với chủ trương: đồng hành với những cây viết trẻ, vinh danh những nhà làm văn hóa nhân bản. Đã thực hiện xong hai ấn phẩm, đề cao và vinh danh trong ấn phẩm số một về nhà văn, nhà giáo Doãn Quốc Sỹ. Tiếp đến ấn phẩm số hai về nhà văn, nhà giáo, khoa học gia Toàn Phong Nguyễn Xuân Vinh. Lần lượt, đây là ấn phẩm thứ ba, Văn Đàn Đồng Tâm lại rất hân hạnh được chuyển qua lãnh vực âm nhạc, để vinh danh Nhạc sĩ lão thành Anh Bằng: người có công lớn trong phạm vi văn hóa Việt Nam. Chữ văn hóa vốn bao hàm văn chương, giáo dục, ngoại ngữ, âm nhạc và hội họa.

Nhạc sĩ lão thành Anh Bằng, người viết nhạc đã rất thành công trong hậu bán thế kỷ 20, bước qua thế kỷ 21 dòng nhạc của ông đã làm cho hàng triệu thính giả say mê – kể cả những cán binh Cộng Sản khi nghe nhạc chiêu hồi, lòng rung động tự nhiên, thấy sự hạnh phúc tự do nhân bản của phía Việt Nam Cộng Hòa thì có, so sánh với phía Cộng Sản Xã Hội Chủ Nghĩa thì không – nên họ đã tự ý buông súng trở về với Việt Nam Cộng Hòa, chính nghĩa quốc gia dân tộc. Ngày nay, mặc dù Nhạc sĩ Anh Bằng đã ngoại bát tuần, sức khỏe suy yếu, thính giác cũng vậy, nhưng dòng nhạc của ông còn điêu luyện nên ông vẫn còn viết nhạc. Hỏi ông, động lực nào khiến ông vẫn còn hăng say trong vấn đề sáng tác. Được hỏi thì ông chỉ cười xòa và cho biết việc làm của mình là:

"Thân tôi là kiếp con tằm
Tơ vương đến thác, kiếp tằm nhả tơ"

Một điều đáng nói nữa, theo Nhạc sĩ Lê Dinh viết:
"Có người hỏi bị khiếm khuyết thính giác có ảnh hưởng gì đến

việc sáng tác của anh không? Theo chỗ tôi biết, cũng có trở ngại đôi chút nhưng không ảnh hưởng gì đến việc sáng tác. Tư tưởng, ý nhạc, hồn nhạc từ óc mà ra, và theo đó, anh ghi lên giấy. Tay anh ghi một câu nhạc lên giấy là anh đã có âm điệu câu nhạc này trong đầu, hay nói ngược lại, âm điệu của câu nhạc mà anh có trong đầu được anh chép lại trên giấy. Một nốt nhạc để trên giấy, anh đã biết nó cao thấp, trầm bổng, ngắn dài thế nào rồi và một dòng âm thanh liên tiếp ghi lại trên giấy, anh đã biết nó uyển chuyển, du dương, êm đềm, hay hoặc dở thế nào rồi. Còn việc viết lời ca thì dù lãng tai cũng không bị chi phối gì cả. Bằng cớ là những sáng tác gần đây như "Khóc mẹ đêm mưa" vẫn trau chuốt, vẫn rất là Anh Bằng, không có gì để cho chúng ta bảo rằng khiếm khuyết thính giác gây trở ngại cho việc sáng tác của anh. Chỉ có một điểm trở ngại duy nhất là nếu nghe CD hay xem DVD mà không có bản nhạc trong tay, Anh Bằng chẳng hiểu ca sĩ đang hát bài gì, ngoại quốc hay Việt Nam, bài nhạc hay hoặc dở. Nếu có bài nhạc cầm trên tay thì khá hơn, nhưng cũng không nghe được âm thanh trầm bổng của ca khúc. Vì thế, có lần Anh Bằng nói đùa, nhưng là sự thật, rằng: "Cả thế giới này không còn nhạc phẩm nào, không có ca sĩ nào lọt tai tôi nữa, mọi chuyện đều bỏ ngoài tai."

Ban chủ trương xin cám ơn tất cả tác giả gần xa, đã gửi bài viết về những kỷ niệm, những cảm nghĩ riêng tư đối với Nhạc sĩ Anh Bằng để tất cả chúng ta hoàn thành tác phẩm về một nhân vật đã có nhiều suy tư, viết lên những dòng nhạc tình làm nhiều người thưởng thức mê say. Anh Bằng viết nhạc theo nhiều thể điệu, nhạc kể chuyện khổ đau làm người nghe khóc thầm, nhạc cảm thông làm cho các cán binh Cộng Sản hồi tâm tỉnh trí suy niệm được đâu là đường ngay nẻo chính, rồi buông súng không bắn giết dân lành nữa. Chúng ta ca tụng và vinh danh Anh Bằng, một trong những Nhạc sĩ có tài năng đặc biệt về Âm Nhạc của đất nước Việt Nam trong hậu bán thế kỷ 20 và đầu thế kỷ 21 này.

Sau hết, Ban Chủ Trương xin gửi tác phẩm này đến người Nhạc sĩ tài hoa lão thành Anh Bằng.

Ban Chủ Trương,
VĂN ĐÀN ĐỒNG TÂM

Tôi xa Hà Nội năm lên mười tám
khi vừa biết yêu
Bao nhiêu mộng đẹp yêu đương
thành khói tan theo mây chiều...

Nhạc sĩ Anh Bằng
Trích trong nhạc phẩm
"Nỗi lòng người đi"

Như Quỳnh với nhạc phẩm Chuyện Hoa Sim Tím

Bất cứ người nghệ sỹ nào khi bước chân vào nghiệp dĩ cầm ca cũng đều bắt đầu bằng một tác phẩm được khán thính giả chấp nhận rồi yêu thích và chính sự khởi đầu ấy là những bậc thang vô hình nâng bước chân người nghệ sỹ đi lên đến gần với khán giả, chạm tay tới được niềm mơ ước hằng ấp ủ: đó là sự thành công trong nghệ thuật.

Như Quỳnh đã được một phần may mắn ấy và lần đầu tiên trên sân khấu Asia với nhạc phẩm *"Chuyện Hoa Sim"* của nhạc sỹ Anh Bằng, khánh thính giả khắp nơi đã dành cho Như Quỳnh một chỗ đứng khá vững vàng.

Tâm hồn mỗi chúng ta là một sợi dây đàn, nếu rung đúng thì sẽ ngân... ít ai nghĩ được rằng sự thành công của một ca sỹ phía sau lưng có bóng dáng âm thầm của một nhạc sỹ, họ cũng chung một kiếp tầm nhả hết những đường tơ để tặng cho đời.

Như Quỳnh xin được ngàn lần cảm tạ nhạc sỹ Anh Bằng, bác đã dành cho Như Quỳnh niềm ưu ái qua những tác phẩm không phai mờ với thời gian.

Nhạc sĩ Anh Bằng và ca sĩ Như Quỳnh

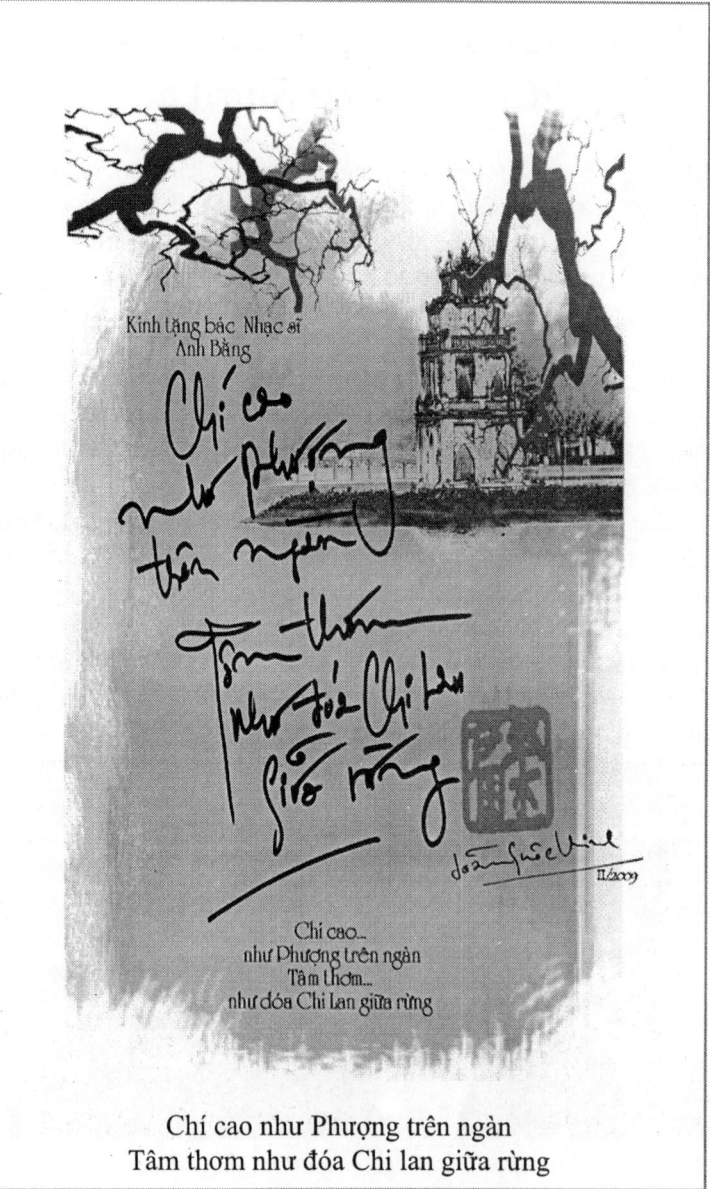

Chí cao như Phượng trên ngàn
Tâm thơm như đóa Chi lan giữa rừng

tiểu sử
NHẠC SĨ ANH BẰNG

- Nguyễn Đình Toàn -

Ông tên thật là Trần An Bường, Sinh năm 1925 tại Hà Nội, sau 1954 sống tại Sài Gòn, hiện định cư tại Hoa Kỳ. Năm 1965 – 1975 cùng hai nhạc sĩ Lê Dinh và Minh Kỳ lập nhóm sáng tác ký tên chung là Lê Minh Bằng. Như thế, có lẽ ông là một trong vài nhạc sĩ cao tuổi nhất lác đác còn lại của chúng ta hiện nay. Một điều đáng vui hơn nữa là, dù đã qua cái tuổi "cổ lai hy" từ lâu, nhưng người ta vẫn được nghe những sáng tác mới của ông, nếu coi tất cả những gì Anh Bằng viết sau 1975, sau ngày ông ra khỏi nước, là sáng tác mới.

Nghe nói, trước 1975, ở Sài Gòn, Anh Bằng được coi là tác giả "ăn khách", được các nhà xuất bản "đặt hàng", giành trước quyền xuất bản các ca khúc của ông, kể cả những bài ông chưa viết xong.

Anh Bằng có sức sáng tác phong phú. Ngoài cả trăm ca khúc của riêng ông, Anh Bằng còn một số bài cùng viết với các nhạc sĩ Lê Dinh và Minh Kỳ, được ký dưới cái tên chung là Lê Minh Bằng.

Ca khúc nổi tiếng nhất của ba người có lẽ là bài "***Đêm Nguyện Cầu***".

Bài hát được viết vào những năm cuộc chiến tranh trên đất nước ngày càng trở nên thảm khốc, đã trở thành một cái gì đó, giống như dấu vết của một thời đen tối, hằn sâu trong ký ức của rất nhiều người.

Ca sĩ trình bày bài "Đêm Nguyện Cầu" gây ấn tượng nhất có lẽ là Hùng Cường:

*"Hãy lắng tiếng nói vang trong tâm hồn mình người ơi
Con tim chân chính không bao giờ biết đến nói dối
Tôi đi chinh chiến bao năm trường miệt mài
Và hồn tôi mang vết thương vết thương trần ai
Có những lúc tiếng chuông đêm đêm vọng về rừng sâu
Rưng rưng tôi chắp tay nghe hồn khóc đến rướm máu
Bâng khuâng nghe súng vang trong sa mù, buồn gục đầu
Nghẹn ngào cho non nước tôi trăm ngàn u sầu
Thượng Đế hỡi có thấu cho Việt Nam này
Nhiều sóng gió trôi giạt lâu dài
Từng chiến đấu tiêu diệt quân thù bạo tàn
Thượng Đế hỡi hãy lắng nghe người dân hiền
Vì đất nước đang còn ưu phiền
Còn tiếng khóc đi vào đêm trường triền miên
Có những lúc tiếng chuông đêm đêm, vọng về rừng sâu
Rưng rưng tôi chắp tay nghe hồn khóc, đến rướm máu
Quê hương non nước tôi ai gây hận sầu tội tình
Mẹ Việt Nam yêu dấu ơi bao giờ thanh bình"*

Nhà văn Nguyễn Thụy Long có kể lại trường hợp một người tử tù, đã hát bài hát này trong trại giam Chí Hòa, đêm trước ngày bị đưa ra pháp trường.

Sau biến cố 1975, ở miền Nam, các nhà tù lúc nào cũng chật ních người.

Nhiều người khác cũng nói rằng, họ từng được nghe các tù nhân hát cùng bài hát đó trong những đêm chờ chuyển trại.

Một bài hát được người ta chọn để hát vào những lúc như thế, chắc không phải chỉ là sự tình cờ.

Không biết người hát nghĩ gì khi hát.

Nhưng người nghe nói rằng, họ cảm nhận một nỗi ray rứt, bi thương, mãi sau này, vẫn còn xúc động tâm trí mỗi khi nhớ lại.

Các ca khúc thịnh hành của Anh Bằng có thể kể: *Hẹn Anh Đêm Nay, Nỗi Lòng Người Đi, Tango Dĩ Vãng, Tình Tuyệt Vời, Lời Tình*

Băng Giá, Dù Nắng Có Mong Manh, Nhớ Sài Gòn, Tâm Hồn Cô Đơn.

Anh Bằng cũng phổ nhạc rất nhiều thơ: thơ Nguyên Sa (Nếu Vắng Anh), thơ Nguyễn Bính (Bướm Trắng), thơ Yên Thao (Chuyện Giàn Thiên Lý), thơ Thái Can (Anh Biết Em Đi Chẳng Trở Về), thơ Du Tử Lê (Khúc Thụy Du)...

"Khúc Thụy Du" của Du Tử Lê do Anh Bằng phổ nhạc, có thể coi là một thành công và là một trong những tình khúc hay nhất chúng ta có được vậy:

"Hãy nói về cuộc đời
Khi tôi không còn nữa
Sẽ lấy được những gì
Về bên kia thế giới
Ngoài trống vắng mà thôi
Thụy ơi và tình ơi
Như loài chim bói cá
Trên cọc nhọn trăm năm
Tôi tìm đời đánh mất
Trong vũng nước cuộc đời
Thụy ơi và tình ơi
Đừng bao giờ em hỏi
Vì sao ta yêu nhau
Vì sao môi anh nóng
Vì sao tay anh lạnh
Vì sao thân anh run
Vì sao chân không vững
Vì sao và vì sao
Hãy nói về cuộc đời
Tình yêu như lưỡi dao
Tình yêu như mũi nhọn
Êm ái và ngọt ngào
Cắt đứt cuộc tình đầu
Thụy bây giờ về đâu"

NGUYỄN ĐÌNH TOÀN

hiệu đính về ngày và nơi sinh của ANH BẰNG

- Trần Việt Hải -

California, 12 tháng 2, năm 2009.

Đề mục: Hiệu Đính Tiểu Sử của Nhạc sĩ Anh Bằng
Dự án sách: "Kỷ Niệm Về Nhạc Sĩ Anh Bằng"
Kính quý Giáo sư, quý Nhạc sĩ, quý Nhà văn,
Như Việt Hải đã có dịp xin bài viết của quý vị cho sách "*Kỷ Niệm Về Nhạc Sĩ Anh Bằng*". Bản thảo sách đang được duyệt lại lần cuối để mang đi in. Tuy nhiên, có một vấn đề Việt Hải xin được phép trình bày cùng quý vị những chi tiết về năm sinh và nơi sinh khác nhau giữa một số bài viết. Do đó, Việt Hải và anh Tạ Xuân Thạc có hội ý cùng GS Doãn Quốc Sỹ để tìm giải pháp chung cho vấn đề như sau:

1.- Sai biệt về năm sinh:
Hiện nay trên một số websites ghi nhận Nhạc sĩ Anh Bằng sinh năm 1925, lại cũng có websites ghi nhận ông sinh năm 1927. Có lẽ từ đó mà có bài viết ghi nhận theo websites người viết tham khảo.

2.- Sai biệt về nơi sinh:
Tương tự, một số websites ghi nhận Nhạc sĩ Anh Bằng sinh ra tại làng Điền Hộ, huyện Nga Sơn, tỉnh Thanh Hóa, lại cũng có websites ghi nhận ông sinh ra tại làng Điền Hộ, huyện Nga Sơn, tỉnh Ninh Bình. Thanh Hóa và Ninh Bình chia chung ranh giới mà huyện Nga Sơn thuộc Thanh Hóa tiếp giáp với huyện Kim Sơn tỉnh Ninh Bình.
Khi Ban Chủ Trương thực hiện sách hội ý với Nhạc sĩ Anh Bằng về hai điểm trên, thì ông cho lời giải đáp như sau:

Điểm (1):

Nhạc sĩ Anh Bằng cho biết năm thực sự của ông là 1927, nhưng khi làm giấy tờ tại Việt Nam khi di cư ông ghi nhận 1926, phát sinh từ ngày di cư 54, các làng mạc trong thời bị chiến tranh tàn phá nên các hồ sơ hộ tịch của làng xã cũng bị chung số phận. Mặt khác người dân từ vĩ tuyến 17 trở ra khi bỏ hết thảy, bỏ của chạy lấy người lánh nạn cộng sản thì chẳng còn gì nên phải xin giấy thế vì khai sanh hoặc thế vì hôn thú ở tòa án hay tòa hành chánh nơi cư trú, nên vì đó có thể có sự sai lạc các chi tiết liên quan.

Điểm (2):

Trong cuộc chiến Việt Pháp chẳng may huyện Nga Sơn là nơi tranh chấp giành quyền kiểm soát giữa Pháp và Việt Minh. Khi Việt Minh chiếm được Nga Sơn cho sát nhập vào lãnh thổ Ninh Bình, lúc đó người dân Nga Sơn mang giấy tờ ghi là người của Ninh Bình. Sau này khi quân Pháp rút đi, Cộng Sản chiếm trọn miền Bắc thì Nga Sơn lại thuộc về tỉnh Thanh Hóa.

Tóm lại, Nhạc sĩ Anh Bằng muốn ghi nhận tiểu sử của ông là **sinh vào năm 1926 tại làng Điền Hộ, huyện Nga Sơn, tỉnh Thanh Hóa.** Nhiệm vụ của sách "Kỷ Niệm Về Nhạc Sĩ Anh Bằng" được giao phó hiệu đính về sự kiện này, hầu thống nhất hóa chi tiết về lý lịch của ông.

Việt Hải nhận xét là hai Nhạc sĩ Lê Dinh và Lam Phương dùng năm sinh trong bài viết là 1927, tức 83 tuổi ta. Trong khi Nhạc sĩ Nguyễn Đình Toàn và Nhà văn Toàn Phong Nguyễn Xuân Vinh ghi nhận năm sinh của Nhạc sĩ Anh Bằng là 1925 trong bài viết. Trang nhà của Bộ Bách Khoa Tự Điển Online Wikipedia cũng như trang nhà Đặc Trưng khá thịnh hành cùng nhiều websites khác đều ghi nhận năm sinh là 1925.

Do vậy, Ban Chủ Trương sách Anh Bằng xin phép quý tác giả được phép dùng năm sinh và nơi sinh theo ý muốn của Nhạc sĩ Anh Bằng, chi tiết nêu trên đã được ghi trong các giấy tờ hộ tịch mà hiện ông đang dùng.

Kính thư,

TRẦN VIỆT HẢI

ANH BẰNG VÀ TÔI

- LÊ DINH -

Đầu năm 1966, một ngày vào khoảng giữa trưa, lúc tôi đang làm việc trong phòng Sản Xuất, Đài Phát Thanh Sài Gòn, có một anh quân nhân, mặc sắc phục, lên lầu tìm gặp tôi. Nhìn người khách lạ không quen biết, nhưng qua phù hiệu của Biệt Đoàn Văn Nghệ, tôi cũng đoán được đây là một người thuộc giới văn nghệ. Anh tự giới thiệu anh là nhạc sĩ Anh Bằng. Qua cái bắt tay thân thiện chào hỏi, anh mở tờ giấy cuộn tròn đang cầm trên tay – đó là một bản nhạc – đưa tôi xem để nhờ tôi "lancer" giùm. Chữ "lancer" trong giới nhạc sĩ sáng tác, được coi như là "phổ biến".

Tuy không quen với Anh Bằng trước đây, nhưng tôi rất có cảm tình với cái tên Anh Bằng, với ca khúc "Nếu vắng anh" của anh, viết theo ý thơ của Nguyên Sa, đã được giọng ca tha thiết của Lệ Thanh gửi vào lòng nhiều thính giả, trong đó có tôi.

*"Nếu vắng anh, ai dìu em đi chơi trong chiều lộng gió
Nếu vắng anh, ai đợi chờ em khi sương mờ nẻo phố
Nếu vắng anh, ai đón em khi tan trường về
Kề bóng em ven sông chiều chiều, gọi tên người yêu..."*

Với cảm tình sẵn có, tôi vui vẻ mời Anh Bằng ngồi để nói chuyện về bài nhạc mới mà anh đưa tôi xem để nhờ phổ biến. Nơi tôi làm việc được coi như là nơi gặp mặt của tất cả các anh chị em văn nghệ sĩ, từ các trưởng ban cho đến các ca sĩ, nhạc sĩ tân cũng như cổ nhạc, các nhạc sĩ sáng tác, nhạc công, kịch sĩ, thi sĩ... cộng tác với đài phát thanh. Theo một lịch trình đã định sẵn, các vị trưởng ban tân nhạc, cổ nhạc Trung Nam Bắc, thoại kịch, ca kịch, các ban thi văn... cùng các nghệ sĩ trong ban của họ lần lượt đến đài để thu thanh trước những chương trình sắp phát thanh. Các nghệ sĩ bạn bè đến sớm, trước giờ thu thanh vài mươi phút, cũng thường đến phòng tôi nói chuyện, hoặc thỉnh thoảng, lúc rỗi rảnh, tôi cũng bước qua phòng vi âm để trò

Lê Dinh và Anh Bằng

chuyện đôi câu với anh chị em ca nhạc sĩ. Vì vậy nên tôi có cơ hội được quen biết tất cả anh chị em nghệ sĩ cộng tác với đài phát thanh và việc đưa một sáng tác mới để nhờ ca sĩ hay trưởng ban "lancer" giùm cũng không khó khăn gì. Vả lại, các ban nhạc cũng cần những sáng tác mới hay, để thay đổi món ăn, không làm nhàm chán tai thính giả.

Trở lại bài hát vừa viết xong của Anh Bằng, đó là bài "Hẹn anh đêm nay", một bài hát rất buồn, viết với âm điệu Si thứ, và là lời nhắn nhủ của một cô gái gửi cho người yêu là một quân nhân sắp trở ra chiến trường ngày hôm sau, sau khi hết hạn phép... Tình bạn giữa Anh Bằng và tôi bắt đầu từ lần gặp gỡ đầu tiên này. Và rồi ngay chiều hôm đó, chúng tôi hẹn nhau đến nhà Minh Kỳ để tôi giới thiệu Anh Bằng với Minh Kỳ, người tôi quen biết từ nhiều năm rồi.

Lúc mới bắt đầu biết nhau, chúng tôi đều có những sáng tác riêng rẽ và cũng được nhiều người biết đến. Minh Kỳ, người lớn tuổi nhất, đã có những bài như Nha Trang, Nhớ Nha Trang, Nha Trang chiều mưa, Chị Hằng, Xuân đã về... Anh Bằng đã có Nếu vắng anh, Lẻ bóng... còn tôi, giới ngưỡng mộ cũng biết tôi qua những ca khúc Tấm ảnh ngày xưa, Ga chiều, Cánh thiệp hồng, Ngang trái, Tình yêu trả lại trăng sao... Tuổi tác của chúng tôi xấp xỉ nhau, khuynh hướng sáng tác cũng gần giống nhau, cho nên chúng tôi dễ kết thân với nhau, và từ đó đi đến việc thành lập Nhóm Lê Minh Bằng (tức ba tên Lê Dinh, Minh Kỳ, Anh Bằng ghép lại), mở lớp nhạc và làm cố vấn cho hãng đĩa Sóng Nhạc của ông Nguyễn Tất Oanh ít lâu sau.

Anh Bằng, tên thật là Trần An Bường, sinh năm 1927 (Đinh Mão) tại Ninh Bình. "An Bường" nếu đọc lên cũng nghe trài trại như "Anh Bằng" và vì vậy anh lấy biệt hiệu là Anh Bằng. Tôi nhớ vào dịp Tết năm 1969, một số văn nghệ sĩ được Tổng Thống Nguyễn Văn Thiệu mời vào tham dự buổi gặp gỡ vui Xuân tại Dinh Độc Lập – trong đó có Anh Bằng và tôi – Tổng Thống Nguyễn Văn Thiệu bắt tay từng người.

Khi đến bắt tay Anh Bằng, Tổng Thống Thiệu vừa cười vui vẻ vừa nói: "Anh Anh Bằng khôn lắm, ai cũng phải gọi Anh Bằng bằng "anh" hết. Anh Bằng cũng cười và nói: "Đúng thế!" Tất cả anh chị em nghệ sĩ đều vỗ tay và cười rộ.

Tính anh rất hiền lành, vui vẻ nhưng, so với chúng tôi, anh rất ít nói. Mà những người ít nói thường hay được lòng của phái nữ. Anh lại có duyên dáng trong lời nói, cái duyên dáng đáng yêu đó đã bộc lộ trong một số lời ca của anh. Chúng ta còn nhớ:

"... Từ lâu, tôi biết câu thời gian là thuốc tiên
Đời việc gì đến sẽ đến
Những ai bạc bẽo mình vẫn không đành lòng quên".
(Sầu lẻ bóng)

Hoặc như:
"Đời như cánh chim bay ngàn phương
Chia tay rồi đây, mỗi người đi một đường

Chuyện tâm tình thôi đành dở dang,
Siết tay nhau một lần, kết chặt tình bạn thân.
Chúc nhau, nâng ly lần cuối
Cầu mong cho bọn mình tuy xa mà tình chẳng rời
Quên buồn, quên sầu tìm vui mà sống
Nhớ nhau, mỗi năm thu sang về đây
ba đứa nghe mưa chiều thu"
(Ly cà phê cuối cùng)

Trong việc giao thiệp hằng ngày, anh cũng thường ít xuất hiện và nếu có xuất hiện cũng thường hay làm thinh và nếu nói thì những lời nói nào anh đưa ra cũng duyên dáng và vì lẽ đó mà anh rất... đào hoa. Bạn bè thường bảo rằng anh có duyên ngầm. Vì cái duyên đó mà có rất nhiều cô mến anh, thích anh và rồi yêu anh, và anh cũng yêu lại người ta, nhưng anh không bỏ bê gia đình, vẫn chăm lo, săn sóc người vợ anh cưới từ khi chưa di cư, ở thị trấn Điền Hộ, tỉnh Ninh Bình. Bỏ quê hương, anh cùng gia đình vào Nam tìm tự do sau hiệp định đình chiến, chia đôi đất nước năm 1954. Năm 1975, thêm một lần nữa chạy trốn Cộng Sản, anh di tản trước cùng cô con gái nhỏ và những cậu con trai, và vừa khi đủ điều kiện để bảo lãnh gia đình, anh đã bảo lãnh vợ và con gái qua Mỹ để sống hạnh phúc cho đến ngày nay. Ở địa hạt tình cảm, Anh Bằng là người trái ngược với Minh Kỳ, cho nên chúng tôi thường hay nói Anh Bằng là người ướt át nhất và tuy là người tình cảm mà không mất cảm tình khi vì hoàn cảnh, chia tay với ai đó bởi vì anh đã "nhắn nhủ" qua bài "Sầu lẻ bóng":
"Người ơi, khi cố quên là khi lòng nhớ thêm...".

Hờn giận người ta thế nào được khi người đó vẫn còn nhớ đến mình.

Trong vấn đề sáng tác, bộc lộ sự thương yêu qua lời ca tiếng nhạc là chuyện thông thường của người nhạc sĩ sáng tác, nhưng anh cũng thường hay bộc lộ sự hờn giận qua nét nhạc và lời ca. Ca khúc "Người thợ săn và đàn chim nhỏ" của nhóm Lê Minh Bằng, mà chúng tôi ký dưới tên Vương Đức Long, lời ca do Anh Bằng viết, để nói lên việc đối xử không mấy tốt đẹp – đôi khi hơi tàn bạo – của một vài cảnh sát viên, tuy nói là bạn dân, nhưng thường hay có thái độ hằn học, không đẹp với dân chúng, đặc biệt là người sử dụng công lộ và nhất là những phụ nữ mua gánh bán bưng... Trong óc tưởng tượng của anh – một vài người cảnh sát không phải là bạn dân – khi có cây súng trên tay, mà anh xem như người thợ săn và hà hiếp dân chúng mà anh so sánh như đàn chim, để rồi anh viết lời ca:

"Một người thợ săn âm thầm mang súng lang thang vào rừng
Còn một bầy chim vô tình vẫn hót líu lo đùa chơi
Nào ngờ thợ săn đang cầm cây súng bắn lên cành cây
Chim chết chim lạc bầy..."

Trong một phút hờn dỗi ông Giám đốc hãng đĩa Sóng Nhạc – hãng đĩa mà anh em chúng tôi cộng tác – anh có ý nghĩ để lời ca sau đây vào bài "Trở về cát bụi" của nhóm Lê Minh Bằng, coi như lời nhắc nhở ông Nguyễn Tất Oanh trong tư cách đối xử với anh em – qua lời ca – như sau:

"... Sống trên đời này, có đây rồi lại mất
Cuộc sống mong manh, nhắc ai đừng đổi trắng thay đen
Làm người sang giàu, đừng vì bạc tiền bỏ nghĩa anh em..."

Trong công cuộc làm ăn, đôi khi cũng có những sự hiểu lầm, những vướng mắc nho nhỏ, cho nên chuyện lủng củng giữa anh em chúng tôi với ông Giám đốc hãng đĩa Sóng Nhạc cũng không tránh khỏi. Một người hờn giận, không nói ra mà chỉ bày tỏ bằng lời ca, nhưng ông Sóng Nhạc nào có biết, tưởng đâu rằng nhóm Lê Minh Bằng viết bài "Trở về cát bụi" không phải để "nhắn nhủ" mình, mà là một bài ca nghiêng về giáo lý của nhà Phật, cuộc đời là hư không, khi nhắm mắt không đem theo được gì. Và ca khúc "Trở về cát bụi", được coi như một "lá thư ngỏ" gửi ông Nguyễn Tất Oanh lại là một bài hát đem lại cho ông khá nhiều về tài chánh qua số đĩa hát tiêu thụ, với giọng ca thu đĩa lần đầu tiên của Elvis Phương và sau đó, tiếng hát của Thế Sơn làm sống lại ca khúc này ở hải ngoại.

Cũng nằm trong ý nghĩ lồng vào bài hát những lời cảnh tỉnh con người, như một bài ngụ ngôn, Anh Bằng có soạn riêng ca khúc "Huynh đệ chi binh" để – theo lời anh nói – gián tiếp khuyên mấy ông "chóp bu nhà mình" đừng có xào xáo nhau nữa, mà phải họp sức chung lo chống kẻ thù chung là Cộng Sản. Mà thật vậy, sau cuộc đảo chính Tổng Thống Ngô Đình Diệm năm 1963, liên tiếp trong nhiều năm sau, tình hình chính trị miền Nam thật vô cùng rối ren. Nay đảo chính, mai chỉnh lý và nhất là vào giai đoạn cuối của đất nước, hai vị Tổng Thống và Thủ Tướng, đều là người của quân đội, đã không đoàn kết với nhau mà lại còn hục hặc nhau luôn, cho nên Anh Bằng mới viết ca khúc "Huynh đệ chi binh", mong rằng sẽ đến tai các ông quan lớn nhà binh này:

"Huynh đệ chi binh là gì hở anh Hai
Huynh đệ chi binh là..., là... huynh đệ chi binh.
Từ người đơ dèm cùi bắp
Và rồi đi lên thượng cấp đều là huynh đệ chi binh.
Tiến thối có nhau là huynh đệ chi binh
Sướng khó có nhau là huynh đệ chi binh..."

Năm 1979, khi gia đình chúng tôi định cư tại thành phố Montréal được gần một năm, Anh Bằng cứ tha thiết bảo tôi bỏ tất cả ở Canada để qua bên Mỹ, tái lập lại tên Lê Minh Bằng (mặc dù chỉ còn hai người) với lý do anh muốn hoạt động lại trong ngành âm nhạc, xuất bản, ra băng đĩa và tổ chức những chương trình nhạc hội. Anh nói anh ít ăn ít nói, không có tài xã giao, ít giao thiệp mà chỉ biết có sáng tác thôi cho nên anh muốn tôi qua để làm cái đầu tàu hoạt động trở lại như ngày trước. Nhưng đi thế nào được khi mà ở bên này, gia đình chúng tôi cũng đã ổn định được đời sống một phần nào rồi, vợ chồng tôi đều đã có việc làm, ba đứa con cũng đã vào trường... cho nên tôi không làm theo lời yêu cầu của Anh Bằng. Lúc đó là Anh Bằng đang dùng nhà để xe của anh để làm phòng thu thanh và đã thực hiện những băng cassette với tên Lê Minh Bằng, để cho Trung Tâm Thanh Lan (Thanh Lan lớn, có cửa hàng băng nhạc ở Bolsa) độc quyền phát hành, rồi sau đó anh đổi tên nhà sản xuất thành những tên như Sóng Nhạc, Dạ Lan rồi Asia và những băng cassette này rất được thính giả ái mộ cho nên thương hiệu của Anh Bằng càng ngày càng phát đạt cho đến khi chị Anh Bằng qua, anh mới đi đến thực hiện chương trình sản xuất Video Asia trước kia và DVD Asia bây giờ.

Bước sang lãnh vực thực hiện video, với sự góp sức của gia đình, thương hiệu Asia tiến lên thấy rõ, một phần nhờ lúc đó chưa có nhiều công ty khác ra cạnh tranh, một phần, Anh Bằng là nhạc sĩ sáng tác cho nên bài bản chủ lực vẫn trội hơn hết và ngoài ra anh còn một số vốn rất phong phú là những sáng tác của Lê Minh Bằng. Công việc của Trung Tâm Asia tiến triển rất khả quan, nhưng vì tuổi già càng ngày càng chồng chất cùng với bệnh lãng tai bắt đầu chớm phát, Anh Bằng không thể giữ vững tay lái con thuyền Asia nữa, cho nên anh chuyển giao quyền cai quản Trung Tâm Asia lại cho cô con gái Thy Vân của anh trông coi.

Ở hải ngoại, có nhiều đài phát thanh và đài truyền hình hơn, nhiều phòng trà và nhiều đại nhạc hội hơn, nghĩa là có nhiều phương tiện để lancer nhạc phẩm hơn trước 1975, nhưng có điều trở ngại là những cơ sở này có tính cách địa phương, chỉ phổ biến trong phạm vi gần, thật giới hạn mà thôi. Phương tiện phổ biến đại chúng là một số ít trung tâm băng nhạc, trong đó có Asia và Thúy Nga. Hai trung tâm này đều mong muốn có những nhạc phẩm xuất sắc (nghệ thuật nhưng phải ăn khách) để giới thiệu với khán thính giả, nhưng tìm đâu ra viên ngọc quý trong biển cát. Do đó, hai trung tâm này phải chọn những sáng tác trong tổ chức của mình, một số những nhạc phẩm xưa mà phần đông khán thính giả còn mến chuộng, một số ít tác phẩm của những tác giả mới và một số của những tác giả trong nước. Vì vậy, Trung Tâm Asia đã tổ chức cuộc thi sáng tác nhạc phẩm mới, đó là cơ hội rất tốt cho những nhạc sĩ mới có thực tài, có những sáng tác mới muốn được người đời biết đến.

Sức sáng tác của Anh Bằng rất sung mãn. Sau khi ra khỏi nước, anh viết riêng một mình những ca khúc mới mà chúng ta đã nghe và không thể nào quên được như Khúc thụy du (thơ Du Tử Lê), Cõi buồn, Mất nhau mùa Đông, Tango dĩ vãng, rồi ít lâu sau, một loạt bài phổ thơ như Chuyện giàn thiên lý, Hồi chuông xóm đạo, Bướm trắng, Chuyện hoa sim... Nói về việc phổ thơ – như chúng ta đã biết – trong lãnh vực này, Anh Bằng là người nhạc sĩ phổ thơ nhiều – nhiều nhưng hay – trong số những nhạc sĩ thành công trong khuynh hướng này như Phạm Duy (Tiễn em, Áo anh sứt chỉ đường tà), Văn Phụng (Các anh đi, Một lần cuối), Song Ngọc (Chân quê). Anh Bằng là người đem nhạc vào thơ rất bền bỉ, trước 1975 cũng như sau này. Những bài thơ nổi tiếng thời tiền chiến của Nguyễn Bính (Bướm trắng), Hữu Loan (Chuyện hoa sim), Thái Can (Anh biết em đi chẳng trở về), Yên Thao (Chuyện giàn thiên lý), Hồ Dzếnh (Anh cứ hẹn), Phạm Thành Tài (Anh còn nợ em)... được Anh Bằng khéo léo diễn tả bằng âm thanh là một chứng minh khả năng phổ thơ của Anh Bằng.

Nói về sức sáng tác của Anh Bằng, tôi còn nhớ trước 1975, mỗi lần có một chiến dịch nào do chính phủ đề ra, như "Người cày có ruộng", "Kêu gọi nhập ngũ tòng quân", "Tố Cộng" (nói lên sự dã man tàn ác của Cộng Sản, như pháo kích vào trường học, liệng lựu đạn vào rạp hát...), "Chiêu hồi" v.v..., tôi cho Anh Bằng biết hôm trước, hôm sau là anh có ngay một bài hát thuộc loại chiến dịch, tuyên truyền nhưng không phải là những bài không được thính giả chú ý. Chẳng hạn những bài viết cho chiến dịch chiêu hồi như Bóng đêm (Em chắp hai tay quỳ gối nguyện cầu, Cầu cho hai đứa mình sống bên nhau...), Đôi bóng (Tình thương gửi theo gió chiều, nhờ trao đến cho người yêu – Rừng sâu suốt đêm thâu, người đi đã bao lâu mà không biết tương lai về đâu..."), Nếu hai đứa mình (Nếu hai đứa mình không về cùng chung lối đường, Thì dù trăng sáng cũng là màu trắng khăn tang...), Nhật ký của hai đứa mình (Thức trắng đêm nay viết lại nhật ký của hai đứa mình...), Nếu ai có hỏi (Nếu ai có hỏi bao giờ chúng mình gần nhau), Giấc ngủ cô đơn (Nửa đêm nhớ anh, nằm nghe mưa khóc bên mành)... toàn là những bài viết cho chiến dịch chiêu hồi, lời nhắn gửi tha thiết của người vợ hiền, của người yêu nhỏ gửi những người trai lầm đường, lạc lối hãy quay về với yêu thương, về với người vợ hiền, với đàn con dại, với người yêu bé bỏng – mà phần nhiều lời ca những bài loại này do Anh Bằng viết – đã mau chóng trở thành những bài chan chứa tình cảm lứa đôi cho nên sức tiêu thụ rất mạnh.

Một khía cạnh khác của vấn đề sáng tác mà chúng ta tìm thấy ở Anh Bằng là óc hài hước của anh. Tôi còn nhớ, khi còn làm băng cassette, Anh Bằng có thuê một nhân viên người Mỹ để dán nhãn, làm hộp băng. Ít lâu sau, trong một dịp qua Cali thăm Anh Bằng, tôi không thấy anh Mỹ này nữa, tôi mới hỏi anh thì được anh cho biết là anh đã sa thải người đó vì, theo lời anh nói, ngày xưa Mỹ nó cho tôi nghỉ việc, bây giờ tôi cho Mỹ nó nghỉ việc lại. Nhưng tôi biết đó là anh chỉ nói đùa thôi. Trong số nhiều bài nhạc của ban AVT với Lữ Liên, Vân Sơn và Tuấn Đăng trình bày trên sân khấu đại nhạc hội trước 1975, có một số bài do Anh Bằng sáng tác. Không có óc hài hước, khó mà viết được những bài như Tập lái Vespa, Đánh cờ người v.v...

Những ngày đầu mới ty nạn ở Mỹ, Anh Bằng chưa bắt tay trở lại vào nghề cũ cho nên anh phải bươn chải để lo cho đời sống của gia đình gồm có hai cậu con trai và cô con gái nhỏ, tất cả đều còn ít tuổi, phải trở lại ghế nhà trường. Anh xin được một chỗ làm trong một hiệu bán dụng cụ sắt thép, được buổi sáng thì buổi chiều, chủ cho anh nghỉ vì anh bắt đầu bị bệnh lãng tai, chủ nói một đằng, anh làm một nẻo. Thí nghiệm với vài ba chỗ mới nữa, kết quả, anh cũng chẳng làm được bao lâu. Càng ngày, bệnh lãng tai của anh trở nên thật trầm trọng hơn, dù có đi bao nhiêu bác sĩ chuyên khoa về tai mũi họng, dù có máy thật đắt tiền gắn liền vào tai – được điều chỉnh cho thích hợp với âm sắc và cường độ của từng giọng nói của mỗi người – nhưng anh chỉ còn nghe được chừng 10%. Có những sự việc rất buồn cười xảy ra vì việc mất dần khả năng thính giác của anh. Năm 1990, anh sang Montréal tham dự lễ thành hôn con gái của tôi, anh đi từ phi trường Los Angeles, dừng ở New York rồi sang Montréal. Theo như dự định, phi cơ sẽ đến phi trường Dorval (Montréal) lúc 17:00, tôi lên phi trường lúc 16:30 để đón anh. Chờ đến 17:00 hơn, chẳng thấy bóng anh đâu, dù trên màn hình ghi chuyến bay của anh đã đến. Đợi thêm 15 phút, rồi nửa tiếng, rồi một tiếng rưỡi nữa, vẫn không thấy bóng dáng anh. Điện thoại về nhà, tôi được bà xã tôi cho biết là cô con gái của Anh Bằng có gọi qua nói "ba con đi lạc rồi thím ơi". Thật ra, thay vì ngồi luôn trên phi cơ ở phi trường New York để chờ đợi tiếp tục đi Montréal, Anh Bằng hỏi ông Mỹ ngồi bên cạnh có phải đây là Montréal không, và anh bảo khi nghe ông Mỹ này trả lời "Yes" cùng lúc thấy thiên hạ lần lượt ra khỏi phi cơ, Anh Bằng cũng lụt tụt xuống theo. Đến khi biết được chuyện nghe lầm thì phi cơ đi Montréal đã bay lâu rồi. Thành ra đêm đó, Anh Bằng phải ngủ lại New York để chờ chuyến bay sáng hôm sau, còn tôi lủi thủi trở về nhà, đón khách mà không có khách. Về đến nhà, tôi được điện thoại của Thy Vân gọi qua cho biết là ba của cô sẽ đi chuyến bay New York – Montréal vào lúc 9:15 sáng hôm sau. Cũng may mà đến hôm sau mới là ngày tổ chức lễ thành hôn của con gái tôi.

Cũng liên quan đến việc mắc bệnh lãng tai này là một chuyện kể của anh, nghe như một chuyện cười: Thời kỳ anh bị mất khả năng thính giác là lúc anh vẫn còn lái xe. Một hôm, trên đường đi công chuyện về, cũng vì mắt anh hơi kém, anh vượt đèn đỏ và xe cảnh sát có đèn chớp đuổi theo phía sau. Anh vẫn phom phom, từ từ và ung dung chạy hoài, theo đường lên núi để về nhà. Một lát, lại có thêm một chiếc xe cảnh sát thứ hai cũng chạy phía sau xe trước. Anh vẫn không hay biết gì. Khi anh lái xe về đến nhà, mở cửa bước ra khỏi xe, anh mới biết phía sau anh có hai chiếc xe cảnh sát đuổi theo. Có lẽ cảnh sát nghĩ rằng họ sẽ phải đối phó với một tay khủng bố dữ dằn lắm thì phải. Cuối cùng, anh bị mất bằng lái và từ đó, đi đâu anh cũng phải có nhân viên của Trung Tâm Asia đưa đón Có người hỏi bị khiếm khuyết thính giác có ảnh hưởng gì đến việc sáng tác của anh không? Theo chỗ tôi biết, cũng có trở ngại đôi chút nhưng không ảnh hưởng gì đến việc sáng tác. Tư tưởng, ý nhạc, hồn nhạc từ óc mà ra, và theo đó, anh ghi lên giấy. Tay anh ghi một câu nhạc lên giấy là anh đã có âm điệu câu nhạc này trong đầu, hay nói ngược lại, âm điệu của câu nhạc mà anh có trong đầu được anh chép lại trên giấy. Một nốt nhạc để trên giấy, anh đã biết nó cao thấp, trầm bổng, ngắn dài thế nào rồi và một dòng âm thanh liên tiếp ghi lại trên giấy, anh đã biết nó uyển chuyển, du dương, êm đềm, hay hoặc dở thế nào rồi. Còn việc viết lời ca thì dù lãng tai cũng không bị chi phối gì cả. Bằng cớ là những sáng tác gần đây như "Khóc mẹ đêm mưa" vẫn trau chuốt, vẫn rất là Anh Bằng, không có gì để cho chúng ta bảo rằng khiếm khuyết thính giác gây trở ngại cho việc sáng tác của anh. Chỉ có một điểm trở ngại duy nhất là nếu nghe CD hay xem DVD mà không có bản nhạc trong tay, Anh Bằng chẳng hiểu ca sĩ đang hát bài gì, ngoại quốc hay Việt Nam, bài nhạc hay hoặc dở. Nếu có bài nhạc cầm trên tay thì khá hơn, nhưng cũng không nghe được âm thanh trầm bổng của ca khúc. Vì thế, có lần Anh Bằng nói đùa, nhưng là sự thật, rằng: "Cả thế giới này không còn nhạc phẩm nào, không có ca sĩ nào lọt tai tôi nữa, mọi chuyện đều bỏ ngoài tai."

Có nhiều người cho việc tin tử vi là tin dị đoan, nhưng tử vi không phải là dị đoan – mà là một khoa học, chúng ta phải công nhận, như nhiều nhà tử vi đã nói – nếu thầy tử vi học có căn bản, tới nơi tới chốn thì tử vi rất đáng cho ta lưu ý. Nhiều sự việc nhiệm mầu đã xảy ra thật khó giải thích, liên quan đến tuổi Thìn, một tuổi mà các thầy tử vi nói là rất tốt trong việc lấy vợ gả chồng. Người tuổi Thìn đem đến may mắn cho người phối ngẫu, khiến cho gia đình ăn nên làm ra. Trong phạm vi gia đình (cũng như trong phạm vi bạn bè), chúng ta chắc cũng đã có chứng kiến sự thành công trong gia đình mà một trong hai người, vợ hoặc chồng, là người tuổi Thìn. Gia đình Anh Bằng cũng nằm trong trường hợp này. Từ ngày sang Mỹ, lúc ban đầu, Anh Bằng cũng lận đận lao đao như đa số người tỵ nạn khác. Nhưng từ ngày chị Anh Bằng (tuổi Mậu Thìn – 1928) qua Mỹ cùng với cô con gái lớn, với số vốn nho nhỏ vay mượn của bạn bè, với khả năng sáng tác của Anh Bằng, cùng với sự phụ sức của tất cả con cái, Anh Bằng đã tiến lên một bước, lập nên Trung Tâm Băng Nhạc Asia, một trong vài trung tâm băng nhạc lớn hiện nay ở hải ngoại. Cho đến ngày nay, Thy Vân vẫn là người điều khiển tổng quát – cùng với Trúc Hồ trong phần vụ giám đốc âm nhạc – Trung Tâm Băng Nhạc Asia đã giữ vững uy tín trong nhiều chục năm nay. Trung Tâm Băng Nhạc Asia được thành hình và bắt đầu đi vào hưng thịnh từ khi Anh Bằng có người phối ngẫu là chị Anh Bằng nhúng tay vào.

Tôi bắt đầu cho ra nguyệt san Nghệ Thuật từ tháng Tư 1994. Trong ba năm đầu, thường bị lỗ lã, mỗi tháng phải lấy thêm tiền nhà để châm vô mới có đủ trả tiền nhà in, mặc dù những người cộng tác không có chút thù lao nào. Đã biết lỗ nhưng không hiểu sao tôi vẫn tiếp tục làm, âu đó cũng là cái nghiệp, nghiệp văn nghệ. Đến tháng Ba năm 1999, trong một chuyến qua thăm Anh Bằng, anh có nhã ý đề nghị ủng hộ Nghệ Thuật tấm hình bìa và nhờ vậy mà Nghệ Thuật kéo dài sự sống được cho đến tháng Tư 2007, thời điểm mà tôi thấy đã quá mệt mỏi sau 13 năm làm báo cho nên tôi quyết định đình bản tờ Nghệ Thuật. Trong 7 năm sau của tờ Nghệ Thuật, nhờ có sự yểm trợ của Asia cho nên khỏi phải bù đắp tiền nhà, nếu không thì Nghệ Thuật chắc cũng phải chết dở sống dở. Nghệ Thuật nhớ mãi sự ủng hộ của một người bạn cũ, trước sau vẫn nhớ đến anh em, mặc dù xa mặt nhưng không cách lòng. Anh Bằng là một con chiên rất ngoan đạo. Ngày trước, khi anh còn khỏe, khi thính giác anh chưa có vấn đề, anh thường hay sang Montréal thăm gia đình chúng tôi. Mỗi bận ghé qua Montréal là anh yêu cầu tôi chở anh đi viếng một thánh đường rất nổi tiếng nằm trên sườn phía Bắc của một ngọn núi nhỏ có tên là Mont Royal của thành phố Montréal, đó là thánh đường Saint-Joseph. Du khách nào đến thành phố Montréal mà chưa viếng thăm thánh đường Saint Joseph, có thể coi như chưa đến Montréal. Lên đến tận đỉnh cao của thánh đường, Anh Bằng xem rất sung sức, anh dừng lại ở tầng có mộ ông thánh Saint André, đốt đèn cầu nguyện ở bàn thờ các thánh rồi mới ra về. Nếu tôi không đưa anh đi viếng thánh đường Saint Joseph thì cũng phải đưa anh đến một nhà thờ nào đó gần nhà, để anh cầu nguyện.

Một người sinh trưởng nơi một thị trấn nhỏ ở tận miền Bắc, có tên là Điền Hộ, thuộc tỉnh Ninh Bình, một người sinh trưởng ở cuối miền Nam nước Việt, một làng bé nhỏ có tên là Vĩnh Hựu, thuộc tỉnh Gò Công, những tên thị trấn, tên làng xã mà chúng ta chưa chắc tìm được trên bản đồ, hai người cách biệt nhau 7 tuổi, ở hai đầu non nước, thế mà gặp nhau và trở thành những người bạn văn nghệ. Đó là gì, nếu không phải là duyên và cái căn duyên này đưa đến việc hình thành một tình bạn tương thức. Nếu vào ngày đầu năm 1966 đó mà Anh Bằng không tìm đến gặp tôi thì sẽ không có nhóm Lê Minh Bằng, sẽ không có ca khúc Đêm nguyện cầu, hay Linh hồn tượng đá, hay Chuyện tình Lan và Điệp để lại hậu thế. Nếu không có chuyện "hữu duyên thiên lý năng tương ngộ" đó, chúng tôi, Lê Dinh, Minh Kỳ và Anh Bằng vẫn là những đồng nghiệp thông thường, coi nhau như bao nhiêu thân hữu thông thường khác, không có sự gắn bó của một nhóm khăng khít, không có tình bạn đồng tâm thắm thiết, tri âm, tri kỷ.

Lê Dinh
Tháng 04/2008
Viết cho ngày Sinh nhật năm thứ 84 của ANH BẰNG

BA TÔI

- TRẦN ANH THÀNH -

Trong bài viết này, tôi không tán tụng hoặc ca ngợi cá nhân ba tôi về 60 năm đóng góp lớn lao của ông cho nền âm nhạc Việt Nam từ khi còn ở trong nước cho đến khi ra nước ngoài. Tôi chỉ đơn thuần viết về ông như một người cha đáng kính, với những khả năng làm việc của ông, với những kỷ niệm với ông và nếp sống gương mẫu của ông. Tôi cũng muốn nói lên một vài khía cạnh về cuộc sống của ông mà tôi đã được hân hạnh chứng kiến trong suốt khoảng thời gian từ bé cho đến lớn của tôi ở gần kề bên ông. (TAT)

Ba tôi trông còn trẻ lắm, vì ở tuổi trên 80 mà ông vẫn giữ được dáng dấp của một người khoảng 70. Trước năm 1975 ở Việt Nam, có những lần ba tôi và tôi đi chung với nhau ngoài đường, gặp người quen, họ chào và hỏi đùa: "Hai anh em ông Bằng đi đâu đây?"

Thời gian mới qua định cư tại Hoa Kỳ, cũng có một chuyện tương tự xảy ra. Tôi có một người bạn làm chung ở phòng điều hành Camp Pendleton. Một hôm anh đến thăm nơi cư ngụ của gia đình tôi, sau khi bắt tay ba tôi và tôi, anh bạn hỏi ba tôi: "Anh cũng ở đây với Thanh à"? Thấy anh bạn gọi ba tôi là anh, tôi vội vàng giới thiệu, "Đây là ba tôi". Anh ta sửng sốt nhìn tôi, nhìn ba tôi và lặng đi một lát rồi lắc đầu trả lời: "I don't think so". Từ đấy cha con tôi cứ cười rũ mỗi khi nghĩ đến câu trả lời "I don't think so" của anh bạn tôi.

Ba tôi có tài kể chuyện. Những chuyện ông kể không bao giờ được tính toán và sắp xếp từ trước. Nhớ những buổi chiều tối, chúng tôi xúm lại chung quanh ông để nghe ông kể chuyện. Ông ngồi hoặc nằm

Nhạc sĩ Anh Bằng

kể chuyện rất lưu loát như người ta đọc sách, không vấp váp, không ngập ngừng. Ông nói như ông thuộc lòng câu chuyện từ bao giờ, rất hay, rất hấp dẫn. Có nhiều pha gay cấn, nhưng cũng có nhiều đoạn buồn thảm. Câu chuyện của ông kể làm cho chúng tôi hầu như không lúc nào yên mà nhớ nhất là chuyện Người Rừng Mặt Đỏ. Người Rừng Mặt Đỏ có khi làm cho chúng tôi run bắn người lên vì những cảnh thú dữ rình người rồi thú dữ bắt người ăn thịt. Có đoạn làm chúng tôi phải chảy nước mắt vì những cảnh thương tâm, gia đình ly tán, mẹ mất con, vợ mất chồng... Bây giờ, tôi được nghe băng cassette đọc truyện, nếu có hay hơn thì cũng không hơn nhiều so với lời kể chuyện "ứng khẩu" của ba tôi. Kỷ niệm nghe ba tôi kể chuyện chắc chắn chúng tôi sẽ không bao giờ quên được.

Nhiều người nói ba tôi có số đào hoa. Tôi không biết, vì là phận con, tôi có được phép bày tỏ như vậy hay không, nhưng tôi chỉ thấy là ba tôi đi đâu cũng được cảm tình của mọi người nhất là nữ giới. Có lẽ vì tính tính của ông dễ thương, dễ mến. Tôi thấy hầu như lúc nào nụ cười cũng hiển hiện trên khuôn mặt phúc hậu của ông. Ông ăn nói nhỏ nhẹ, ôn tồn, nhưng cũng dí dỏm, vui tươi, đủ tạo nên cái không khí thoải mái, gần gũi với ông trước mọi người. Ngày trước, ở khu phố gần nhà tôi có một cô gái khá xinh tên là Tiên. Cô Tiên thường lui tới nhà tôi và coi mẹ tôi như người chị. Tính cô rất vui vẻ nhưng cô ăn nói rất bạo dạn. Tôi chứng kiến, một buổi sáng ba tôi sửa soạn ra xe đi làm thì đúng lúc cô Tiên từ ngoài bước vào. Sau khi chào hỏi mẹ tôi "Thưa chị ạ", cô nắm chặt lấy tay ba tôi hỏi với dáng điệu nũng nịu: "Anh Bằng đi đâu sao không cho em đi với"? Rồi xoay qua phía mẹ tôi cô nói "Chị ơi, cho em đi với anh Bằng hôm nay nhé". Mẹ tôi cũng cười vui trả lời. "Thì cô đi với anh có sao đâu, nhưng lúc về nhớ phải có quà bánh đấy nhé." Tôi biết rằng vì mẹ tôi coi cô Tiên cũng như là người trong nhà, cho nên đó chỉ là câu nói giỡn chơi thôi, nào ngờ cô Tiên bước lại gần ba tôi và tỉnh bơ nắm tay ông cùng đi ra nhà xe như một đôi tình nhân chính hiệu. Tôi vẫn len lén nhìn về cả hai phía để theo dõi xem sự thể sẽ diễn biến ra sao. Khi đến nhà xe, ba tôi nói gì đó với cô Tiên tôi không được nghe, nhưng thấy cô Tiên dần dần xịu mặt xuống và có vẻ như mếu máo. Ba tôi bước vào xe giơ tay vẫy vẫy mấy cái rồi lái xe đi trước thái độ phụng phịu, hờn dỗi của cô Tiên. Những chuyện lãng mạn, đáng yêu thoáng qua như thế tôi nghĩ không thiếu trong cuộc đời của ba tôi. Nó chỉ là niềm vui tạo hứng khởi cho người nghệ sĩ. Nếu nó được gọi là chuyện "bay bướm" thì ba tôi quả là con bướm bay hoài trên những bông hoa xinh đẹp nhưng chỉ đậu xuống một bông hoa duy nhất, đó là bông hoa gia đình, một tổ ấm mà ông không bao giờ thiếu trách nhiệm, không bao giờ ông bỏ bê. Cha mẹ tôi sống hạnh phúc bên nhau trên 60 năm qua là một bằng chứng hiển nhiên nói lên tấm lòng tôn trọng đạo nghĩa, đức hạnh con người và tôn trọng gia đình của ba tôi.

Ngoài tình thương dành cho gia đình, ba tôi còn có một tình thương rất lớn đối với họ hàng, con cháu. Từ khi ông bà nội chúng tôi mất đi, ba tôi kính trọng mấy người anh ruột của ông như cha mẹ vậy. Vì lòng tôn kính anh ruột nên ông cũng kính mến các bà chị dâu, thương yêu quý hóa các cháu rất nhiều.

Ba tôi làm nhiều việc trong cùng một thời gian. Ông cùng hai chú Lê Dinh và Minh Kỳ thành lập nhóm Lê Minh Bằng (Lê Dinh, Minh Kỳ, Anh Bằng). Nơi hội họp của Nhóm thường xuyên diễn ra ở tiệm bánh mì Michaud Frères hay ở quán Làng Văn của gia đình nhà tôi cùng nằm trên đường Trần Quang Khải, Tân Định. Nhóm Lê Minh Bằng hợp tác cùng bác Nguyễn Tất Oanh, một doanh thương giàu có của Sài Gòn, Chợ Lớn thời đó, trông coi Nhà xuất bản Sóng Nhạc của Ông Nguyễn Tất Oanh trên đường Phạm Ngũ Lão, Sài Gòn, đối diện với chợ Bến Thành, tập dượt cho ca sĩ, phụ trách về kỹ thuật và nghệ thuật cho việc thu thanh những bài ca mới của hàng đĩa Sóng Nhạc ở phòng vi âm đường Hàm Tử, Chợ Lớn. Ngoài ra, nhóm Lê Minh Bằng còn lo việc dạy nhạc ở lớp nhạc Lê Minh Bằng, tổ chức tại nhà chú Minh Kỳ ở đường Hai Bà Trưng, Tân Định và phụ trách ban Sóng Mới trên Đài Phát Thanh Sài Gòn. Ngoài lãnh vực âm nhạc, ba tôi còn làm chủ vài chiếc xe đò lớn, chạy đường Sài Gòn – Đà Lạt do người em đồng hao hùn hạp và trông coi. Ông cũng là chủ nhân của hai tiệm cà phê Làng Văn nổi tiếng và đông khách nhất Sài Gòn thời đó.

Tuy công việc bề bộn như vậy, nhưng lúc nào trông ông cũng ung dung, nhàn hạ và cuối tuần, ông vẫn dành thì giờ cho chúng tôi đi ăn mì Quảng, ăn hủ tíu Mỹ Tho, ăn phở 79, ăn bò bảy món Ánh Hồng... Tôi mê nhất những bữa ăn tại nhà hàng Đồng Khánh, Chợ Lớn mà ông khoản đãi bạn bè và cho chúng tôi đi ăn ké. Tôi còn nhớ rõ ngày tôi mới đậu Tú Tài, để tưởng thưởng cho thằng con trai cưng, ông cho chúng tôi đi du lịch Đà Lạt một tuần. Mẹ tôi thì không bao giờ muốn đi ra khỏi nhà, ngại nhất là phải đi xa. Trái lại, chúng tôi thì thích lắm, đứa nào đứa nấy sốt sắng, sửa soạn tư trang lên đường thật lẹ. Đây là lần đầu tiên chúng tôi biết thế nào là khách sạn. Chúng tôi được đi thăm những nơi danh lam thắng cảnh của xứ sương mù Đà Lạt như hồ Than Thở, thác Cam Ly, thác Prenn... nơi nào cũng rất đẹp đẽ và lạ mắt đối với chúng tôi.

Biến cố năm 1975 đã đảo lộn hoàn cảnh của biết bao gia đình, trong đó có gia đình nhà tôi. Nhờ có cậu em, Đại úy Trần Văn Luật, Trạm trưởng Hàng Không Quân Sự Tân Sơn Nhất mà ba tôi đem được chúng tôi qua thủ đô Manila, Phi Luật Tân, bằng phương tiện máy bay Hoa Kỳ vào sáng ngày 28 tháng Tư năm 1975. Rất tiếc trong cuộc di tản này không có mẹ và người chị lớn – chị Trần Thị Ngọc Yến – của tôi cùng đi. Lý do là mẹ tôi và chị Yến được sắp đặt ở lại cho chuyến máy bay sau, nhưng chẳng bao giờ có chuyến máy bay sau nữa. Gần 5 năm sau, mẹ và chị tôi mới được là những người Việt Nam đầu tiên đoàn tụ đến Hoa Kỳ do sự bảo lãnh sớm nhất của ba tôi. Cha con tôi tá túc ở Manila ba ngày ba đêm, chứng kiến cảnh Sài Gòn sụp đổ qua Đài phát thanh và Đài truyền hình địa phương. Sau đó chúng tôi được máy bay đưa sang đảo Guam. Ở Guam, chúng tôi được chứng kiến cảnh tàu Việt Nam Thương Tín quay trở về để đưa một số người di tản đòi trở về Việt Nam.

Từ ngày đến sống trong trại tỵ nạn Camp Pendleton, ba tôi ít nói. Ông hay đi tản bộ một mình trên những lối mòn trong khu đồi núi mà đêm đêm những đàn chó sói vẫn thường ra hú vang nghe rất ghê rợn, âm u và buồn thảm. Tôi nghĩ rằng ông đang tưởng nhớ đến số phận của mẹ và chị tôi còn kẹt lại ở Việt Nam. Cũng có thể ông đang nghĩ đến công lao gầy dựng bấy lâu, giờ cha con ra đi với hai bàn tay trắng. Những lúc như vậy, tôi thường đến gần ba tôi để cùng đi bộ với ông, nói những câu chuyện vui vui cho ông nguôi ngoai phần nào. Trước sau gì mọi gia đình đều phải có ngày xuất trại để ra sống với cộng đồng người Mỹ, phải đi làm kiếm sống như nhau. Gia đình tôi được Hội Thánh Tin Lành bên tiểu bang Connecticut bảo trợ, rồi lại được một gia đình người Mỹ, ông bà Tom Mullaney, phi công dân sự của hãng Western Airline bảo trợ đưa về sinh sống tại thị trấn Tacoma, tiểu bang Washington. Sau một năm sống trong sự an ủi tinh thần của gia đình Tom Mullaney, ba tôi đề nghị với vị ân nhân bảo lãnh gia đình chúng tôi đưa chúng tôi về tiểu bang California để lập nghiệp. Biết trước kia ở Việt Nam, gia đình chúng tôi sống bằng nghề sản xuất và phát hành băng nhạc nên Tom Mullaney đồng ý ngay và chính tay ông bà ta đã sắp xếp việc đưa chúng tôi về Orange County, kiếm nhà cho chúng tôi ở, mua xe biếu ba tôi để làm phương tiện xê dịch cho gia đình. Tôi thấy, trước cuộc sống thực tế của người Mỹ, ít có gia đình nào quý mến, giúp đỡ người tỵ nạn bằng gia đình Tom

Mullaney này. Ba tôi vẫn nhớ ơn, vẫn liên lạc và hằng năm tổ chức ngày hội ngộ rất vui vẻ để tỏ lòng biết ơn người bảo trợ.

Sau khi đã ổn định sinh hoạt gia đình, ba tôi bắt tay vào sáng tác nhạc mới và thành lập trung tâm băng nhạc. Trung tâm đầu tiên lấy tên là Trung Tâm Lê Minh Bằng (Lê Dinh, Minh Kỳ, Anh Bằng), sản xuất và phát hành được một cuốn thì ba tôi nghiệm thấy rằng chú Minh Kỳ đã không còn nữa, cũng như không có chú Lê Dinh nên rất khó hoạt động dưới danh nghĩa nhóm Lê Minh Bằng. Ba tôi đã liên lạc với chú Lê Dinh để bàn định về hợp tác với nhau, nhưng vì hoàn cảnh và công việc của gia đình, chú Lê Dinh ngỏ ý không muốn đi. Vì vậy ba tôi đổi Trung Tâm Lê Minh Bằng ra Trung Tâm Dạ Lan. Dạ Lan sản xuất và phát hành băng nhạc thứ nhất chủ đề là "Như Một Nụ Hồng" rất thành công. "Như Một Nụ Hồng" giúp cho ba tôi có chút vốn, đủ để mở một phòng thâu thanh lớn hơn, thay thế cho phòng thâu quá nhỏ trước đây, được thiết lập ở "garage" trong nhà. Rồi ba tôi lại nhường Trung Tâm Dạ Lan cho người cháu ruột, anh Trần Thăng và chị Minh Vân làm chủ. Ba tôi đi thuê một building tọa lạc trên đường Garden Grove để lập Trung Tâm mới, lấy tên là Trung Tâm Asia. Qua sự học hỏi và tìm hiểu về âm thanh, ba tôi tự tay vẽ kiểu cho phòng thâu mới, kiến thiết và mua một dàn máy thâu thanh tối tân không thua kém những phòng thâu hiện đại nhất của Hollywood. Nhưng đúng thời gian này, thính giác của ba tôi sa sút thật mau lẹ. Chỉ trong vòng ba bốn năm mà từ một người đang hoạt động về đủ mọi mặt trong lãnh vực văn nghệ, ông trở thành người thiếu hẳn khả năng liên lạc, không thể tiếp xúc được với ai qua những sự việc thông thường. Nhất là anh chị em nghệ sĩ là những người ông cần phải liên lạc mỗi ngày thì nay ông đành chịu bó tay. Sau khi khánh thành phòng thâu mới của Trung Tâm Asia, ba tôi trao lại việc quản trị Trung Tâm Asia cho em gái tôi là Thy Vân. Phần tôi, tôi không thể giúp đỡ gì ông được vì trong lúc này, tôi đang đi làm Designer cho một hãng tại Huntington Beach.

Thy Vân nắm giữ Trung Tâm Asia, nhưng không có khả năng chuyên môn về sáng tác và hòa âm. Thy Vân chỉ có khả năng làm chủ, điều hành, tổ chức... nghĩa là chỉ có khả năng quản trị. Do vậy, Thy

Vân mời vợ chồng nhạc sĩ Trúc Hồ và Diệu Quyên về hợp tác. Nhạc sĩ Trúc Hồ cũng mới đến được bến bờ tự do Hoa Kỳ, chưa có công việc nào hợp với khả năng âm nhạc của mình nên coi đây là một cơ hội thuận tiện, nên nhận lời hợp tác ngay. Kể từ đó, việc đến phòng thu thanh của ba tôi không còn thường xuyên nữa. Ông chỉ tới khi có việc cần thiết mà thôi.

Sự hợp tác giữa Thy Vân, Diệu Quyên và nhạc sĩ Trúc Hồ đã đẩy Trung Tâm Asia tiến lên hết sức mau lẹ. Ba tôi nhận xét và nói với tôi là nhạc sĩ Trúc Hồ có nhiều khả năng chuyên môn, đặc biệt là có những quyết định rất chính xác, rất sáng suốt cho sự thành công của Trung Tâm Asia. Sự suy nghiệm và nhận định rất đúng của ba tôi là ngày nay, dưới sự hợp tác tay ba của Thy Vân, Trúc Hồ và Diệu Quyên, Trung Tâm Asia đã trở thành một trong những Trung Tâm lớn nhất của cộng đồng Việt Nam hải ngoại. Nhạc sĩ Trúc Hồ xứng đáng nhận lãnh vinh dự trước sự thành công này của Trung Tâm Asia ngày hôm nay.

Ba tôi về hưu trong tình trạng đôi tai mất hẳn thính giác. Nếu không có đôi "hearing aids", ông không thể nghe được gì hết, dù chỉ là một tiếng động nhỏ. Cái buồn nhất của ông là nghe được tiếng nói mà không hiểu được người đối điện nói gì. Do vậy mà người cháu ruột của ông, nữ bác sĩ Thúy B. Trần hiện đang cộng tác với bệnh viện danh tiếng UCLA, đã đưa ba tôi tới UCLA để được giải phẫu tai. Hai bác sĩ Kevin M. Miller và Akira Ishiyama đặt vào bên trong da đầu của ông một bộ máy có dây điện chạy vào đến khu thần kinh thính giác của bộ óc để ông có thể nghe và hiểu được 40 hoặc 50 phần trăm câu chuyện. Tôi đã tưởng sự nghiệp âm nhạc của ông sẽ phải chấm dứt vì khuyết tật đôi tai, nhưng không – như ông đã trả lời một vài lần phỏng vấn của báo chí, truyền thanh, truyền hình và bạn bè – là ảnh hưởng không thuận tiện của đôi tai cho việc sáng tác nhạc rất ít. Riêng tôi thấy, chẳng những ông vẫn sáng tác bình thường mà còn sáng tác nhanh và hay hơn trước nữa. Ông viết cùng trong một thời gian nhiều ca khúc một lúc, thay vì xong bản này thì đến bản khác, rất tình tứ, rất dễ thương. Kể từ khi có tuổi trên dưới 70, ông thường chọn những bài thơ tình hay, có nhiều ý mới, táo bạo, dễ mến, để phổ nhạc.

Ông thường hay tâm sự, mình lớn tuổi rồi, viết những lời thơ tình tứ quá, lãng mạn quá, khó coi lắm, phải nhờ vào những bài thơ trữ tình của các thi sĩ là vậy. Những thi phẩm hợp với ông thì ông soạn nhạc rất trôi chảy, rất mau lẹ, có khi chỉ vài tiếng đồng hồ là xong như ca khúc "Chuyện Dàn Thiên Lý". Kết quả là có một số nhạc phẩm được nhiều thính giả hoan nghinh và ủng hộ. Ngoài những bài thơ do ông chọn lựa, ông cũng phổ nhạc theo yêu cầu của mấy nhà thơ bạn gửi tới, nhưng tôi được biết, kết quả của những bài thơ phổ nhạc này chỉ là những kỷ niệm văn nghệ trong tình bạn bè với nhau thôi.

Một người nhạc sĩ chỉ cần có một, hai nhạc phẩm được quần chúng mến mộ, sẽ được những người mến mộ đó nhớ tên cả đời. Ba tôi, dường như có nhiều nhạc phẩm được vinh dự như vậy. Vài người bạn văn nghệ của ông ở trong nước viết thư cho ông nói là hiện nay ông là người nhạc sĩ nổi tiếng và ăn khách nhất nước. Ông cho tôi xem thư rồi cười cười nói, "Các chú thương ba nói vậy thôi con à".

Tôi nghĩ đúng vậy, đất nước mình có quá nhiều nhân tài về âm nhạc, ba tôi chỉ là người được Trời cho có khiếu đặc biệt về bộ môn sáng tác nhạc, gọi là cái tài "thiên phú" thôi. Tôi thấy không nên so sánh hơn thua, hay dở giữa các nhạc sĩ với nhau. Khán thính giả là những người có quyền đánh giá và chính họ mới là người đánh giá đúng nhất.

Kính thưa Ba,

Con viết những lời này là để vinh danh Ba, để tạ ơn Ba đã cho chúng con được làm con yêu quý của Ba, một người cha gương mẫu đáng kính, đáng yêu nhất đời của chúng con. Nguyện xin ơn Trên đặc biệt ban cho Ba một sức khỏe dồi dào, một tinh thần minh mẫn để sống và yêu thương chúng con mãi, đồng thời để Ba, nhạc sĩ Anh Bằng, dùng thời gian còn lại của cuộc đời mình, vun trồng thêm nhiều bông hoa tươi thắm khác cho vườn hoa Văn Nghệ Việt Nam mỗi ngày mỗi thêm hương sắc.

Thay mặt các em con,
Con của ba

TRẦN AN THANH

chân dung một nhạc sĩ tài hoa ẩn kín
NHẠC SĨ ANH BẰNG
sau 50 năm sáng tạo

- Phạm Kim -

Khúc hát "top hit" hiện nay: *Anh Còn Yêu Em*
Khi nghe CD "Anh Còn Yêu Em..." trình làng trong năm 2008 của Anh Bằng (phổ thơ Phạm Thành Tài) cùng với Khúc Thụy Du (phổ thơ Du Tử Lê), chúng ta thấy mélody qua dòng nhạc của người nhạc sĩ từng trải mênh mang như sóng nhưng cũng trỗi dậy căng tràn nhựa mới.

Người phụ trách nhạc yêu cầu Orchid Lâm Quỳnh cho biết "Anh Còn Yêu Em" là ca khúc top hit được yêu cầu liên miên trên truyền hình. Với lời thơ: "Anh còn yêu em, Nụ hôn sim tím, áo nhàu qua đêm" "Anh còn yêu em, như rừng lửa cháy, anh còn yêu em, như ngày xưa ấy, Anh còn yêu em, Lồng tim rạn vỡ, anh còn yêu em, bờ vai mười sáu", và "Bạch đàn thâu đêm, Thầm thì tóc rủ, Chiều xuống mờ sương, cửa đóng rèm buông"... "Buồm trăng giương cánh, khi thủy triều lên, sóng xa êm đềm" "Anh còn yêu em - Chênh vênh mi buồn", mélody của ca khúc này bắt được bằng những rung động của lời thơ, như chính Anh Bằng là người làm thơ, sống động như đó là nội dung cuộc sống của ông.

Đồng thời còn có những bài hát khác cũng phổ từ những lời thơ như "Anh còn yêu em, bờ vai 16" hay "Anh biết em đi chẳng trở về", nghe âm điệu cứ như là những ca khúc trẻ nào như của lứa tuổi mới lớn, 18 đôi mươi của ông từ trên nửa thế kỷ trước "Nỗi Lòng Người Đi": "Tôi Xa Hà Nội năm lên 18, khi vừa biết yêu...". Nên CD "Anh Còn Yêu Em" xuất hiện năm 2008, Anh Bằng như trở lại thời mới lớn khi vừa mới biết yêu? Từ đấy, người thưởng ngoạn tưởng như Anh Bằng sáng tác bởi chính cuộc sống lãng mạn rung cảm đắm say của ông.

Tại sao?

Cuộc đời của Anh Bằng đã trải dài ra, từ "những đồi sim" của thời làm bạn cùng xóm làng với Hữu Loan (thập niên 1940), ở vùng cửa Thần Phù Thanh Hóa, tới những đêm lắng nghe tiếng hàng bạch đàn gió lay, như tóc xõa ở Quy Nhơn (1957 và thập niên 1960), qua những ca khúc sáng tác từ cảm nhận khi sống bỡ ngỡ những năm đầu tỵ nạn, bát ngát đồi hoa tím ở thành phố nhỏ dưới 5,000 dân ở Washington tới Quận Cam: Rung cảm khi nhớ lại đồi ấu thơ, cánh buồm căng tuổi trẻ và chênh vênh ở tuổi bất cứ nào khi nhìn nhau qua hàng mi buồn nuối tiếc - Chênh vênh như gần như xa, lảo đảo vì mất mát..

Theo nhà văn Trần Khánh Liễm: "Ba Làng có hai vườn thông thật đẹp và đầy mơ mộng, mà những ai thích nhạc đều ra đó để lấy cảm hứng. Những buổi chiều Chúa Nhật các tu sĩ của Tiểu Chủng

Viện thường lên núi Thủi chơi, nơi này có những đồi hoa sim trải dài cho tới sườn núi và tận cùng ra tới biển với những tảng đá to lớn phía cạnh bãi. Những đêm khuya khi trời đẹp chỉ nghe tiếng sóng êm từ từ đổ, để ru hồn người vào giấc đông miên. Còn khi biển động thì... ôi thôi, sóng lớn như vỡ bờ!"

Trong đời sống thực, Anh Bằng đã rời Sài Gòn trong chuyến bay từ Tân Sơn Nhất vào ngày 29 tháng Tư, cùng với vài người con, trong số đó có Thy Vân vừa tuổi trăng tròn, nhưng vợ ông và vài người con khác còn kẹt lại. Ông đến trại tị nạn, được một phi công của hãng hàng không Alaska bảo trợ đến Connecticut, rồi sau đó về Enumclaw, ngoại ô Seattle, Tiểu Bang Washington. Tại đây, Thy Vân đã tốt nghiệp trung học, trước khi cả gia đình (thêm Trần Ngọc Sơn, Trần An Thanh) di chuyển về ở Quận Cam và chủ trương Trung Tâm Asia.

Và phải chăng như nhà thơ Du Tử Lê thổ lộ trong đoạn "Hãy nói về cuộc đời - khi tôi không còn nữa!!"

"Hãy nói về cuộc đời": Ngay khi tác giả nay còn sống quanh ta, thì đáng quí hơn là khi tác giả đã ra đi mất rồi, mới ca tụng chiêu hồn sao?

Tôi Xa Hà Nội, khi lên 18 khi vừa biết yêu...

Anh Bằng sinh ra và lớn lên tại vùng đất phù sa Tân Bồi, Thần Phù, làng Điền Hộ, Thanh Hóa. Năm 1953, người anh của ông là Đại úy Trần An Lạc, chỉ huy trưởng Lực Lượng Tự Vệ của Đức Cha Lê Hữu Từ, bị Việt Minh lùng bắt gắt gao. Cùng lúc Việt Minh muốn đe dọa Đại úy Trần An Lạc, nên đã ra thêm bản án tử hình cho người anh là nhạc sĩ Trần Văn Mão và hai người em, là ông Trần Tấn Mùi (trước 1975 là dân cử của Tỉnh Lâm Đồng – Việt Nam) với cậu em út Anh Bằng để tiêu diệt lòng cương quyết bảo vệ khu tự trị, nếu ông Trần An Lạc không chịu ra hàng!

Vì Anh Bằng không ra khỏi "vùng Tề" và khu Tư (từ Thanh Hóa tới Nghệ An) để trốn tránh như các người anh khác, nên đã bị bắt, bị kết án và đi tù Lý Bá Sơ... Mãi đến khi Việt Minh ám sát được Đại Úy Trần An Lạc (trong lúc ông này ngồi trên xe jeep chỉ huy từ tòa

Đức Giám Mục Lê Hữu Từ đi ra, bị mai phục bắn hạ), thì án tử hình cho Anh Bằng mới được giảm. theo lời ông Thơ Đường Phạm Ngọc Pháp, phụ tá Linh Mục Nhạc (Ấp Hàng Dầu - sau được đổi tên là An Lạc) kể rằng tên giáo xứ An Lạc đã được đặt cho một xóm họ đạo di cư tân lập sau 1957 ở ngoại ô Sài Gòn - vùng Ông Tạ). Nhưng ông vẫn còn bị giam tù với những cực hình khắt khe, cho đến khi có Hiệp Định Genève thì mới được thả, khi ấy Pháp vừa Nhẩy Dù xuống Phát Diệm. Anh Bằng đưa vợ con vào Nam. Vợ ông, người bạn đời giản dị bình thường, vẫn gắn bó chung dưới một mái nhà trên 60 năm qua..

Nhiều người dân làng còn nhắc nhớ, nhà văn Trần Khánh Liễm nói: "có một thời ba anh em ông Anh Bằng, có người anh cả là nhạc sĩ đàn phong cầm rồi đến hai "ca sĩ" Trần Tấn Mùi và Anh Bằng là các giọng hát chính: Ông Mùi là giọng hát nam solo, hai anh em cùng có giọng hát nổi tiếng át hẳn bạn đồng lứa". Các tiếng đàn tiếng hát đồng lớp với Anh Bằng lúc bấy giờ là Linh Mục Hương Tiến, Linh Mục Đinh Trí Thức, ông Ninh Phúc Duật, và Trần Khắc Kỷ (cụ Chánh Kỷ đã qua đời gần đây tại Nam Cali), cũng như một số bạn lớp trên như Linh Mục Thanh Lãng, Giáo Sư Phạm Việt Tuyền, Linh Mục Nguyễn Duy Vi, Nguyễn Hữu Chỉnh, Đức Giám Mục Nguyễn Sơn Lâm, Linh Mục Trần Khắc Hỉ, Vĩnh Phò, Phạm Tế Mỹ, chánh án tòa nhân dân Phạm Ngọc Hoan (thân phụ của cựu Giám Đốc Cục Tình Báo Trung Ương Phạm Văn Huấn, bố vợ của nhạc sĩ Lê Văn Khoa), những người trong làng danh tiếng như Sơn Điền Vũ Ngọc Ánh, Sư Huynh Phạm Ngọc Hóa (hiệu trưởng Taberd / Viện Đại Học Lasan), Bác Sĩ Trần Kim Tuyến, Nhạc Sĩ Nguyễn Khắc Cung (cùng người Điền Hộ), giám đốc Viện Quốc Gia Âm Nhạc Sài Gòn, thân phụ ông Cung là cụ Bố Chánh tỉnh Thái Bình Nguyễn Lập Lễ. Ngoài ra, Anh Bằng cũng là lớp đàn anh tại Ba Làng của Trần Khánh Liễm, Thượng Nghị Sĩ Nguyễn Gia Hiến, Nguyễn Tiến Hỷ, Đàm Quang Hưng, Tiến Sĩ Nguyễn Xuân Phong, Tiến Sĩ Nguyễn Tiến Hưng (phụ tá Tổng Thống, đặc trách Liên Bộ, đặc trách kế hoạch Việt Nam Cộng Hòa). trẻ nhất là nhạc sĩ Trường Sa, Giáo Sư Phạm Thiên Hùng, Trần Anh Liễn. Đồng thời một vài nhân vật kể trên cũng đều là bà con họ hàng, làng nước với nhạc sĩ Anh Bằng. Sau ngày gia đình đón từ Lý Bá Sơ trở về, ông có chuyến ra Nam Định và Hà Nội trước khi di cư vào Nam, trôi dạt không có một mảnh giấy tờ, lý lịch nào của những năm học chuyên cần, xuất sắc từ Ba Làng nữa. Những người bạn đồng trang lứa hoặc nhỏ tuổi hơn nhưng có đầy đủ giấy tờ bằng cấp từ những năm học Ba Làng, thì đã được giữ những chức vụ khá lớn. Còn Anh Bằng sau tháng năm tù đầy chỉ có hai bàn tay trắng, may Pháp ngữ rất thông suốt, Anh ngữ cũng khá giỏi và cũng nhờ thời gian tự học với một vài trí thức trong tù, ông lại trở thành một nghệ sĩ sáng tác nhạc. Trách vụ này, ông đã đa mang trên vai tròn suốt một đời sau đó.

Vào Nam, ông phục vụ quân đội trong ngành Công Binh từ 1957, ở Quy Nhơn (lúc ấy Thy Vân mới vừa ra đời sau các anh chị mang tên: Dân, Việt, và Nam). Sau đó ông được chuyển về Tiểu Đoàn Chiến Tranh Tâm Lý nhờ sáng tác các vở kịch đoạt giải Văn Học Nghệ Thuật Toàn Quốc của Tổng Thống Ngô Đình Diệm, suốt thời gian này gia đình nhạc sĩ Anh Bằng ít liên lạc với họ hàng anh em.

Giải ngũ năm 1962, khi đang được trọng dụng nhờ tài năng văn nghệ trong Tiểu Đoàn Chiến Tranh Tâm Lý, ông liên lạc lại được với anh em họ hàng ruột thịt, sau đó ông cùng vợ con về sống tại Bà Chiểu. Đây là quãng thời gian ông sáng tác rất mạnh, và gắn bó chặt chẽ gần gũi với các hệ thống truyền thanh Quốc Gia và tư nhân.

Tâm hồn nhạc sĩ luôn sống động, như mãi vẫn tươi mới.
Trong khoảng thời gian 1956-1958, Anh Bằng soạn vở kịch thơ dài khoảng 3 giờ "Đứa Con Nuôi" đoạt giải thưởng hạng nhất của giải thưởng văn học nghệ thuật và kịch nghệ của Tổng Thống Việt Nam Cộng Hòa. Liên tiếp những năm sau đó, ông soạn thêm những vở kịch nổi danh thời ấy như: Hoa Tàn Trên Đất Địch, Lẽ Sống và Nát Tan...

Những vở kịch này đã được các đài phát thanh diễn lại nhiều lần, nhưng chẳng ai biết Anh Bằng là tác giả! Ông thích sống đời nghệ sĩ tự do, và phát triển trong lãnh vực sản xuất âm nhạc, phát thanh, ông liên tiếp có nhiều tác phẩm best seller và lập nhiều cơ sở kinh doanh liên hệ đến ca nhạc, như ba quán ca nhạc Làng Văn. Cuộc sống vẫn thật yên tịnh, ông luôn tự chế, chỉ muốn là người nghệ sĩ hết sức lăng mạn, nhưng không bao giờ đi quá xa, và luôn giữ được vai trò người cha trong gia đình, một nghệ sĩ chừng mực, nghiêm chỉnh sáng tạo. Nhờ tài năng diễn xuất kịch nghệ, được trọng dụng trong quân đội một cách công bằng, ông luôn khiêm tốn, chừng mực. Là tác giả không ai ngờ được của các khẩu hiệu tuyên truyền, các bài viết chiến dịch cho "Binh Méo - Cai Tròn", "Huynh Đệ Chi Binh" thường được ban hài hước nổi tiếng nhất thời ấy là nhạc AVT trình bày, với mục đích nêu cao tâm tình của người lính, tránh chia rẽ.

Nhạc sĩ Anh Bằng thường nhớ lại những năm cuộc chiến cao độ, thính giả ái mộ và yêu mến ca nhạc chính là anh em quân nhân tiền tuyến hoặc hậu phương và những người tình, người thân yêu của lính... Đó là thời thành tựu của những ca khúc hát mỗi ngày, trên hệ thống Phát Thanh Thương Mại tại Sài Gòn. Khi ca khúc "chạm" đến trái tim người nghe rồi sẽ được yêu mến, đón nhận, chỉ giản dị thế thôi... Như "Nửa Đêm Biên Giới", " Căn Nhà Ngoại Ô" v.v... dành cho đại chúng, và sau này "Khúc Thụy Du", hoặc cuối đời: "Anh Còn Yêu Em", thỏa mãn cả mọi thính giả dù là kén chọn nhạc, khó tính, thích nội dung bài hát có chiều sâu ý nghĩa, hay là đại chúng thính giả ưa nhạc đa sầu đa cảm.

Cũng như những năm ở hải ngoại này (lần thứ nhì lập nghiệp trở lại, cũng giống như bao nhiêu năm trước tại quê nhà, vẫn bắt đầu lại từ đầu với hai bàn tay trắng), sáng tác của Anh Bằng có thêm những nét xúc cảm mới, đưa vào dòng nhạc mélody của sức sống mới dựa trên kho tàng âm nhạc Việt, bằng xúc cảm vượt trội hơn cả so với những nhạc sĩ đã thành danh trước đây.

Những người hát nhạc Anh Bằng, như Nguyên Khang, Y Phương, Thiên Kim, họ thể hiện thật tươi mới qua các DVD và CD Asia trong vài ba năm gần đây... Họ cũng khiến ta liên tưởng tới mươi năm trước với Như Quỳnh, Mạnh Đình tiếng hát sở trường những khúc hát mộc mạc bình dị như "Chuyện Tình Hoa Sim", "Chuyện Giàn Hoa Thiên Lý". "Chuyện Tình Hoa Trắng", bài hát ra đời sau nhưng vẫn tươi mới hơn những ca khúc tương tự về đồi hoa sim thơ Hữu Loan, đã vang dội sân trường Thanh Hóa (quê Hữu Loan), nối lên cùng với Sông Lô của Văn Cao rung động cả vùng khu Tư, trong lúc ấy Anh

Bằng đang được giáo dục và học thuộc sách nhạc Cantique de la Jeunesse của nhà dòng.

Từ thập niên 1965-1975, với những ca khúc top hit như: Nếu Vắng Anh, Giấc Ngủ Cô Đơn, và khi sang đến hàng loạt sáng tác như "Chuyện Tình Lan Và Điệp 1, 2, 3..." ra đời cùng với các nhạc phẩm khác của Sóng Nhạc, lúc ấy Anh Bằng đã là người nhạc sĩ sống rất phong lưu, bằng tài và chuyên cần, tự mình tạo ra; đi lại bằng xe Toyota tư nhân mới, tiền bạc vô nhiều không kể, không nhạc sĩ sáng tác hoặc nhà văn có tác phẩm nào có thể giầu bằng.

Có nhiều người vẫn nêu câu hỏi: Tại sao tác giả Anh Bằng lại sống thầm kín, khiêm cung, tránh cho in hình (dù là một nghệ sĩ... rất ăn ảnh) và tránh trả lời các cuộc phỏng vấn của báo chí?..

Có lẽ hiểu được ông vì bị chi phối bởi quan niệm cổ về nghiệp "xướng ca": Dù rất thành công về tài chánh và trở thành "bố già" trong lãnh vực nghệ thuật sân khấu, ông không hề khuyến khích hoặc đào tạo con cháu nối tiếp đường đi của ông, ngoại trừ một khi lớp hậu duệ tự ý thức và tự chọn lựa.

Trọn cuộc đời giữ tâm hồn thơ và mộng: *"Anh Còn Yêu Em"*
Khởi đi từ những năm xa xưa mới đến Hoa Kỳ và định cư tại một thành phố nhỏ của Tiểu bang Washington trước khi về Cali chủ trương một trung tâm ca nhạc đã lớn mạnh và rất danh tiếng hiện nay, nhạc sĩ Anh Bằng tâm sự rằng: "trong tủ thơ của mình có trân trọng hàng ngàn tập thơ và các sáng tác của nhiều tác giả thương mến gửi tặng, Anh Bằng trân trọng từng bài thơ, đọc thường xuyên rất kỹ, không bỏ sót..."

Theo lời ông, tác giả rất quý mến những ca sĩ hát nhạc Anh Bằng hay, dù mới đây nhất qua ca khúc Anh Còn Yêu Em, như Nguyên Khang, Y Phương, Thiên Kim, cũng như xa xưa có Phương Dung, Thanh Thúy, Thanh Tuyền... đầu thập niên 1980 ở hải ngoại có Lệ Thu, Ngọc Lan, Hải Lý. Họ hát Hạnh Phúc Lang Thang rồi đến Như Quỳnh mà theo lời ông những tiếng hát thành công đoạt trong list nhạc top hit. Tất cả, cho dù bao giờ, lúc nào ông cũng đều dành cho những tiếng hát nhạc của mình: sự cảm mến... Dù mười năm qua, ông không còn thưởng thức qua thính giác được tiếng hát nào qua thanh âm nữa. Có chăng ông chỉ còn ân cần xem lại hình ảnh, qua DVD và ghi nhận từ những lời khen ngợi, cảm kích của thính giả.

Nhạc sĩ Anh Bằng cho rằng dù nhà thơ Phạm Thành Tài (thơ phổ cho ca khúc Anh Còn Yêu Em) chưa nổi tiếng "nhưng thơ có hồn, thơ gây cảm xúc cho người viết nhạc"... và 'cả hai ca khúc "Anh Còn Nợ Em" và "Anh Còn Yêu Em" đều hay'. Trong ca khúc này, ta thấy mênh mông cả khung trời Thanh Hóa, rồi đến Quy Nhơn và quãng đời lưu vong Quận Cam, tất cả đều phảng phất nét lãng mạn chôn giấu. Điểm đặc biệt là có một vài ca khúc tác giả rất bằng lòng thì lại không được đón nhận mạnh, còn một số ca khúc tác giả không thích lắm thì lại được đón nhận nồng nhiệt (tuy vậy Anh Bằng cũng nói rằng: trường hợp này ít khi xảy ra...) – Có những tập thơ hay (đối với chủ quan của Anh Bằng), ông nói: "mình đọc đi đọc lại nhiều lần - thấy sung sướng" và "ngược lại cũng có những bài thơ của các tác giả danh tiếng nhưng lại vẫn chưa tìm ra được nét ưng ý để phổ thành ca khúc... Tác giả BH nhận định: "Tâm hồn nhạc sĩ Anh Bằng qua thính giả khắp nơi ghi nhận, càng những năm về sau Anh Bằng càng thơ mộng, trẻ trung, yêu thiết tha cuộc đời này, âm thanh vang xa..".

Những ca khúc nổi như cồn rất hiện tượng, thời thập niên 1960

Nếu Vắng Anh là ca khúc đầu tiên của Anh Bằng được in trên bản nhạc giấy với số lượng bán rất cao (đó là nét đặc thù của nền âm nhạc miền Nam - trước 1975) và cùng thời trên dĩa Sóng Nhạc - Asia qua tiếng hát Lệ Thanh, tiếng hát sắc sảo rất hay, nhưng ít chịu xuất hiện trên sân khấu hoặc chịu in hình ca sĩ trên bài hát ngày ấy. Ca khúc thứ nhì những năm lại do Thanh Thúy được mời trình bày mang tên: Giấc Ngủ Cô Đơn, và kế đến là tác phẩm thứ ba mang tên: Đôi Bóng với Phương Dung rồi sau đó mới đến Lẻ Bóng một lần nữa lại được Thanh Thúy trình bày. Nhưng trước khi cho ra mắt bốn tác phẩm được các ca sĩ thượng thặng thời đó trình bày, Anh Bằng còn có Tiếc Thầm, (một ca khúc cổ võ cho cao trào đi quân dịch, bảo vệ đất nước tự do cho người dân) ít người nghĩ đến tên tác giả, đã do ban AVT trình bày lần đầu được phát nhiều lần trên màn ảnh truyền hình mới ra đời được chiếu lớn trên toàn quốc cho đợt thử nghiệm truyền hình đen trắng, chưa hết lại còn những bài hài hước Anh Bằng dựa trên ý thơ Hồ Xuân Hương, khiến ai cũng nhớ, cũng cười thoải mái với Em Tập Vespa, hoặc Đánh Cờ... Riêng bài Huynh Đệ Chi Binh thì lại là một đề tài phẩm bình về sự chia rẽ trong quân đội rất ý nghĩa khi kêu gọi đoàn kết giữa hàng tướng lãnh để chống Cộng, bảo vệ người dân..

Trong sáng tác mạnh mẽ bội phần với thời trước 1965, Anh Bằng liên tiếp cho ra đời: Nửa Đêm Biên Giới, tiếng hát Thanh Thúy, Tiếng Ca U Hoài (một trong những ca khúc tác giả rất thích, rất hài lòng và biết được rằng không thành công như những ca khúc khác), sau đó là những ca khúc mở lối cho cao trào phát thanh thương mại như: Hai Mùa Mưa, Căn Nhà Ngoại Ô, Gõ Cửa... cùng với cả trăm sáng tác khác, với nhiều khúc hát slogan, khúc hát chiến dịch tuyên truyền mà Anh Bằng viết không cần lưu lại tên tác giả dù với ông, không một việc làm hoặc sáng tác nào mà ông coi nhẹ, không đặt trọn vẹn trái tim với tinh thần phục vụ.

Tên của từng bài hát và tiết tấu cùng chọn ca sĩ thời bấy giờ nằm trong tay nhạc sĩ, sự tìm chọn ca sĩ, tập luyện và cùng nhau đi thu băng chung cả là một công trình kéo dài cả tuần lễ, và nhạc sĩ vừa có quyền vừa thể hiện vai trò rất quan trọng trong tiến trình trình diễn... Cho đến khi "Chuyện Tình Lan và Điệp 1, 2, 3..." ra đời đã đánh dấu mức cực thịnh của những fans ái mộ và nhu cầu nghe, thưởng thức loại nhạc tình cảm gần gụi của Anh Bằng.

Sau đó sáng tác "Chuyện Tình Trương Chi" tuy số thu có thua Chuyện tình Lan và Điệp nhưng thính giả đại đa số vẫn khát khao thưởng thức và mua các bản nhạc giấy xuất bản với số lượng đáng kể, và số thu tài chánh đã vượt trội một ca khúc có tựa đề tương tự, đó là "Khối Tình Trương Chi" của nhạc sĩ thành danh Phạm Duy: Dù ca khúc ký tên Phạm Duy này là loại nhạc noble, được đánh giá sang cả, nhưng ít ai bỏ tiền ra mua nhạc giấy bài này, hoặc yêu cầu nghe qua các chương trình Phát Thanh Thương Mại thường nhật so với Anh Bằng.

Trong khi các chương trình phát thanh thương mại, quyến rũ đông đảo thính giả, từ học sinh, thanh niên, bạn trẻ, quân nhân tiền tuyến, em gái hậu phương, cả giới lao động thợ thuyền, cả những bạn gái trẻ nhọc nhằn gánh nước cũng dành dụm đồng tiền khó kiếm, mua nhạc giấy hoặc dĩa nhạc Chuyện tình Lan và Điệp. Những tháng năm đó có phong trào "say mê" với các chương trình Phát Thanh Thương Mại, tư nhân là chủ tràn ngập những quảng cáo như ta vẫn thấy ngày nay rất nhiều ở Hoa Kỳ.

Một trong những sáng tác mới và rất sung mãn gần đây của Anh Bằng là "Khóc Mẹ Đêm Mưa" qua tiếng hát Đặng Thế Luân, Nhạc sĩ Anh Bằng tâm sự rằng: "mẹ mất sớm, người anh thứ hai (bị Việt Minh ám sát từ sớm) khiến Anh Bằng lúc nào cũng chơ vơ nhớ và cần mẹ, nhưng đến khi người anh từ trần ngày 29 tháng Tư 2006, khiến nhạc sĩ Anh Bằng cảm nhận như một mất mát thật lớn lao đã xảy ra cho mình". Nước mắt và xúc động rất chân thật nhiều tháng đã khiến cho ca khúc sống thật và thương cảm, gieo cảm xúc cho hầu hết người nghe qua ca khúc..

Phong phú sáng tạo, nhanh chóng chinh phục trái tim của khán thính giả.

Tính tình kín đáo, thiện cảm của Anh Bằng khiến những "sếp" lớn trong ngành âm nhạc tuyên truyền cũng chẳng bao giờ biết Anh Bằng chính là tác giả những sáng tác như Tiếc Thầm, và là tác giả những vở kịch được quân đội diễn nhiều nơi. Một tâm hồn nghệ sĩ tiềm ẩn biết bao thơ mộng mà bây giờ sau hơn 50 năm nhìn lại sự nghiệp, nhiều thính giả mới thầm thán phục thêm khi nghe những ca khúc lãng mạn chân tình như: Khúc Thụy Du, Anh Còn Yêu Em, Khóc Mẹ Đêm Mưa.. Tiếc Thương trong DVD Lá Thư Chiến Trường muộn màng ra đời. Và đến nay, gần như không DVD Asia nào có sáng tác mang tên Anh Bằng mà không được chờ đón.

Trở lại với các sáng tác như bài "Chuyện Giàn Thiên Lý" cảm nhận từ ý bài thơ Nhà Tôi của Yên Thao, hoặc Trúc Đào, ý thơ của Nguyễn Tất Nhiên. Theo nhà văn Phạm Quốc Bảo: "chúng ta thấy các bài thơ dài thượt, khó bắt được âm điệu để diễn tả những ý thơ, thế mà qua tay nhạc sĩ Anh Bằng, ông tỏ ra rất dễ dàng nắm bắt được ý chính những rung cảm mạnh mẽ nhất, thô sơ nhưng gần gũi nhất, để người nghe sẽ nhớ ngay, hiểu ngay và có thể hát lại dễ dàng, họ sẽ yêu thích và ghiền... Và công lao chính là nhờ âm điệu của dòng nhạc tài hoa, dù chỉ cảm nhận một vài ý thơ, nhưng không bao giờ Anh Bằng quên trang trọng đề tên nhà thơ qua tác phẩm ấn hành."

Kiếm được một bài nhạc sẽ ăn khách rất khó, kiếm được một bài thơ hay trở thành ca khúc lại càng khó hơn nữa, nhưng Anh Bằng đã "đeo" cho bài thơ một đôi hia bảy dặm, nó đã bay bổng xa tới tận đâu đâu... "Chỉ cần 32 trường canh", ông đủ diễn tả cho thính giả biết tựa đề, nét lãng mạn và nội dung của bài thơ bài hát... và như ánh sét, nhanh chóng đi ngay vào tận mỗi trái tim. Ông biết trước loại nhạc nào quần chúng thích, kể cả vào những năm sau những đảo chính, chỉnh lý, biến động ở Miền Nam, người dân cần những tình cảm mới, nguồn xúc động tươi tắn, gần gũi, bình dị và trong thời điểm này có những sáng tác cho chiến dịch, như "Nửa Đêm Về Sáng", "Nửa Đêm Biên Giới" như các khẩu hiệu cổ động, nó phát xuất từ Anh Bằng: Chỉ trong thoáng chốc ngồi ở bàn viết và liền được tung lên phát thanh, vang dội toàn quốc ngay sau đó...

Triệu phú (VNCH) thời Sóng Nhạc - Asia.

Nhạc sĩ Anh Bằng quá dầy kinh nghiệm phát hành, phân phối của trung tâm dĩa Sóng Nhạc, từ những năm điều hành hệ thống âm nhạc ở các đài Phát Thanh Quốc Gia, cho tới các chương trình Phát Thanh Thương Mại. Cái nhìn viễn kiến của ông, theo lời anh Trần Văn Khải là "nhìn ra biển rộng mênh mông chân trời bao la, và tiến mạnh, chứ không chỉ là cái nhìn nhỏ hẹp trong ao hồ nhỏ bé. Theo Anh Bằng: Âm nhạc và văn nghệ miền Bắc chỉ có kho súng đạn, chiến đấu trong khi miền Nam là một kho tàng nhạc giá trị tình tự và nhân bản."

Dù trong một hai năm đầu lớp dạy nhạc Lê Minh Bằng khu nhà thờ Tân Định Sài Gòn, mới chỉ vừa đào tạo đã có được thêm Trang Mỹ Dung và Giáng Thu... cho các chương trình phát thanh kịp một năm trước khi miền Nam thất thủ vào tháng Tư 1975. Đó là những năm hợp tác tuyệt vời của bộ ba: Lê Dinh đến Canada (sinh năm

1934- là viên chức trọng yếu phụ trách Tân Nhạc của Đài Phát Thanh Sài Gòn), Nhạc Sĩ Minh Kỳ (1930-1975), đi tù và chết và Anh Bằng, trong cái tên ghép ba người: Lê-Minh-Bằng.

Ra hải ngoại, Anh Bằng khởi nghiệp ban đầu với người cháu là nhà tổ chức ca nhạc Trần Thăng, chung sức lập ra Trung Tâm Dạ Lan khoảng năm 1984.

Ông vốn sẵn có tài, cả hai có sáng tạo, và người cháu có tài chánh, nhiệt huyết và sáng kiến; nên những năm đầu tiên rất thành công đáng kể. Trong dịp này, Thy Vân cũng xuất hiện trên một số bìa băng cassett nhạc khi hát một vài ca khúc, nhưng sau đó Thy Vân biến dần vào lãnh vực tổ chức. Cô có ý muốn phát triển lớn rộng hơn, và Asia ra đời từ đó. Khi rời Dạ Lan cũng là lúc Thy Vân không còn hát và bắt đầu điều hành, phát triển Asia dưới sự hướng dẫn và công sức của thân phụ. Nhờ vậy, Asia đã lên rất cao. So sánh với vài nhạc sĩ có tiếng, có tài và thế lực giao tế rộng, sáng tác mạnh như Hoàng Thi Thơ, Phạm Duy nổi bật trong giới văn nghệ nhờ báo giới luôn nhắc nhở khen ngợi, cũng phải chịu nhượng bộ trong khung cảnh xa lạ xứ người... Từ đó mới thấy sự chọn lựa đúng lúc và có kế hoạch cũng như tài năng phong phú, nhạc sĩ Anh Bằng lớn lao vượt trội là như thế!

Soạn nhạc để có người yêu mến, và có số thu tài chánh khó ai có thể ngờ tới... Không đáp ứng được quần chúng qua một vài ca khúc thì bị loại bỏ. Có lẽ như thế mà những ca khúc gần đây mới là cảm nhận nét lãng mạn, tài hoa, như mỗi loạt nhạc ra đời của Asia, và Anh Bằng nói riêng là thêm một đợt đón nhận mới, lạ kỳ!

Nhạc sĩ Anh Bằng thập niên qua đã có góp phần viết script, chọn nhạc, soạn nhạc, cùng đóng góp ý kiến trong việc chọn ca sĩ và ca khúc... góp sức đưa Asia lên mức thành công rất cao. Tâm niệm của Anh Bằng là "đáp ứng quần chúng, muốn người nghe thỏa mãn tâm sự của nghệ sĩ sáng tác; như vậy có nghĩa là tác phẩm đã thành công..." Cũng như khi lập ra lớp huấn luyện nhạc trước 1975, ông cũng có một lý do đặc biệt: "vừa đào tạo, vừa tìm kiếm ra tài năng mới".

Đối thủ trong âm nhạc của Anh Bằng? Có hay không?

Đã từng sống trong Lý Bá Sơ, từng đêm nghe tiếng cai tù đánh thức những người bạn đồng tù khác, thức dậy, trói ké, mang ra sân bắn hoặc mang đi điều tra hành hạ có lẽ là nỗi ám ảnh khôn nguôi trong đầu của nhạc sĩ... thiếu ăn, thiếu áo quần, thiếu một mảnh chăn đơn để che đắp cái rét giá tù đày... nhưng tác giả Anh Bằng luôn nở một nụ cười, không chua cay oán thù, dù "không bao giờ đội trời chung với chủ nghĩa và chính sách từ những năm trước 1954, và chủ nghĩa Cộng Sản kéo dài những năm sau đó..." Đối với người nhạc sĩ đầy tấm lòng nhân ái này, ông luôn có một nụ cười tươi tắn cho cuộc sống, hầu như không bao giờ ganh ghét.

Không bận lòng với ai, chỉ phấn đấu say mê làm việc, thúc đẩy tự chính mình, nhưng luôn tươi tỉnh với một câu nói như giờ thúc quân (kinh nghiệm từ gian khổ). Ông thường thúc đẩy: "Khi làm việc thì phải tiến lên, phải "sắt máu", ý của ông chỉ muốn diễn tả – lòng quyết tâm. Ông không tranh giành với đồng nghiệp hoặc với một ai, vì bản tính chân chất hiền lành... nhưng có thể chỉ ngoại trừ với lập trường và vì lằn ranh trong cách sống?

Theo ông, qua những lần thổ lộ ở tại xứ người, thì: "trong khi chúng ta cố mang lại những lạc quan, kêu gọi chiến đấu bảo vệ đồng bào, bảo vệ sự sống còn và nhân bản tại miền Nam thì lại có những người cố tình phản chiến, kêu gọi hòa bình bằng mọi giá như thể là họ luôn lên tiếng nói: chúng ta hãy đầu hàng đi!"

Chế độ Việt Nam Cộng Hòa lúc ấy chẳng phải là không chặt chẽ trong chủ trương kiểm duyệt ca nhạc chiến đấu: Các ca khúc trước khi được in, được phát trên các đài phát thanh, hoặc trước khi được thu dĩa, đều trải qua những con mắt kiểm duyệt gắt gao. Vẫn theo ông "thậm chí có những sáng tác khi cho phát thanh, thu dĩa tạm gọi là "đầu Ngô mình Sở", vì các con mắt kiểm duyệt, các sếp kiểm duyệt, mỗi viên chức, mỗi nhạc sĩ, thêm câu này, thay chữ kia, bớt, cắt chữ nọ, để thích hợp với chính sách... nâng cao tinh thần cùng chiến đấu".

Thế nhưng nói riêng về mặt tuyên truyền thì chúng ta làm sao mà cản nổi khi cứ ba ca khúc phản chiến, kêu gọi buông súng thì chúng ta mới có kịp một sáng tác nỗ lực chiến đấu như của Anh Bằng, Duy

Khánh, Trần Thiện Thanh, (một sáng tác chống tàn ác, bảo vệ tự do thì có ngay ba ca khúc phản chiến kêu gọi buông súng hòa bình mọi giá!) khiến cán cân lực lượng tuyên truyền chúng ta bị xâm lấn bởi phe phản chiến, làm lợi cho đối phương... Chẳng hạn, khi Trịnh Công Sơn mô tả cảnh "các bà mẹ chết vì chiến tranh vì bom đạn" để phản chiến, thì nhạc sĩ Anh Bằng vội vã soạn ngay ra đời ca khúc có những hình ảnh tương tự, nhưng dưới con mắt của một chiến sĩ đấu tranh có chính nghĩa cho tự do: "một bà mẹ ôm con chết trong tay mình nhưng cảm thông sự hy sinh chiến đấu của đất nước" là vì giặc phá hoại, và người dân Miền Nam, yêu chuộng tự do, nỗ lực "tự vệ"... hoặc nói lên nỗi khổ chiến tranh qua ca khúc "Nó", hoặc Đêm Nguyện Cầu...

Điều trái nghịch là một số những kẻ thụ hưởng trong miền Nam tự do thì thích âm nhạc phản chiến, trái lại rất nhiều cán binh cộng sản và dân chúng miền Bắc lại ưa chuộng tìm nghe, chép truyền tay những lời nhạc về "người mẹ ôm con chết vì bom đạn của kẻ chủ trương chiến tranh" của Anh Bằng, hoặc ca khúc "Nó" "Đêm Nguyện Cầu", "Nỗi Lòng Người Đi" để soi chiếu lại cuộc đời của họ quá nhiều bất hạnh: Các cán binh miền Bắc vẫn lén lút thích thú say mê ca khúc "Tôi xa Hà Nội năm lên 18 khi vừa biết yêu"... như những món hàng "độc", được ưa chuộng và đánh giá cao... Phải chăng trước những trách nhiệm tự chọn lựa qua cuộc sống dân sự, trong vai trò Tâm Lý Chiến, tác giả Anh Bằng cũng phải đối kháng với Trịnh Công Sơn, mỗi người một lý tưởng. Theo lời anh Trần Minh: "Nhạc Sĩ Anh Bằng muốn dùng nhạc của mình góp phần làm suy thoái tinh thần sắt máu của các chiến binh sinh Bắc tử Nam, với ước mong miền Nam được yên bình, giặc từ Bắc không thể xâm lấn vô Nam... Những kẻ phản chiến, hình như, đã góp phần làm mất miền Nam, là nỗi đau đớn suốt trong quá trình những sáng tác phản chiến đó ra rả tại nhiều nơi trong và ngoài thành phố."

Nỗi đau đớn này dằn vặt tác giả Anh Bằng, khiến ông giới hạn nhạc tình của mình để hướng vào góp phần trực tiếp hoặc gián tiếp qua những ca khúc ca ngợi cuộc chiến đấu cho tự do dân chủ.

Có lẽ cho đến hơn 33 năm sau miền Nam thất thủ, tâm sự của nhạc sĩ Anh Bằng qua thổ lộ vẫn chưa nguôi ngoai... Lý do chỉ giản dị có thế... Theo lời anh Trần Thăng, giám đốc / sáng lập Hollywood Night / Dạ Lan nói: những người như ông "không ngại chống lại một chủ nghĩa sai lầm, với tiếng nói và tấm lòng chân thật"

Ông vẫn có thổ lộ đôi lần: "Tương lai, một đất nước Việt Nam, rồi sẽ không còn Cộng Sản", hình như ông luôn lạc quan như thế, "nhưng không hẳn chúng ta chỉ ngồi chờ đợi sự sụp đổ, ta phải góp phần tích cực thì ngày ấy sẽ đến"...

Một đời tận tụy, với trên 500 sáng tác, trong đó rung cảm của ông trải ra với độ 200 bài phổ thơ. Nhưng trên tất cả vẫn là một tấm lòng trọn vẹn với đất nước của một nghệ sĩ có lý tưởng, dù rất thành công nhưng xem ra ông vẫn thấy không được như mơ ước: Quân đội đã là lò luyện thép nhưng cũng là tháp ngà cho một số người khác kiêu binh. Anh Bằng đã hưởng những phúc lợi từ các lò luyện thép và có những người cũng đã "đứng dậy được" sau những "cú đấm thôi sơn" của vận nước mà không thiếu gì những người đã cũng như tiếp tục gục ngã, mà có mấy ai vững niềm tin "sau cơn mưa trời đã lại sáng'... Riêng Anh Bằng, như người tù vượt ngục Papillon, đã "đứng dậy được"..

Và bao nhiêu năm đã trôi qua, nước chảy qua cầu, tác giả Anh Bằng với trái tim nhân ái, nụ cười hiền lành từ thời học tập ở Ba Làng (cùng chất chứa đau thương Lý Bá Sơ sau đó), tấm lòng với âm nhạc luôn tươi tắn, nhạc tình Anh Bằng cuối đời vẫn thêm mới mẻ, đi vào từng trái tim, và ở lại lâu dài (so với sự đào thải nói chung... nhanh đến độ tàn nhẫn hiện nay - nhất là tình trạng nhạc trong nước), qua một số sáng tác mãnh liệt và lâu bền, vừa lòng mọi giới mộ điệu ở trình độ thưởng ngoạn khác nhau.

Người biến những cô Tấm thành siêu sao Diva nhạc Việt

Ngày xưa ông đã sáng tác có "Chuyện Tình Lan và Điệp", bây giờ qua Hoa Kỳ ông lại tiếp tục sáng tác có Chuyện Tình Hoa Sim, Chuyện Hoa Trắng, Chuyện Giàn Hoa Thiên Lý: Hoa Học Trò, thơ Nhất Tuấn: Đề tài cũ nhưng vẫn được đón nhận và hay vượt trội, ngoài ra còn có ca khúc, ý thơ của Nguyễn Tất Nhiên: Trúc Đào.

Tuy vậy những năm đầu khi chưa thành Trung Tâm Ca Nhạc tại

Hoa Kỳ, ông đã có những ca khúc sáng tác như: Huế Xưa, Cõi Buồn được đánh giá là hay, nhưng không được hưởng ứng nồng nhiệt. Sang đây, Chuyện Tình Hoa Sim làm kỷ niệm vào nghề của Như Quỳnh, khi cô mới tới Hoa Kỳ, và cùng với dòng nhạc lãng mạn tình tứ, Như Quỳnh là mặt nổi của dòng nhạc Anh Bằng được đại chúng yêu mến. Những tài danh 10 năm qua, 20 năm qua, hoặc 40 năm về trước... và mới nay thôi cũng chỉ là một sự nối tiếp: Anh Bằng đã từng gò luyến láy những năm xa xưa cho Phương Dung, Thanh Thúy, Thanh Tuyền. Sự nổi tiếng của những tên tuổi này trong làng âm nhạc, từ trong nước đến hải ngoại, nói lên được rằng, cây đũa thần đủ sức biến cô Tấm thành công nương được hay không?

Nơi đây, với nhạc sĩ Anh Bằng trong vài chục năm qua, câu trả lời là có "tên tuổi thành danh là một initial cho một bài mới sáng tác". Khác với nhiều người nói chung – chưa kịp được khen ngợi đã bị loại bỏ – quên lãng, chính vì đó là những cái hay ngay từ bước đầu, giống như chương trình thương mại Anh Bằng góp công sức ngày xưa thật khó khăn, nhưng thành công ngay. Định luật chung: Phải tài hoa mới được trao phó cho, để tạo được những bước nổi lên đình đám... Một ca khúc mới, một bài thơ mới, một tiếng hát mới, có nổi được trên sân khấu (hoặc có cơ hội bước được lên sân khấu) và được vang dội khắp nơi, cũng đã là chuyện khó.

Tác giả Anh Bằng đôi lần thổ lộ rằng: "tôi không muốn tác phẩm bị cô đơn, lẻ loi trong âm nhạc, không muốn bài hát mình nghĩ là hay, mà chỉ dành riêng cho vài người hay để chỉ một giới người thích và hiểu được, mà đã sáng tác là "phải đụng tới một khối lớn đa số quần chúng yêu thích" Theo ông, "sẵn lòng xóa bỏ một sáng tác, khi nghĩ rằng sự ra đời ca khúc nào đó sẽ không chiếm được đa số quần chúng đón nhận, hiện còn nhiều sáng tác trong những năm qua, gần cuối đời đang cất trong safe box".

Chính vì vậy mà ở kết hợp "ý thơ cùng với melody" phải vang vọng trong tâm tưởng. Tác giả phải ngồi xuống bàn vào buổi chiều, có khi cạnh người cháu Trần Khải (hoặc Trần Thăng sau này là giám đốc Hollywood Night - Dạ Lan) cận kề tán thưởng: Những ngón đàn guitar dạo mélody của ông, thường được tâm sự chia sẻ, trao đổi với

người thân khi sáng tác, khi ca khúc vừa kết thúc...
Nhưng ngược lại, hầu như ông không hề khuyến khích các người con ông theo ngành sáng tác âm nhạc? Không một lời giải thích của tác giả vì sao?. Có thể các người con không có một quá trình dài học nhạc như ông tại Ba Làng, không có hoàn cảnh thúc đẩy cần thiết, không trải qua những kinh nghiệm lẫn thương đau?

Và sáng tác tiếp nối sáng tác thành tác phẩm được đón nhận, chỉ giản dị đắm say trong vài giờ viết nốt với chữ viết luôn trân trọng và đẹp (và ngày nay thì nhạc sĩ Anh Bằng sáng tác – gõ nốt nhạc trên máy điện toán). Những bản nhạc ấy chẳng mấy lâu sau sẽ đồng loạt phổ biến xa rộng, và "một sớm một chiều" được hưởng ứng, ngưỡng mộ...

Còn ngày nay, cung cách sáng tác không khác, ông dựa trên ý tưởng lời thơ, tươi vui bên phím điện toán... có khác chăng là Anh Bằng đi ngược lại với thời gian, sống lại với đồi sim tím mênh mang quê nhà Hữu Loan, tím cả chiều hoang biền biệt càng ngày nhạc càng thêm trẻ và căng đầy sức sống...

Nhạc sĩ Anh Bằng thường tâm sự: từ kinh nghiệm học ở Ba Làng, ông được hun đúc sức sống và tận tụy làm việc mãnh liệt và cương quyết.

Còn bây giờ là lúc nhìn thấy các hậu duệ đã vững vàng trên đường sự nghiệp, thì ông bắt đầu thanh thản và an nhiên... Những năm lao động khổ sai, khi lãnh án tử hình của Lý Bá Sơ, đói khổ là hành trang để ông thêm trân trọng tự do, nhân bản mà mình được hưởng ở Miền Nam, và ở cả bên ngoài nước Việt Nam ngày nay.

Vẫn đi tiếp một quãng đời, khởi đi từ một bản án tử hình, chàng trai Anh Bằng lúc nào cũng như mới lớn 18 tuổi, tươi tắn nhựa sống, dù nay ông đã bước qua sinh nhật thứ 81.

Phạm Kim

khiếu bẩm sinh thơ-nhạc của NHẠC SĨ ANH BẰNG

- NGUYỄN THANH LIÊM -

Tôi là một trong những người rất thích nhạc của Anh Bằng. Chắc là mỗi người có một lối thích khác nhau. Riêng tôi thì tôi thích nhạc của Anh Bằng cũng như tôi thích nhạc Lam Phương, Nguyễn Ánh 9, Thanh Sơn, Trần Thiện Thanh, Lê Dinh, cũng như tôi thích những điệu cổ nhạc Nam phần (kể cả bài ca vọng cổ của ông Sáu Lầu), bởi tất cả những bản nhạc đó đối với tôi, ít nhiều mang điệu buồn phương Nam và nỗi buồn dân tộc Việt. Bài Lời Người Đi chẳng hạn, với câu mở đầu "Tôi xa Hà Nội...", mang ngay đến cho tôi một nỗi buồn lê thê, một nỗi nhớ nhung tha thiết, một mất mát lớn lao trong tâm hồn. Anh Bằng nhớ Hà Nội hồi đó cũng như tôi nhớ Sài Gòn bây giờ. Tôi có thể mượn câu nhạc của Anh Bằng để hát "Tôi xa Sài Gòn..." để man mác buồn. Dòng nhạc tự nhiên của nhiều sáng tác của Anh Bằng mang lại cho tôi cái buồn mênh mông, man mác, mà tôi rất thích thú đắm chìm trong đó. Nó vừa có cái dịu dàng, buồn nhè nhẹ của loại nhạc easy listening, vừa lôi cuốn tâm hồn tôi về một cõi nhớ nhung thương tiếc xa xôi nào.

Đặc biệt là những bài ca kể lể của Anh Bằng về một chuyện tình éo le, ngang trái, về một giấc mộng vỡ tan của con người thời chinh chiến. Những bài ca kể lể đó có giọng điệu ngậm ngùi buồn thương gây nhiều cảm xúc trong tôi. Hãy nghe Anh Bằng kể:

"Tôi ở ngoại ô, một căn nhà tranh có hoa thơm trái hiền.
Cận kề lối xóm có cô bạn thân sớm hôm lo sách đèn.
Hai đứa chưa ước hẹn lấy một câu, chưa nghĩ đến mai sau.
Nhưng đêm thức giấc ngỡ ngàng
          nghe lòng thương nhớ biết rằng mình yêu...
Tôi bước theo tiếng gọi của người trai...
          xa người em nhỏ lên đường tòng chinh...
Rồi hôm nào tôi về ghé thăm nàng... mà sao không thấy nàng.
Tìm em, giờ tìm ở đâu sao không gắng đợi chờ nhau.
Tôi hỏi người quen,
          nàng nay là nữ cứu thương trên chiến trường...
Tôi đứng nghe gió lạnh giữa màn đêm thương xé nát con tim..."

Tôi nghe như nghe những bài hát kể lể buồn thương trong country music của Mỹ. Chuyện tình Lan và Điệp là bản nhạc kể lể thật hay, với giọng điệu thật buồn thương thảm thiết mà ai nghe qua chắc cũng đều phải cảm xúc thật nhiều.

Nhưng hay nhất đối với tôi là những bản nhạc mà Anh Bằng đã viết ra từ những bài thơ tình nổi tiếng. Chuyện Hoa Ti Gôn với bài thơ nổi tiếng của TTKH, Anh Cứ Hẹn với lời thơ của Hồ Dzếnh, Bướm Trắng thơ của Nguyễn Bính, và những bài sau đây mà tôi cho là thật tuyệt vời:

Anh Biết Em Đi Chẳng Trở Về (thơ của Thái Can):
"Anh biết em đi chẳng trở về
Dặm ngàn liễu khuất với sương che
Em đừng quay lại nhìn anh nữa
Anh biết em đi chẳng trở về..."

Chuyện Hoa Sim (thơ của Hữu Loan):
"Rừng hoang đẹp nhất hoa màu tím
Chuyện tình thương nhất chuyện hoa sim
Có người con gái xuân vời vợi
Tóc còn ngăn ngắn chưa đầy búi.

Tại sao nàng vẫn yêu màu tím
Màu buồn tan tác phải không em
Để chiều sim tím hoang biền biệt
Để mình tôi khóc chuyện hoa sim."

Nếu Vắng Anh (từ bài thơ Cần Thiết của Nguyên Sa):
"Nếu vắng anh ai dìu em đi trong chiều lộng gió
Nếu vắng anh ai đợi chờ em khi sương mờ nẻo phố
Nếu vắng anh ai đón em khi tan trường về,
Kề bóng em ven sông chiều chiều, gọi tên người yêu..."

Trúc Đào (thơ Nguyễn Tất Nhiên), hết sức dễ thương:
"Chiều xưa có ngọn trúc đào
Mùa thu lá rụng bay vào sân em
Chiều thu lá rụng êm đềm
Vàng sân lá đổ cho mềm chân em...

Chiều nay nhớ ngọn trúc đào
Mùa thu lá rụng bay vào sân em
Người đi biết về phương nào
Bỏ ta với ngọn trúc đào bơ vơ."

    Tiếng Việt tự nó, với dòng điệu trầm bổng, đã có thể được xem như một bản nhạc rồi. Rồi với vần điệu thêm vào, bài thơ Việt Nam dễ trở thành bản nhạc hay tự nhiên. Nếu biết cách ngâm nga, bài thơ Việt, nhất là bài lục bát, song thất lục bát, hay thơ tám chữ, đều là những bản nhạc êm dịu vô cùng. Cách nói "lối" trong cải lương thường được xây dựng từ thơ tám chữ. Khi người nghệ sĩ buông lời nói lối để mở đầu cho những câu ca vọng cổ tiếp theo thì chẳng khác nào đàn một khúc nhạc dạo để vào bài ca chánh. Thí dụ như những câu nói lối sau đây (trong tuồng Hoa Rơi Cửa Phật):
"Than ôi! Cánh hoa rụng tả tơi vì gió dập
Xác bướm khô ôm ấp bởi tình yêu
Như tôi đây nhìn hoa lan mà ruột quặn thắt trăm chiều

Nhạc sĩ Anh Bằng và Nhạc sĩ Lam Phương cùng thân hữu

Trông hồ điệp lệ sầu tuôn mấy lượt
Kìa những kẻ không cầu sao lại được
Tủi phận mình mong mỏi vậy mà sai
Kể từ đây chốn am mây chôn lấp mạch cảm hoài
Nghe kinh kệ phôi pha cơn khổ não."
(rồi bắt đầu vào bài ca Hoa lan... xác bướm... mảnh tơ lòng...)

Tuy nhiên khi đem bài thơ ra phổ nhạc thì người nhạc sĩ phải thật sự có tài thì bài nhạc mới hay được. Nếu không thì bản nhạc sẽ có vẻ gượng ép, sống sượng, không hấp dẫn. Muốn phổ nhạc cho hay, cho có hồn, người nghệ sĩ phải vừa là nhạc sĩ vừa là thi sĩ, phải có cái khiếu bẩm sinh nhạc-thơ đi đôi với nhau mới thành công tốt đẹp được. Nói như một số các nhà thơ tượng trưng Pháp (Beaudelaire, Rimbaud, Verlaine, Mallarmé) khi họ chủ trương có sự tương quan giữa các giác quan của người nghệ sĩ. Ở Việt Nam, Xuân Diệu đã diễn tả ý đó qua bài thơ: Huyền Diệu

Les parfums, les couleurs, les sons se répondent
"Này lắng nghe em khúc nhạc thơm
Say người như rượu tối tân hôn
Như hương thắm tận qua xương tủy
Âm điệu thần tiên thắm tận hồn.

Hãy tự buông cho khúc nhạc hường
Dẫn vào thế giới của du dương
Ngừng hơi thở lại xem trông ấy
Hiển hiện hoa và phảng phất hương

Hãy nghe lẫn lộn ghé bên tai
Giọng suối, lời chim, tiếng khóc người
Hãy uống thơ tan trong khúc nhạc
Ngọt ngào kêu gọi thuở xa khơi.

Rồi khi khúc nhạc đã ngừng im
Hãy vẫn ngừng hơi nghe trái tim
Còn cứ run hoài như chiếc lá
Sau khi trận gió đã im lìm."

Anh Bằng có cái khiếu bẩm sinh thơ-nhạc nói trên. Trong bản nhạc của Anh Bằng người ta cũng có thể tìm thấy bài thơ trong đó. Lời ca trong bản nhạc "Anh Không Lại" chẳng hạn, là bài thơ mới tám chữ:

"Anh không lại để em chờ đợi mãi
Yêu là chờ là nhớ phải không anh..."

Với khiếu bẩm sinh thơ-nhạc, Anh Bằng là một trong những nhạc sĩ thành công nhất về nghệ thuật phổ nhạc từ những bài thơ nổi tiếng của Việt Nam.

NGUYỄN THANH LIÊM

cảm nghĩ về
NHẠC SĨ ANH BẰNG

- Doãn Quốc Sỹ -

Nước Việt Nam chẳng may đã rẽ vào khúc quanh của lịch sử không vui – đó là ngày 20 tháng Bảy năm 1954 Việt Nam bị cắt làm đôi hai miền Bắc Nam thông qua hiệp định đình chiến Giơ-Neo, lấy con sông Bến Hải làm ranh giới – một khúc quanh lịch sử đau thương nhất trong lịch sử Việt Nam. Bến Hải là con sông định mệnh, đã chứng kiến hàng triệu người bỏ nhà bỏ cửa lánh nạn Cộng Sản, dân chúng miền Bắc phải rời bỏ nơi sinh quán để vô miền Nam, họ đã phải bỏ lại mồ mả tổ tiên, ông bà, cha mẹ cùng ruộng vườn, tài sản ra đi với hai bàn tay trắng, họ là những chứng nhân sống của thời đại đã chứng kiến hay bị sống dưới sự ác nghiệt dối gian của người Cộng Sản. Gia đình chúng tôi cũng như hàng triệu đồng bào đau khổ khác đã phải lìa bỏ tất cả, gạt nước mắt ra đi vào miền Nam tỵ nạn Cộng Sản.

Ôn lại cái kỷ niệm xưa để để mở đầu câu chuyện và xin được phép giới thiệu về nhạc sĩ Anh Bằng. Tôi và Anh Bằng được sinh ra cùng thời, nên đã chia sẻ những biến cố đau thương của dân tộc. Ngày tôi di cư vào Nam có mang theo được bản thảo "Sợ Lửa", việc này chính là điềm báo trước sẽ đưa tôi vào nghiệp viết văn song song với nghiệp cầm phấn, thì Anh Bằng cũng đã mang theo những tình cảm thơ mộng qua việc sáng tác nhạc phẩm "Nỗi Lòng Người Đi" (NLNĐ), đánh dấu cuộc di cư vĩ đại mà người ra đi với bao kỷ niệm đau thương của tâm hồn kẻ ly hương, trong tâm tình đó nhiều người cùng tâm sự đã chia sẻ với Anh Bằng qua bản nhạc NLNĐ mà nhiều người vẫn quen gọi là bài "Tôi Xa Hà Nội" để rồi anh Anh Bằng có được nhịp cầu bước sâu vào lãnh vực âm nhạc, sự thành công ấy là do Anh Bằng được sự đón nhận của giới thưởng ngoạn đã gửi gắm tâm sự của chính mình trong những bài ca tiếng nhạc thật có hồn, mượt mà của nhạc sĩ Anh Bằng.

Tôi nhớ ở vào thời điểm cuộc di cư vĩ đại hướng về phương Nam, bài hát "Chuyến Đò Vĩ Tuyến" của nhạc sĩ Lam Phương nói lên nỗi u hoài của cuộc phân ly duyên tình vì thời cuộc, chàng ra đi nàng ở lại, nàng tưởng nhớ về phương Nam của nhân ái và hy vọng; Trong ý tưởng tình yêu như vậy thì bài "Nỗi Lòng Người Đi" mang nội dung nói về nỗi lưu luyến với bóng hình chàng ra đi mà hồn vẫn còn nhớ nhung người yêu của mình còn kẹt lại nơi đất Bắc.

Thể theo lời của hai anh Tạ Xuân Thạc và Việt Hải đã đề nghị là Văn Đàn Đồng Tâm sẽ thực hiện tác phẩm "Kỷ Niệm Về Nhạc Sĩ Anh Bằng". Theo thông lệ như những tác phẩm viết về "Kỷ Niệm" đã xuất bản trước đây cũng sẽ được nhiều cây viết xa gần góp những bài về nhạc sĩ Anh Bằng – Bởi vì với những đóng góp đáng kể trong nền âm nhạc, môn văn hóa cũng sẽ để đời cho hậu thế. Tôi rất vui khi

Nhà văn Doãn Quốc Sỹ với ca khúc
"Tôi xa Hà-nội năm lên 18 khi vừa biết yêu ..."

được góp bài viết về Anh Bằng cùng với các vị viết về những kỷ niệm hay những đóng góp của Anh Bằng về nền âm nhạc Việt Nam. Quan niệm rằng những người đã có công xây dựng nền văn hóa Việt Nam dù là trên phương diện âm nhạc, hội họa hay văn chương, tất cả các lãnh vực đó đều là nền tảng văn hóa, và đáng được trân quý và trang trọng như nhau.

Tôi có gặp nhạc sĩ Anh Bằng khi ông đến Houston tham dự buổi thu hình "Asia 52, Huyền Thoại Lê Minh Bằng". Một buổi tối trước ngày trình diễn liveshow Asia 52, các bằng hữu có cuộc họp mặt ở nhà hàng Đà Lạt, khu thương mại Nha Trang tọa lạc tại đường Wilcrest, khu Southwest Houston, trong buổi gặp gỡ đó đã cho tôi được dịp biết thêm về nhạc sĩ Anh Bằng đến từ nam California, cũng như được gặp nhạc sĩ Lê Dinh đến từ Montréal Canada. Hai người trong nhóm nhạc Lê Minh Bằng. Tiếc rằng anh Minh Kỳ đã bỏ mình trong trại tù Cộng Sản chỉ sau ba tháng kể từ ngày Cộng Sản cướp chính quyền vào tháng Tư 75.

Anh Bằng tên thật là Trần An Bường và sinh năm 1926 tại làng Điền Hộ, huyện Nga Sơn, tỉnh Thanh Hóa, cách Hà Nội khoảng 100 cây số về hướng nam. Theo sự hiểu biết của tôi thì làng Điền Hộ có một xứ đạo Công giáo cũng mang tên Điền Hộ, nơi đây còn có dãy núi Điền Hộ, về hướng bắc có xã Lai Thành, thuộc huyện Kim Sơn trong tỉnh Ninh Bình, nơi mà thổ sản có món rượu đế ngon có tiếng. Ngoài ra Nga Sơn là một huyện đặc biệt của tỉnh Thanh Hóa, mà địa danh Nga Sơn đã vào lịch sử vì gắn liền với sự tích quả dưa hấu với Mai An Tiêm, người con nuôi của vua Hùng Vương thứ 18.

Trở lại với nhạc sĩ Anh Bằng, ông cho biết là đã theo học bậc trung học ở Hà Nội trước khi di cư vào Nam năm 1954. Ông sinh sống ở Sài Gòn rồi gia nhập vào quân đội trong Biệt Đoàn Tâm Lý Chiến, phát triển nghề nghiệp âm nhạc rất thành công cho đến năm 1975, khi miền Nam lọt vào tay Cộng Sản tháng Tư đen năm 75, lại một lần nữa ông lại trốn chạy Cộng Sản, di tản sang định cư tại Hoa Kỳ.

Anh Bằng hiện nay là một trong những nhạc sĩ cao niên của nền âm nhạc Việt Nam tại hải ngoại vẫn còn sáng tác, Anh Bằng sáng tác nhạc miệt mài và không ngưng nghỉ. Tuy làm việc như vậy nhưng sức con người nhất là khi tuổi đã cao thì sự sa sút về sức khỏe là điều không thể tránh, nhất là Anh Bằng lại bị thính giác hư, tai bị điếc, ông chỉ nghe được chừng 10% đến 20% là tối đa.

Qua trường hợp của Anh Bằng, tôi lại mường tượng đến nhạc sĩ tài danh Beethoveen, nổi cộm trên nền âm nhạc quốc tế. Khi ông đạt được sự nghiệp âm nhạc phát triển lên tột độ thì Beethoven bị chứng bệnh tai điếc. Đầu tiên là biến chứng nặng tai, đến năm 19 tuổi thì điếc hẳn, lúc đó ông chỉ có thể giao tiếp với người chung quanh qua việc bút đàm vì ông không còn khả năng đàm thoại với người chung quanh, kể cả với người thân yêu nhất, vì không thể nghe thấy bất cứ tiếng động nào nữa. Những nốt nhạc mà ông cần thiết cũng phải nhọc nhằn tìm kiếm. Có những lúc quá nản chí, Beethoven tuyệt vọng định tìm đến thần chết, ông đã viết trong bức thư tuyệt mệnh là ông đau khổ muốn trốn tránh mọi người và vì không còn kiên nhẫn thêm được nữa. Nhưng may thay, cuối cùng chính nỗi đam mê âm nhạc, ông đã tự đứng dậy, vì con người của ông vốn đam mê âm nhạc, máu mê âm nhạc hình như đã lưu thông mạnh mẽ trong dòng huyết quản, ông không chết mà trái lại đã sống mãi trong sự nghiệp âm nhạc của ông cho đến muôn đời.

Riêng Anh Bằng cũng chia sẻ chứng bệnh tai điếc như Beethoven nhưng may mắn lại ở tuổi lớn hơn, trầm tĩnh hơn, với bản năng chấp nhận thực tế phũ phàng, Anh Bằng đã tạo cho mình sự tự tin và đã tìm cách gỡ rối cho mình, ông kể lại rằng với khả năng hiểu biết về nhạc lý, khi dòng nhạc hay ý nhạc chợt đến thì ông đã ngân nga trong đầu để nhận biết từng nốt nhạc, rồi ông ghi ra trên mặt giấy, chải chuốt nốt nhạc cũng ở trong đầu... khi bản nhạc đang viết đó đã vừa ý thì lúc đó Anh Bằng mới coi như hoàn tất cho một sáng tác. Anh Bằng là biểu tượng cho cho sự thành công vượt bậc.

Âm nhạc của thế giới âm nhạc không thiếu những nhạc sĩ tài ba vượt qua những khuyết tật để tạo cho tên tuổi của mình, xin đan cử một số nhân tài như Văn Vĩ, Ray Charles hay Stevie Wonder. Người mình vẫn thường cho là "có tật có tài". Thực vậy, Anh Bằng tự nhủ lòng mình bằng một quan niệm lạc quan trong cuộc sống, chấp nhận sự thử thách vượt qua mọi trở ngại, vì vậy đến nay ông đã ngoại bát tuần, nhạc sĩ Anh Bằng vẫn còn sáng tác đều đặn. Điều này cho thấy nỗi đam mê âm nhạc của Anh Bằng chưa chấm dứt, ông chưa chịu gác kiếm. Thiên tài nơi con người ông vẫn còn tiếp diễn có lẽ cho đến trọn cả cuộc đời.

Tôi viết bài này như một kỷ niệm gửi đến Anh Bằng để cùng chia sẻ những niềm vui nhân dịp mừng sinh nhật của ông. Tôi chân thành mến chúc Anh Bằng tiếp tục sống với những niềm vui trong âm nhạc. Nếu âm nhạc đến với Anh Bằng bằng sự nổi danh của thời trai trẻ, thì tôi cũng nghĩ rằng chính âm nhạc cũng sẽ là tiếng ru êm ái trong tuổi chiều tà bóng xế bằng niềm vui với sức sống mãnh liệt, và bằng sự lạc quan tự tin sẽ vượt qua mọi trở ngại dù lớn hay nhỏ, tuy có thể vẫn còn chút vẩn bụi nào đó khuấy động chung quanh ông.

Doãn Quốc Sỹ
Houston, 12-2008

Việt Hải, Anh Bằng, Thúy Anh, Tuyết Yên, Dược sĩ Vũ Văn Tùng

ANH BẰNG
người nhạc sĩ đàn anh khả kính

- NAM LỘC -

Cuộc đời tôi có hai điều may mắn: Điều thứ nhất là được khoác áo nhà binh. Dù thời gian này chỉ kéo dài có ba năm ngắn ngủi, nhưng đã để lại cho tôi những kinh nghiệm sống cho suốt cả một đời. Bởi vì nhờ đó mà tôi biết được thế nào là lòng quả cảm, sự hy sinh, tình chiến hữu và nhất là tư cách con người mà tôi rút tỉa được từ những cấp chỉ huy.

Điều may mắn thứ hai của tôi, là được tham gia hoạt động trong lãnh vực văn nghệ. Bởi vì cũng chính từ đó tôi có dịp học hỏi nhiều ở những bậc đàn anh, không chỉ thu gọn trong phạm vi nghề nghiệp mà còn nhiều vấn đề liên quan đến các lãnh vực khác trong cuộc đời và xã hội.

Đáng kể nhất là đối với hai nhạc sĩ lão thành, Nguyễn Hiền và Anh Bằng. Lúc Nguyễn Hiền còn sinh tiền, mỗi khi có những việc khó khăn, tế nhị trong cách ứng xử hoặc đối phó với những vấn đề nan giải của cộng đồng, tôi thường tìm đến cố nhạc sĩ Nguyễn Hiền để hỏi ý kiến. Mỗi khi bế tắc về các chi tiết liên quan đến lịch sử, hoặc văn học, nghệ thuật, tôi lại gõ cửa để xin ông chỉ dẫn, và thường gọi đùa ông là cuốn tự điển sống.

Nhưng nếu nhạc sĩ Nguyễn Hiền dậy dỗ và chỉ bảo tôi bằng lý thuyết và bằng lời nói, thì nhạc sĩ Anh Bằng cho tôi những bài thực hành vô cùng giá trị trong đời sống cùng cách đối xử với tha nhân qua ánh mắt, cử chỉ và hành động ở ông. Mặc dù chưa bao giờ ngỏ lời để xin gọi ông bằng Thầy, nhưng tôi rất hãnh diện và tự xem mình là một người học trò trung thành và chăm chỉ của ông!

72 kỷ niệm về nhạc sĩ Anh Bằng

Hoạt động gần gũi với nhóm điều hành Trung Tâm Asia từ hơn 10 năm qua mà người giám đốc chính là cô con gái của nhạc sĩ Anh Bằng, nhưng chưa bao giờ tôi thấy ông hiện diện ở những buổi họp liên quan đến việc thực hiện chương trình. Cũng chẳng bao giờ ông can thiệp vào công việc làm của anh chị em chúng tôi, ấy thế mà tôi lại là người bị ảnh hưởng ở ông rất nhiều. Những việc tôi làm, những điều tôi viết hay những lời tôi nói, không nhiều thì ít, nó phản ảnh từ tinh thần yêu nước, yêu nghệ thuật, trọng nhân tài, quý bạn hữu và lòng nhân từ của người nhạc sĩ hiền lành, nhưng mang trong người một trái tim bão nổi. Bão nổi với những đổi thay của quê hương đất nước, của những người bất hạnh, của các chiến hữu không may, của những anh hùng ngã ngựa và của những kẻ... phản bội!

Thời gian gần đây, có lẽ vì tuổi tác, nên nhạc sĩ Anh Bằng hơi bị lãng tai, vì thế đã có những khó khăn mỗi khi chúng tôi trao đổi. Nhưng qua âm nhạc, qua ánh mắt và nhất là cách biểu tỏ trên gương mặt, tôi có cảm tưởng ông còn nói với tôi nhiều điều hơn những người khác muốn nói! Hay cũng có thể vì tôi quá chú trọng và lắng nghe những lời chia sẻ của ông? Một đức tính đáng quý nữa mà tôi học được ở ông là sự khiêm nhường, và cũng chính vì thế mà tôi không dám nói nhiều về con người và sự nghiệp cùng những đóng góp vĩ đại mà ông đã để lại cho đời và cho hậu thế từ suốt hơn nửa thế kỷ qua.

Tôi xin được kết thúc bài viết này bằng một câu nói thật giản dị: Cám ơn anh "Anh Bằng, Người Nhạc Sĩ Đàn Anh Khả Kính" của em!

NAM LỘC
Mùa Tạ Ơn 2008

cám ơn thầy

-TRANG MỸ DUNG -

Một mùa mưa nữa lại về.
Cứ mỗi lần nghe tiếng mưa rơi, lòng tôi lại bồi hồi, xao xuyến với bao kỷ niệm đẹp của cuộc đời. Tôi bước chân vào con đường ca hát vào những ngày đầu mùa mưa năm 1967 và nhạc phẩm đưa tên tuổi Trang Mỹ Dung đến với khán thính giả cũng xuất phát từ chủ đề Mưa: "Hai mùa mưa" của nhạc sĩ Anh Bằng.

Mùa mưa lần trước anh về đây ghé thăm tôi.
Tình xưa bạn cũ gặp nhau đêm ấy mưa rơi.
Tách cà phê ấm môi,
Mình ngồi ôn lại những phút vui trôi qua mất rồi.
Này cây phượng vĩ bên đường che nắng ban trưa.
Này con đường dẫn vào sân ga tắm trăng mơ.
Mái trường khi ấu thơ,
Và này căn nhà vắng nằm cạnh nhau nghe đêm mưa.
...
Tiếng còi đêm lướt mau,
Đoàn tàu đi về mãi mà bạn thân tôi nơi đâu?

Đã hơn 40 năm, nhưng mỗi lần nhắc đến bài hát "Hai mùa mưa" đầy kỷ niệm, tôi lại nhớ về nhạc sĩ Anh Bằng, người Thầy đã dìu dắt tôi trong những bước đầu tiên trên con đường nghệ thuật.

Đầu năm 1967, với chiếc áo dài trắng đơn sơ của tuổi 16, tôi hồn nhiên tham gia cuộc thi "Tuyển lựa ca sĩ" do Đài Truyền Hình Sài Gòn tổ chức. Sau khi nghe tôi hát, người phụ trách thử giọng với gương mặt hiền từ đã cho lời nhận xét: "Giọng tốt lắm". Kết thúc buổi sơ khảo, khi tôi đang đứng đợi người nhà đón về thì chú đến hỏi thăm và vui vẻ tự giới thiệu. Lúc ấy tôi mới biết đó là nhạc sĩ Anh Bằng – tác giả của những nhạc phẩm trữ tình mà tôi rất ngưỡng mộ như: "Sầu lẻ bóng", "Nhật ký của hai đứa mình", "Nỗi lòng người đi"... Với thái độ chân tình, nhạc sĩ xưng là "chú" và gọi tôi là "cháu". Ngay giờ phút ấy, chú đã tạo nên trong tôi một tình cảm thân quen, tin tưởng. Chú khen giọng ca của tôi và khuyến khích tôi bước vào con đường ca hát. Với sự hướng dẫn của chú, tôi trau dồi thêm nhạc lý tại lớp nhạc Lê Minh Bằng. Tôi không bao giờ quên hình ảnh ba người Thầy: nhạc sĩ Lê Dinh, Minh Kỳ, Anh Bằng đã tận tâm chỉ dẫn các học viên trên bước đường nghệ thuật.

    Và rồi nhạc phẩm "Hai mùa mưa" ra đời. Tôi may mắn được chú Anh Bằng giới thiệu thu thanh bài hát này ở Hãng đĩa ASIA Sóng Nhạc. Với âm điệu trữ tình hòa với lời bài hát mang đầy tính tự sự, êm dịu một nỗi buồn lâng lâng, nhạc phẩm "Hai mùa mưa" nhanh chóng được thính giả đón nhận. Cùng với sự thành công của nhạc phẩm "Hai mùa mưa", công chúng đã biết đến ca sĩ Trang Mỹ Dung. Từ đó, tôi nhận được lời mời của các hãng đĩa và tiếp tục thu âm nhiều sáng tác mới của các chú Lê Minh Bằng như: "Hồi tưởng", "Đổi thay", "Mưa đầu mùa", "Chuyện một đêm", "Đa tạ tình đời", "Chuyện ba mùa mưa"... Trước khi thu một bài hát nào, chú Anh Bằng thường đến nhà tập nhạc cho tôi rất kỹ. Tính chú vui vẻ, hiền hòa, nên luôn được người thân trong gia đình tôi quý mến.

    Hơn 40 năm trong nghiệp cầm ca, tôi đã trình bày rất nhiều nhạc phẩm với nhiều chủ đề khác nhau, của nhiều nhạc sĩ tài danh. Bài hát nào tôi cũng cố gắng trình bày thật tốt để mang đến những giai điệu đẹp nhất cho đời, nhưng hạnh phúc biết bao khi khán thính giả vẫn luôn nhắc đến Trang Mỹ Dung với nhạc phẩm "Hai mùa mưa", nhạc phẩm đầu tiên tôi thu đĩa khi bước vào cuộc đời ca hát.

    Thời gian cứ trôi, cứ trôi... nhưng sẽ không bao giờ phai mờ trong trái tim tôi sự quý mến khi nghĩ về Thầy – Nhạc sĩ Anh Bằng. Xin trân trọng cảm ơn Thầy, người nhạc sĩ tài hoa đã viết nên những ca khúc trữ tình đẹp mãi với thời gian, chắp cánh cho tiếng hát của

Trang Mỹ Dung nói riêng và cho nhiều thế hệ ca sĩ nói chung đến với tấm lòng thương yêu, mến mộ của quý khán thính giả.

Lòng trân trọng của tôi không chỉ dành riêng cho Thầy – nhạc sĩ Anh Bằng, mà còn hướng về nhạc sĩ Lê Dinh và nhạc sĩ Minh Kỳ. Đó là ba người Thầy trong nhóm Lê Minh Bằng đã hết lòng dìu dắt, nâng đỡ tôi những bước chập chững vào nghề. Khi MC Trịnh Hội về Việt Nam liên lạc với tôi để thực hiện một đoạn clip ngắn cho DVD "Huyền Thoại Lê Minh Bằng", tôi rất vui và vô cùng xúc động khi được nói đôi lời dù ngắn ngủi nhưng đầy tình cảm với các chú, các Thầy sau bao năm xa cách. Tôi đã học được ở các chú, các Thầy cách sống chân tình và tôi tin tấm lòng chân thành của tôi sẽ được các Thầy đón nhận một cách trọn vẹn dù tôi sống cách xa các Thầy cả nửa vòng trái đất. Từ ấy đến nay, tôi thường xuyên gửi email thăm hỏi sức khỏe hai chú Anh Bằng, Lê Dinh. Tôi rất cảm động khi được hai chú luôn quan tâm. Năm vừa qua, chú Anh Bằng có phổ nhạc bài "Cảm ơn Phật" (Thơ: Thanh Trí Cao – Bút danh của thầy Thích Quang Thanh trụ trì chùa Bảo Quang ở California). Chú Anh Bằng và chú Lê Dinh đã tận tình gửi nhạc về Việt Nam cho tôi nghe trước khi thu âm. Trong dịp Đại lễ Phật đản 2008 vừa qua, tôi đã hát bài "Cảm ơn Phật" với tất cả tình cảm trân trọng. Khi giới thiệu sáng tác mới của nhạc sĩ Anh Bằng với khán thính giả, tôi có cảm tưởng như chú đang ngồi đâu đây để lắng nghe tôi, tươi cười khuyến khích tôi tiếp tục đi trọn con đường nghệ thuật mà tôi đã chọn.

Nhắc những kỷ niệm về nhạc sĩ Anh Bằng – người Thầy, người chú thân thương, tôi thầm mong có một ngày rất gần, tôi được gặp lại chú, tay bắt mặt mừng, được ngồi gần chú, được chú dạo đàn tập cho tôi một bài hát mới, như ngày nào...

Chú ơi, với tất cả tình thương mến và lòng trân trọng, cháu kính gửi đến chú những lời chúc tốt đẹp nhất. Cháu cầu mong chú luôn mạnh khỏe, bình an trong cuộc sống, tiếp tục sáng tác cho đời nhiều nhạc phẩm sống mãi với thời gian.

TRANG MỸ DUNG
Mùa mưa 2008

ANH BẰNG
dòng nhạc nổi trôi
hậu bán thế kỷ 20 đầu thế kỷ 21

- TẠ XUÂN THẠC -

Đối với nền âm nhạc Việt Nam, thì đã có từ lâu đời phát xuất qua dân gian, những điệu hò câu hát, từ tiếng ca đồng quê đơn sơ mộc mạc mà mọi người ai cũng đã từng nghe, từ ngàn xưa thời thượng truyền khẩu, rồi sau biến thể cải cách. Vào thập niên 1930 thế kỷ 20, tân nhạc Việt Nam bắt đầu khai sinh, các nhạc sĩ sáng tác bằng cách dò dẫm tìm tòi phỏng theo những âm hưởng của nhạc Tây phương mà ta thấy trong bản "Cùng Nhau Đi Hồng Quân". Từ đó đến mấy năm sau người ta lại thấy lần lượt xuất hiện mấy ca khúc nữa như "Bẽ Bàng", "Tiếng Sáo Chăn Trâu", rồi đến những ca khúc "Bên Hồ Liễu", "Trên Sông Hương", "Xuân Năm Xưa".

Mãi đến năm 1937 người ta lại thấy xuất hiện ca bản "Bóng Ai Qua Thềm". Năm 1938 tân nhạc Việt Nam mới khai mào để thực sự được phổ biến trong nhân gian qua tác phẩm "Bông Cúc Vàng" do nhạc sĩ Nguyễn Văn Tuyên sáng tác, tiếp đó là bài ca "Kiếp Hoa" đã được nhiều người ái mộ.

Nhạc sĩ Anh Bằng với nhà văn Trần Khánh Liễm và phu nhân tại Houston

Nhà văn Nhất Linh trong Tự Lực Văn Đoàn rất có uy tín trên văn đàn thời đó, ông làm chủ nhiệm tờ Ngày Nay đã cho đăng nhạc phẩm Kiếp Hoa, rồi sau đó lại tổ chức mời nhạc sĩ Nguyễn Văn Tuyên trong một buổi thuyết trình đầu tiên tại Hà Nội về sáng tác âm nhạc. Sau đó những buổi thuyết trình được mở rộng qua các thành phố lớn như Hải Phòng, Huế v.v... Lồng vào việc thuyết trình thì chính nhạc sĩ tác giả đã hát cho mọi người dự thính nghe.

Người ta được thấy qua những năm tháng phôi thai của nền tân nhạc Việt Nam. Chỉ một thời gian sau đó thì tân nhạc đã trở thành một phong trào được mọi người đón nhận một cách say mê nhất là ở những thành phố lớn có đông người cư ngụ.

Những nhạc sĩ Lê Yên, Văn Chung, Doãn Mẫn, Dương Thiệu Tước, Thẩm Oánh của hai nhóm nổi danh là Tricéa và Myosotis đã đóng góp rất nhiều công lao cho nền tân nhạc Việt Nam. Để cho càng ngày thêm phong phú, họ đã sáng tác những bản nhạc bất hủ trước những năm chinh chiến bùng nổ của phong trào toàn dân chống Pháp. Những đoàn văn nghệ gồm có Phạm Duy, Phạm Đình Chương đã từ thành phố về sinh hoạt ở những vùng nông thôn hẻo lánh, họ tổ chức những nhóm thanh thiếu niên hát tân nhạc để kích động lòng yêu nước của toàn dân, từ đó nền tân nhạc được phổ biến rộng rãi trên khắp nẻo đường đất nước, quê hương Việt Nam dấu yêu.

Hiệp định Giơ-Neo đình chiến được ký kết tại Genève Thụy Sĩ vào ngày 20 tháng 7 năm 1954 chia đất nước Việt Nam làm đôi. Hàng triệu người lũ lượt từ phía miền Bắc – mà ranh giới là vĩ tuyến 17 – để di cư vô miền Nam. Mọi người đau xót khi phải lìa bỏ nhà cửa ruộng vườn, mồ mả tổ tiên để trốn chạy chế độ cộng sản tàn ác vô luân, những nhạc sĩ cũng theo đoàn người di cư ấy từ miền Bắc chạy trốn vào Nam sinh sống. Chính quyền miền Nam được thành lập – do chí sĩ Ngô Đình Diệm – thể chế Việt Nam Cộng Hòa được xây dựng lấy tự do và nhân ái làm chuẩn, nền văn hóa nhân bản được tự do phát triển cho nên các văn nghệ sĩ đã mặc sức sáng tác thơ, nhạc, văn học nghệ thuật theo chiều hướng tự do, do đó các nhạc sĩ cũng sáng tự mình viết ra những bài ca, hay phổ thơ thành nhạc theo nhiều thể loại.

Ta có thể chia ra như sau: Nhạc tiền chiến được viết trước lúc chiến tranh Việt Pháp. Nhạc vàng gồm các bài ca thuộc loại trữ tình, dân ca, du ca, đạo ca, hùng ca, nhạc trẻ, nhạc sến, nhạc giao hưởng, nhạc phản chiến v.v... Còn miền Bắc cộng sản thì các nhạc sĩ chỉ được sáng tác theo sự chỉ đạo của đảng cộng sản chứ không được tự do nên toàn những nhạc đấu tranh, và chịu ảnh hưởng nhạc nước Tàu từ lời ca đến điệu nhạc, âm hưởng chát chúa nghe rất chói tai...

Tại miền Nam Việt Nam thì các nhạc sĩ tự do tìm tòi sáng tác. Họ lấy nền văn hóa phương tây du nhập, lấy những tinh hoa kết tụ để viết thành những ca khúc mới có âm hưởng như ngày nay do những nhạc sĩ nghệ nhân đã dầy công nghiên cứu và sáng tác, nắn lót gọt dũa để làm giàu đẹp nền âm nhạc góp phần cho văn hóa Việt Nam thêm phong phú. Âm nhạc đã ăn sâu vào lòng người không thể thiếu vắng.

Một trong những người có công rất lớn với nền âm nhạc Việt Nam phải kể đến Nhạc sĩ Anh Bằng, ông đã sáng tác nhiều thể loại:

Nếu vắng anh, ai dìu em đi chơi trong chiều lộng gió
Nếu vắng anh, ai đợi chờ em khi sương mờ nẻo phố
Nếu vắng anh, ai đón em khi tan trường về
Kề bóng em ven sông chiều chiều, gọi tên người yêu...

Nếu thiếu vắng những nhạc sĩ sáng tác thì làm gì chúng ta có những ca khúc ngọt ngào và trữ tình đến thế. Tôi nhớ lại ngày đau thương khi đất nước bị phân chia 1954, Anh Bằng đã kể lại cuộc chia tay qua ca khúc "Nỗi Lòng Người Đi" mà nhiều người quen gọi một cách thân thương là bài "Tôi Xa Hà Nội"! Bài hát này đã làm cho biết bao nhiêu người nhỏ lệ khóc cảnh chia ly vì phải xa lìa đất Bắc, bỏ Hà Nội hay bỏ lại người yêu sống cách biệt ngay tại thành phố Hà Nội ngàn đời yêu dấu:

Tôi xa Hà Nội năm lên mười tám khi vừa biết yêu
Bao nhiêu mộng đẹp yêu đương thành khói tan theo mây chiều
Hà Nội ơi! Nào biết ra sao bây giờ
Ai đứng trông ai ven hồ khua nước trong như ngày xưa
Tôi xa Hà Nội năm em mười sáu xuân tròn đắm say
Đôi tay ngọc ngà dương gian, tình ái em đong thật đầy
Bạn lòng ơi!
Ngày ấy tôi mang cây đàn quen sống ca vui bên nàng
Nay khóc tơ duyên lìa tan
Giờ đây biết ngày nào gặp nhau
Biết tìm về nơi đâu ân ái trao nàng mấy câu
Thăng Long ơi!
Năm tháng vẫn trôi giữa dòng đời
ngậm đắng nuốt cay nhiều rồi
Hồ Gươm xưa vẫn chưa phai mờ
Hôm nay Sài Gòn bao nhiêu tà áo khoe màu phố vui
Nhưng riêng một người tâm tư sầu vắng đi trong bùi ngùi

Sài Gòn ơi! Mộng với tay cao hơn trời
Tôi hái hoa tiên cho đời để ước mơ nên đẹp đôi

80 kỷ niệm về nhạc sĩ Anh Bằng

  Ngày lìa bỏ đất Bắc lúc đó tôi theo bố mẹ ra đi vì tuổi còn nhỏ, nhưng mỗi khi nghe bài hát Nỗi Lòng Người Đi thì lòng đau xót nhớ cố hương. Nhạc sĩ Anh Bằng là ai, lúc đó tôi chưa quen biết, tuy nhiên chỉ nghe qua dòng nhạc tôi đã cảm phục và trìu mến Anh Bằng qua câu ca tiếng nhạc làm rung động lòng người, cảm nhận rằng ông đã nhìn thấu tâm can của nhiều thính giả khi bất đắc dĩ phải rời xa quê cha đất tổ ở miền Bắc để di cư vô miền Nam lánh nạn cộng sản, trong đó phải kể đến những thanh niên thiếu nữ đang yêu nhau mà phải chia tay, người di cư vô Nam thoát hiểm, kẻ ở lại miền Bắc nên đã quyến luyến nhau trong giọt lệ chia ly.

  Những đồng bào miền Bắc vô định cư tại miền Nam an hưởng cảnh thái bình, nhưng bất hạnh thay, chỉ được mấy năm hưởng thanh bình, sau đó thì chiến tranh lại tái diễn do cộng sản miền Bắc phát động và hỗ trợ cho những kẻ phản loạn thân cộng nằm vùng tại miền Nam. Những kẻ này mệnh danh là "Mặt Trận Giải Phóng Miền Nam" đã gieo bao đau thương tang tóc cho đồng bào ruột thịt, những thanh niên trai tráng lên đường tòng quân nhập ngũ diệt quân thù. Nhiều quân nhân trấn ải biên thùy hay trong rừng sâu.

  Nhạc sĩ Anh Bằng đã ghi lại cảnh buồn thảm chua xót đó qua bài "Nửa Đêm Biên Giới", bài này ông đã sáng tác trong khoảng thập niên 1960.

Mẹ ơi... biên cương giờ đây
Trời không... mưa nhưng nhiều mây
Nửa đêm nghe chim muông hú trong rừng hoang
Nghe... gió rung cây đổ lá vàng
Sương xuống mênh mang

Khèn trong... buồn xa còn vang
Nhịp chìm... tiêu sơ nhặt khoan
Tưởng nhớ đến những phút sống bên mẹ yêu
Con... hát ca vui lều tranh nghèo
Ôi đẹp làm sao
...

*Mẹ ơi... quê hương lầm than
Làm trai... hai vai nợ mang
Ngồi đây trong sương khuya trắng trên đầu non
Con... biết quê xa mẹ mong chờ
Tin chiến không còn*

*Thời gian... không phai lòng son
Trường Sơn... không ngăn tình con
Ngày nao con ra đi nhớ câu mẹ khuyên
Yêu... nước như yêu mẹ hãy còn
Giữ trong linh hồn*

Hơn một triệu người may mắn di cư từ miền Bắc để vào Nam thoát ách cộng sản độc tài, nhưng còn biết bao nhiêu triệu người kém may mắn phải ở lại sống dưới gông cùm cộng sản, cơ cực nhất là cộng sản lúc nào cũng muốn nắm cái bao tử người dân, bắt nhân dân sống trong cảnh đói nghèo cho dễ bề sai khiến, cộng sản cai trị với chế độ tem phiếu, phân phối thực phẩm, nên sự nghèo đói, điêu linh đã thường xuyên quấy nhiễu người dân, họ gọi là thời kỳ bao cấp, nhà nước cung cấp lương thực cho người dân một cách hạn chế. Người dân lâm cảnh đói, rét lầm than.

Trong khung cảnh ấy nhạc sĩ Anh Bằng như nhìn thấy rõ những em bé bất hạnh dưới chế độ cộng sản để viết nhạc phẩm NÓ mà đã có lần ông nói đã không cầm được nước mắt khi nghe lại bản nhạc đó:

*Thằng bé âm thầm đi vào ngõ nhỏ
Tuổi ấu thơ đã mang nhiều âu lo
Ngày nó sống kiếp lang thang
Ngẩn ngơ như chim xa đàn
Nghĩ mình tủi thân muôn vàn
Mẹ nó ra đi khi còn tấm nhỏ
Một chén cơm chiều nhưng lòng chưa no
Cuộc sống đói rách bơ vơ
Hỏi ai ai cho nương nhờ
Chuỗi ngày tăm tối bơ vơ*

Đêm đêm nó ngủ một manh chiếu rách co ro
Một thân côi cút không nhà
Thân em lá cỏ bạn quen ai có đâu xa
Thằng tư con tám hôm qua trên phố lê la

Miền bắc điêu tàn nên đời nó khổ
Một chén cơm chiều nên lòng chưa no
Nhiều lúc nó khóc trong mơ
Mẹ ơi! Con yêu mong chờ
Bao giờ cho đến bao giờ

Nhà văn Phan Nhật Nam đã viết cuốn "Mùa Hè Đỏ Lửa 1972" ghi lại những chứng tích đau thương do cộng quân gây nên. Nhưng trước đó vào dịp Tết Mậu Thân năm 1968 cuộc chiến máu lửa đã xảy ra trên bốn vùng chiến thuật rất khủng khiếp do cộng quân không tôn trọng lệnh ngừng chiến trong những ngày Tết Nguyên Đán truyền thống thiêng liêng của dân tộc Việt Nam. Chúng đã phát động đánh phá đồng loạt trên những thành phố lớn của miền Nam Việt Nam. Hầu như chỗ nào cũng bị súng đạn của đặc công cộng sản tàn phá, thành phố Huế cổ kính nên thơ đã một thời vang bóng, nay bị cộng quân tàn phá tan hoang. Nhiều gia đình cư ngụ ở nhà Ga xe lửa Huế chịu cảnh tang thương hơn, nhiều đứa trẻ trong gia đình đã chết vì đạn pháo kích, của những đợt xung kích của cộng quân, trên đường chạy giặc phải chôn vùi vội vàng những xác vừa mới chết ngay bên bờ sông Bến Ngự!

Nhạc phẩm "Chuyện Một Đêm" Anh Bằng đã viết lên niềm đau đớn, ủ ấp tâm trạng rất chân thật của những nạn nhân thời đó.

Chuyện một đêm khuya nghe tiếng nổ nổ vang trời
Chuyện một đêm khuya ôi máu đổ đổ lệ rơi
Chuyện một đêm khuya nghe tiếng than trong xóm nghèo
Mái tranh lửa cháy bốc lên ngun ngút trời cao
Bà mẹ đau thương như muối đổ đổ trong lòng
Chạy giặc ôm con qua những cảnh cảnh lầm than

Và người con yêu đã chết trên tay lúc nào
Xót xa vạt áo trắng hôm nay hoen máu đào

Ai, ai giết con tôi
Ai cướp con tôi giữa cơn mộng đêm thái bình
Ôi thương lời nói tội tình, hàm bao đớn đau
Giờ mẹ con đành cách nhau

Bà đặt con lên đám cỏ phủ sương mờ
Tội gì con ơi khi lứa tuổi tuổi còn thơ
Bà nhẹ đưa môi hôn trán con yêu giá lạnh
Vuốt ve lần cuối trước khi xa con suốt đời
(Viết trong dịp Tết Mậu Thân – 1968)

Những năm chinh chiến trên quê hương bom đạn tàn phá người dân miền Nam luôn nguyện cầu cho hòa bình, nhạc sĩ Anh Bằng đã viết lên với cả tấm lòng sốt mến nhạc phẩm Nguyện Cầu, ông đã chắp tay để cầu xin Thượng Đế một cách chân thành để Ngài thấu hiểu nỗi khổ đau triền miên của dân tộc Việt Nam:

Hãy lắng tiếng nói vang trong hồn mình người ơi
Con tim chân chính không bao giờ biết nói dối
Tôi đi chinh chiến bao năm trường miệt mài
Và hồn tôi mang vết thương trần ai...

Bản nhạc này tôi cứ tưởng chỉ hợp thời với ngày đất nước Việt Nam còn trong vòng chinh chiến của thế kỷ 20 trước đây nên những tiếng nguyện cầu vang vọng khắp nơi nhất là vào những ngày lễ linh thiêng như đêm Giáng Sinh hay ngày lễ hay ngày Tết Nguyên Đán khi chính quyền Việt Nam Cộng Hòa tại miền Nam luôn tôn trọng những ngày linh thiêng ấy mà thỏa hiệp với cộng quân ngưng tiếng súng để cho người dân tạm sống trong hòa bình yên vui đón Xuân vui Tết, tuy nhiên cộng quân luôn lợi dụng những giây phút thiêng liêng ấy và dã tâm đánh phá! Nhạc sĩ Anh Bằng nghĩ rằng chỉ có Thượng

Để mới thấu hiểu ước mơ của người dân hiền đồng thời biết dã tâm của cộng sản.

Nhưng thật không ai ngờ kéo dài đến thế kỷ 21 mà nỗi thống khổ của dân Việt Nam vẫn còn đó, tiếng kinh "Nguyện Cầu" của hàng triệu người ở rải rắc trên khắp cả nước là Dân Oan Khiếu Kiện vì họ đã bị các cấp chính quyền cộng sản dùng cường quyền cướp đất đai nhà cửa ruộng vườn.

Mới đây nhất nhà cầm quyền cộng sản còn dùng thủ đoạn không được quân tử nếu không muốn nói là hèn hạ để đàn áp dã man chiếm hữu Tòa Khâm Sứ và đất đai thuộc giáo xứ Thái Hà (Hà Nội), tàn bạo hơn nữa bọn công an còn dùng dùi cui điện đánh những giáo dân đang cầu nguyện cùng gây thương tích trầm trọng cho nhiều giáo dân. Tệ hại hơn nữa công an còn thuê đám du thủ du thực xông vào phá nhà nguyện, lại còn phun ra những lời thô tục chửi bới giáo dân và nhất là còn đòi giết Đức Tổng Giám Mục Hà Nội Ngô Quang Kiệt và các cha thuộc Dòng Chúa Cứu Thế Thái Hà, cho nên lời kinh nguyện lại vang lên nhiều nơi khắp chốn kể cả đồng bào Việt Nam hải ngoại trên toàn thế giới:

Thượng Đế hỡi có thấu cho Việt Nam nầy
Nhiều sóng gió trôi dạt lâu dài
Từng chiến đấu tiêu diệt quân thù bạo tàn
Thượng Đế hỡi hãy lắng nghe người dân hiền
Vì đất nước đang còn ưu phiền
Còn tiếng khóc đi vào đêm trường triền miên...

Ghi lại những buồn thương của thời chinh chiến bên bờ rừng, nhạc sĩ Anh Bằng còn ghi lại: hằng đêm các cư dân thành phố nhất là Sài Gòn và các thành phố lớn thường bị địch quân pháo kích, những quả đạn pháo của địch quân rơi rớt vào những khu đông dân cư khiến nhiều nhà tan nát, làm cho vợ mất chồng, con mất cha hay những đứa trẻ ngây thơ sớm lìa đời, có những trường hợp đứa con bị thương vì đạn pháo đã chết được người mẹ bồng ẵm trên tay để rồi mẹ con sẽ xa nhau suốt đời!

Đấy chính là lúc nhạc sĩ Anh Bằng đã ghi lại "Chuyện Một Đêm" cho chúng ta nghe nạn nhân cuộc pháo kích. Ngoài ra còn bao nhiêu chuyện bất nhân nữa mà quân cộng sản đã trơ trẽn vi phạm lệnh ngưng chiến gây nên biết bao tang thương vào Tết Mậu Thân 1968 đồng loạt khắp cả miền Nam.

Những khổ lụy đắng cay ấy đến với dân miền Nam nước Việt như là một chứng tích lịch sử đã được nhạc sĩ Anh Bằng ghi lại bằng bài nhạc, khi hát lên ai cũng phải ngậm ngùi đắng cay chua xót, gớm thay cho bọn người mất nhân tính từ Bắc phương tràn xuống, gieo bao đau thương sầu héo cho chính đồng bào ruột thịt của mình ở phương Nam.

Để tìm hiểu thêm về thân thế của Anh Bằng, chúng ta hãy lướt qua đôi dòng tiểu sử:

Anh Bằng, tên thật của ông là Trần An Bường, sinh năm 1925 tại Ninh Bình Bắc Việt Nam. Thoạt nghe hai chữ "An Bường" ta cũng nghe như trài trại "Anh Bằng". Có lẽ vì vậy mà nhạc sĩ đã lấy biệt hiệu là Anh Bằng, có một sự khôn khéo hơn đó là ai gọi đến Anh Bằng thì dù có lớn tuổi hơn cũng đều phải kêu anh bằng "anh": Anh Bằng! Tuy Anh Bằng khôn ngoan như vậy nhưng tính Anh Bằng lại rất hiền lành và khiêm nhường, ông không so sánh phân biệt hơn thiệt với bất cứ ai.

Tính tình như vậy nên hay được lòng của mọi người – kể cả người khác phái – Anh Bằng lại dễ thương, nhỏ nhẹ trong lời nói, làm nổi bật cái duyên dáng dễ yêu đáng mến đó, đã được bộc lộ trong một số lời ca. Chúng ta còn nhớ bài Sầu Lẻ Bóng đã nói lên tâm trạng đó:

Người ơi khi cố quên là khi lòng nhớ thêm
Dòng đời là chuỗi tiếc nhớ
Mơ vui là lúc ngàn đắng cay... xé tâm hồn
Tàn đêm tôi khóc khi trời mưa buồn hắt hiu
Lòng mình thầm nhớ dĩ vãng
Đau thương từ lúc vừa bước chân
Vào đường yêu
(Sầu Lẻ Bóng)

Hoặc như lời ca của Ly Cà Phê Cuối Cùng nói với bạn bè khi sắp chia tay.

*Đời như cánh chim bay ngàn phương
Chia tay rồi đây, mỗi người đi một đường
Chuyện tâm tình thôi đành dở dang,
Xiết tay nhau một lần, kết chặt tình bạn thân.
Chúc nhau, nâng ly lần cuối
Cầu mong cho bọn mình tuy xa mà tình chẳng rời
Quên buồn, quên sầu tìm vui mà sống
Nhớ nhau, mỗi năm thu sang
về đây ba đứa nghe mưa chiều thu"*
(Ly Cà Phê Cuối Cùng)

Nói về tính tình của nhạc sĩ Anh Bằng thì tôi xin mượn lời của nhạc sĩ Lê Dinh vì biết chắc không ai rõ Anh Bằng hơn Lê Dinh, người bạn tâm giao cũng là một trong ba nhạc sĩ cùng sáng tác ký tên chung Lê-Minh-Bằng (Lê Dinh – Minh Kỳ – Anh Bằng) ông đã viết về Anh Bằng như sau:

"Trong việc giao thiệp hằng ngày, anh cũng thường ít xuất hiện và nếu có xuất hiện cũng thường hay làm thinh và nếu nói thì những lời nói nào anh đưa ra cũng duyên dáng và vì lẽ đó mà anh rất... đào hoa. Bạn bè thường bảo rằng anh có duyên ngầm. Vì cái duyên đó mà có rất nhiều cô mến anh, thích anh và rồi yêu anh, và anh cũng yêu lại người ta, nhưng anh không bỏ bê gia đình, vẫn chăm lo, săn sóc người vợ anh cưới từ khi chưa di cư, ở thị trấn Điền Hộ, tỉnh Ninh Bình. Bỏ quê hương, anh cùng gia đình vào Nam tìm tự do sau hiệp định đình chiến, chia đôi đất nước năm 1954. Năm 1975, thêm một lần nữa chạy trốn Cộng sản, anh di tản trước cùng cô con gái nhỏ và những cậu con trai, và vừa khi đủ điều kiện để bảo lãnh gia đình, anh đã bảo lãnh vợ và con gái qua Mỹ để sống hạnh phúc cho đến ngày nay. Ở địa hạt tình cảm, Anh Bằng là người trái ngược với Minh Kỳ, cho nên chúng tôi thường hay nói Anh Bằng là người ướt át nhất và tuy là người tình cảm mà không mất cảm tình khi vì hoàn cảnh, chia tay với ai đó bởi vì anh đã "nhắn nhủ" qua bài "Sầu Lẻ Bóng":

*Người ơi khi có quên là khi lòng nhớ thêm
Dòng đời là chuỗi tiếc nhớ
Mơ vui là lúc ngàn đắng cay... xé tâm hồn
Tàn đêm tôi khóc khi trời mưa buồn hắt hiu
Lòng mình thầm nhớ dĩ vãng
Đau thương từ lúc vừa bước chân
Vào đường yêu*

*Đêm ấy mưa rơi nhiều
Giọt mưa tan tác mưa mùa ngâu
Tiễn chân người đi
Buồn che đôi mắt thắm ướt khi biệt ly
Nghe tim mình giá buốt
Hồi còi xé nát không gian
Xót thương vô vàn
Nhìn theo bóng tàu dần khuất trong màn đêm
Mùa thu thương nhớ bao lần đi về có đôi
Mà người còn vắng bóng mãi
Hay duyên nồng thắm ngày ấy nay... đã phai rồi
Từ lâu tôi biết câu thời gian là thuốc tiên
Đời việc gì đến sẽ đến
Những ai bạc bẽo mình vẫn không... đành lòng quên*

    Làm sao mà quên được khi "người đó" còn nhớ đến mình! Mặc dầu với những tình cảm vu vơ ấy chỉ là hư cấu, là gợi hứng cho người văn nghệ sĩ sáng tác. Có những ký giả chiến trường sống hiện thực thì không hài lòng với những hư cấu đó, (điển hình ký giả KMD bà hiện đang sinh sống tại thành phố Garden Grove Cali), nhưng trong bộ môn sáng tác thì khác với những ghi nhận của người ký giả chiến trường, chỉ biết ghi lại những sự xẩy ra tại hiện trường. Tác giả sáng tác phải bộc lộ sự yêu thương, hờn giận qua văn thơ hay nét nhạc lời ca để người thưởng ngoạn dễ rung cảm với mình.

    Ca khúc "Người Thợ Săn Và Đàn Chim Nhỏ" của nhóm Lê Minh Bằng, được viết dưới tên Vương Đức Long, lời ca là do Anh Bằng đã tạo ra một tình tiết hư cấu để nói lên việc đối xử không mấy tốt đẹp, đôi khi phũ phàng và tàn bạo của một vài cảnh sát viên hống hách, dù cho có được mệnh danh là bạn của dân, nhưng lại có thái độ cư xử xấc xược ức hiếp người dân, nhất là với những người dân sử dụng công lộ và cả với những người phụ nữ mua gánh bán bưng chân yếu tay mềm... Trong óc tưởng tượng của người sáng tác thì lúc đó người cảnh sát không còn phải là bạn của dân nữa, tác giả đã ví họ như người thợ săn đối với đàn chim đang ca hót líu lo chuyền từ cành này qua cành cây khác hồn nhiên và hạnh phúc, bỗng nhiên vô cớ người thợ săn đã gieo tang thương oán hận, để rồi với nhân vật hư cấu trong tiềm thức Anh Bằng đã viết ra lời ca não nuột:

*"Một người thợ săn âm thầm mang súng lang thang vào rừng
Còn một bầy chim vô tình vẫn hót líu lo đùa chơi
Nào ngờ thợ săn đang cầm cây súng bắn lên cành cây
Chim chết chim lạc bầy..."*

Từ sau ngày cộng sản miền Bắc cướp trọn vẹn miền Nam Tự Do vào tháng Tư Đen 1975, thì nền âm nhạc của miền Nam suy thoái bởi vì cộng sản cho nhạc sáng tác trước năm 1975 là nhạc vàng trữ tình, và coi nhạc đó là nhạc đồi trụy nên bị cấm hát kể cả việc lưu hành và tràng trữ; các sản phẩm văn hóa cũng bị chung số phận, sách báo, băng nhạc bị tịch thu. Các nhà văn, nhà thơ trong đó có cả các nhạc sĩ sáng tác cùng với sĩ quan QLVNCH mà cộng sản gọi là Sĩ Quan Ngụy, và một số công chức của VNCH bị tập trung cải tạo...

Rất nhiều người mường tượng thấy tương lai mờ mịt nếu ở lại quê hương sống dưới chế độ cộng sản nên đã rời bỏ quê hương ngay những ngày đầu khi cộng sản chiếm được miền Nam, họ đành chịu phận kẻ bị lưu đày. Nhưng cũng may mắn cho họ vì được hội nhập vào đời sống văn minh của xứ người hưởng đời sống tự do dân chủ. Người Việt Nam luôn muốn duy trì bản sắc văn hóa dân tộc Việt Nam trên xứ người nên đã sống thành cộng đồng ở bất cứ nước nào trên thế giới có người Việt Nam tỵ nạn. Cho nên trong các sinh hoạt cộng đồng, âm nhạc không thể thiếu vắng, vì chính âm nhạc mới là phương tiện giúp cho đời thêm hương sắc. Các Trung Tâm Nhạc ở Hoa Kỳ dù họ hoạt động với tính cách làm thương mại như: Trung Tâm Thúy Nga, Trung Tâm Asia, Trung Tâm Vân Sơn v.v... Các Trung Tâm này đã đóng góp và phát triển rất nhiều cho nền âm nhạc Việt Nam tại hải ngoại, với sự góp mặt của các ca sĩ nam hay nữ dù từ trong nước hay di tản, nhất là những ca nhạc sĩ của thế hệ thứ hai đã sinh trưởng ở hải ngoại, họ là những người trẻ, tài sắc vẹn toàn. Những người điều khiển chương trình (MC) có trình độ học vấn cao hoặc tương đối, mỗi chương trình nhạc được trình diễn đã được dàn dựng công phu, âm thanh và ánh sáng được chú trọng đặc biệt nên hoàn hảo và sống động thêm khiến cho khán thính giả đem lòng đam mê, tạo cho nền âm nhạc Việt Nam tại hải ngoại có một sinh khí mới và điểm đặc biệt nữa đáng được nêu lên là đã luôn bảo tồn được những nét đẹp văn hóa Đông phương nói chung hay Việt Nam nói riêng.

Người Mẹ Việt Nam thường là đề tài gợi hứng cho nhiều văn nhân thi nhạc sĩ sáng tác biểu lộ tình mẫu tử, nhưng tại Việt Nam trước đây đã không có một ngày nào dành riêng cho Mẹ để làm tiêu biểu rõ rệt, nhưng tại Hoa Kỳ thì hằng năm vào tháng Năm (May) người ta dành một ngày Mother's Day để tưởng nhớ đến người Mẹ. Trong tâm tình ấy, nhạc sĩ Anh Bằng đã sáng tác nhạc phẩm "Khóc Mẹ Đêm Mưa" để vinh danh người Mẹ hiền. Bài này mà nếu ta nghe ca sĩ Đặng Thế Luân diễn tả thì tuyệt phẩm, người nào mà Mẹ đã khuất núi băng hà thì nước mắt lưng tròng, Khóc Mẹ Đêm Mưa có lẽ nhạc sĩ Anh Bằng đã gửi một thông điệp nhắc nhở những người có Mẹ còn hiện diện trên trần thế này hãy nhớ rằng đó là mình vẫn còn được diễm phúc, một hồng ân mà Thượng Đế trao ban nên cần phải làm tròn bổn phận thiêng liêng đối với mẹ mình cho trọn tình mẫu tử.

Có những lần con khóc giữa đêm mưa
Khi hình Mẹ hiện về năm khói lửa
Giặc đêm đêm về quê ta vây khốn
Bắt cha đi Mẹ khóc suốt đêm buồn
Ôi thương Mẹ vất vả sống nuôi con
Đi vội về sợ con thơ ngóng chờ
Nhưng Mẹ đi không bao giờ về nữa
Ngã trên đường tức tủi chết trong mưa

Tan chiêm bao nước mắt thành dòng
Con gọi Mẹ một mình trong đêm vắng
Mẹ ơi! Mẹ ơi
Tha hương con gục đầu tưởng nhớ
Trên đời nầy Mẹ con không gặp nữa.
Mẹ ơi! con khóc giữa đêm mưa!

Một thông điệp khác mà nhạc sĩ Anh Bằng muốn nhắn gửi là cuộc sống vô thường, hôm nay ta đang có nhưng ngày mai có thể trở thành hư không. Tiền tài danh vọng, nhan sắc hoa khôi hoa hậu phút chốc bỗng tan vào hư vô... Anh Bằng có ý nghĩ ấy nên đã để hết tâm tư vào lời ca trong bài "Trở Về Cát Bụi" của nhóm Lê Minh Bằng, coi như thông điệp đời sống vô thường: "sắc sắc không không".

Bản nhạc này đã đem lại cho tác giả khấm khá về tài chánh khi hãng đĩa Sóng Nhạc của ông Nguyễn Tất Oanh thu thanh tiếng hát của ca sĩ Elvis Phương khi còn ở Việt Nam, số đĩa bán ra thật nhiều. Ra hải ngoại thì ca sĩ Thế Sơn đã làm ca khúc Trở Về Cát Bụi này được khán giả hoan nghênh nhiệt liệt. Ca khúc này còn được ca đoàn của một số nhà thờ hát làm nền cho ngày lễ "tro" hằng năm Giáo Hội Công Giáo nhắc nhở giáo dân rằng "hãy nhớ mình là bụi tro, sau này cũng sẽ trở về tro bụi" mà thôi, tham sân si cho lắm rồi khi chết cũng chẳng đem theo được gì.

... Sống trên đời này, có đây rồi lại mất
Cuộc sống mong manh, nhắc ai đừng đổi trắng thay đen
Làm người sang giàu, đừng vì bạc tiền bỏ nghĩa anh em..."

Tôi gặp nhạc sĩ Anh Bằng kể ra muộn màng vì chỉ khi Văn Đàn Đồng Tâm có chủ đích mời gọi các tác giả viết "Kỷ Niệm Về Nhạc Sĩ Anh Bằng", cốt yếu ghi nhớ một người đã có công lớn của những nhà làm văn hóa nhân bản để lại cho thế hệ mai sau, lúc đó chúng tôi và Việt Hải mới tìm gặp ông. Điểm hẹn là Kim Sư Restaurant – Như đã nói ở trên Anh Bằng tính tình rất hiền lành, dễ thương lại khiêm nhường nên khi chúng tôi đề nghị rằng VĐĐT sẽ có một dự án viết về ông, sau khi nghe qua thì ông nhất mực chối từ mà rằng: "Xin cám ơn quý VĐĐT đã có lòng nghĩ đến tôi, nhưng theo tôi tự nghĩ thật không xứng đáng quý vị để tâm đến...". Sau khi chúng tôi giải thích hết lời, lúc đó Anh Bằng mới chịu để chúng tôi thực hành dự án viết về ông, người nhạc sĩ sáng tác nhạc của nền văn hóa nhân bản của Việt Nam Cộng Hòa của thế kỷ 20 kéo dài sang thế kỷ 21 này.

Chúng tôi gặp ông, lúc đó thính giác của ông đã rất kém, chúng tôi hỏi rằng ông có bị trở ngại gì khi sáng tác không? Thì nhạc sĩ Lê Dinh trả lời thay cho nhạc sĩ Anh Bằng:

- *Thật vậy, đã có người hỏi bị khiếm khuyết thính giác có ảnh hưởng gì đến việc sáng tác của anh không? Theo chỗ tôi biết, cũng có trở ngại đôi chút nhưng không ảnh hưởng gì đến việc sáng tác. Tư tưởng, ý nhạc, hồn nhạc từ óc mà ra, và theo đó, anh Anh Bằng ghi lên giấy. Tay anh ghi một câu nhạc lên giấy là anh đã có âm điệu câu nhạc này trong đầu, hay nói ngược lại, âm điệu của câu nhạc mà anh có trong đầu được anh chép lại trên giấy. Một nốt nhạc để trên giấy, anh đã biết nó cao thấp, trầm bổng, ngắn dài thế nào rồi và một dòng âm thanh liên tiếp ghi lại trên giấy, anh đã biết nó uyển chuyển, du dương, êm đềm, hay hoặc dở thế nào rồi. Còn việc viết lời ca thì dù lãng tai cũng không bị chi phối gì cả. Bằng cớ là những sáng tác gần đây như "Khóc Mẹ Đêm Mưa" vẫn trau chuốt, vẫn rất là Anh Bằng, không có gì để cho chúng ta bảo rằng khiếm khuyết thính giác gây trở ngại cho việc sáng tác của anh. Chỉ có một điểm trở ngại duy nhất là nếu nhạc là nhạc của người khác mà khi cho anh nghe qua CD hay nhìn lên màn ảnh qua DVD thì anh tiếp nhận chỉ được 10%, nhưng nếu kèm theo cho anh một bài nhạc in trên giấy, để anh vừa nhìn và vừa nghe bản nhạc – bằng phương pháp thính thị – nghĩa là vừa phối hợp thị giác với thính giác – thì kết quả không gì thay đổi, hiệu quả gần như hoàn toàn.*

Cũng theo sự tiết lộ của nhạc sĩ Lê Dinh thì nhạc sĩ Anh Bằng đã 81 tuổi rồi, lại bị bệnh lãng tai nặng như vậy, nhưng trí óc ông còn sáng suốt, và cũng vẫn tiếp tục sáng tác hàng trăm nhạc phẩm nữa vẫn còn được để trong hộc tủ... Khi chúng ta nhìn vào sự nghiệp âm nhạc của Anh Bằng đóng góp vào kho tàng văn hóa nhân bản của Việt Nam ở trong nước thế kỷ 20 trước đây. Ông đã có khá nhiều tác phẩm viết chung trong nhóm "Lê Minh Bằng" (tức Lê Dinh, Minh Kỳ và Anh Bằng). Nối dài sang thế kỷ 21 và những năm sống ở hải ngoại ông đã sáng tác và phổ nhạc rất nhiều nhạc phẩm giá trị, đậm đà tình người qua những chặng đường thăng trầm của đất nước. Chúng ta chỉ nhìn qua danh sách các bản nhạc được ông phổ từ thơ qua như: Bướm Trắng (Nguyễn Bính), Chuyện Hoa Sim (Hữu Loan), Anh Biết Em Đi Chẳng Trở Về (Thái Can), Chuyện Giàn Thiên Lý (Yên Thao) Ngập Ngừng (Hồ Dzếnh), Hoa Trắng Thôi Cài Trên Áo Tím (Kiên Giang Hà Huy Hà) thì đủ biết Anh Bằng rất có tài phổ thơ qua dòng nhạc, điển hình bài thơ "Hai Sắc Hoa Ty Gôn" của nhà thơ bí danh TTKH dài tới 40 câu kể lại một chuyện tình tan vỡ, vì gặp hoàn cảnh ngang trái mà nàng phải gạt nước mắt sang ngang, bỏ người mình thực sự yêu thương để lên xe hoa về nhà chồng. Nhạc sĩ Anh Bằng đã viết thành ca khúc trữ tình lãng mạn với tựa đề "Chuyện Tình Hoa Tigôn"

Để kết thúc và cũng trong một giới hạn ngắn ngủi của người viết, rất tiếc không thể trích dẫn hết những cái hay cái đẹp cái uyên bác và trữ tình trong nhạc phẩm của nhạc sĩ Anh Bằng. Xin nhường cho tất cả các tác giả đã yêu mến các tác phẩm của Anh Bằng hoặc đã có những kỷ niệm buồn vui với người nhạc sĩ tài ba để Văn Đàn Đồng Tâm hôm nay góp lại, rồi chúng ta cùng đọc cũng như để lại cho thế hệ mai sau được biết về một trong những người làm văn hóa nhân bản trong nền âm nhạc đáng được người đời ghi nhớ.

TẠ XUÂN THẠC
Houston, Mùa Thu 2008

gặp gỡ
NHẠC SĨ ANH BẰNG

- LAM PHƯƠNG -

Một buổi cuối tuần Bác sĩ Peter Morita gọi phone thăm tôi, anh cho biết anh có hẹn với hai nhạc sĩ và thân hữu sẽ ghé nhà thăm tôi. Hai người nhạc sĩ mà bác sĩ Morita đề cập là nhạc sĩ Thanh Sơn cùng phu nhân của anh từ Việt Nam sang Hoa Kỳ do Trung Tâm Thúy Nga mời thu hình trong một show Paris By Night 25th Anniversary.

Người thứ hai là nhạc sĩ Anh Bằng đến với cô Thu Hảo, con gái nuôi của anh. Bác sĩ Morita cũng giới thiệu tôi vợ chồng anh Việt Hải cùng đến. Anh Việt Hải là chủ bút của nhóm văn mang tên Văn Đàn Đồng Tâm. Anh có biếu tôi mấy cuốn sách do Nhà Xuất Bản Văn Đàn Đồng Tâm ấn hành.

Trước đây Bác sĩ Morita có giúp tôi chữa bịnh khi tôi bị bịnh tai biến mạch máu, cũng lâu rồi tôi mới gặp lại anh. Với hai anh Thanh Sơn và Anh Bằng thì kể từ khi tôi ly hương đến nay mới được giáp mặt nhau trò chuyện trong tình nghệ sĩ. Với anh Thanh Sơn quần chúng nhận diện và nhớ mãi qua bài ca bất hủ về mùa hè, đó là bài Nỗi Buồn Hoa Phượng. Với anh Anh Bằng khi anh di cư từ Bắc vào Nam thì bài hát Nỗi Lòng Người Đi đã đưa tên tuổi anh lên cao. Hàn huyên trong chốc lát thì anh chị Thanh Sơn phải giã từ vì đã đến giờ đài phát thanh phỏng vấn anh "live" tại đài. Chúng tôi còn lại mấy anh em tiếp tục chuyện trò, trao đổi những sinh hoạt về đời sống và chuyện văn nghệ nói chung. Anh Việt Hải chia sẻ căn bịnh tai biến như tôi, cả hai chúng tôi đều được bác sĩ Morita giúp đỡ qua phương pháp châm cứu. Riêng Anh Bằng chia sẻ những phương pháp ăn uống và vận động thể dục thích ứng với việc phòng ngừa những tác hại do biến chứng của bịnh tiểu đường gây nên. Anh Bằng và tôi đều mắc bịnh này. Tính theo tuổi đời anh lớn hơn tôi nhiều. Anh là một nhạc sĩ

Lan Nhi, Anh Bằng, Lam Phương, Dương Viết Điền

đàn anh. Hồi ở Sài Gòn trước năm 75 chúng tôi gặp nhau tại hai đài phát thanh Sài Gòn và đài phát thanh Quân Đội. Tôi trông anh vẫn có nét tươi trẻ và lạc quan yêu đời, mặc dù anh tâm sự chứng điếc tai làm anh khó khăn liên lạc với mọi người, nhất là qua điện thoại.

Trong sự chia xẻ về âm nhạc, đa số nhạc sĩ sáng tác với chủ đề tình yêu hay tình cảm giữa hai người nam và nữ như nguồn sống của xã hội hay của bản chất của con người. Khía cạnh tình yêu tạo cho người nhạc sĩ chất liệu sáng tác. Tôi được biết dù Anh Bằng vẫn còn sáng tác chủ đề này như bài "Anh Còn Nợ Em" anh nói anh sáng tác nó ở tuổi 80. Người ta nói người nghệ sĩ không kể tuổi đời, bởi vì chính âm nhạc cũng không có tuổi và âm nhạc vốn mang bản chất không giới hạn về tình yêu. Có thể rằng với tâm tư yêu nhạc khiến Anh Bằng còn trẻ trung mãi chăng? Tôi biết giữa anh và tôi có những điểm chung như đề tài về "Mẹ". Cả hai chúng tôi đều thương mẹ của mình, từ thực tế rồi vào âm nhạc. Anh Bằng sáng tác bài Khóc Mẹ Đêm Mưa, tôi có làm ca khúc Khóc Mẹ. Tôi nghĩ là tình mẫu tử thiêng liêng, nó là đặc tính thiên nhiên tạo lập bản thể đạo đức của con người.

Anh Việt Hải có yêu cầu tôi tham gia viết đôi dòng cảm nghĩ về nhạc sĩ Anh Bằng. Tôi xin ghi lại đây những gì tôi đã gặp anh Anh Bằng, anh là một nhạc sĩ có tên tuổi lớn và vui tánh. Trong buổi gặp gỡ ăn uống và hàn huyên của tình bạn văn nghệ này, Việt Hải hỏi anh muốn sống đến bao lâu nữa. Anh Bằng đùa là anh sẽ sống đến con số 118. Việt Hải hỏi tại sao 118, mà không là 120 cho chẵn. Anh lý luận ví những dịp chúc thọ người ta thường nói chúc sống lâu trăm tuổi. Bài Nỗi Lòng Người Đi nói đến con số 18 khi vừa biết yêu. Vị chi là 118. Tôi đùa lại rằng tôi chỉ xin con số lẻ 18 năm trong cái ước muốn của anh Anh Bằng thì tôi sẽ mãn nguyện rồi. Mới đây sách kỷ lục Guinness cho biết bà cụ già cao niên nhất tên là Maria de Jesus tại Bồ Đào Nha được sách ghi nhận chỉ sống đến 115 tuổi. Bởi thế nhạc sĩ Anh Bằng là người vui tánh và yêu đời lắm.

Đôi dòng này xin chúc mừng sinh nhật 83 tuổi của anh nhân dịp năm 2009 được dồi dào sức khỏe, trường thọ, và trường thọ.

LAM PHƯƠNG

Nhạc sĩ Lam Phương và Thúy Anh

viết về một người anh

- Thanh Thúy -

"Có người hỏi tôi tại sao ưa ca bài ca sầu nhớ ưa ngắm trăng mờ hoàng hôn," tôi không biết trả lời sao, chỉ biết là tôi đã trót vương vào người kiếp cầm ca "đêm đêm phòng trà mang tiếng hát cho mọi người bỏ tiền mua vui..."

Định mệnh đã đưa đẩy Thúy trở thành ca sĩ, mang vào người duyên nợ của kiếp tằm nhả tơ. Từ khi tập tễnh bước chân vào khu vườn nghệ thuật, Thúy đã có cơ hội gặp gỡ biết bao nhiêu anh chị em nghệ sĩ, cùng trình diễn chung với họ dưới một ánh đèn sân khấu nào đó, để rồi lưu luyến không nỡ rời. Bên cạnh những phút giây huy hoàng, đã có không ít những buồn phiền, đắng cay. Cùng một lẽ sống đem niềm vui đến cho đời, những anh chị em nghệ sĩ đã xem nhau như tình thân ruột thịt, chia sẻ hạnh phúc hay ưu tư lo lắng trong cuộc sống, thương yêu đùm bọc nhau như một đại gia đình. Thỉnh thoảng họ gặp lại nhau, khoảnh khắc không đủ để hàn huyên tâm sự, để rồi phải chia tay trong bịn rịn. Mỗi người lại quay về nơi phương trời quen thuộc của mình, mong chờ một ngày gặp lại nhau.

Anh Anh Bằng là một người anh lớn trong đại gia đình nghệ sĩ của Thúy. Anh và Thúy đã thân thiết và làm việc với nhau từ nhiều thập niên qua, đã cùng chia xẻ bao kỷ niệm vui buồn trong suốt những năm tháng dài sống cuộc đời nghệ sĩ. Khuôn khổ hạn hẹp của những trang giấy này không đủ cho Thúy gởi gấm hết nỗi niềm, cũng như tình cảm đã dành cho Anh.

Vào đầu thập niên 60, tại Việt Nam có hãng đĩa Asia, cũng là nhà xuất bản Sóng Nhạc, do Ông Nguyễn Tất Oanh chủ trương. Hãng

Ca sĩ Thanh Thúy

Sóng Nhạc qui tụ hầu hết tất cả anh chị em nhạc sĩ và ca sĩ. Lúc bấy giờ anh Anh Bằng là cố vấn cho Sóng Nhạc và Thúy cũng đang hợp tác độc quyền với hãng này. Khi chuẩn bị thâu âm ca khúc *"Giấc Ngủ Cô Đơn"* do Anh Bằng vừa mới sáng tác, Anh đã đến tập dợt cho Thúy để thâu. Thúy rất vui mừng và hân hạnh đã được gặp và làm việc với một người nổi tiếng như Anh. Anh rất hiền, ít nói, chỉ gật đầu, mỉm một nụ cười và nói "Thúy hát được rồi, tốt lắm." Lần gặp gỡ đó đã đánh dấu bước đầu tiên cho một tấm chân tình nghệ sĩ, tình anh em, tình bạn trải dài qua bao nhiêu năm tháng.

Sau sự thành công vượt bực của *Giấc Ngủ Cô Đơn*, Anh hăng say với công việc, và hoàn thành nên rất nhiều tác phẩm khác, có lúc viết một mình, có lúc viết với nhóm Lê Minh Bằng (Lê Dinh, Minh Kỳ và Anh Bằng), hoặc dưới những biệt danh khác. Anh đã viết hàng trăm nhạc khúc tình cảm, đã đánh động được sự rung cảm của hàng triệu con tim khán thính giả.Trong những tác phẩm này, có một số đã gắn liền với sự nghiệp của Thúy và giúp đưa tên tuổi Thúy lên cao hơn trên đài danh vọng, như: *Lẻ Bóng, Đôi Bóng, Sầu Lẻ Bóng, Nếu Hai*

Đứa Mình, Chỉ Hai Đứa Mình, Nửa Đêm Biên Giới, Tiếng Ca U Hoài, Chuyến Tàu Hoàng Hôn, Bốn Ngả Đường Quê Hương, Đêm Vũ Trường, Tình Đời v.v...

Đối với Thúy, những nhạc phẩm này không chỉ đơn thuần là một bài ca trong vô số bài ca khác Thúy đã hát, mà còn ghi dấu biết bao là kỷ niệm đẹp và ấn tượng sâu xa. Đặc biệt là qua những nhạc phẩm *Lẻ Bóng, Tiếng Ca U Hoài*, và *Tình Đời*, Anh đã tạo cho Thúy cơ hội được hát lên nỗi niềm của một kiếp tằm nhả tơ. Không biết đến bao giờ Thúy mới nói lên được hết sự biết ơn sâu xa đã dành cho Anh.

Có một kỷ niệm ít người biết nhưng quí báu và cảm động nhất mà Thúy vẫn còn ghi nhớ mãi đến nay. Trong một chương trình Đại nhạc hội, Anh đã lên trình diễn đàn tranh cho Thúy hát ca khúc *"Nếu Hai Đứa Mình"* của Anh. Anh đã để hết tâm hồn vào ca khúc ấy, nên đàn một cách say mê. Sau khi tiếng nhạc chấm dứt, khán giả đã vỗ tay vang dội thật lâu. Anh đàn hay như vậy, nhưng không hiểu sao lại ít khi trổ tài. Đó có lẽ là lần duy nhất Thúy được chứng kiến ngón đàn tranh tuyệt diệu của anh.

Một lần khác, sau khi nhạc phẩm *"Sầu Lẻ Bóng"* được sáng tác, Thúy đã nhận được rất nhiều yêu cầu trình bày nhạc phẩm này. Dù rất ít xuất hiện trước đám đông, Anh đã đến Đài Phát Thanh Saigon ngồi nghe Thúy thu âm bài ca này. Anh lại cũng chỉ ngồi gật đầu, và nở một nụ cười (cái gật đầu và nụ cười muôn thuở).

Sau khi đến bến bờ tự do, dù còn đang ngỡ ngàng với cuộc sống mới, tha phương nơi xứ lạ quê người, Anh đã hăng say sáng tác ngay những ca khúc nói lên tâm trạng đau buồn của kiếp người lưu vong. Riêng Thúy đã bắt tay ngay vào việc thực hiện cuốn băng nhạc đầu tiên nơi xứ người. Trong lúc còn đang đi kiếm bài bản, Thúy tình cờ gặp lại Anh. Thế là nhạc phẩm *Buồn Xa Nhà* đã được thâu vào trong băng "Thanh Thúy 1: *Vĩnh Biệt Sài Gòn*" phát hành vào đầu năm 1976. Một thời gian sau đó tác phẩm bất hủ của anh *Căn Gác Lưu*

Đây cũng đã được thâu trong băng nhạc "Thanh Thúy 6: *Quê Hương và Kỷ Niệm*". Anh bắt đầu hoạt động mạnh mẽ về nghệ thuật. Anh đã mở phòng thâu âm Asia, lúc bấy giờ do con anh là Trần Ngọc Sơn đảm trách. Tại đây, Thúy đã thâu CD "Thanh Thúy 18: Điên", cũng như một số bài trong những cuốn CD khác. Em út của Thúy là Thanh Châu cũng đã đến thâu âm cho cuốn băng *"J'aime – Tiếng hát Thanh Châu"* Song song với phòng thu âm, Anh cùng với người cháu là Trần Thăng sản xuất và phát hành băng nhạc Dạ Lan. Thúy cũng đã thu âm cho Anh vào băng nhạc chủ đề Lê Minh Bằng do trung tâm này thực hiện.

Dù bận rộn với nhiều công việc, Anh vẫn giữ được mái ấm gia đình thật hạnh phúc. Vợ anh là một người vợ đảm đang, luôn sát cánh bên anh cả cuộc đời của chị. Các con Anh rất hiếu thảo, cùng chung sức với anh trên phương diện nghệ thuật. Nhờ có vợ hiền, con thảo nên Anh đã để tâm trí vào việc sáng tác, hoàn thành rất nhiều tác phẩm độc đáo, không những ca ngợi về tình yêu đôi lứa, mà còn chất chứa tình yêu thương quê hương và dân tộc.

Dưới sự cố vấn của Anh, con gái anh là Thy Vân bước vào lãnh vực tổ chức và điều hành Trung Tâm Asia Entertainment, cùng hợp tác với nhạc sĩ Trúc Hồ. Thúy đã trình diễn cho Trung Tâm Asia rất nhiều lần. Trong số những lần trình diễn này, Anh và Thúy lại có dịp gặp gỡ, làm việc chung, và cùng chia xẻ nhiều kỷ niệm thân thương. Trong cuốn Asia *"Tình Ca Lê Minh Bằng"* cùng với Thanh Tuyền, Thúy đã có dịp hát lại những bài hát mà Thúy đã từng yêu thích: *Lẻ Bóng, Sầu Lẻ Bóng, Nếu Hai Đứa Mình, Căn nhà ngoại Ô, Hai Mùa Mưa*. Và rồi sau đó khi Asia 52 trở lại với *"Huyền thoại Lê Minh Bằng"* với những nhạc phẩm bất hủ và sự kết hợp tuyệt vời giữa 3 nhạc sĩ nổi tiếng trong nền âm nhạc Việt Nam: Lê Dinh, Minh Kỳ và Anh Bằng, Thúy đã hát chung với Phương Dung, qua một tác phẩm rất nổi tiếng *"Chuyến Tàu Hoàng Hôn"*

Trong cuốn DVD 31, "Giải Âm Nhạc Nghệ Thuật," Trung Tâm Asia đã đem đến cho Thúy niềm vinh hạnh khi vinh danh Thúy, cùng với Nhạc Sư Nghiêm Phú Phi (trong DVD này, ca sĩ Lâm Nhật Tiến đã được chọn là ca sĩ của năm 2000). Anh Hoàng Thi Thơ đã giới thiệu

Thúy một cách rất trân trọng. Một bất ngờ đến với Thúy khi trên màn ảnh chiếu lên hình ảnh các anh nhạc sĩ Khánh Băng, Châu Kỳ, Nhật Ngân và Anh Bằng với những lời lẽ chân tình và thương mến gởi đến Thúy. Thúy đã không ngăn nổi sự xúc động và đã khóc thật nhiều, một phần cũng vì Thúy đã xa cách hai anh Khánh Băng và Châu Kỳ từ nhiều năm qua. Nhân đây, Thúy xin chân thành cảm tạ Asia Entertainment, Anh Anh Bằng, Trúc Hồ và Thy Vân đã không quản ngại những khó khăn trong công việc thu hình, tạo cơ hội cho Thúy nhìn thấy lại hình ảnh của mấy anh sau bao năm xa cách.

Anh Anh Bằng ơi, khi viết đến đây, Thúy đã không ngăn nổi giòng nước mắt. Đại gia đình nghệ sĩ của Thúy đã lan rộng và lớn dần ra theo thời gian và không gian, nhưng rồi cũng đã bắt đầu thu hẹp lại vì những ra đi, mất mát, vì những lần chia tay đến muôn đời… Trong số những người góp mặt trong cuốn Asia này, các Anh Hoàng Thi Thơ, Khánh Băng, Châu Kỳ và Nghiêm Phú Phi đã ra đi, lìa xa anh em mình, để lại niềm thương nhớ và luyến tiếc khôn nguôi. Anh em mình đã vĩnh viễn mất đi những người Anh, những người Bạn quí mến. Thúy chỉ còn một an ủi lớn lao là anh Nhật Ngân, Anh và Thúy đã gặp nhau thường xuyên hơn lúc trước. Đến nay, bao nhiêu năm đã trôi qua, nhưng tình cảm giữa Anh và Thúy càng thấm thiết hơn theo thời gian. Hiện tại, Thúy chỉ biết cầu xin Ơn Trên ban phước lành đến cho Anh, để Anh còn tiếp tục sáng tác cho đời, cho kho tàng âm nhạc vô cùng quí báu của người Việt Nam. Thúy chỉ mong ước rằng đối với Anh, Thúy vẫn mãi mãi là *"giọng ca xưa vẫn ghi vào tôi, hình người em mái tóc đen buông dài, dù ngàn sau thương nhớ chẳng nhạt phai."*

THANH THÚY
Mùa Giáng Sinh 2008

đôi điều tản mạn về
NHẠC SĨ ANH BẰNG
của một người hậu bối

— MONIQUE NGUYỄN - BẠCH HẠC —

Khi được anh Trần việt Hải, Chủ Bút Văn Đàn Đồng Tâm, cho biết sẽ thực hiện một cuốn sách về Nhạc Sĩ Anh Bằng và yêu cầu tôi viết về ông, tôi đã từ chối vì tôi nghĩ tôi không biết rõ về ông nhiều để viết dù ông là một trong những Nhạc Sĩ lớn của Việt Nam.

Hôm nay, ngày đầu của tháng 12, anh Trần Việt Hải lại gọi điện thoại cho tôi. Thú thật, khi nghe anh nói ngoài đời tôi còn nhìn miệng anh nói để cố hiểu anh muốn nói gì nhưng qua điện thoại thì tôi chịu chết, chỉ có cách đoán già đoán non, bá trúng bá phát. Tôi nghĩ anh Việt Hải gọi hỏi tôi gửi cho anh vài tấm hình của tôi và của năm Mẹ Con tôi.

Đoán mò thế mà đúng! Nhưng chỉ đúng một nửa. Khi nhận được email của anh thì tôi mới biết rằng, theo lời anh viết, tôi đã nhận lời viết về Nhạc Sĩ Anh Bằng. Chưa có cái dại nào như cái dại này. Đã tránh vỏ dưa lại gặp vỏ dừa. Tôi đã có bảo với anh Việt Hải trước đây rồi mà sao bây giờ lại hỏi nữa làm tôi thật sự bị "tẩu hỏa nhập ma". Hóa ra tôi nhận lời với anh Việt Hải mà không biết. Như anh vậy mà có lợi, qua hai lần bị "stroke", nói năng, đi đứng khó khăn nhưng lòng nhiệt tình của anh với nền văn học Việt Nam thì ôi thôi khỏi nói. Anh lại văn hay chữ tốt. Tính tình thì hiền lành, dễ thương, luôn chủ trương "dĩ hòa vi quý" nên được mọi người thương. Hễ anh hô là có người đáp. Lần này tôi "đáp" trật lất đường rầy. Dù sao thì cũng phải "Nữ nhi nhất ngôn". Đã hứa thì phải làm, dù không biết rằng mình hứa nhưng tôi tin anh Việt Hải. Anh nói có là có mà không là không. Ngồi ngẫm nghĩ lại thì tôi thấy cũng nên viết đôi điều về Nhạc Sĩ Anh Bằng lắm chứ! Một ông cụ đã 83 tuổi rồi mà khi nghe nhạc của ông tôi cứ tưởng ông còn trẻ lắm, cỡ hai mươi như những bài "Anh Còn Nợ Em", "Anh Còn Yêu Em", "Mất Nhau Mùa Đông", "Từ Độ Ánh Trăng Tan", "Khúc Thụy Du"... Đó là chưa kể đến một số nhạc phẩm ông làm trước khi mất nước như "Nỗi Lòng Người Đi", "Căn Nhà Ngoại Ô", "Gõ Cửa"... Đặc biệt là ông viết nhạc về Huế rất hay dù sinh ra ở Thanh Hóa như bài "Huế Bây Chừ". Tôi tuy sinh ra ở Sông Mao, Hải Ninh, Bình Thuận nhưng sống ở Huế với ông bà Ngoại của tôi từ lúc lên hai tuổi nên những bài hát về Huế tôi đều biết, nếu không muốn nói là thuộc hầu hết.

Tôi có người bạn ở Seattle khá thân với Nhạc Sĩ Anh Bằng. Cách đây vài tháng, khi Nhạc Sĩ Anh Bằng đến Seattle, người bạn mời tôi sang chơi để gặp Nhạc Sĩ Anh Bằng cho biết nhưng vì công việc tôi đã không đi được nên lấy làm rất tiếc. Không biết bao giờ mới có lại được cơ hội ngàn vàng này. Tôi vốn rất kính phục Nhạc Sĩ Anh Bằng không những về phương diện sáng tác nhạc của ông mà còn về lãnh vực thương mại của ông nữa. Đây có lẽ là dịp hay để tôi bày tỏ lòng ngưỡng mộ của mình dành cho người Nhạc Sĩ lão thành này.

Tôi có máu văn nghệ. Thích ca hát từ thuở nhỏ. Ba tôi biết được sở thích của tôi và thấy khả năng âm nhạc trong tôi nên đã nhiều lần gửi tôi vào trường Quốc Gia Âm Nhạc Huế. Khổ nỗi Mẹ tôi lại "ghét cay ghét đắng, ghét vào tận tâm", còn hơn Nguyễn Đình Chiểu ghét giặc Pháp, cái nghề "xướng ca" mà theo bà là "vô loài" nên cứ sáng Bố tôi gửi vào trường thì trưa Mẹ tôi kéo ra khỏi trường. Riết rồi tôi nản nên bỏ luôn. Khi lớn lên tuy nhiệt huyết ca hát luôn sôi sục trong tôi nhưng tôi đã chiều lòng Mẹ tôi là không làm Ca Sĩ. Tôi chỉ dùng chuyện ca hát như là một niềm vui chứ không kiếm kế sinh nhai bằng nghề ca hát. Không biết cuộc đời tôi khá hơn hay dở hơn về chọn lựa ấy nhưng tôi chắc một điều là tấm thân tôi được an nhàn hơn. Mỗi khi thấy các chị Khánh Ly, Khánh Hà, Lệ Thu… chạy "show" thật vất vả và tôi thấy thương và nghĩ thầm "may cho mình quá". Tôi may mắn và nhờ được thời nên cũng tạm gọi là thành công, có nghĩa là có đủ cơm ăn áo mặc cho mình và cho bốn đứa con. Nhiều người bảo tôi là những người nghệ sĩ thường hay nghèo vì họ nghệ sĩ, không thực tế, suốt ngày "ru với gió. Mơ theo trăng. Vơ vẩn cùng mây…" (Xuân Diệu). Cũng nhiều lần tôi tự hỏi, rồi nhìn quanh và thấy điều đó không đúng. Điển hình là Nhạc Sĩ Anh Bằng. Ông là thân phụ của một trong những con chim đầu đàn của Trung Tâm Asia, đó chính là Ái nữ của ông, cô Thy Vân, người điều hành tổ chức này trong bao năm qua. Trung Tâm Asia ngày càng lớn mạnh và được người Việt khắp nơi ủng hộ. Trung Tâm Asia luôn luôn làm mới sân khấu, bài bản, ca sĩ, nghệ sĩ, v.v… và v.v… nhất là hằng năm tổ chức tuyển lựa ca sĩ, giải thưởng sáng tác nhạc mới, những công việc phải nói là sự phát triển cần thiết cho tương lai của ngành âm nhạc. Trung Tâm Asia còn cho ra những sản phẩm giá trị đáp ứng thị hiếu quần chúng, nhất là những DVD về Lính. Ngoài ra, họ còn luôn khuyến khích và vinh danh những công dân trẻ gốc Việt tài cao như Nữ Khoa Học Gia Dương Nguyệt Ánh, Luật Sư Thùy Dương, nay là Xướng Ngôn Viên của Trung Tâm Asia, Cầu Thủ Football Nguyễn Đạt, Nữ Sĩ Quan Không Quân Elizabeth Phạm, ái nữ của ông bà Bác Sĩ Phạm Văn Minh ở Seattle… và còn nhiều nữa mà tôi không nhớ hết để ghi ra đây.

Vài lần khi có dịp xem email của Nhạc Sĩ Anh Bằng và bạn hữu trong tình nghệ sĩ thắm thiết, tôi mường tượng ra ông trẻ trung như trong "Nỗi Lòng Người Đi". Ông lúc nào cũng yêu đời và lạc quan ngay cả những lúc bị bệnh, không được khỏe nhưng khi ra khỏi nhà thương, về đến nhà là đã email bạn bè hẹn hò đi ăn uống, đi chơi như mới đây với anh Việt Hải, Bs Morita, cùng Nhạc Sĩ Lam Phương.

Ước mong Nhạc Sĩ Anh Bằng trường thọ để tôi còn tiếp tục được nghe những nhạc phẩm trữ tình của ông, để thấy yêu đời, yêu người và yêu mình…

MONIQUE BẠCH HẠC
Houston, Texas
December 1, 2008

HOA HỌC TRÒ

* Anh Bằng phổ thơ Nhất Tuấn

Bây giờ còn nhớ hay không?
Ngày xưa hè đến phượng hồng nở hoa
Ngây thơ anh rủ em ra
Bảo nhặt hoa phượng về nhà chơi chung

Bây giờ còn nhớ hay không?
Bây giờ còn nhớ hay không?

Bây giờ còn nhớ hay không?
Anh đem cánh phượng tô hồng má em
Để cho em đẹp như tiên
Nhưng em không chịu
Sợ phải lên trên trời

Sợ phải lên, sợ phải lên trên trời
Sợ phải lên, sợ phải lên trên trời

Lên trời hai đứa hai nơi
Thôi em chỉ muốn làm người trần gian
Hôm nay phượng nở huy hoàng
Nhưng từ hai đứa lỡ làng duyên nhau

Rưng rưng phượng đỏ trên đầu
Tìm anh em biết tìm đâu bây giờ
Bây giờ tìm kiếm em đâu?
Bây giờ thì mãi xa nhau...

cõi nào buồn hơn

- Phong Vũ –

Mùa thu nơi đây
Buồn hơn mùa thu Sài Gòn nhiều
Nhìn thu lá bay
Không thiết tha giống Sài Gòn nhiều
Biết không anh biết không anh
Mùa thu nơi đây rất buồn rất buồn.

Trời mưa nơi đây
Buồn hơn trời mưa Sài Gòn nhiều
Giọt mưa hắt hiu
Như nhắc ta nhớ Sài Gòn nhiều
Biết không anh biết không anh
Tuổi xanh cô đơn rất buồn rất buồn.

Hoàng hôn nơi đây
Nhạt hơn hoàng hôn Sài Gòn nhiều
Chiều ra biển khơi
Ta thấy thương tiếc Sài Gòn nhiều
Biết không anh biết không anh
Thời gian không gian rất buồn rất buồn.

Ta muốn kéo mặt trời lặng đằng Đông mọc đằng Tây
Ta muốn không gian thời gian trong khoảng tù đày
Để không mất nhau để mãi mãi không mất nhau
Không mất nhau trên đời này
Dù chỉ một phút giây.

Màu trăng nơi đây
Đục hơn màu trăng Sài Gòn nhiều
Trời đêm lặng sao
Như khác sao trăng Sài Gòn nhiều
Biết không anh biết không anh
Ở đây trăng sao rất buồn rất buồn...!!!
(Cõi buồn – Nhạc sĩ Anh Bằng)

Thu:

Mùa thu nơi đây buồn thật. Mùa của lá vàng, mùa của thu rụng khắp nơi. Cứ khoảng tháng mười trở đi, tôi thích lái xe chạy dọc theo con đường Canoga – khoảng từ Victory đến Burbank Blvd. nơi thung lũng tôi định cư từ mấy mươi năm nay – để thấy vàng thu rợp bóng hai bên vệ đường. Lá đâu mà nhiều thế? Hay những lúc khác lá xanh lẫn trời thiên thanh, nên mình không chú ý! Nay bạt ngàn lá vàng rắc đầy lối, che mất các thảm cỏ chỉ còn một màu vàng, lẫn những chấm phá nâu trầm, từ những chiếc vội sớm lìa cành từ đầu mùa.

Nhạc sĩ Anh Bằng viết như thế. Mùa thu xứ người buồn hơn thu Sài Gòn. Có lẽ Sài Gòn ít có cảnh lá vàng chen lối, và cũng không có bầu trời màu xám se lòng. Miền Nam ta chỉ có hai mùa – hết mưa rồi chợt nắng. Xuân hạ thu đông chỉ trang điểm trong sách vở, thi ca.

Nhưng mùa thu nơi đây buồn hơn thu Sài Gòn trước kia; lúc Sài Gòn còn nguyên vẹn tuổi tên. Một Sài Gòn ngập tràn trong ký ức của bao người Việt Nam, sống lưu lạc chân trời góc biển, khắp năm châu. Một Sài Gòn mà từng con đường góc phố đều mang đầy dấu vết kỷ niệm của nơi, sống, yêu, hy vọng, hạnh phúc, hoan lạc, khổ đau...

Anh Bằng nhớ về Sài Gòn, như nhớ người yêu nồng ấm một thời

Tác giả Phong Vũ và Nhạc sĩ Anh Bằng

nay bỏ lại sau lưng. Người nhạc sĩ sống nơi xứ người, mỗi độ thu về niềm hoài cảm lại theo gió len vào lòng, thổi bùng lên nỗi nhớ quê luôn âm ỉ bên dưới lớp tro thời gian…Anh nhìn trời, nhìn đất, nhìn người xuôi ngược, nhìn xe cộ vội vã trên đường, nhìn cây lá đang theo nhau thay xiêm đổi áo. Trong bao cảnh rộn ràng đó, người nghệ sĩ tha phương lại thấy buồn, buồn hơn.

Mưa:

Không như hai mùa mưa nắng của quê hương, California chỉ mưa khi có bão tố từ ngoài bể đem vào. Nơi đây không có cảnh – chợt mưa rồi chợt nắng. Trời sẽ vần vũ mây đen trùng trùng đôi ngày, trước khi nàng mưa tới, kéo lết thết chiếc áo choàng đẫm nước phủ trùm lên vạn vật. Mưa sẽ rền rĩ, than thở cả tuần, trước khi tấm màn mây đen lại được kéo lên. Chàng nắng hân hoan chen vào, rọi ấm những cây lá còn run rẩy vì lạnh lẽo.

Nơi đây không có cảnh mặc áo mưa, lái xe gắn máy co ro trên đường phố. Không có cái mưa gần gũi, làm nên bao cuộc tình duyên của Sài Gòn ngày trước. Hai người không hẹn, cùng dừng xe đứng trú mưa bên một hiên nhà ai. Trong cái trống vắng của đường phố, hai người ngượng ngập chào hỏi làm quen, rồi trò chuyện... Mưa bên ngoài đã tạnh, mà hai người bạn mới vẫn chưa hay!

Hay giọt mưa lạnh, ly cà phê nóng, đôi kẻ sẽ dìu nhau vào một quán cà phê nào đó chờ mưa tạnh. Trong tiếng mưa rì rào bên ngoài, hai kẻ yêu nhau ngồi im lặng nghe những khúc tình ca đắm đuối, tiếng nhạc như nói hộ lời thầm thì của đôi tim...

Mưa bão nơi xứ này, gây nơi lòng người lữ thứ bao tơi bời trong cơn giông nỗi nhớ. Mưa nơi đây ủ kín mọi thứ. Cảnh vật lạnh lùng, xe cộ kín cửa chạy ào ạt trên đường. Ai cũng hối hả đến sở, hay trở về nhà. Trong một góc vắng nào đó, người nghệ sĩ ngồi cô đơn.

Anh Bằng nhớ về Sài Gòn, nhớ về những cơn mưa kỷ niệm của thời trai trẻ, những cơn mưa của hẹn hò, của tình tự, và chia tay trong chiến tranh...

Không biết Anh Bằng có không, chứ riêng tôi luôn nhớ đến những đêm mưa chạy xe trên đường Tự Do (Catina) đến khoảng nhà thờ Đức Bà. Trong ánh sáng vàng của các ngọn đèn đường, từng cặp tình nhân trú mưa bên hiên thánh đường. Họ thì thầm những gì với nhau, nào ai biết? Nhưng chắc hẳn bao lời thề hẹn của họ sẽ được thượng đế nhiệm mầu minh chứng.

Hoàng Hôn:

Sài Gòn không có biển để ta có thể thấy mặt trời chìm dần vào sóng nước. Nhưng Sài Gòn có con sông lớn để người dân thành phố mỗi chiều thấy hoàng hôn rừng rực đỏ trên sông.

Tôi nhớ những lần tàu về, neo bến Hàng Hà. Chiều đến trong phiên trực tôi phải ở lại tàu. Mọi người đã lên bờ về thăm gia đình, người yêu... Trong trống vắng ấy, tôi thường ra sau lái ngồi nhìn hoàng hôn tím thẫm trên thượng nguồn. Sóng gợn lăn tăn trên sông, khi có những cơn gió lùa về từ các cánh đồng bạt ngàn bên kia Thủ Thiêm. Sóng xô đẩy những đốm than vàng rực đang xì xèo trên nước, được rắc xuống từ những dãy mây hừng hực màu chiều. Tôi ngồi đó ngắm chiều, cho đến lúc nền trời dần chuyển qua màu tím than, rồi tối hẳn.

Thành phố lên đèn, dòng xe cộ theo nhau uốn khúc. Tôi nghĩ ngợi miên man, thèm một phin cà phê đen trong Hầm Gió hôm nào, và nhớ cô bạn gái đang cười vu vơ, lộ hàm răng em trắng rực trong ánh đèn "black light". Các tấm "posters" trên tường hình như đang lung linh, cử động theo tiếng nhạc mờ ảo..

Sài Gòn có cuộc sống hừng hực về đêm. Người ta chở nhau đi ăn, đến phòng trà nghe nhạc, vào vũ trường... Sài Gòn cũng có những kẻ lạc loài sống trên hè phố, những đứa bé đánh giày co ro xách chiếc thùng gỗ, hay những kẻ hát dạo với chiếc đàn sờn mòn, và các gánh hàng rong..Tất cả mọi thứ ấy biến Sài Gòn ngày trước thành một nơi chốn khó quên. Một thứ kỷ niệm đậm đặc, hoá thạch trong dòng trôi thời gian.

Buổi tối nơi đây khác hẳn. Mọi cửa tiệm đều đóng cửa sau 6 giờ chiều. Đường phố không còn rộn rịp nữa. Ai ai cũng quay về với gia đình sau một ngày tất bật nơi công sở. Đường phố vắng ngắt dưới những những hàng đèn sáng choang, lạnh lùng. Phần lớn sinh hoạt đều lùi lại sau các khung cửa đóng kín, cẩn thận...

Trách sao Anh Bằng không nhớ về Sài Gòn như thế. Anh nhớ từng con đường, góc phố ngày xưa.Ngày anh còn bạn hữu cận kề. Ngày nhóm Lê Minh Bằng là một hiện tượng của âm nhạc miền Nam. Những tối, những chiều, các người lính nơi tiền đồn đang lắng nghe các bài hát quen thuộc của nhóm nhạc sĩ tài hoa này.

Ba người bạn tâm giao, quen nhau trong quân ngũ, rồi cùng hoạt động văn nghệ, ký tên chung trên các bản nhạc sáng tác – Lê Dinh – Minh Kỳ – Anh Bằng. Những đêm họ cùng thức suốt tại nhà in Tương Lai, trên đường Trần Hưng Đạo để chờ in cho kịp các bản nhạc vừa tái bản.

Nhóm Lê Minh Bằng thành lập năm 1966. Họ làm cố vấn cho

ông Nguyễn Tất Oanh, giám đốc hãng Đĩa hát Asia – Sóng Nhạc ở số 37 đường Phạm Ngũ Lão, Saigon. Nhóm chọn bài để thu thanh và xuất bản, cũng như phụ trách phần phụ diễn ca nhạc cho chương trình tuyển lựa ca sĩ hàng tuần ở rạp Quốc Thanh do đài phát thanh Sài Gòn tổ chức.

Ba người nhạc sĩ này cùng mở trường có tên là lớp nhạc Lê Minh Bằng, kéo dài từ 1966 đến 1975, tại địa chỉ 102/8, đường Hai Bà Trưng, Tân Định. Ngoài ra nhóm còn lấy thêm các bút hiệu khác như: Mạc Phong Linh, Mai Thiết Lĩnh, Mai Bích Dung, Vũ Chương, Dạ Cầm, Dạ Ly Vũ, Tây Phố, Trúc Ly, Tôn Nữ Thụy Khương.. Đông -Tây:

Trong giây phút mà bao nỗi mất mát, nhớ thương đang dày xé lòng người nghệ sĩ. Anh Bằng chợt có những ý muốn mãnh liệt. Anh muốn như một người có phép thuật vạn năng, làm ngưng đọng được thời gian. Anh muốn như một siêu nhân, làm thay đổi hướng quay của trái đất – từ đông sang tây – thay vì từ tây sang đông. Để thời gian sẽ đi ngược lại, và trở về khởi điểm của nó. Nơi đây, anh sẽ sống lại những ngày tháng yêu dấu cũ.

Ngày ấy, Sài Gòn còn là Sài Gòn của mọi người miền Nam. Thành phố này còn là đất hứa của nhóm ba nhạc sĩ Lê Minh Bằng. Còn là thời của những bản nhạc trữ tình, quen thuộc mà ai cũng đều nhớ thuộc từng bài, hoặc đôi câu, vài hàng.

Thời gian vẫn là chuỗi ánh sáng lao đi biền biệt từ thuở khai thiên lập địa. Trong khi tiềm thức ngưng đọng, lắng chìm trong góc khuất của tâm hồn. Nhưng chỉ một chớp loé nào đó của ngoại cảnh, cũng khiến lớp phù sa thời gian này bùng lên, và len vào mọi ngõ ngánh của trí nhớ để quay quắt lòng người. Và cõi lòng người nghệ sĩ sáng tạo Anh Bằng đã rung động theo theo các tiết điệu nhớ thương kia...

Trăng:

Với tôi thì trăng nơi đây mờ hơn trăng Sài Gòn; và đục như Anh Bằng nói. Trăng Sài Gòn tỏ hơn vì nơi đó còn có những khoảng trống không cao ốc chọc trời che khuất. Và không khí trong lành với ít bụi khói xa lộ cao tốc.

Theo tôi có lẽ Anh Bằng muốn nói ánh trăng đục để diễn tả cái tâm tình của anh lúc đó. Trăng viễn xứ đục hơn trăng quê hương vì trăng buồn và cô đơn. Trăng nơi đây không có ai làm thơ ca tụng. Trăng nơi đây không treo lồng bóng nước. Trăng nơi đây hờ hững không kẻ tri kỷ ngắm nhìn. Và trăng nơi này cũng không được véo von, trách hờ, như câu ca dao... *em múc ánh trăng vàng mà đổ đi.* Từ lúc qua đây, tôi không còn có dịp ngắm lại dãy ngân hà rừng rực sáng trên trời như khi xưa nữa. Trong ký ức tôi, cảnh tượng ấy như một nhiệm mầu, bao la của tạo hóa. Nơi hải ngoại này, muốn ngắm sao, ta phải ra tận những vùng xa thành phố, không ánh sáng đèn. Nơi ấy ta mới thấy sao trên bầu trời chi chít, hằng hà sa số. Và nếu là vào một đêm tháng bảy, may ra ta có thể thấy được dãy ngân hà, rực rỡ và lao xao như muôn triệu hạt kim cương, đang nằm vắt ngang nền vũ trụ đen nhung.

Tôi cũng ao ước được thấy lại vầng trăng rằm, đang dần mọc từ trên các rặng tre trong thôn quê. Ánh trăng sáng dìu dịu màu sữa, soi rõ những con đường quanh co trong thôn xóm. Trên dòng sông nhỏ, nàng trăng long lanh rọi muôn ngàn ánh bạc xuống nước. Tôi mơ một lần được về ngồi thuyền trên sông những đêm thơ mộng như thế.

Nhạc sĩ Anh Bằng mơ một vầng trăng cũ của Sài Gòn. Vầng trăng vẫn còn đẹp và tinh khiết. Một vầng trăng treo cao trên thành phố cũ. Nơi có tình bạn, tình người, và những ngày tháng đẹp đẽ mà nhóm Lê Minh Bằng vẫn còn gần gũi bên nhau. Nơi mà giông tố chưa đến, nơi mà tình người chưa phai, chưa đầy dẫy bội bạc. Nơi dòng nhạc Lê Minh Bằng còn tuôn chảy, lay láng trong lòng dân tộc...

Bây giờ nơi nầy, Anh Bằng ngồi trên con thuyền viễn xứ, trôi thơ thẩn một mình. Lê Dinh thì mãi nơi xứ tuyết Canada xa xôi, lạnh lẽo. Còn Minh Kỳ, đã gửi thân cát bụi, vĩnh viễn ở lại với Sài Gòn muôn thuở.

Ôi cõi buồn nào hơn...

PHONG VŨ
Thu 2008

viết về ANH BẰNG

- Nguyễn Xuân Vinh -

Hôm nay Việt Hải lại gọi điện thoại cho tôi. Anh nói từ chuyện Văn Đàn Đồng Tâm, với những thành viên mới, tới chuyện ra mắt sách để giúp việc gây qũy xây dựng Tượng Đài Việt – Mỹ ở Orlando, Florida, và còn nhiều chuyện khác, nhưng tôi nghĩ có một chuyện anh muốn nhắc tôi mà không nói ra là chuyện tôi chưa gửi cho anh bài viết về Anh Bằng, cho tuyển tập vinh danh một nhạc sĩ lỗi lạc và nhân hậu mà anh và nhiều người khác rất mực mến yêu.

Cách đây mấy tuần, vào những ngày 7-8 tháng 9 năm 2008, nhân dịp Việt Hải lên San Jose cùng với giáo sư Doãn Quốc Sỹ và nhà văn Tạ Xuân Thạc để giới thiệu Văn Đàn Đồng Tâm với người Việt ở vùng Thung Lũng Hoa Vàng. Khi gặp nhau, qua những câu chuyện văn học và nghệ thuật tôi đã nói là thích nghe nhạc của Anh Bằng. Thế là anh ghi ngay tên tôi vào danh sách những người có thể viết bài đóng góp vào tuyển tập anh đã dự trù hoàn thành trước ngày cuối năm. Chắc Việt Hải nghĩ là tôi giống như anh, có thể viết về bất cứ đề tài gì, kể cả về âm nhạc là bộ môn tôi chỉ biết nghe mà không

Giáo sư Nguyễn Xuân Vinh

Nhạc sĩ Anh Bằng và Giáo sư Nguyễn Xuân Vinh

biết phê bình. Với tôi, nhạc và hoạ là những nghệ thuật người muốn đạt được phải nhờ vào tài năng thiên phú. Những tài năng đó, chắc phải đợi kiếp sau tôi mới có được. Giờ đây nếu may mắn viết được vài trang giấy để đóng góp vào Tuyển Tập thì tôi chỉ có thể tìm tòi trong ký ức để viết ra là tôi bắt đầu nghe được nhạc của Anh Bằng tự bao giờ và trong số hàng trăm bài nhạc sĩ đã sáng tác, những bài nào tôi ưa thích nhất, và qua những giọng hát truyền cảm và điêu luyện của những nhạc sĩ nào.

Khi tìm tài liệu về Anh Bằng, tôi thấy một đoạn viết về tiểu sử của nhạc sĩ trên Tự Điển Bách Khoa điện tử Wikipedia là ông tên thật là Trần An Bường, sinh năm 1925 tại thị trấn Điền Hộ, thuộc tỉnh Ninh Bình gần ranh giới tỉnh Thanh Hóa, cách Hà Nội khoảng hơn 100 cây số về phía Nam. Ông theo học Trung học ở Hà Nội trước khi theo gia đình di cư vào Nam năm 1954 và sinh sống ở Sài Gòn cho đến năm 1975. Anh Bằng đã giỏi về âm nhạc từ thuở nhỏ, và sống lên trong thời kháng chiến ở ngoài Bắc, nhà nghệ sĩ chơi được đủ mọi thứ đàn, có lẽ phần lớn là những đàn dây, như mandoline, hay dùng cả những đàn cò, ngoài Bắc ta gọi là đàn nhị để nẩy ra những cung thương, tay kéo nhị, đầu gật gù nghĩ ra lời sao hợp với tiếng đàn. Đó là hình ảnh tôi nghĩ về Anh Bằng hơn nửa thế kỷ về trước ở miền quê Ninh Bình, khi ông chưa ra Hà Nội.

Mới đây tôi được đọc bài viết của Phiến Đan, từ Úc châu, về Anh Bằng, trong đó có câu làm tôi suy nghĩ: *Trong khoảng thập niên sáu mươi, gần như mọi người sống ở miền Nam đều quen thuộc với những nỗi đau trong dòng nhạc của Anh Bằng, với những ca khúc được khắc lên bằng những vết thương rỉ máu, trong tiếng ầm ì của đại pháo câu vào thành phố Sàigòn. Hình ảnh một chú bé đánh giầy lây lất trên vỉa hè trong cái lạnh lẽo của trời Đông, nỗi đói lạnh tội nghiệp vang lên não nề trong ca khúc "Nó", nỗi ám ảnh của chiến tranh Việt Nam đã như là định mệnh trong ca khúc của Anh Bằng, và có những người, dù không một lần gặp ông nhưng chắc chắn khi nghe ca khúc của Anh Bằng phải ghi nhận ông quả thực đang nói hộ tâm sự và nỗi cô đơn của đại đa số người dân Miền Nam trong thời kỳ mà đất nước từng ngày bị cuộc chiến làm thương tổn. Cũng vì ảnh hưởng qua đôi mắt của một nhân chứng nên dường như ca khúc nào của Anh Bằng trong thập niên 60 cũng mang một Melody buồn như tiếng tỉ tê của Chopin. Vâng! đó là duyên cớ vì sao tôi cảm thấy gần gũi với lòng lương thiện và nỗi khao khát bình yên của một người như Anh Bằng, đã dùng cung bậc để vẽ cho đời những giọt sầu rơi.*

Từ mấy năm nay Phiến Đan đã giúp tôi được nhiều việc trong vai trò là Phụ Tá Chủ Tịch đặc trách truyền thông của Tập Thể CSVNCH và cô thường gửi cho tôi những nhận định về tình hình chính trị, nhưng đây là lần đầu tiên tôi được đọc một bài phê bình âm nhạc của Phiến Đan, và cũng phải qua Việt Hải chuyển bài để nhắc nhở tôi viết. Điều đặc biệt là Phiến Đan đã có một rung cảm sót thương khi nghe bài *"Nó"* của Anh Bằng, một trong hai bài đã làm cho nhạc sĩ phải rơi lệ khi sáng tác. Bài thứ hai là bài *Khóc Mẹ Đêm Mưa* mới được sáng tác cách đây vài năm, và kỳ diệu thay bài này lại chính là bài đầu tiên của Anh Bằng tôi nghe được, và đã làm tôi cảm thấy nghẹn ngào và sau đó để tâm sưu tầm thêm những nhạc khúc khác của Anh Bằng. Nhưng tôi thật không có tâm hồn nhậy cảm như Phiến Đan mà dù chưa gặp Anh Bằng cũng chia sẻ được nỗi sót thương của tác giả khi nhìn thấy những đứa trẻ khổ đau, bơ vơ trong thời chinh chiến.

Tôi vẫn nghĩ là mình phải có một sự liên hệ nào, dù cho là thần giao chăng nữa với Anh Bằng, để mới có thể nhận thấy sự tuyệt vời của những nhạc khúc đã cho tôi có nỗi nhớ Mẹ khôn tả khi nghe Đặng Thế Luân hát bài "Khóc Mẹ Đêm Mưa":

Có những lần con khóc giữa đêm mưa,
Khi hình mẹ hiện về năm khói lửa.
Giặc đêm đêm về quê ta vây khốn,
Bắt cha đi mẹ khóc suốt đêm buồn.

Ôi thương mẹ vất vả sống nuôi con,
Đi vội về sợ con thơ ngóng chờ.
Nhưng mẹ đi không bao giờ về nữa,
Ngã trên đường tức tưởi chết trong mưa.

Mẹ ơi mẹ ơi tan chiêm bao nước mắt thành dòng.
Con gọi mẹ một mình trong đêm vắng.
Mẹ ơi mẹ ơi có nghe chăng lời con vang vọng,
Tới mộ phần trên vuông đất quê hương.

Con lang thang giữa đời quạnh hiu quá,
Đâu cũng sống nhưng không đâu là nhà.
Còn quê mẹ xa nửa vòng thế giới,
Con không về từ ngày mẹ ra đi.

Tôi thật không hiểu vì sao lần đầu nghe nhạc Anh Bằng lại gặp đúng bài đã làm anh rơi nước mắt khi sáng tác, và lời thơ lại như diễn tả đúng cuộc đời của tôi khi xa Mẹ. Tôi nghĩ có thể mình đã có lần gặp Anh Bằng dù cho vào những thập niên 60 và 70 khi nhạc của ông được hâm mộ thì tôi đã có cuộc sống ly hương. Mới đây khi coi đĩa nhạc "*Huyền Thoại Lê Minh Bằng*", nhìn thấy Việt Dzũng giới thiệu chương trình tôi bỗng nhiên linh cảm nhớ lại được những gì đã xảy ra cách đây hơn nửa thế kỷ khi tôi mười bảy nghĩa là chưa tới "*tuổi*

Quỳnh Giao, Việt Hải, Anh Bằng, Nguyễn Xuân Vinh

mười tám khi vừa biết yêu" như Anh Bằng. Dạo đó tôi còn là học sinh lớp đệ nhị theo trường Nguyễn Khuyến di tản từ thành phố Nam Định về huyện Yên Mô, Ninh Bình. Tôi học ban Toán cùng bạn học theo ban Vạn Vật có anh Nguyễn Ngọc Bẩy đến từ Nghệ An sau này trở thành bác sĩ Y Khoa và là thân phụ của Việt Dzũng. Như thế có nghĩa là chàng MC trẻ tuổi đẹp trai này, mà tôi vừa gặp lại tuần trước ở Detroit, Michigan khi tôi tới chủ toạ một buổi Đại Nhạc Hội gây quỹ giúp TPB VNCH của Cộng Đồng người Việt Detroit, anh không phải là gốc Bắc Kỳ chính cống, cũng như Anh Bằng sinh quán ở Điền Hộ, thuộc huyện Nga Sơn tỉnh Thanh Hoá, nghĩa là cũng gốc người miền Trung, không như Tự Điển Bách Khoa Wikipedia đã ghi lầm là Ninh Bình. Nhưng sự thực thì những địa danh chỉ cách nhau chừng hơn mười cây số mà thôi.

Tôi trọ học ở làng Phượng Trì, và bà chủ nhà có chàng con rể cũng ở Điền Hộ đã có lần hai vợ chồng rủ tôi về nhà chơi và chỉ cho tôi lối đi bộ vào khoảng hai giờ đồng hồ rồi trèo qua một cái đèo khá cao giữa từng núi đá, sang tới bên kia là địa phận Thanh Hoá. Tôi đã có dịp nhìn thấy nhà thờ Điền Hộ là nơi lúc đó Anh Bằng vào tuổi ngoài hai mươi thường lui tới. Cũng có những đêm bọn học sinh chúng tôi rủ nhau tới vùng Phát Diệm của Đức cha Lê Hữu Từ, thuộc tỉnh Ninh Bình, cũng ở gần đấy, nơi mà Anh Bằng đã gia nhập nhóm Nhân Dân Tự Vệ của ngài. Lý do chúng tôi tới đó là để nghe những vụ Việt minh xử án những người mà chúng cho là theo Pháp để được thấy luật sư Nguyễn Mạnh Tường hùng hồn bênh vực những người vô tội bị cộng sản cáo buộc.

Tôi ghi lại những dòng này để Anh Bằng khi đọc, có thể nhìn lại được những hình ảnh và cuộc đời của vùng mình đã sinh sống khi ở tuổi thanh niên, và cũng thấy được tôi là người gần quê quán với nhạc sĩ tài danh, và trong bước đường lưu lạc, sống cùng nhau trong một khoảng thời gian ngắn ngủi, ở một vùng đồng bằng có vài ngọn núi bao bọc, có thể tôi đã đi qua nơi anh ở như người khách qua đường đôi khi được nghe vẳng tiếng nhị kéo du dương không biết từ đâu tới. Phải có một chút liên hệ như thế mới làm cho tôi, tuy là một con người khoa học thuần túy, mà chỉ một lần được nghe nhạc của Anh Bằng đã có đầy cảm xúc để viết thành bài. Thực sự thì lúc đó về âm nhạc tôi chỉ được biết nhạc sĩ Đỗ Thế Phiệt đã có vài đêm tới làng Phượng Trì biểu diễn vĩ cầm với bọn chúng tôi ngơ ngáo, không hiểu gì, chỉ biết vỗ tay hoan nghênh mỗi khi thấy ông buông đàn xuống.

Người ta nghĩ Anh Bằng sinh trưởng ở miền Bắc, có lẽ là vì ông đã bộc lộ được tình cảm lưu luyến Hà thành trong bài *"Nỗi Lòng Người Đi"*. Bài này nếu được Vũ Khanh hát thì mới mạnh mẽ và tha thiết để thấm lòng người nghe. Nếu chỉ đọc lời nhạc mà thôi thì tôi thấy dùng 6 câu đầu là đủ

Tôi xa Hà Nội năm lên mười tám khi vừa biết yêu
Bao nhiêu mộng đẹp yêu đương thành khói tan theo mây chiều
Hà Nội ơi! Nào biết ra sao bây giờ?

Ai đứng trông ai ven hồ khua nước trong như ngày xưa.
Tôi xa Hà Nội năm em mười sáu xuân tròn đắm say,
Đôi tay ngọc ngà dương gian, tình ái em đong thật đầy.

Trong bộ ba Lê Dinh, Minh Kỳ và Anh Bằng của huyền thoại Lê Minh Bằng, ông là người nhiều tuổi nhất nhưng cũng là người có tâm hồn lãng mạn nhất. Toàn bài "Nỗi Lòng Người Đi", tôi chọn sáu câu và thấy là đủ vì bất kỳ ai, ở mọi lứa tuổi và mọi nghề nghiệp và tài năng, khi đọc lên cũng thấy vấn vương và nhớ đến người của mình, không cần biết là kỷ niệm với người mình yêu tả ở những đoản khúc sau, là những buổi mang đàn đến dạo cho người đẹp nghe hay mang hoa đến tặng để lấy lòng nàng. Với sự rung cảm tâm hồn lên tới tột độ để viết lời thơ thành tiếng nhạc chỉ mấy câu dạo đầu đã mở ra cả một trời thơ mộng

Tôi không có duyên may, như người em quân đội Nhất Tuấn hay người bạn và học trò cũ là Du Tử Lê, hay vị tiền bối là bác sĩ Thái Can, có thơ được Anh Bằng phổ nhạc. Dù thơ có hay đến đâu chăng nữa cũng có thể bị rơi vào lãng quên nếu thế hệ sau bị ảnh hưởng văn hoá toàn cầu làm quên đi tiếng Việt mến yêu. Nhưng một khi đã được một nhạc sĩ tài danh như Anh Bằng phổ nhạc thì tiếng thơ được thăng hoa để bay cao, vĩnh viễn thành tiếng hoàng oanh hót, thành tiếng quyên ca, tiếng thơ có biến đổi theo một thổ ngữ nào cũng sẽ tồn tại vĩnh viễn với thời gian. Dù nay Anh Bằng đã ở tuổi ngoài tám mươi nhưng phải nói là ông có một tâm hồn rất trẻ, và một kiến thức đa năng vì ông có thể phổ nhạc một cách dễ dàng, không khúc mắc, cho là những vần thơ chân phương của Thái Can trong bài *"Anh Biết Em Đi"* hay tha thiết và tràn đầy tình tứ của Du Tử Lê trong *"Khúc Thụy Du"*. Để viết bài này, tôi đã thu trên cùng một đĩa nhạc tiếng hát Vũ Khanh vang vọng lên lời thơ của Thái Can

Anh biết em đi chẳng trở về
Dặm ngàn liễu khuất với sương che
Em đừng quay lại nhìn anh nữa
Anh biết em đi chẳng trở về.

Không phải vì anh, chẳng tại em
Hoa thu tàn tạ, rụng bên thềm
Ân tình sớm nở, chiều phai úa
Không phải vì anh, chẳng tại em.

....
và hai giọng hát trẻ, một nam và một nữ, của Tuấn Ngọc và tiếp theo

của Ngọc Lan cùng hát Khúc Thụy Du của Du Tử Lê

Hãy nói về cuộc đời
Khi tôi không còn nữa
Sẽ lấy được những gì
Về bên kia thế giới
Ngồi trống vắng mà thôi
Thụy ơi, và tình ơi!

Như loài chim bói cá
Trên cọc nhọn trăm năm
Tôi tìm đời đánh mất
Trong vũng nước cuộc đời
Thụy ơi, và tình ơi!

.....

Hãy nói về cuộc đời
Tình yêu như lưỡi dao
Tình yêu như mũi nhọn
Êm ái và ngọt ngào
Cắt đứt cuộc tình đầu
Thụy bây giờ về đâu?

Tôi nghe đi nghe lại nhiều lần và cố tìm hiểu mà không thật hiểu. Giống như Du Tử Lê, tôi tự hỏi: *"Vì sao và vì sao?..."*. Từ nhà thơ Thái Can, sinh năm 1910, cho đến Du Tử Lê, sinh năm 1942, cách nhau gần một phần ba thế kỷ, lời thơ thật khác nhau, vậy mà Anh Bằng, là một nhạc sĩ sinh vào khoảng giữa, vào năm 1925, đã có thể cảm thông và dung hoà để phổ nhạc một cách dễ dàng giúp cho những ca sĩ thời nay trình bầy một cách tự nhiên những ca khúc người nghe thấy diệu vời. Tôi chỉ có thể kết luận là Anh Bằng thật là một thiên tài âm nhạc.

NGUYỄN XUÂN VINH
Tháng 11/2008

một kỷ niệm
với NHẠC SĨ ANH BẰNG

- Dương Viết Điền -

Sáng Chủ Nhật ngày 17 tháng 02 năm 2008, khi tôi đến nhà hàng Seafood World Restaurant tại Quận Cam thuộc thành phố Westminster, nằm trên đường Brookhurst lúc 9 giờ vẫn chưa thấy người nào cả. Theo lời mời của nhà văn Việt Hải bằng điện thư thì sáng chủ nhật này, nhạc sĩ Anh Bằng muốn mời tất cả anh chị em trong Văn Đàn Đồng Tâm dùng điểm tâm tại nhà hàng này lúc 9 giờ sáng. Sau khi điểm tâm xong thì mời anh chị em trong Văn Đàn Đồng Tâm ở lại để chuẩn bị tham dự buổi tiệc tân niên và chương trình ra mắt sách Đồng Tâm số 6 và tác phẩm "Bôn Sa Có Gì Lạ Không Em" của nhà văn Chu Tất Tiến.

Khoảng năm phút sau tôi thấy một chiếc xe vừa mới tới, đậu

Anh Bằng và Dương Viết Điền

ngay trước cửa nhà hàng, trong xe có tất cả 4 người. Họ đều ngồi yên không ai ra khỏi xe cả. Tôi nghĩ rằng có lẽ đây là gia đình của nhạc sĩ Anh Bằng đến nhà hàng này để cùng anh chị em chúng tôi dùng điểm tâm như trong điện thư mà tôi nhận được. Từ lâu tôi đã biết tiếng nhạc sĩ Anh Bằng qua tác phẩm nổi tiếng vang bóng một thời với bản nhạc *"Nỗi Lòng Người Đi"*, nhưng chưa bao giờ được diện kiến nhạc sĩ cả, vì vậy tôi đến bên cạnh xe rồi hỏi người lái xe có phải nhạc sĩ Anh Bằng ở trong xe không. Anh đưa tay chỉ vào người ngồi bên cạnh và nói đó là nhạc sĩ Anh Bằng. Tôi liền chạy qua phía cửa bên kia để thưa chuyện với nhạc sĩ thì nhạc sĩ Anh Bằng cũng vừa mở cửa xe bước xuống.

Sau khi tự giới thiệu tôi với nhạc sĩ, tôi liền nói ngay:

- Nghe danh nhạc sĩ đã từ lâu qua bản nhạc *"Nỗi Lòng Người Đi"* ngay từ thuở còn cắp sách đi học, mãi cho đến bây giờ mới hân hạnh được diện kiến nhạc sĩ.

Nhạc sĩ Anh Bằng đáp lại ngay:

- Cám ơn anh.

Nhạc sĩ Anh Bằng vừa nói xong, tôi cười xã giao rồi hát nho nhỏ câu đầu của bài *"Nỗi lòng người đi"*:

"Tôi xa Hà Nội năm lên mười tám khi vừa biết yêu. Bao nhiêu mộng đẹp yêu đương thành khói tan theo mây chiều...".

Vừa hát vừa cười, tôi vừa nhìn nhạc sĩ Anh Bằng thấy ông ta cũng cười ra vẻ đắc ý. Sau đó tôi nói với nhạc sĩ là nhà văn Việt Hải và nhà văn Bác sĩ Tạ Xuân Thạc vài phút nữa sẽ đến vì họ vừa điện thoại cho tôi nói như vậy.

Bỗng nhạc sĩ Anh Bằng cười, nói với tôi:

- Anh nói chầm chậm tôi mới nghe được vì tôi bị lãng tai.

Nghe ông ta nói như vậy tôi liền nói lại chầm chậm và to hơn để ông ta có thể nghe được. Vừa nói xong tôi nhìn vào tai bên phải của ông ta thì thấy trong tai có đặt một dụng cụ nhỏ loại khuếch đại âm thanh cho người bị lãng tai.

Sau đó tôi lại thấy hai chiếc xe hơi chạy vào trước sân của nhà hàng rồi dừng lại. Nhìn vào trong xe tôi thấy nhà văn Tạ Xuân Thạc và phu nhân Lê Kim Anh, nhà văn Việt Hải và phu nhân Tăng Lệ Hoa cùng một số bạn Đồng Tâm vừa mới đến. Sau khi bắt tay và chào hỏi bác sĩ Tạ Xuân Thạc cùng tất cả mọi người vừa mới đến, nhạc sĩ Anh Bằng liền mời tất cả chúng tôi vào nhà hàng.

Khi mọi người đã ngồi vào bàn, tôi thấy hai bàn còn trống, ấy thế mà chỉ trong chốc lát anh chị em đã đến đầy đủ. Trong khi chờ các anh chị em trong Văn Đàn Đồng Tâm đến, tôi đến ngồi ghế bên cạnh nhạc sĩ Anh Bằng rồi hỏi ông:

- Thời gian này bác có còn sáng tác nữa không, thưa bác?

Ông vui vẻ trả lời:

- Lớn tuổi rồi tâm hồn không còn nhạy cảm như thuở trước nữa nên cũng ít sáng tác. Tuy nhiên tôi vẫn còn viết nhạc bằng cách phổ thơ của các thi sĩ. Khi nào đọc được bài thơ nào gợi hứng tôi sẽ phổ thành nhạc.

Ông lấy tay sửa lại cặp kiếng cận, Anh Bằng tiếp:

- Có nhiều bài thơ tôi chỉ đọc nội dung cho biết thôi rồi sáng tác theo sự rung cảm của tâm hồn mình, nhiều bài thơ tôi chỉ phổ nhạc một nửa, còn nửa kia là ý của tôi!

Nói xong nhạc sĩ Anh Bằng nhoẻn miệng cười làm tôi cũng cười theo vì câu nói vừa rồi của ông. Bỗng ông lại nói sát bên tai tôi:

- Anh biết không, mình lớn tuổi rồi mà sáng tác những bản nhạc quá lãng mạn thì sợ rằng khi có người cắc cớ hỏi thì mình khó trả lời lắm! Và nếu khi ai hỏi sao lớn tuổi rồi mà vẫn còn các sáng tác mùi mẫn như thế thì tôi phải nói là thơ phổ nhạc, mặc dầu bản nhạc đó tôi viết theo sự rung cảm thật sự của tôi!

Nghe nhạc sĩ Anh Bằng nói xong, tôi thích thú cười xoà. Thấy tôi cười, ông hiểu ý tôi nên cũng cười theo, mà ông có vẻ như sung sướng lắm nên cười thật to. Có lẽ hai cả hai chúng tôi đều có tâm hồn lãng mạn nên khi gặp nhau thì vui vẻ phát ra tiếng cười tươi vui như thế!

Ngạn ngữ Pháp có câu: "Tư tưởng lớn thường hay gặp nhau" (Les grands esprits se rencontrent). Vậy cho nên tôi nghĩ rằng hai tâm hồn cùng lãng mạn thì rồi cũng có ngày sẽ phải gặp nhau thôi.

Sau khi tôi về lại chỗ ngồi cũ, là ghế đối diện và để mắt quan sát thì thấy nhà văn Việt Hải đến bên cạnh Anh Bằng tâm sự nhỏ to nhỏ gì đó khoảng năm ba phút, rồi Việt Hải trở lại ghế ngồi, tôi liền hỏi

Việt Hải có chuyện gì vui mà hai người cùng cười với nhau có vẻ tâm đắc ý như vậy. Việt Hải nói rằng anh vừa hỏi nhạc sĩ Anh Bằng về lời của dòng nhạc đầu tiên trong bài "Nỗi Lòng Người Đi" thì khi sáng tác bài nhạc này, lúc đó ông đã bao nhiêu tuổi thì được trả lời rằng lúc đó ông đã 28 tuổi rồi, nhưng phải coi như là mới 18 là tuổi trưởng thành, tuổi của mơ mộng, tuổi của tình yêu. Và lại phải viết năm lên 18 mới phù hợp với nốt nhạc của đoạn nhạc ấy.

Vài phút sau tôi thấy nhà văn Bích Huyền vào. Khi tôi quay người lại thì thấy nhà văn Bác sĩ Morita cũng vừa vào tới, ngồi ở ghế phía bên trái tôi. Sau đó tôi lại thấy lần lượt đi vào là nhà văn Quyên Di và chị Hồng Trang, đặc biệt có những người từ xa tới như nhà văn Ngọc Thủy đến từ San Diego, ký giả Lê Bình từ San Jose bắc Cali xuống. Rồi tiếp đến nhà thơ Hồng Vũ Lan Nhi và nhà văn Hà Phương Hoài và một vài người thân quen bằng hữu đi theo sau. Khi nhà hàng dọn thức ăn ra, chúng tôi kể chuyện cho nhau nghe vừa ăn uống rất vui vẻ.

Bất chợt, cô Ngọc Thủy ở bàn bên kia quay mặt sang anh Tạ Xuân Thạc nói mấy lời gì đó, anh Thạc cười rồi nói với Anh Bằng ngồi ghế bên cạnh:

- Cô Ngọc Thủy này muốn nhờ tôi hỏi anh những điều bí mật mà cô ấy muốn biết về Anh Bằng đấy.

Nhạc sĩ Anh Bằng không nghe rõ, nên Bác sĩ Thạc vừa cười vừa nói với cô em gái của Nhạc sĩ Anh Bằng ngồi bên cạnh:

- Nhờ chị "thông dịch" giùm tôi, cám ơn chị.

Cô em gái của Nhạc sĩ Anh Bằng gật đầu chấp thuận, rồi lặp lại câu nói hồi nãy của anh Tạ Xuân Thạc cho Anh Bằng nghe. Khi nghe xong Nhạc sĩ Anh Bằng vừa cười vừa nói:

- Ai nói tôi có nhiều điều bí mật, đâu mà có, mà nếu có thì cứ như là... bị điếc không nghe cho xong chuyện! Phải không các quý vị?

Nghe Anh Bằng pha trò, tất cả các anh chị em chúng tôi ngồi chung một bàn cùng cười vui.

Buổi điểm tâm sáng nay, ôi sao mà vui quá thế nhỉ nên tôi kể cho Nhạc sĩ Anh Bằng và tất cả các anh chị em nghe về những kỷ niệm của tôi đối với một bản nhạc do ông ta và Nhạc sĩ Lê Dinh sáng tác chung. Đó là bài *"Giấc Ngủ Cô Đơn"*. Số là trong thời gian còn ở tại ngũ, lúc mới ra trường SQTĐ được động binh ra đóng khu núi rừng miền Trung, nơi các sư đoàn thiện chiến Việt Cộng thường lẩn quất hoặc kéo quân đi qua, thỉnh thoảng tôi được lệnh dẫn một toán Tâm lý chiến và Dân sự vụ lên các tiền đồn ở trên núi để kêu gọi các cán binh Việt Cộng trở về với chính nghĩa quốc gia. Sau khi đọc xong một bản văn tuyên truyền kêu gọi cán binh Việt Cộng trở về với chính nghĩa, thì thường cho phát thanh giọng nữ, chọn ca sĩ nào ca thật truyền cảm và tha thiết hát bản nhạc *"Giấc Ngủ Cô Đơn"* của Nhạc sĩ Anh Bằng và Nhạc sĩ Lê Dinh cốt là để đánh động lòng thương mến nhớ nhung gia đình của các cán binh cộng sản, mong họ nghe tiếng gọi chiêu hồi, buông súng trở về với chính nghĩa quốc gia. Khi tôi kể, Nhạc sĩ Anh Bằng ngồi lắng tai nghe tuy có hiểu đôi chút, có đoạn nghe không được rõ nên ông ta hơi nhíu mày lại, lắng tai lên cố gắng để nghe cho rõ. Thấy thế tôi liền nói với cô em gái của Nhạc sĩ Anh Bằng:

- Thôi, nhờ chị "thông dịch" lại giùm cho bác Anh Bằng nghe vậy.

Thế là cô em gái của Nhạc sĩ Anh Bằng nói lại những lời tôi vừa kể. Khi nghe xong và hiểu rồi, Anh Bằng nhoẻn miệng cười đầy vẻ thích thú, nhìn Nhạc sĩ Anh Bằng cười tôi vui lắm, nên thừa thắng xông lên hát ngay mấy câu đầu của bản nhạc *"Giấc Ngủ Cô Đơn"* với giọng vịt cồ làm cho tất cả mọi người ngồi chung bàn cùng cười vui, nhưng nghe tôi giới thiệu rằng sẽ hát và hát thật hay, nên tất cả ngưng nói chuyện, im lặng thích thú cùng nghe:

"Nửa đêm nhớ anh, buồn nghe mưa khóc bên mành.
Nửa đêm nhớ anh, tủi thân mi khép mong manh.
Ai ngờ duyên mình, bẽ bàng lá thắm xa cành,
chim đàn xa tổ tội tình,
người chờ người trong lúc tuổi xanh".

Sau đó, mọi người vỗ tay tán thưởng cái giọng khàn khàn ấy làm tôi vui quá, bác sĩ Morita nói với tôi:

- Tuy giọng khàn, nhưng anh hát hay quá, vậy thì anh có thuộc hát bài *"Ngày Về"* không? Tôi thấy bài đó cũng thích hợp lắm đấy.

- Bài đó như thế nào, anh hát cho tôi một câu xem sao?
Bác sĩ Morita cất tiếng hát nho nhỏ bên tai tôi:
"Tung cánh chim tìm về tổ ấm.
Nơi sống bao ngày giờ đằm thắm.
Nhớ phút chia ly,
ngại ngùng bước chân đi.
Luyến tiếc bao nhiêu ngày xanh".

Bác sĩ Peter Morita vừa dứt tôi liền nói ngay:
- Tưởng bài nào chứ bài đó tôi hát hoài anh ạ. Tôi hát rất nhiều bài. Riêng bài *"Giấc Ngủ Cô Đơn"* là của Nhạc sĩ Anh Bằng và Lê Dinh nên tôi muốn kể lại để Nhạc sĩ Anh Bằng nghe cho vui thôi, còn bài Ngày Về của tác giả nhạc sĩ Hoàng Giác mà tôi đem ra hát thì trật đường rầy vì nơi đây mình chỉ nhắc đến Anh Bằng hoặc cùng lắm là Lê Minh Bằng thôi anh Morita ạ.

Vài phút sau tôi nghe Bác sĩ Tạ Xuân Thạc nói với Nhạc sĩ Anh Bằng về một vấn đề theo đó, Văn Đàn Đồng Tâm sẽ xin được phép soạn ra một quyển sách với chủ đề "Kỷ Niệm về Nhạc sĩ Anh Bằng" vì ông ta đã có công lớn với nền âm nhạc Việt nam. Vả lại giờ đây ông tuổi cũng đã cao, hơn thế nữa lại là một Nhạc Sĩ có nhiều nhạc phẩm để đời, nên cần phải có một tác phẩm nhiều người viết về ông, vinh danh ông để lưu truyền hậu thế.

Nghe Bác sĩ Tạ Xuân Thạc nói như vậy thì Nhạc sĩ Anh Bằng lắc đầu quầy quậy và nói rằng đâu có xứng đáng để được vinh danh. Và nữa ông nói sẽ còn sống lâu tới 118 tuổi lận nên việc vinh danh cũng chưa thật cần thiết vào thời điểm này.

Bác sĩ Tạ Xuân Thạc cho nhạc sĩ Anh Bằng biết rằng, Văn Đàn Đồng Tâm được sự cố vấn của Nhà văn Doãn Quốc Sỹ, Giáo sư Lê Hữu Mục, Tiến sĩ Toàn Phong Nguyễn Xuân Vinh, Luật sư Trần Thanh Hiệp và Giáo sư Tiến sĩ Nguyễn Thanh Liêm, cựu thứ trưởng Bộ Giáo Dục, VĐĐT được tạo dựng có mục đích nâng đỡ những cây viết trẻ và vinh danh các nhà làm văn hoá lão thành vì do công lao xây dựng nền văn học nghệ thuật nhân bản của Việt Nam. Văn Đàn Đồng Tâm đã xuất bản những quyển sách để vinh danh các Nhà văn Doãn

Quốc Sỹ, Nhà văn, Khoa Học Gia Toàn Phong Nguyễn Xuân Vinh và kế tiếp sẽ đến lượt Giáo sư Lê Hữu Mục, Tiến sĩ Nguyễn Thanh Liêm...và bây giờ Văn Đàn Đồng Tâm đã cùng bàn thảo với các vị cố vấn nêu trên quyết định hướng về âm nhạc, mà xét rằng nhạc sĩ Anh Bằng là người rất xứng đáng được đề cao trong loạt sách "Kỷ Niệm".

Cuối cùng thì Nhạc sĩ Anh Bằng dù khiêm nhường cách mấy, từ chối cách nào đi chăng nữa thì cũng đã bị thuyết phục bởi lời lẽ ngọt ngào chí tình hữu lý của "nhà tâm lý dụ dỗ Tạ Xuân Thạc" nên đã ông vui lòng gật đầu ưng thuận.

Anh Việt Hải người chủ trì đề án, sẵn sàng lãnh nhiệm vụ thu thập tài liệu, liền ngỏ ý xin Nhạc sĩ Anh Bằng cung cấp một số dữ kiện liên quan đến những nhạc phẩm do ông sáng tác, để anh chị em trong Văn Đàn Đồng Tâm cũng như quý thân hữu chuẩn bị làm việc với quyển sách "Kỷ Niệm Về Nhạc Sĩ Anh Bằng".

Anh Bằng gật đầu hứa sẽ cung cấp theo yêu cầu của Việt Hải trong những ngày sắp tới khi ông đã thu thập các tài liệu liên quan.

Trong lúc chúng tôi vừa ăn vừa chuyện trò với nhau thật vui vẻ, thì bỗng nghe thấy tiếng anh Việt Hải nói lớn:

-Dùng điểm tâm xong, xin mời Nhạc sĩ Anh Bằng cùng tất cả anh chị trong Văn Đàn Đồng Tâm ra ngoài chụp chung một tấm hình để làm lưu niệm đấy. Nghe chưa các quý vị...

Mọi người đồng thanh:

- Nghe!

Anh Việt Hải vừa nói xong, kim đồng hồ cũng đã chỉ mười giờ rưỡi nên tất cả chúng tôi đồng loạt đứng dậy đi ra ngoài để chụp hình lưu niệm.

Sau khi chụp hình xong chúng tôi chia tay nhau, ra về thơi thới hân hoan. Tôi cũng đến bắt tay Nhạc sĩ Anh Bằng với lòng trọng kính và không quên nói đôi lời tạm biệt. Chia tay Nhạc sĩ Anh Bằng nhưng lòng vẫn còn lưu luyến, bất giác tôi vừa đi về vừa hát bản nhạc "Nỗi Lòng Người Đi" rồi tưởng tượng vẽ ra một hình bóng một nhạc sĩ thật lãng mạn khi chàng còn trẻ tuổi lại tài cao đang ôm cây đàn hát cho cuộc tình dang dở kẻ Bắc người Nam. Tuy là ở thời điểm xa xưa cách đây trên nửa thế kỷ mà tôi lại là người đồng hành với chàng đang sánh bước song đôi cùng nhau ca hát:

Tôi xa Hà Nội năm lên mười tám khi vừa biết yêu Bao nhiêu mộng đẹp yêu đương thành khói tan theo mây chiều Hà Nội ơi! Nào biết ra sao bây giờ Ai đứng trông ai ven hồ khua nước trong như ngày xưa Tôi xa Hà Nội năm em mười sáu xuân tròn đắm say Đôi tay ngọc ngà dương gian, tình ái em đong thật đầy Bạn lòng ơi! Ngày ấy tôi mang cây đàn quen sống ca vui bên nàng Nay khóc tơ duyên lìa tan Giờ đây biết ngày nào gặp nhau Biết tìm về nơi đâu ân ái trao nàng mấy câu Thăng Long ơi! Năm tháng vẫn trôi giữa giòng đời ngậm đắng nuốt cay nhiều rồi Hồ Gươm xưa vẫn chưa phai mờ Hôm nay Sài Gòn bao nhiêu tà áo khoe màu phố vui Nhưng riêng một người tâm tư sầu vắng đi trong bùi ngùi

Sài Gòn ơi! Mộng với tay cao hơn trời Tôi hái hoa tiên cho đời để ước mơ nên đẹp đôi Anh Bằng (Nỗi Lòng Người Đi).

DƯƠNG VIẾT ĐIỀN
California một buổi chiều nhạt nắng

Anh Bằng, Việt Hải, Lê Tâm Anh, bé Đức Khang

niềm đam mê miệt mài của
NHẠC SĨ ANH BẰNG

- Cát Biển -

Nhạc sĩ Anh Bằng đã không ngừng nghỉ trong lãnh vực sáng tác. Người chiến sĩ với nhiều kinh nghiệm chiến trường ấy vẫn không ngần ngại tiếp tục xông pha nơi trận tuyến. Ông rất am tường về khúc sông mà ông đang bơi lội, và vẫn miệt mài liên tục lặn hụp trong đó để khai phá, mang về những hải sản đặc biệt cho kho tàng văn hóa Việt Nam. Nhạc của Anh Bằng rất đa dạng từ tình ca, quê hương, xã hội, đến những bài nhạc phổ thơ rất trang trọng sâu sắc.

Chúng ta hãy nhớ lại bản nhạc đấu tranh sau đây của Anh Bằng sáng tác trong tác phẩm CD Lửa Bolsa khi ông cùng sánh vai với các tác giả Nhật Ngân và Trầm Tử Thiêng để đóng góp cho khí thế chung, lúc mà đồng bào Nam Cali đã tập họp hơn 10 ngàn người tại Little Saigon tràn ngập lá cờ vàng biểu tình phản đối Trần Trường và biến thành một làn sóng lửa lan truyền sự nhất tâm tranh đấu đi khắp nơi tại Hoa Kỳ và thế giới:

Đốt đuốc lên! Ta đốt đuốc lên!
Cho tình anh em Việt Nam đoàn kết
Thắp nến lên! Ta thắp nến lên!
Xua ngàn tối tăm ra ngoài trái tim cùng một lời nguyền
Đốt đuốc lên! Ta đốt đuốc lên!

Lam Phương, Anh Bằng, Bích Huyền, Dương Viết Điền

Cho cờ vàng lên rực cao Tổ quốc
Thắp nến lên! Ta thắp nến lên
Cho màu sáng thơm da vàng Việt Nam
Bàn tay anh, bàn tay em, bàn tay treo nắng trên đường phố
Bàn chân anh, bàn chân em, bàn chân ngăn bão táp phong ba
Cờ trong tay, đèn trong tay, lòng hăng say tiến lên ngày mới
Nối dây ân tình, nối lửa đấu tranh, nối lửa đấu tranh...
Đốt đuốc lên! Ta đốt đuốc lên!
Soi đời người dân Việt Nam nghèo đói
Thắp nến lên! Ta thắp nến lên!
Kiên cường đấu tranh cho ngày ấm no cho quyền làm người
Đốt đuốc lên! Ta đốt đuốc lên!
Soi mặt từng tên Việt gian lạc hướng
Thắp nến lên! Ta thắp nến lên!
Khơi lửa đấu tranh cho cả quê hương.
Anh Bằng (Nổi Lửa Đấu Tranh)

Qua các nhạc phẩm của ông chúng ta tìm gặp được một tâm hồn thiết tha bình dị với những lời tâm sự thân tình chảy mãi như con nước của một dòng sông. Nhạc của Anh Bằng đầy nét trìu mến thiết tha nhưng không có nét bi quan, than thở, mà có thể nói vươn lên trước hoàn cảnh.

Người ơi khi cố quên là khi lòng nhớ thêm
Dòng đời là chuỗi tiếc nhớ
Mơ vui là lúc ngàn đắng cay... xé tâm hồn
Tàn đêm tôi khóc khi trời mưa buồn hắt hiu
Lòng mình thầm nhớ dĩ vãng
Đau thương từ lúc vừa bước chân
Vào đường yêu
Đêm ấy mưa rơi nhiều
Giọt mưa tan tác mưa mùa ngâu
Tiễn chân người đi
Buồn che đôi mắt thắm ướt khi biệt ly
Nghe tim mình giá buốt
Hồi còi xé nát không gian
Xót thương vô vàn
Nhìn theo bóng tàu dần khuất trong màn đêm

Mùa thu thương nhớ bao lần đi về có đôi
Mà người còn vắng bóng mãi
Hay duyên nồng thắm ngày ấy nay... đã phai rồi
Từ lâu tôi biết câu thời gian là thuốc tiên
Đời việc gì đến sẽ đến
Những ai bạc bẽo mình vẫn không... đành lòng quên
Anh Bằng (Sầu Lẻ Bóng)

Nói về nhạc của Anh Bằng, chúng ta không thể không bàn về những yếu tố tâm lý của những con người trưởng thành trong thời đại của ông nhất là sau biến cố chia đôi đất nước năm 1954. Những ngày ấy tôi còn thơ bé chưa hiểu gì về những ca từ mà lúc ấy có thể nói đã là một bước đi mới trong tân nhạc Việt Nam. Lời của những tình khúc

của Anh Bằng rất gần gũi với tâm hồn bình dị không quá mỹ miều kỳ
ảo mộng mơ như nhạc của Văn Cao chẳng hạn:

>Đèn soi trăng êm nhạc lắng tiếng quyên đây đó
>   nỗi lòng mong nhớ
>Này khúc bồng lai là cả một thiên thu trong tiếng đàn chơi vơi
>Đàn xui ai quên đời dương thế
>Đàn non tiên đàn khao khát khúc tình duyên
>Thiên Thai!
>Ánh trăng xanh mơ tan thành suối trần gian
>Ái ân thiên tiên em ngờ phút mê cuồng có một lần
>Văn Cao (Thiên Thai)

hoặc mang nhiều hình ảnh sống động thương tâm của Phạm Duy

>Ngày trở về, anh bước lê
>Trên quãng đường đê đến bên lũy tre
>Nắng vàng hoe, vườn rau trước hè cười đón người về
>Mẹ lần mò, ra trước ao
>Nắm áo người xưa ngỡ trong giấc mơ
>Tiếc rằng ta, đôi mắt đã lòa vì quá đợi chờ
>Ngày trở về, trong bếp vui
>Anh nói chuyện nghe: chuyện đời chiến sĩ
>Sống say mê, đường xa lắm khi nương hồn về quê
>Chiều lặn tà, anh bước ra
>Vườn khuya sáng mờ, ruộng đất hoang vu
>Luống nghẹn ngào, hẹn sớm tinh mơ anh về đồng lúa.
>Ngày trở về, có anh nông phu chống nạng cày bừa
>Vì thương yêu anh nên ngày trở về
>Có con trâu xanh hết lòng giúp đỡ
>Ngày trở về, lúa ngô thi nhau hát đùa trước ngõ
>Gió mát trăng thanh, ôi ngày trở về
>Có anh thương binh sống đời hòa bình.
>Phạm Duy (Ngày Trở Về)

Ca từ của Anh Bằng như lời tâm sự của một thanh niên mới lớn trước cảnh phân qua của đất nước và viễn tượng chinh chiến bùi ngùi:

Tôi xa Hà Nội năm lên mười tám khi vừa biết yêu
Bao nhiêu mộng đẹp yêu đương thành khói tan theo mây chiều
Hà Nội ơi! Nào biết ra sao bây giờ
Ai đứng trông ai ven hồ khua nước trong như ngày xưa
Tôi xa Hà Nội năm em mười sáu xuân tròn đắm say
Đôi tay ngọc ngà dương gian, tình ái em đong thật đầy
Bạn lòng ơi!
Ngày ấy tôi mang cây đàn quen sống ca vui bên nàng
Nay khóc tơ duyên lìa tan
Giờ đây biết ngày nào gặp nhau
Biết tìm về nơi đâu ân ái trao nàng mấy câu
Thăng Long ơi!
Năm tháng vẫn trôi giữa dòng đời
Ngậm đắng nuốt cay nhiều rồi
Hồ Gươm xưa vẫn chưa phai mờ
Hôm nay Sài Gòn bao nhiêu tà áo khoe màu phố vui
Nhưng riêng một người tâm tư sầu vắng đi trong bùi ngùi
Sài Gòn ơi!
Mộng với tay cao hơn trời
Tôi hái hoa tiên cho đời để ước mơ nên đẹp đôi
Anh Bằng (Nỗi Lòng Người Đi)

Trong không khí khẩn trương của một Miền Bắc với những lời ca hừng hực căm hờn chiến đấu, nhắm vào quân thù mà bắn mà giết, với không khí ngột ngạt giáo điều từ những buổi đấu tố đánh tư bản, những màn chôn sống hoặc những cuộc thanh trừng đẫm máu...người ta tìm thấy không khí sáng tác Miền Nam vẫn đầy tính chất nhân bản như những lời nhạc của Lam Phương, Anh Bằng, Lê Dinh, Minh Kỳ, Châu Kỳ v.v...Song song với những bài thơ bóng bẩy ấn tượng được phổ nhạc như Người Đi Qua Đời Tôi, thơ Trần Dạ Từ phổ nhạc bởi Phạm Đình Chương

Người đi qua đời tôi trong những chiều đông sầu.
Mưa mù lên mấy vai gió mù lê mấy trời
Người đi qua đời tôi, hồn lưng miền rét mướt,
Vàng xưa đầy dấu chân, đen tối vùng lãng quên.
Bàn tay mềm khói sương, tiếng hát nào hơ nóng.
Và ai qua đời tôi, chiều âm vang ngàn sóng.
Trên lối về nghĩa trang...
Nghe những lời linh hồn, nghe những lời linh hồn,
Trong mộ phần đen tối đen...

Phạm Đình Chương (Người Đi Qua Đời Tôi, thơ Trần Dạ Từ) với lời lẽ có phần trừu tượng hơn, người ta đến với nhạc của Anh Bằng vì ngôn từ khá đơn giản và quen thuộc vì vậy mà dễ phổ cập trong số đông người nghe nhạc của Anh Bằng như những ca từ: ân ái, tơ duyên, mộng mơ v.v...

Anh Bằng có thể nói đến với âm nhạc một cách thuần túy là ghi lại những âm hưởng rất người, rất nhân bản và bình dị ấy qua tâm tình của đại đa số thanh niên Việt. Âm nhạc của ông không mang một thông điệp triết lý quá cao siêu cho giới thưởng ngoạn đòi hỏi nhiều tư duy. Ông luôn bơi lội trong khúc sông mà ông đã rất quen thuộc. Và ông không ngừng nghỉ mang về từ khúc sông ấy những món ngon vật lạ. Anh Bằng không hề tạo thành một hiện tượng. Trong ca từ của ông chúng ta không thấy những đột phá như: Ru em hài nhung gấm, ru em gót sen hồng... Để một mai tôi về làm cát bụi, ôi cát bụi mệt nhoài... Đi lên non cao đi về biển rộng, đôi tay nhân gian chưa từng độ lượng... Tình ta như núi rừng cúi đầu, nghe tiếng buồn rơi đều (Trịnh Công Sơn).

hay

Lên xe tiễn em đi
Chưa bao giờ buồn thế
Trời mùa Đông Paris
Suốt đời làm chia ly.
Tiễn em về xứ Mẹ
Anh nói bằng tiếng hôn

Không còn gì lâu hơn
Một trăm ngày xa cách
Tuyết rơi mỏng manh buồn
Ga Lyon đèn vàng
Cầm tay em muốn khóc
Nói chi cũng muộn màng.
Lên xe tiễn em đi
Chưa bao giờ buồn thế
Trời mùa Đông Paris
Suốt đời làm chia ly.
                    Cung Trầm Tưởng (Tiễn Em)

Nhưng Anh Bằng luôn có một chỗ đứng đặc biệt trong nền âm nhạc Việt Nam và ông đã hoàn tất vai trò của ông một cách khá hoàn hảo trong phạm trù được ơn cao ban xuống cho phần đời của ông. Ta có thể nói Anh Bằng đã không ngừng nghỉ làm việc và vui chơi trong dòng nước ấy, và ông luôn miệt mài khai phá những cảm hứng, những rung động mới lạ trong vùng sông nước luân lưu đó. Có những bản nhạc phổ thơ của các thi sĩ đã mang dòng nhạc của ông đi qua những vùng nước xoáy khác, như

Em là gái trong song cửa
Anh là mây bốn phương trời
Anh theo cánh gió chơi vơi
Em vẫn nằm trong nhung lụa

Em chỉ là em gái thôi
Người em sầu mộng của muôn đời
Tình em như tuyết giăng đầu núi
Vằng vặc muôn thu nét tuyệt vời

Ai bảo em là giai nhân
Cho đời anh đau khổ
Ai bảo em ngồi bên song
Cho vương nợ thi nhân

Ai bảo em là giai nhân
Cho lệ tràn đêm xuân
Cho tình tàn trước ngõ
Cho mộng tràn gối chăn

Ai bảo em là giai nhân
Cho hồn anh rơi rụng
Ai bảo em cười như xuân
Cho chết lòng thi nhân

Ai bảo em là giai nhân
Cho rượu hồng chua cay
Cho nụ tình xa bay
Cho lệ buồn đêm nay
Anh Bằng (Ai Bảo Em Là Giai Nhân Lời: Lưu Trọng Lư)

hoặc

Hãy nói về cuộc đời
Khi tôi không còn nữa
Sẽ lấy được những gì
Về bên kia thế giới
Ngoài trống vắng mà thôi
Thụy ơi, và tình ơi!
Như loài chim bói cá
Trên cọc nhọn trăm năm
Tôi tìm đời đánh mất
Trong vũng nước cuộc đời
Thụy ơi, và tình ơi!
Đừng bao giờ em hỏi
Vì sao ta yêu nhau
Vì sao môi anh nóng
Vì sao tay anh lạnh
Vì sao thân anh rung

Vì sao chân không vững
Vì sao, và vì sao!
Hãy nói về cuộc đời
Tình yêu như lưỡi dao
Tình yêu như mũi nhọn
Êm ái và ngọt ngào
Cắt đứt cuộc tình đầu
Thụy bây giờ về đâu?
Anh Bằng (Khúc Thụy Du, Lời: Du Tử Lê)

Hay là một hợp tác chung khá độc đáo với Lê Dinh và Minh Kỳ qua bút hiệu Lê Minh Bằng:
Thằng bé âm thầm đi vào ngõ nhỏ
Tuổi ấu thơ đã mang nhiều âu lo
Ngày nó sống kiếp lang thang
Ngẩn ngơ như chim xa đàn
Nghĩ mình tủi thân muôn vàn
Mẹ nó ra đi khi còn tấm nhỏ
Một chén cơm chiều nhưng lòng chưa no
Cuộc sống đói rách bơ vơ
Hỏi ai ai cho nương nhờ
Chuỗi ngày tăm tối bơ vơ

Đêm đêm nó ngủ một manh chiếu rách co ro
Một thân côi cút không nhà
Thân em lá cỏ bạn quen ai có đâu xa
Thằng tư con tám hôm qua trên phố lê la

Miền bắc điêu tàn nên đời nó khổ
Một chén cơm chiều nên lòng chưa no
Nhiều lúc nó khóc trong mơ
Mẹ ơi! Con yêu mong chờ
Bao giờ cho đến bao giờ
Lê Minh Bằng (Nó)

Ngôn ngữ của Anh Bằng dĩ nhiên là có đầy tính lãng mạng và mộng mơ, nhưng không nằm trong ảnh hưởng đặc thù của nhạc tiền chiến. Ngày xưa lớn lên trong miền nam tôi cũng không ngờ Anh Bằng là người được sinh trưởng ở Hà Nội, vì tôi không bao giờ cảm thấy xa lạ với ngôn ngữ của ông. Ngôn từ của ông rất đồng điệu với mọi người miền Nam bất kể trình độ nào. Ông là người chia sẻ các nỗi niềm tâm sự của ông đến khắp nơi như tiếng nói chung của một thế hệ mà trong giai đoạn đó vẫn còn rất lam lũ với cuộc sống, có nhiều người chưa có cơ hội đến trường học, một số đáng kể vẫn còn mù chữ. Ông đã nói lên được tiếng nói chung cho bao nhiêu người khác cùng mang các rung động chân thành ấy.

Thiết nghĩ để hiểu giá trị vị trí và tác động của dòng nhạc Anh Bằng vào văn hóa Việt Nam chúng ta cần nhìn lại các bối cảnh xã hội và tâm lý của một nước Việt trong giai đoạn chiến chinh binh lửa. Nhạc sĩ Anh Bằng đã đóng góp thiết thực lời ca tiếng hát từ tâm hồn ông cho đại đa số người Việt Nam còn đang vật lộn với cuộc sống khó khăn, cần người nói lên tiếng lòng của họ để chia xẻ phân trần những nỗi niềm tâm sự. Tôi kính phục và cảm tạ nơi nhạc sĩ Anh Bằng một điều ông đã đạt được với tính cách một nhạc sĩ sáng tạo. Đó là sự miệt mài khai phá trong niềm đam mê của chính ông. Nhạc sĩ Anh Bằng nói một cách khác đã phong phú hóa nền âm nhạc Việt từ buổi phôi thai, và ông không ngừng nghỉ ở vai trò tiên phong ấy, ông vẫn tiếp tục miệt mài vui chơi bơi lội nơi nhánh sông mà ông đã hiến trọn đời người để tìm tòi khám phá với những sáng tạo đa dạng mới lạ mang dấu ấn đặc thù của dòng nhạc Anh Bằng.

Cát Biển
July 2008

thi sĩ, kịch sĩ
ANH BẰNG

- Diệu Tàn -

Nhóm nhạc sĩ Lê Minh Bằng và nhạc sĩ Anh Bằng nổi tiếng, nhưng có lẽ ít người biết Anh Bằng còn là một thi sĩ và một kịch sĩ có tài. Tính tình Anh Bằng vốn ít nói, cũng ít nhắc đến những vở kịch thơ của anh sáng tác từ khi anh còn ở trong quân đội. Ngay từ cuối thập niên 50 anh đã sáng tác kịch thơ. Viết thoại kịch đã khó, vì kịch là một bộ môn nghệ thuật tổng hợp các bộ môn khác. Viết kịch thơ lại càng khó hơn. Thoại kịch diễn trên sân khấu hoặc diễn trong phòng thu tiếng thu hình, tuy phức tạp nhưng còn dễ hơn là viết và diễn kịch thơ. Những câu đối đáp bằng thơ, buộc tác giả phải ngắt câu thơ thành hai, ba đoạn cho các diễn viên. Nói chung là kịch thơ vừa phải giữ cho vở diễn có được chất thơ, vừa duy trì cho được tính chất kịch cũng phải tuân theo những quy luật, kỹ thuật của kịch. Chẳng hạn như đạo diễn phải chọn các diễn viên có tài diễn xuất lại vừa có giọng ngâm tốt, giọng ngâm truyền cảm.

Những vở kịch thơ nổi tiếng từ thời tiền chiến như Lên Đường; Kiều Loan của thi sĩ Hoàng Cầm với giọng ngâm số một thời đó là Văn Phú. Rồi kịch thơ Vân Muội; Tâm Sự Kẻ Sang Tần của Vũ Hoàng Chương tại Nhà Hát Lớn Hà Nội khoảng năm 1951, 52, nhà

Phong Vũ, Anh Bằng, Nguyên Vũ, Thúy Anh, Việt Hải, Lệ Hoa

thơ họ Vũ còn thủ vai trong chính kịch do ông sáng tác. Sau này, tôi còn thấy họa sĩ Mai Lân (đã qua đời) cùng bà vợ cũng diễn vở Vân Muội năm 1953.

Lần đầu tiên tôi gặp Anh Bằng là vào năm 1957 tại Huế. Với trách vụ trưởng phòng 5 Liên Đoàn Công Binh, hôm đó tôi ra sân đón ba "kịch sĩ" từ một đơn vị từ Quy Nhơn ra Huế. Đó là Trung sĩ Trần An Bường, Hạ sĩ I Bích và cô Tuyết Nhung nhân viên dân chính. Anh Bằng người tầm thước, ít nói vẻ hiền lành, còn anh Bích trắng trẻo, hơi mập. Người tài xế chiếc xe dodge 4x4 hôm đó vô ý lùi xe cán vào chiếc radio của Anh Bằng. Có lẽ anh cũng tiếc của, nhưng không tỏ vẻ gì giận dữ, nóng nảy. Vào năm đó chưa có nhiều máy thu thanh transistor, còn phần lớn là dùng radio chạy điện có những bóng đèn lớn, nên có câu nói đùa: lađô một đèn tức là lời đồn, tiếng đồn.

Ngay từ khi đó tôi đã thấy được nét trầm tĩnh, hiền hòa, ít nói của anh. Anh Bằng có giọng nói trầm ấm, khi đã "nhập vai", từ ngữ giới sân khấu cải lương và thoại kịch, tiếng nói anh thiết tha, say mê, lôi cuốn. Tôi đã đoán gần đúng anh người vùng Bùi Chu, Phát Diệm, sau mới biết anh gốc quê ở Thanh Hóa, sinh ở Điền Hộ, Ninh Bình. Anh thường có nụ cười nhẹ, riêng ánh mắt anh rất tươi. Ánh mắt nụ cười này có thể coi như đúng với nhận xét của nhạc sĩ Lê Dinh, là Anh Bằng có số đào hoa. Tài sáng tác nhạc, nụ cười theo với ánh mắt cũng cười, lời nói thiết tha của anh dễ đắm lòng người.

Tôi được cho biết ba nhân vật từ Quy Nhơn lên có khả năng diễn kịch khá hay, có chút tiếng tăm về tài diễn kịch tại vùng biển dưới đó. Tôi mải lo tờ nguyệt san cho đơn vị nên không chú tâm lắm đến ban kịch mới được thành lập do anh Bường (tên thật của anh) đứng đầu. Coi như tôi giao hẳn ban kịch cho Anh Bằng, chỉ thỉnh thoảng ghé qua chỗ tập dượt kịch. Bình thường anh không nói nhiều, nhưng khi tập kịch hoặc hướng dẫn anh chị em trong ban, anh lộ vẻ say mê, mắt anh sáng lên và nói khá nhiều. Khi học kịch và dượt lại cách đi đứng, cách biểu lộ tình cảm bằng nét mặt... tôi chưa thấy được cái hay của vở kịch. Ngay cả buổi tổng dượt trên một sân khấu tạm, tuy đã có trang phục các vai diễn, nhưng âm thanh và ánh sáng yếu ớt nên cũng chưa tạo được sự tin tưởng là sẽ thành công.

Cho tôi được ghi chép ở đây những chi tiết về ban kịch Liên Đoàn Công Binh, cũng như chuyến đi Bến Hải, Hiền Lương, chuyện vùng Phi Quân Sự mùa hè năm 1957. Bởi trong Ban Kịch và chuyến đi đó có Anh Bằng, cái đinh của Ban Kịch. Hơn nữa anh đã là một lão trượng, tôi cũng chẳng trẻ trung gì, đều mắc tật hay quên, nếu không ghi lại cũng chẳng có dịp nào nhớ lại được nữa. Chúng tôi đã đi lưu diễn bờ nam sông Bến Hải, làm công tác tuyên truyền của một đại đội Võ Trang Tuyên Truyền hoặc đại đội Văn Nghệ của Cục Tâm lý chiến. Các bạn nói đùa hơi ngoa là nhờ có ban kịch mà dân Huế và dân chúng miền Trung biết đến Liên Đoàn 2 Công Binh Chiến Đấu. Cho đến bây giờ một số các bạn sỹ quan lớn tuổi còn nhắc đến những kết quả đẹp của ban văn nghệ lính thợ, nghề tay trái của Công Binh ở Huế.

Ban kịch công binh LĐ 2 đi lưu diễn sau đi suốt từ Quy Nhơn cho đến tận những xóm ấp hẻo lánh sát vĩ tuyến thứ 17. Khán giả vùng nam vĩ tuyến 17 hoan hô chúng tôi nhiệt liệt, chính quyền quận, xã gửi thư khen tặng và cám ơn. Anh em ban kịch Công Binh chúng tôi đi trình diễn lưu động khắp các xã điểm, đặc biệt là Hồ Xá, Hướng Lập sát sông Bến Hải là nơi chưa một ban kịch nào từ Sài Gòn, từ Huế đặt chân tới, cũng như vùng Hương Hóa, Khe Sanh sát biên giới Lào. Đâu đâu chúng tôi cũng được đón tiếp nồng nhiệt và được tán thưởng, quý mến.

Ban kịch chúng tôi có tôi, trưởng đoàn, phụ tá là Anh Bằng với chừng mười người vừa nhà binh vừa dân chính. Anh Bằng là đạo diễn, thủ vai chính, và kịch bản cũng do anh soạn. Một nhiếp ảnh viên kiêm thủ vai ông già là Ngô Bá Nhượng, cô Tuyết Nhung, có các diễn viên phụ như HS I Bích, HS Vương Đức Long thủ vai nữ khi cần, HS Bầu lo phông màn và chuyên thổi Harmonica bằng... môi, một dân chính chuyên chơi đàn guitar điện, v.v...

Tôi và Anh Bằng dẫn ban kịch ra Quảng Trị, theo lời yêu cầu của tòa tỉnh địa đầu giới tuyến. Trên một xe GMC đã biến cải thành một sân khấu lưu động đi khắp lãnh thổ tỉnh như kẻ nhàn du, cưỡi ngựa xem hoa, nghĩ rằng vui tươi thoải mái như ngồi trên bánh xe lăng tử. Xe đến thị trấn Đông Hà (bây giờ là tỉnh lỵ Quảng Trị), chúng tôi dừng lại ăn cơm trưa, Đây là lúc chúng tôi bắt đầu hiểu được cái thời tiết khắc nghiệt Quảng Trị. Gió tây từ Kham-muộn, Xà-văn-nà-khẹt bên Lào thổi qua nóng hầm hập, khô khốc, tạt cát vào quần áo vào thân thể, ngứa ngáy khó chịu. Chỉ nội thứ thời tiết kỳ lạ ngày thật nóng đêm rất lạnh cũng đủ cho chúng tôi hiểu được nỗi vất vả gian truân, nét oai hùng và nỗi oan khiên, kinh hồn của các chiến sĩ và đồng bào sau này tại vùng lửa đỏ địa đầu giới tuyến.

Chúng tôi vượt Hương Trà, Hương Điền, qua Hải Lăng đến thị xã Quảng Trị (bây giờ gọi là Triệu Hải). Ra đến sát sông Bến Hải và được phép bước lên đầu cầu chúng tôi mới thực sự trực diện với người ngợm và lãnh thổ bên kia sông thuộc cộng sản. Tôi còn nhớ trên sân khấu nhỏ nền đất trên bờ sông vĩ tuyến 17 đêm đầu tiên tại Hồ Xá. Hai bên bờ sông chỉ cách nhau khoảng 300 mét, chúng tôi thấy rõ cảnh nghèo nàn của đồng bào bờ bên kia. Tuy chỉ qua bốn năm thôi, thôn xóm bờ Nam đã hồi sinh, trù phú mặc áo trắng, quần tây. Dân bờ bắc mặc quần áo màu chàm bạc phếch, không có bóng một chiếc xe đạp, chiếc xe gắn máy nào. Cán bộ cấp kha khá thì đi ngựa, trong khi cảnh sát dân sự bên này lái xe díp Wyllis màu xanh lá cây bóng loáng.

Tiện đây cũng nhắc sơ qua chuyện xưa để anh Anh Bằng nhớ lại, chuyện thi đua có cột cờ cao hơn ở cây cầu Hiền Lương giữa Nam và Bắc. Bên này có cột cờ cao hơn thì bên kia sẽ nâng cột cờ cho cao hơn. Năm chúng tôi ra thăm cầu được cho biết cuộc thi đua đã chấm dứt. Nghe nói có một kỹ sư miền Bắc nhân vụ cột cờ cao thấp, lấy cớ phải lùi lại đứng ngắm xem cờ đỏ đã cao hơn cờ vàng chưa đã cố ý bước lui rồi quay đầu chạy qua vạch kẻ chia đôi cầu. Theo lệ của Ủy Ban Kiểm Soát Đình Chiến Quốc Tế, hễ ai bước qua lằn kẻ đó coi như đã chọn lựa miền. Chưa kể những chuyện vượt sông vĩ tuyến tìm tự do, khiến chúng tôi nhớ lại chuyện nhà văn Vũ Anh Khanh lỡ theo chủ nghĩa, rồi tập kết ra Bắc, sau đó giác ngộ, biết mình lầm vượt sông đã bị bắn chết giữa dòng.

Chuyện khác nữa là chuyện đua nhau sơn chiếc cầu lịch sử ranh giới Bắc-Nam, vào khoảng năm 61-62. Có lẽ nhằm mục đích tuyên truyền, diễn trò yêu chuộng hòa bình, cộng sản bất ngờ dở chứng sơn cầu. Chiếc cầu này vốn là loại cầu dã chiến Bailey một tầng kép, do quân Pháp phóng khoảng năm 52-53, có màu xám nhạt. Miền Bắc tập trung nhân công cho cạo rỉ sét trước và khởi sự sơn cầu. Miền Nam bị bất ngờ nhưng phản ứng kịp, chỉ kẹt nỗi khởi công sau, luống cuống việc cạo rỉ sét, cạo bằng thủ công thì rất chậm. Một chuyến máy bay quân sự chở cấp tốc những thùng dung dịch tẩy rỉ sét rất lẹ, anh em Công Binh (lại Công Binh!) nhào vô xịt thuốc, gửi vũ khí ngoài vùng phi quân sự, lăn xả vào công tác xịt thuốc tẩy sét (bán rẻ rề ở các tiệm True Value, Orchard) và dùng máy ép hơi cỡ lớn sơn xì vừa nhanh vừa đẹp. Nguyễn Văn Dần, bạn cùng khóa Thủ Đức với tôi chỉ huy công tác thi đua sơn cầu. Nhân công phía bắc, có lẽ cũng là bộ đội mặc áo dân thường, ngạc nhiên và tức tối vì không có thuốc tẩy xịt, rồi diễn ra vài cuộc đấu khẩu bất ngờ giữa người hai bên chiến tuyến.

Rút cuộc Bắc chậm hơn Nam vì thua kém về kỹ thuật. Điểm khác nữa là màu sơn, Bắc sơn nửa cầu bằng màu xanh, ra điều yêu chuộng hòa bình, không hiếu chiến. Miền Nam không thể theo đuôi sơn tiếp nửa bên mình cùng màu xanh được. Cũng không thể sơn màu đỏ đối chọi, bởi đó là màu sắt máu, màu chết chóc, cuối cùng chiếc cầu mang màu nửa vàng, nửa xanh ngộ nghĩnh!

Ngay từ hồi chiều, chúng tôi đã nghe được bên đó có tiếng loa kêu gọi dân đi họp. Một cảnh sát dân sự cho biết đó là mánh khóe của bờ Bắc. Khi nào có những cuộc viếng thăm lớn của các phái đoàn Sài Gòn, chúng thường tập trung dân tại một điểm nào đó, không cho dân thấy được phái đoàn bên này. Trái lại, chúng có tổ chức ban ngày những cuộc đấu bóng chuyền từ Hà Nội, Hải Phòng vào, chúng tôi để đồng bào tự do đứng coi. Đêm đó bên bờ Bắc không một người dân được đứng xem, chỉ có ba đốm lửa thuốc lá lập lòe. Đó là mấy cán bộ đứng quan sát, nghe ngóng để lập báo cáo với "trên".

Tại một thôn hẻo lánh trên thương nguồn con sông chia cắt, gần biên giới Lào-Việt chúng tôi đã có một kỷ niệm khó quên. Màn hai kịch "Nát Tan" diễn được nửa chừng đang hồi gay cấn thì trời đổ mưa, mưa mỗi lúc càng nặng hạt hơn, diễn viên bị ướt lạnh, khán giả cũng bị lạnh vì đội mưa. Tôi vội nói qua micro vì trời mưa quá xin tạm ngưng, bớt mưa chúng tôi sẽ xin tiếp tục. Khán giả lên tiếng liền: Xin cứ diễn! Tôi nói Chúng tôi sợ rằng đồng bào bị mưa ướt hết! khán giả hô to: Không sao, chúng tôi chịu ướt quen rồi. Anh chị em kịch sĩ tài tử, tay ngang tuy rét run đã gồng mình diễn cho hết vở kịch giữa những tràng pháo tay nồng nhiệt. Anh chị em tuy bị ướt lạnh nhưng trong lòng cảm thấy niềm tin yêu, hứng khởi ấm áp vô cùng. Đêm đó chúng tôi được thôn cho bồi dưỡng cháo gà nóng hổi, thơm phức. Người phụ trách thông tin thôn cho hay chưa bao giờ dân thôn này được xem văn nghệ trình diễn kể cả thời Việt Cộng có mặt tại đây và cũng chưa bao giờ được xem một vở kịch có ý nghĩa và xuất sắc đến thế. Sáng sớm hôm sau có hai bà già mang khoai, sắn luộc và cơm nắm đến đãi chúng tôi và yêu cầu ở lại diễn thêm một đêm nữa. Chúng tôi đành phải từ chối vì chương trình lưu diễn đã ấn định trước rồi.

Tôi và Anh Bằng, qua nửa thế kỷ, cho tới bây giờ không còn nhớ chi tiết vở kịch thơ "Nát Tan" hai màn cũng như vở thoại kịch "Đứa Con Nuôi", thoại kịch này đã đoạt giải nhất về Kịch Nghệ do

Bộ Thông Tin tổ chức. Tôi và Anh Bằng cho đến nay chỉ còn nhớ nội dung chính... Bi kịch thứ nhất mô tả mảnh đời một anh vệ quốc quân bị thương, phải đi nạng, anh đã hiểu mình bị lừa bịp, bị lợi dụng. Về tới nhà đúng lúc một tên cán bộ xã đang đòi cưỡng ép vợ anh, trong lúc chị ta còn bế đứa con nhỏ. Kết cục là anh ta giết tên kia, đốt mái lều và cùng vợ chạy trốn đi tìm tự do. Vở kịch này được trình diễn lưu động từ Cam Lộ rồi vào Hương Hóa, rồi trở ra theo quốc lộ 1 ngược lên vùng phi quân sự.

Còn vở thoại kịch "Đứa Con Nuôi" diễn lại chuyện một gia đình giàu có, nhân từ có một đứa con nuôi, thương nó như con đẻ. Nó trở thành một cán bộ trở về làng đấu tố cha mẹ nuôi. Nó đòi lấy con gái út của vợ chồng nạn nhân, sau đó là những tình tiết éo le, ngang trái và sau cùng đạo lý, tình thương đã thắng gian tà. Kịch "Đứa Con Nuôi" đã được trình diễn ra mắt tại bến Văn Lâu tại Huế thành công rực rỡ. Chúng tôi dự định chỉ diễn một đêm thôi, nhưng theo đề nghị của ty Thông Tin Huế và được khán giả yêu cầu nồng nhiệt, anh chị em phải diễn liên tiếp ba đêm. Anh chị em ban kịch mệt đừ, bù lại là niềm vui, được thấy rõ tinh thần thù ghét cộng sản được hoan nghênh quá sức. Khán giả miền Trung khó tính hơn khán giả miền Nam, khán giả Huế còn kỹ tính hơn nữa. Khán giả cho biết là quá chán những màn hài kịch vô thưởng vô phạt, nghèo nàn nhạt nhẽo kiểu hâm nước mắm, thiếu nội dung chống cộng. Người mệt nhất vẫn là Anh Bằng, anh đóng vai chính, tinh thần căng thẳng, phải nói, phải la hét, phải vận dụng trí não, tài năng mức tối đa.

Có tận mắt chứng kiến phản ứng náo nức, hừng hực căm hờn chủ nghĩa hoặc sâu lắng trầm tư, những giọt lệ của khán giả vùng giới tuyến, Thừa Thiên vào đến những thôn xóm xa xôi vùng trước đây chịu sự cai trị sắt máu chế độ như Quảng Nam, Quảng Ngãi, Bình Định,... mới thấy lòng dân năm 57, 58 ủng hộ tự do dân chủ ra sao. Có đi sâu sát, lăn lộn với đồng bào nông thôn mới thấy được tinh thần chống Cộng của dân chúng, lòng yêu mến người lính Cộng Hòa lên cao đến mức nào. Nhận xét này có anh Anh Bằng và anh chị em trong ban kịch nhận biết rõ sau hơn một tuần ngắn ngủi sống sát đồng bào.

Như trên tôi đã dẫn, viết thoại kịch để diễn trên sân khấu đã khó, viết kịch thơ để diễn khó hơn, thủ vai chính diễn kịch thơ loại tranh đấu càng khó hơn nữa. Anh Bằng đã thực hiện thành công được chuyện đó. Tôi nghĩ là nhờ khán giả thời bấy giờ hưởng ứng, tán thưởng với tâm lý, tâm thức như đã nói ở đoạn trên. Càng về những năm sau, tâm lý, tâm thức đám đông, rõ hơn là lập trường, quan điểm đã biến chuyển. Lỗi đó không phải do sai lầm của đám đông mà là lỗi của những người có trách nhiệm.

Tiếp theo chuyến đi đó, theo yêu cầu của các đại đội Công Binh miền Trung, ban kịch đi lưu động suốt từ Huế vào đến Quy Nhơn. Cũng từ đó Anh Bằng được các Ty Thông Tin biết tiếng, quý mến và Đại Đội 2 Văn Nghệ thuộc Nha CTTL nghe danh. Sau cùng thì anh được gọi vào Biệt Đoàn Văn Nghệ Trung Ương của Nha (thời đó chưa mang tên Tổng Cục CTCT). Tôi đi tu nghiệp, rồi đến Anh Bằng nhận lệnh vào Sài Gòn, ban kịch dần dần tan rã.

Sau này người viết kịch và diễn kịch Trần An Bường nổi tiếng Quân Khu I trở thành một nhạc sĩ nổi tiếng, khi không còn khoác áo nhà binh. Anh gặp đúng thời cơ, môi trường thuận lợi ở Sài Gòn, càng hoạt động, sáng tác nhạc mạnh mẽ. Trước đó anh là một phụ tá cho tôi, là diễn viên nòng cốt, một người đạo diễn trong ban kịch, năng khiếu văn nghệ của anh phát triển ngay từ bước khởi đầu này.

Nhạc của anh, nhất là nhạc hùng, nhạc chiến tranh đầy kịch tính. Thí dụ rõ nhất là Huynh Đệ Chi Binh, hơi nhạc hùng mạnh, dứt khoát và biến chuyển mau lẹ như những "xen" đột biến trình diễn trên sân khấu. Chỉ riêng bài hát ấy lời và nhạc đơn giản nhưng đã nói lên tâm hồn nhân ái rộng mở của anh, nói đến tình bạn chiến đấu, tất cả đều là anh em, kể từ Binh Nhì lên đến Đại Tướng.

Trong 86 bản nhạc của tác giả Anh Bằng phần lớn là thơ phổ nhạc, nói cách khác là đưa nhạc vào thơ. Thơ của các thi sĩ nổi danh từ tiền chiến cho đến những áng thơ của các nhà thơ sau 54 cho đến nay tại xứ người. Nếu tính kỹ ra có lẽ đến 50 bản nhạc là chính lời thơ của anh. Thơ và nhạc, nhạc với thơ đã trộn lẫn nhau, quấn quýt nhau không rời. Đó là đặc điểm cõi thơ, cõi nhạc sâu sắc, thâm trầm của Á Đông. Do đó tôi nghĩ rằng thơ làm cho nhạc lãng mạn, bay bổng hơn, nhạc đã khiến thơ nổi lên bằng âm thanh trầm bổng, du dương, réo rắt. Và cũng có thể nói muốn sáng tác nhạc hay nên biết, phải biết làm thơ. Một bản nhạc hay, nhưng nếu nhạc sĩ mượn thơ thi sĩ thì bản nhạc mới chỉ có một nửa hay hai phần ba của nhạc sĩ còn phần còn lại là của thi sĩ kia. Năm mươi bài thơ của Anh Bằng, thí dụ chưa phổ nhạc, có thể in thành tập thơ nho nhỏ, và giá trị nghệ thuật thơ không kém ai.

Chúng ta hãy ngâm, ngâm nga thôi đã, khoan hãy hát, những lời thơ của "Thi sĩ Anh Bằng" thơ tình yêu rất nồng nàn:

Anh! Tình em như lửa cháy
mà anh vẫn lạnh lùng
Vẫn như mùa đông tuyết rơi
Anh! bây giờ anh ở đâu
Em gọi trong giấc mơ
Em buồn trong gió mưa
(Anh không lại)

Anh Bằng làm thơ lồng tình quê hương với tình yêu nam nữ, thơ 4 chữ rất mới và hay có thua gì thơ Phạm Thiên Thư:

Vào đây tiểu thư, ngồi trong lớp học
Đắp đôi tay ngà trên bâu áo bạc
Mang ngoài nắng vào, tà dài mấy nhịp
Qua cầu gió bay, qua cầu gió bay
...
Em mang áo dài, đi hài xám tro
Anh nhìn ngẩn ngơ, ơ, ơ, ơi tình
Anh nhìn ngón chân, như là hoa hậu
Như là quê hương, như là quê hương
(Áo dài quê hương)

Phần lớn thơ nhạc Anh Bằng tán tụng tình yêu, nhưng là người đã khoác áo chiến binh, anh có những áng thơ diễn tả nét bi hùng của chiến tranh:

Chuyện một đêm khuya, nghe tiếng nổ vang rền
Chuyện một đêm khuya, ôi máu đổ lệ rơi

Chuyện một đêm khuya, nghe tiếng than trong xóm nghèo
Mái tranh lửa cháy bốc lên ngun ngút trời cao
Bà mẹ đau thương như muối đổ trong lòng
Chạy giặc ôm con qua những cảnh lầm than
(Chuyện một đêm)

Man mác trong thơ nhạc Anh Bằng là nỗi nhớ quê hương đất nước:
Màu trăng nơi đây
Đục hơn trăng Sài Gòn nhiều
Trời đêm lặng sao
Nhưng khác trăng Sài Gòn nhiều
Biết không anh, biết không anh
Ở đây trăng sao rất buồn, rất buồn
(Cõi buồn)

Nếu Anh Bằng không gặp môi trường thuận lợi về lãnh vực nhạc, tôi có thể nói rằng, giả thử gặp môi trường, gặp bạn bè bên sân khấu kịch nghệ hoặc giới "mơ theo trăng và vơ vẩn cùng mây" biết đâu anh chẳng nổi danh kịch sĩ, thi sĩ?

Hiện nay anh ở dưới nam Calfornia an hưởng tuổi già, sau những thành công tốt đẹp trong lĩnh vực âm nhạc. Nay anh đã 84 tuổi, tinh thần minh mẫn, vẫn yêu đời, vẫn chú ý đến ca nhạc, vẫn thích nói chuyện với bạn bè. Nhưng anh có gửi điện thư cho tôi biết mắt anh kém lắm, tai nghe cũng khó khăn dù đã có máy trợ thính, nên anh nói đùa với bạn bè: "Nghe tôi nói thôi, đừng có nói với tôi, vì tôi không "thèm" nghe đâu." Muốn nói chuyện với anh, ở xa thì dùng máy vi tính, gặp gỡ thì người đến thăm phải viết ra giấy kiểu bút đàm một chiều.

Tôi rất quý mến Nhạc sĩ, Thi sĩ, Kịch sĩ Anh Bằng, đa tài, năng khiếu vượt trội. Tôi rất quý mến Anh Bằng một người bạn, một cộng tác viên nhiệt tình, một người anh lớn tuổi trong văn học nghệ thuật, ngoan đạo, hiền hòa, yêu đời, yêu người.

DIỆU TẦN

NHẠC SĨ ANH BẰNG
nặng tình quê hương

- BÙI NGỌC -

Về tiểu sử của nhạc sĩ Anh Bằng, một số tài liệu đề cập tới, nhưng họ lại đưa ra nhiều chi tiết khác nhau. Tin tưởng ở ai? Sau cùng tôi chọn những lời nói của nhạc sĩ Lê Dinh và tác giả Phạm Kim để làm "nồng cốt" cho bài viết này. Nhạc sĩ Lê Dinh là bạn thân thiết của nhạc sĩ Anh Bằng. Một thời họ từng sáng tác chung và lấy một tên chung là Lê Minh Bằng, tức Lê Dinh, Minh Kỳ và Anh Bằng. Lê Dinh đã viết khá rõ và chi tiết về người bạn cùng khuynh hướng nghệ sĩ với mình.

Anh Bằng, tên thật là Trần An Bường, sinh năm 1926. Ông sinh ra và lớn lên tại vùng đất phù sa Tân Bồi, Thần Phù, làng Điền Hộ, huyện Nga Sơn, tỉnh Thanh Hóa. Thật ra tên An Bường và Anh Bằng khi đọc lên nghe cũng gần giống nhau. Cho nên ông đã chọn biệt hiệu Anh Bằng. Kể từ đó, tên Anh Bằng đã đi sát với người nghệ sĩ tài hoa này. Có lẽ bạn bè hay người thân ít ai còn nhớ tới cái tên "cúng cơm" mà cha mẹ đã đặt cho ông. Ông cũng phải tự hào với biệt hiệu của ông vì nó nói cho mọi người biết ông đã là "con người của văn nghệ".

Hội ngộ đầu xuân 2009 tại tư gia Lam Phương

Đó chỉ là ý nghĩ của tôi, còn ông vì tính khiêm tốn và hiền lành, chưa chắc ông cùng quan điểm với tôi.

Tính tình ông vui vẻ, điềm đạm và rất ít nói. Một số người bạn nhận xét về ông rằng ông người trầm ngâm và do đó ông dễ thu hút được cảm tình của bạn bè kể cả khác phái. Tới khi phát biểu, lời nói của ông thật duyên dáng. Điều này đã thể hiện rõ rệt trong nhiều lời thơ của những nhạc phẩm của ông.

Trong việc giao thiệp hằng ngày, hình như ông ngại ngùng xuất hiện trước đám đông. Đáng lẽ ông là con người của quần chúng. Nhưng ông lại thích sống với âm thầm. Đứng trước anh em bạn thân tình, ông cũng giữ lặng thinh và ngại phát biểu. Phải chăng yếu tố đặc biệt này làm một số người cho rằng ông đào hoa? Bạn bè thường nói người trầm lặng như ông lại duyên ngầm. Bởi vì nhiều cô đã dành cho ông nhiều cảm tình. Tất nhiên ông cũng phải đối đáp lại cho vừa.

Tuy nhiên một số người nhận xét rằng tình cảm của ông luôn giữ "chừng mực". Nói cách khác ông không để mình rơi vào hoàn cảnh làm "đau lòng" người vợ chính chuyên ở nhà. Kể ra một nghệ sĩ nổi danh như ông mà vẫn giữ được một cuộc sống mực thước thật là đáng quí.

Năm 1953, người anh của ông là Đại úy Trần An Lạc, chỉ huy trưởng Lực Lượng Tự Vệ của Đức Cha Lê Hữu Từ, bị Việt Minh lùng bắt gắt gao. Ngoài ra, người anh của ông Lạc là nhạc sĩ Trần Văn Mão và hai người em, là ông Trần Tấn Mùi với cậu em út Anh Bằng đều bị lên án tử hình nếu ông Trần An Lạc không chịu ra hàng!

Anh Bằng đã bị bắt, bị kết án và đi tù ở trại giam Lý Bá Sơ... Mãi đến khi Việt Minh ám sát được Đại úy Trần An Lạc thì án tử hình cho Anh Bằng mới được giảm. Nhưng ông vẫn còn bị giam tù với những cực hình khắt khe, cho đến khi Hiệp Định Genève ký kết, ông mới được thả. Rời bỏ nơi sinh trưởng, ông cùng gia đình vào miền Nam tìm tự do sau hiệp định đình chiến, chia đôi đất nước năm 1954.

Nhiều người dân làng còn nhắc nhớ ba anh em ông Anh Bằng. Người anh cả là nhạc sĩ đàn phong cầm rồi đến hai "ca sĩ" Trần Tấn Mùi và Anh Bằng là các giọng hát chính. Cũng nhờ thời gian tự học với một vài trí thức trong tù, ông lại trở thành một nghệ sĩ sáng tác nhạc. Trách vụ này, ông đã đa mang trên vai tròn suốt một đời sau đó.

Vào miền nam, ông phục vụ quân đội trong ngành Công Binh từ 1957. Ở Quy Nhơn cháu gái Thy Vân ra đời sau các anh chị mang tên: Dân, Việt, và Nam. Sau đó ông chuyển về Tiểu Đoàn Chiến Tranh Tâm Lý nhờ sáng tác các vở kịch đoạt giải Văn Học Nghệ Thuật Toàn Quốc của Tổng Thống Ngô Đình Diệm. Suốt thời gian này gia đình nhạc sĩ Anh Bằng ít liên lạc với họ hàng anh em. Giải ngũ năm 1962, khi ông còn được trọng dụng nhờ tài năng văn nghệ trong Tiểu Đoàn Chiến Tranh Tâm Lý. Ông liên lạc lại được với anh em họ hàng ruột thịt, sau đó ông cùng vợ con về sống tại Bà Chiểu. Trong những ngày này, ông dành nhiều thời gian cho việc sáng tác và tiếp xúc chặt chẽ với các hệ thống truyền thanh quốc gia và tư nhân.

Năm 1975, thêm một lần nữa chạy trốn cộng sản, ông di tản trước cùng cô con gái lớn và những cậu con trai. Và khi đủ điều kiện để bảo lãnh gia đình, ông đã bảo lãnh vợ và con gái út qua Mỹ để sống hạnh phúc cho đến ngày nay. Gia đình họ đã di chuyển về sinh sống ở Quận Cam, miền nam California và chủ trương Trung Tâm Asia.

Mang tâm trạng buồn tủi khi rời bỏ miền bắc và thủ đô Hà Nội, ông đã sáng tác bài *"**Nỗi Lòng Người Đi**"* để đánh dấu một giai đoạn lịch sử đặc biệt của đất nước.

Tôi xa Hà Nội năm lên mười tám khi vừa biết yêu
Bao nhiêu mộng đẹp yêu đương thành khói tan theo mây chiều
Hà Nội ơi!
Nào biết ra sao bây giờ
Ai đứng trông ai ven hồ khua nước trong như ngày xưa
Tôi xa Hà Nội năm em mười sáu xuân tròn đắm say
Đôi tay ngọc ngà dương gian, tình ái em đong thật đầy
Bạn lòng ơi!
Ngày ấy tôi mang cây đàn quen sống ca vui bên nàng
Nay khóc tơ duyên lìa tan
Giờ đây biết ngày nào gặp nhau
Biết tìm về nơi đâu ân ái trao nàng mấy câu
Thăng Long ơi!
Năm tháng vẫn trôi giữa dòng đời
ngậm đắng nuốt cay nhiều rồi
Hồ Gươm xưa vẫn chưa phai mờ
Hôm nay Sài Gòn bao nhiêu tà áo khoe màu phố vui
Nhưng riêng một người tâm tư sầu vắng đi trong bùi ngùi
Sài Gòn ơi!
Mộng với tay cao hơn trời
Tôi hái hoa tiên cho đời để ước mơ nên đẹp đôi
Anh Bằng (Nỗi Lòng Người Đi)

Thực ra nơi ông sắp tới sinh sống hồi đó vẫn còn thuộc phần đất của quê hương. Ông chỉ đi từ miền Bắc và tới miền Nam. Tuy nhiên tâm trạng của "người đi" vô cùng ray rứt và đau khổ. Qua phần tiểu sử ở trên, người ta nhận ra người đi "tôi" trong nhạc phẩm không phải là chính tác giả vì lúc ấy ông đã xa tuổi "mười tám" và đã mang theo vợ con, không còn lúc ông "khi vừa biết yêu" nữa.

Cho nên ông đã mượn tâm tư của một thanh niên còn trẻ trung để thổ lộ lòng mình trước cảnh đất nước chia đôi. Ngoài con người nghệ sĩ, ông còn là một chiến sĩ quốc gia, như tiểu sử của ông nói rõ. Đàng khác, ông và cả mấy anh em ông còn là nạn nhân của chế độ cộng sản. Anh ông đã hy sinh cho lý tưởng. Còn ông cũng suýt cùng số phận. Rồi ông còn bị đày đọa trong ngục tù một thời gian trước khi may mắn được trả tự do. Niềm đau ấy liệu nguôi ngoai được trong lòng ông không?

Đành rằng ông sinh trưởng ở tỉnh Thanh Hóa. Nhưng chắc ông đã thành công trên đường sự nghiệp cho nghệ thuật tại đất thủ đô. Người ta thường nói Hà Nội là người mẹ tốt vì Hà Nội luôn cưu mang và chứa chấp biết bao văn nghệ sĩ từ các nơi tới sinh sống. Dù sinh trưởng ở đâu, họ cũng phải trở về thủ đô để phát huy tài năng. Trường hợp của Anh Bằng có lẽ cũng không ngoại lệ.

"Người đi" trong nhạc phẩm còn "tiếc rẻ" biết bao nhiêu điều! Nào nhớ thương thủ đô yêu dấu với Hồ Gươm và "bàn tay ngà ngọc" của người em gái. Anh chỉ đem theo cây đàn của người nhạc sĩ. Vào tới Sài Gòn, trước cảnh hoa lệ với "bao nhiêu tà áo khoe màu" và phố xá vui, nhưng riêng anh lại bùi ngùi và "tâm tư sầu vắng"!

Dù bản nhạc đã được phổ biến cả hơn nửa thế kỷ, nhưng mỗi khi hát lại, một số người còn cảm thấy xót xa và đau lòng cho một thời xa xưa mà không bao giờ lấy lại được. Quả thật ảnh hưởng của một dòng nhạc vô cùng sâu rộng và lắng đọng trong lòng người. Chỉ một tiếng hát cất lên, người nghe có thể tức khắc sống lại một dĩ vãng khó quên của họ với biết bao kỷ niệm vui buồn. Trong nhạc phẩm này, nhạc sĩ Anh Bằng, không những thành công về nghệ thuật mà còn tạo ra một "liều thuốc an thần" cho một số người.

Cảm hứng sáng tác của nhạc sĩ Anh Bằng rất phong phú và đa dạng. Ý nhạc khi là lướt quyến rũ hay hào hùng. Theo nhạc sĩ Lê Dinh, nhạc của người bạn của ông còn mang tính cách trào phúng và vui nhộn, như một vài nhạc phẩm ông viết cho ban nhạc AVT ưa trào lộng một thời.

Khi còn là một thanh niên trẻ trung ở nơi ông sinh trưởng, ông đã mang chí phục vụ dân tộc như một chiến sĩ. Ông và anh em ông gặp nhiều khó khăn và hy sinh. Tuy nhiên những chông gai và trở ngại kia không làm sờn lòng người đã quyết tâm. Đó là nhận xét của những bạn cùng chí hướng với ông. Sau đó nhiều biến cố xảy ra cho đất nước và bản thân ông, nên lý tưởng kia hình như cũng chỉ còn sống âm thầm trong tâm tư ông.

Tới khi ông trở thành nhạc sĩ, theo nhạc sĩ Lê Dinh, hướng sáng tác của ông vẫn muốn nghiêng ý tưởng phục vụ dân tộc. Vì vậy trong những chương trình hay chiến dịch của chính phủ ông thường đưa ra một số sáng tác khuyến khích. Chẳng hạn bài "Bóng Đêm" dành cho chiến dịch Chiêu Hồi. Rồi khi ông nhìn thấy hàng ngũ trong quân đội ở miền nam quá phân hóa gây ra những cuộc đảo chính hay chỉnh lý, ông sáng tác bài "Huynh Đệ Chi Binh" để nhắc nhở các vị sĩ quan các cấp. Nghe nhạc Trịnh Công Sơn, âm thầm ông sáng tác một nhạc phẩm khác chống lại tư tưởng phản chiến. Ông là người đầy thiện ý, nhưng kết quả được bao nhiêu khó ai biết được. Xem ra ý chí phục vụ dân tộc vẫn còn âm thầm sống mãi trong lòng người đã một thời đấu tranh.

Để đóng góp cho khí thế chung, lúc mà đồng bào miền nam California đã tập hợp hơn 10 ngàn người tại Little Saigon, tràn ngập lá cờ vàng, biểu tình phản đối Trần Trường và biến thành một làn sóng lửa lan truyền sự nhất tâm tranh đấu đi khắp nơi tại Hoa Kỳ và thế giới, Anh Bằng đã cùng với hai nhạc sĩ Nhật Ngân và Trầm Tử Thiêng sáng tác nhạc phẩm:

Đốt đuốc lên! Ta đốt đuốc lên!
Cho tình anh em Việt Nam đoàn kết
Thắp nến lên! Ta thắp nến lên!
Xua ngàn tối tăm ra ngoài trái tim cùng một lời nguyền
Đốt đuốc lên! Ta đốt đuốc lên!
Cho cờ vàng lên rực cao Tổ quốc
Thắp nến lên! Ta thắp nến lên
Cho màu sáng thơm da vàng Việt Nam
Bàn tay anh, bàn tay em, bàn tay treo nắng trên đường phố
Bàn chân anh, bàn chân em, bàn chân ngăn bão táp phong ba
Cờ trong tay, đèn trong tay, lòng hăng say tiến lên ngày mới

Nối dây ân tình, nối lửa đấu tranh, nối lửa đấu tranh...
Đốt đuốc lên! Ta đốt đuốc lên!
Soi đời người dân Việt Nam nghèo đói
Thắp nến lên! Ta thắp nến lên!
Kiên cường đấu tranh cho ngày ấm no cho quyền làm người
Đốt đuốc lên! Ta đốt đuốc lên!
Soi mặt từng tên Việt gian lạc hướng
Thắp nến lên! Ta thắp nến lên!
Khơi lửa đấu tranh cho cả quê hương.
Anh Bằng (Nổi Lửa Đấu Tranh)

Dù sao, Anh Bằng là một nhạc sĩ với tư tưởng nghệ sĩ. Cho nên nhiều bản nhạc của ông rất lãng mạn và tình tứ. Ở đây người ta thường nhắc tới "Giàn hoa thiên lý". Lời lẽ mộc mạc mà vô cùng say đắm. Ý nhạc mặn nồng và phiêu lãng khiến người nghe tưởng tác giả lúc ấy còn trẻ lắm vì ông còn mải lo bảo vệ người yêu trước họng súng vô tình trong thời chiến chinh. Mấy bài "chuyện tình Lan và Điệp" cũng đưa tác giả Anh Bằng vào danh sách các nhạc sĩ nổi danh về nhạc tình buồn. Mỗi lần điệu nhạc này nổi lên, người nghe cảm thấy thu hút và mê say với tâm tư man mác và sầu muộn.

Số lượng mà nhạc sĩ Anh Bằng "trình làng" với quần chúng khá nhiều. Có thể lên tới năm trăm nhạc phẩm, trong đó khoảng hai trăm bản được phổ nhạc thơ của các thi sĩ khác. Ông suốt một đời sống với nghệ thuật cho tới tuổi già. Dù lúc đã tới tuổi ngoài "bát tuần", ông vẫn không muốn ngừng sáng tác. Hình như âm nhạc đã chi phối suốt cuộc đời ông từ tuổi thanh xuân tới tuổi xế chiều. Dù khi bị nhốt trong tù cộng sản, ông càng tỏ ra hăng say với nghệ thuật này.

Trung tâm Asia hiện còn hoạt động ở miền nam California chính là con tinh thần của ông. Cho nên nó phải là niềm hãnh diện và vui tươi cho ông khi ông đã đi vào tuổi xế bóng của cuộc đời. Người viết xin chân thành chúc mừng nhạc sĩ Anh Bằng.

Bùi Ngọc

những kỷ niệm từ
ANH BẰNG

- THÁI TÚ HẠP -

Như viên sỏi rơi xuống mặt hồ tiềm thức khua động những dư âm của một thời thương nhớ. Cứ mỗi lần nghe lại nhạc phẩm "Nếu Vắng Anh" của Nhạc sĩ Anh Bằng là y như mình đã sống lại cái giây phút gặp gỡ thật tuyệt vời với cô nữ sinh trường Phan Thanh Giản Đà Nẵng có mái tóc buông thả đôi vai gầy, với đôi mắt nai ngơ ngác và nụ cười nghiêng dễ thương e ấp trong tà áo dài trắng tinh khôi như cánh bướm mùa xuân, đến thăm tiền đồn Hiếu Đức, tỉnh Quảng Nam nơi đơn vị chúng tôi trấn giữ, để ủy lạo tặng quà vào dịp đầu Xuân do liên trường Đà Nẵng tổ chức. Không ngờ cô nữ sinh đó đã hát tặng bài hát thật trữ tình của nhạc sĩ Anh Bằng đầu tiên và tôi nhớ đến suốt một đời. Dạo ấy vào mùa Xuân tôi hoàn toàn không quen biết nhạc sĩ Anh Bằng nhưng tôi cũng thầm cám ơn ông nhờ bản nhạc của ông mà tôi mới kết duyên với người tình trăm năm có cái tên thật dễ nhớ: Ái Cầm.

Chinh chiến lan tràn khốc liệt khắp nơi trên quê hương và kết thúc là những trang sử kinh hoàng uất hận đầy nghiệt ngã đau thương trong những trại tù sinh tử. Hàng triệu người Việt đã vượt qua những chặng đường đầy máu và nước mắt để tìm Tự Do Nhân Quyền sau tháng 4 năm 1975 vì không chấp nhận chế độ Cộng Sản. Và đã có hàng trăm ngàn Thuyền nhân đã tử nạn trên biển Đông. Gia đình chúng tôi cũng đã vượt qua con đường khổ nạn như thế. Cuối cùng đã may mắn đến định cư tại vùng đất hứa Nam California. Lúc đó người Việt đã quy tụ về quận Cam quây quần hình thành những khu thương mãi nương nhau xây dựng đời sống mới. Các trung tâm ca nhạc nối tiếp nhau ra đời. Hằng trăm nhạc phẩm trước thời 75 gọi là nhạc vàng được phát hành khắp nơi và được đồng hương nồng nhiệt đón nhận. Trong số các cuốn băng có Áo Dài Quê Hương do Lê Minh Bằng thực hiện và sản xuất vào năm 1983 vừa tung ra thị trường tình cờ chúng tôi khám phá bài thơ "Lời Gọi Thầm Của Chim" trong thi tập "Chim Quyên Lạc Ngàn" của chúng tôi. Nhạc sĩ Anh Bằng chọn phổ nhạc dưới tựa mới "Người Qua Phố" do nữ ca sĩ Lệ Thu trình bày. Chúng tôi vô cùng xúc động như một tặng phẩm tinh thần tuyệt vời. Sau đó khi Thái Doanh Doanh được vinh hạnh vào sinh hoạt với Trung Tâm Asia của Nhạc sĩ Trúc Hồ và cô Thy Vân tình thân giữa chúng tôi càng tăng tiến thêm. Những bài thơ chuyển qua nhạc lại kế tiếp ra đời như "Người Thương Binh", "Nhớ Mẹ", "Tình Thu Trên Cao", "Quảng Đà Ngàn Dặm Dấu Yêu"... Dĩ nhiên qua mỗi bài thơ anh chọn từ các thi phẩm "Miền Yêu Dấu Phương Đông" và "Hạt Bụi Nào Bay Qua" đều có những ý bổ túc cho thích hợp với giai điệu âm nhạc, anh đã tô điểm cho bài thơ thêm đôi cánh bay bổng khởi sắc với tài hoa phối hợp thơ nhạc của anh. Anh làm việc rất cẩn trọng chu đáo và tế nhị, mỗi bài thơ anh đề nghị thay đổi vài chữ cho thích hợp với giai điệu âm nhạc anh đều email đến chúng tôi hỏi ý kiến cho đến khi hai bên đều đồng thuận anh mới quyết định. Về sự nghiệp văn nghệ không phải bây giờ quen biết anh tôi mới có nhận xét đó mà chính nhiều nhà biên khảo về sử nhạc Việt Nam đều đồng thuận công nhận với một gia tài hàng trăm tác phẩm mà Anh Bằng đã đóng góp vào kho tàng Văn Học Nghệ Thuật Dân Tộc trong suốt chiều dài lịch sử trên 50 năm qua đã thực sự thẩm định tài năng đa dạng phong phú của anh. Không ai mà không biết và yêu thích những tác phẩm âm nhạc của nhạc sĩ Anh Bằng như Nỗi Lòng Người Đi, Anh Biết Em Đi Chẳng Trở Về (Thơ Thái Can), Tiếng Hồ Sông Chu, Anh Còn Yêu Em (thơ Phạm Thành Tài), Khúc Thụy Du (thơ Du Tử Lê), Nửa Đêm Biên Giới, Căn Nhà Ngoại Ô, Chuyện Tình Hoa Trắng, Chuyện Giàn

Yến Thư, Bích Huyền, Thúy Anh, Phong Vũ

Hoa Thiên Lý, Cô Bé Môi Hồng, Chuyện Tình Hoa Sim (Thơ Hữu Loan), Nếu Vắng Anh, Giấc Ngủ Cô Đơn, Chuyện Tình Lan và Điệp, Anh Còn Nợ Em, Bóng Đêm, Đôi Bóng, Tiếng Ca U Hoài, Hai Mùa Mưa, Gõ Cửa, Trúc Đào, Đêm Nguyện Cầu, Huế Xưa, Cõi Buồn...

Thời gian rồi sẽ qua đi, theo nhận định của chúng tôi, mỗi đời nghệ sĩ chỉ cần một vài tác phẩm giá trị được quần chúng ái mộ, lưu truyền vượt thời gian cũng đủ tạo nên danh tiếng để đời và yêu thương trong lòng mọi người miên viễn. Vinh quang cho chính tác giả và hạnh phúc cho tha nhân vì tự tác phẩm đã hiển nhiên vượt qua thử thách của thời gian trở thành vốn liếng quý của dân tộc và nhân loại. Có những tác phẩm mà giá trị nghệ thuật không những được trang trọng đón nhận huy hoàng trân quý trong một lãnh thổ quốc gia mà còn vượt ra ngoài biên giới hòa nhập vào sự rung động chung của loài người trên khắp thế giới. Chúng tôi muốn đề cập tới những tên tuổi lừng lẫy của Âm Nhạc như Chopin, Schubert, Beethowen, Mozart, Strauss, Giuber... Trong lãnh vực hội họa như Gauguin, Matisse,

Van Gogh, Picasso, Dufu, Kandinsky, Braque, Chagall, Moro... về văn chương thi ca như Chateaubriand, Andre Manrois, Hemingway, Lamartin... Mai Thảo, Võ Phiến, Nguyên Sa, Bùi Giáng, Vũ Hoàng Chương, Đinh Hùng, Tô Thùy Yên, Du Tử Lê... Chỉ nghe lại một lần thôi những nhạc phẩm Silent Night, Blue Danube... River of No Return, Love Story, la Vie and Rose Without You, Unchained Melody, Như Cánh Vạc Bay, Nghìn Trùng Xa Cách, Vĩnh Biệt Sài Gòn, Thiên Thai, Anh Đến Thăm Em Một Chiều Mưa, Tình Ca, Ly Rượu Mừng, Nắng Chiều, Tà Áo Xanh, Dòng Sông Kỷ Niệm, Xuân Này Con Không Về, Bên Em Đang Có Ta v.v... là tâm hồn ta lắng đọng với hạnh phúc tuyệt vời. Người nghệ sĩ cho dù đã ra đi nhưng tác phẩm không bao giờ chết... đã để lại cho đời những di sản văn nghệ vô giá.

Chúng ta nhờ những giây phút tiếp nhận những ân huệ hạnh phúc, thanh thoát nên Tâm đã vơi tan những khổ đau nghiệt ngã và đắng cay của cuộc đời. Dĩ nhiên trong những hành trang gia tài quý báu vừa đan cử có nhạc sĩ Anh Bằng thân mến của chúng ta. Mặc dù tuổi đời nhạc sĩ Anh Bằng đã vượt qua tám mươi tai đã nặng nhiều năm qua nên mỗi lần gặp anh đều phải đem giấy ra bút đàm rồi nhìn nhau thông cảm. Cứ tưởng anh không nghe được tiếng của những loài chim nhưng thị giác anh vô cùng mẫn cảm dễ xúc động để sáng tác. Những nhạc phẩm anh hình thành ở hải ngoại không kém xuất sắc nồng nàn tình cảm chinh phục đối tượng thưởng thức như ngày xưa... Đa số đều được phổ biến trên sân khấu và các DVD của Trung Tâm Asia.

Riêng với chúng tôi gần ba mươi năm xa cách quê hương chưa bao giờ tái ngộ. Mang tâm trạng lưu vong ở xứ người. Bao nhiêu lần xuân hạ thu đông đã trôi qua trong tiếng thở dài quạnh quẽ nơi quê người, đi đâu rồi cũng một lòng với nước non. Càng đi xa chúng ta càng nhớ cố hương. Ray rứt bâng khuâng cội mai vàng mỗi độ xuân sang. Tiếng quốc kêu gợi buồn man mác giữa nắng hè. Với mùa thu lá rơi vàng trên lối đưa em đến trường. Và mùa đông với tiếng nhạc Giáng Sinh réo rắt bao kỷ niệm êm đềm... Thời gian đã cưu mang từng ý niệm tuyệt vời của tuổi trẻ trong tâm hồn mỗi chúng ta. Chỉ khói sóng hắt hiu trên sông buổi chiều cũng đủ giao động tâm hồn trắc ẩn nhớ nhung của người lữ khách.

... Nhật mộ hương quan hà xứ thị
Yên ba giang thượng sử nhân sầu...
(Thôi Hiệu)

... Quê hương khuất bóng hoàng hôn
Trên sông khói sóng cho buồn lòng ai!
(Tản Đà)

... Vĩnh vi lãng đãng phong trần khách
Nhật viễn gia hương vạn lý tình
(Trần Thái Tông)

... Lênh đênh làm khách phong trần mãi
Ngày hết quê xa vạn dặm đường...
(Võ Đình)

Tâm trạng của người lữ thứ cảm hoài với bao nhiêu kỷ niệm nơi quê nhà càng buồn các nhà nghệ sĩ Việt Nam càng cảm xúc sáng tạo nên những tác phẩm để đời. Chúng tôi muốn đề cập những thiên tài trong lĩnh lực âm nhạc lưu vong như Phạm Đình Chương, Lê Trọng Nguyễn, Phạm Duy, Anh Bằng, Lam Phương, Hoàng Thi Thơ, Lê Văn Khoa, Ngọc Bích, Cung Tiến, Trần Thiện Thanh, Minh Kỳ, Nguyễn Hiền, Vĩnh Điện, Diệu Hương, Nam Lộc, Việt Dzũng, Xuân Điềm, Sỹ Đan, Trúc Sinh, Lê Uyên Phương, Văn Phụng, Ngô Thụy Miên, Nhật Ngân, Từ Công Phụng, Vũ Thành An, Trầm Tử Thiêng, Trúc Hồ... đóng góp vào gia tài âm nhạc Việt Nam thêm khởi sắc và phong phú trong tinh thần phục vụ cho Văn Hóa, Nghệ Thuật và Nhân Bản thăng hoa.

Trong câu chuyện điện thoại chúc nhau Mùa Giáng Sinh và Năm Mới 2009, Nhà văn Tạ Xuân Thạc và Việt Hải, những nhân vật khởi xướng Văn Đàn Đồng Tâm với mục đích bảo tồn và phát huy Văn Hóa Dân Tộc nơi hải ngoại. Tôi đã chân tình khen ngợi vì ở thời điểm kinh tế suy thoái trầm trọng các tạp chí Văn Học Nghệ Thuật lừng lẫy trong Cộng Đồng Người Việt đa số đều phải đình bản. Báo chí cũng

đang rơi vào tình huống lâm nguy vì đa số người đọc đã lên Internet thế giới theo dõi tin một cách nhanh chóng... đúng là quý vị đang bơi trên dòng nước ngược. Thật đáng khâm phục các anh làm việc với thiện chí không ngừng vừa mới hoàn tất tuyển tập Kỷ Niệm về Nhà văn Doãn Quốc Sỹ và nhà văn Toàn Phong Nguyễn Xuân Vinh bây giờ đang chuẩn bị cho ấn hành tuyển tập về Nhạc sĩ Anh Bằng và tôi được vinh dự đóng góp chút tài mọn qua vài cảm nghĩ đối với nhạc sĩ Anh Bằng. Trong cái không khí lạnh buốt của Mùa Giáng Sinh trong những khúc nhạc ngợi ca Giáng Sinh lòng tôi cũng chùng xuống da diết nhớ đến những mùa Giáng Sinh thanh bình ở cố hương yêu dấu. Tôi chạnh nhớ đến câu tôn vinh cao cả của người có đạo:
Vinh Danh Thiên Chúa Trên Trời
Bình An Dưới Thế Cho Người Thiện Tâm...

Hãy thể hiện Tâm Bác Ái đem Tình Thương đến với mọi người thì thế Giới mới Bình An – Hạnh Phúc Trong Kinh Phật có đề cập đến: *Tâm Bình Thế Giới Bình...*
Khi Tâm Từ Bi Hỷ Xả phá chấp làm việc từ thiện Tâm mới an bình yêu đời yêu người. Tâm tạo tác ra mọi nguyên nhân... nên mỗi buổi sáng thức dậy chúng ta hãy cám ơn Trời Phật đã cho ta có được một ngày an bình hạnh phúc và hãy chia sẻ niềm vui với lòng chân tình tử tế đến với mọi người. Vì thời gian qua quá nhanh cuộc đời là vô thường, hận thù nhau làm gì cho thêm khổ. Và xin hãy cùng nhau cám ơn những Nhà nghệ sĩ đã hiến dâng những tác phẩm tuyệt vời cho đời và cho người. Nếu không có âm nhạc đời sống chúng ta quả thật là hoang vu buồn thảm.

THÁI TÚ HẠP
Rosemead, chiều 24-12-2008

ANH BẰNG
dòng nhạc tình ca duyên nợ

- PETER MORITA

Tôi vẫn tin tưởng chuyện tình yêu là do duyên nợ, với triết lý nhà Phật thì lại nói là duyên nghiệp tiền kiếp. Đã là nghiệp vận thì tình yêu phải đến mà thôi. Trong tình ca âm nhạc thì nhạc sĩ Anh Bằng phổ từ thơ của nhà thơ Phan Thành Tài bài *"Anh Còn Nợ Em"*, một bài hát mà tôi rất thích. Nhạc hay và lời thật xao xuyến. Chúng ta nghe qua giọng hát của ca sĩ Thiên Kim: http://www.youtube.com/watch?v=htWgwe22cHE&feature=related

"Anh còn nợ em
Công viên ghế đá
Công viên ghế đá
Lá đổ chiều êm

Anh còn nợ em
Dòng xưa bến cũ
Dòng xưa bến cũ
Con sông êm đềm

Anh còn nợ em
Chim về núi nhạn
Trời mờ mưa đêm
Trời mờ mưa đêm

*Bác sĩ Moria, Thúy Anh, Quỳnh Giao, Bích Huyền,
Lam Phương, Việt Hải, Lệ Hoa và Nhạc sĩ Anh Bằng*

*Anh còn nợ em
nụ hôn vội vàng
nụ hôn vội vàng
Nắng chói qua song"*

    Người ta gặp nhau do nhân duyên, rồi nếu bị cột nhau bền vững chặt hơn là do nghiệp dĩ tiền định hay chuyện nợ đời nhau.
*"Anh còn nợ em
Con tim bối rối
Con tim bối rối
Anh còn nợ em*

*Và còn nợ em
Cuộc tình đã lỡ
Cuộc tình đã lỡ
Anh còn nợ em."*

Có những dịp tiếp xúc với nhạc sĩ Anh Bằng, tôi bàn với ông về bản tình ca bất hủ này. Chính nó làm xao xuyến rất nhiều người. Thật vậy đã sống trên đời con người khó lòng mà không nghĩ đến nhu cầu yêu thương. Khi yêu người ta nghĩ đến duyên nợ đời nhau. Ca dao trong dân gian bàn về duyên nợ như là:
"Một duyên, hai nợ, ba tình,
Chiêm bao lẩn quất bên mình năm canh."

Câu ca dao khác về duyên kiếp:
"Đôi ta là nợ hay tình,
Là duyên là kiếp, đôi mình kết giao"

Ý niệm về duyên nợ là một danh từ kép bao gồm hai phương diện tích cực và tiêu cực của thuyết nhân quả của nhà Phật. Nếu áp dụng vào phạm vi hôn nhân và tình yêu đôi lứa thì khi duyên thành sẽ được gọi là phải duyên. Bằng không theo ý nghĩa tương phản được coi là trái duyên.

"Phải duyên, áo rách cũng màng,
Không duyên, áo nhiễu, nút vàng chẳng ham"

Khi kết quả tình yêu không thành, không trọn vẹn, bị chấm dứt, hay đổ vỡ, người ta cho là tại vì duyên phận dở dang, và câu thơ được diễn tả như sau:
"Khi nào gánh nặng anh chờ,
Qua cầu anh đợi, bây giờ em quên.
Kiếp nầy đã lỡ làng duyên,
Kiếp sau xin hẹn cửu tuyền gặp nhau."

Tôi vẫn nghĩ vợ chồng đến với nhau là duyên nợ. Duyên để gặp gỡ và mang nợ để ăn đời ở kiếp với nhau.

Do vậy, duyên nợ là những gì mà khiến con người sống chết vì nó tạo ra hạnh phúc lứa đôi, cũng vì nó lại tạo ra đau khổ âu sầu. Ở giữa hạnh phúc và đau khổ là biên cương lưng chừng mong manh của hôn nhân hay một cuộc tình. Ở giữa nụ cười vui sướng của tình yêu

Dương Hữu Chương, Diễm Chi, Anh Bằng và tác giả Morita

và nước mắt yêu thương là ranh giới bận rộn của cuộc sống lứa đôi. Tình yêu xét ra là động lực tạo nên nhiều yếu tố. Khi con người bị dính chặt vào duyên nợ, yếu tố cô đơn cần người thông cảm, chia sẻ, lắng nghe cho con tim thổn thức như trong nội dung bài hát của Anh Bằng mà tôi muốn bàn bạc. Nếu cho rằng tình yêu chỉ có phần duyên số thì chỉ mới đúng phân nửa câu chuyện khi gặp nhau, mà tình yêu cần vun bồi, vun xới để đi nốt phần còn lại là hạnh phúc trong hôn nhân. Nếu không có phần sau thì duyên tình không trọn vẹn, cuộc tình có thể lỡ làng rồi.

Khi cuộc tình nợ nhau vì kỷ niệm hẹn hò ghế đá công viên, dòng sông bến cũ, hay những nụ hôn vội vàng. Rồi khi con tim bối rối, cuộc tình chia đôi, duyên tình dĩ lỡ, chuyện nợ nần chỉ còn là ký ức trôi vào hư vô.

Theo tập truyện Kiều của cụ Nguyễn Du thì danh tác này cũng đã bàn về ý niệm duyên nợ trong tình yêu. Ở một đoạn trong tạp thơ này,

nhân duyên được đề cập đến như sau:
"Cơ duyên đâu bỗng lạ sao,
Giác Duyên đâu bỗng tìm vào đến nơi"

Cơ như cơ trời, và duyên thì là duyên may. Câu thơ ám chỉ tình yêu đã đến do cơ trời xui khiến, nên duyên số đến với nhau lạ lùng. Rồi ở một đoạn khác ta hãy đọc câu thơ:
"Ví chăng duyên nợ ba sinh,
Thì chi đem giống khuynh thành trêu ngươi!?"

Cụ Nguyễn Du đã bàn về duyên nợ ba sinh là ba kiếp quá khứ, hiện tại và tương lai của một người. Duyên nợ ba sinh là duyên nợ từ kiếp trước để lại và rồi được chuyển từ kiếp này sang kiếp sau. Ngụ ý cho là mối nhân duyên có nguồn gốc sâu xa và bền chặt của tình yêu.

Tôi nói với nhạc sĩ Anh Bằng, nhạc sĩ Lam Phương, Việt Hải và Thu Hảo hôm gặp nhau tại nhà anh Lam Phương là bài ca *"Anh Còn Nợ Em"* đúng với tất cả những người chồng. Ngược lại khi ta hoán chuyển ngôi vị Em Còn Nợ Anh thì nó sẽ đúng với tất cả những người vợ.

Để ghi nhận bài viết gởi đến sách *"Kỷ Niệm Về Nhạc Sĩ Anh Bằng"* tôi xin được chọn nhạc phẩm này để nhắc lại kỷ niệm trong tôi. Anh Bằng là một nhạc sĩ tài ba là điều không ngạc nhiên khi nhìn về hơn nửa thế kỷ đóng góp cho âm nhạc của ông. Những bài tình ca khác trong kho tàng âm nhạc của Anh Bằng có thể kể là: Ai Bảo Em Là Giai Nhân, Nếu Vắng Anh, Anh Cứ Hẹn, Chuyện Giàn Thiên Lý, Trúc Đào, Hoa Học Trò, Chuyện Hoa Sim, Qua Ngõ Nhà Em, Khúc Thụy Du,...

Bên ngoài tài năng âm nhạc, Anh Bằng là người nghệ sĩ vui tính, thân thiện và đáng kính.

PETER MORITA
Những ngày cuối năm 2008.

dòng nhạc đa diện của NHẠC SĨ ANH BẰNG

- Lê Ngọc Châu -
(Munich, Đức Quốc)

Thành thật mà nói, tôi ít nghe đến tên tuổi của các nhạc sĩ nổi danh của miền nam Việt Nam Cộng Hòa (VNCH) nếu ngược dòng thời gian, ôn lại quá khứ. Vào thập niên 60 tôi mới chỉ là một cậu học trò trung học, lại sinh sống tại một tỉnh lỵ của miền Trung khô cằn sỏi đá nên thiếu cái may mắn của người Sài Thành để nghe biết nhiều đến các ca nhạc sĩ thời bấy giờ, có chăng chỉ thỉnh thoảng xem thấy trên Ti-Vi hay nghe qua Radio thì được nghe giới thiệu đến tên tuổi của ca nhạc sĩ. Mãi đến gần cuối thập niên 60 cá nhân tôi mới nghe nói về ca nhạc sĩ nhiều hơn, trong đó phải kể đến những nhạc sĩ tâm lý chiến của QLVNCH qua những bài hát động viên tinh thần yêu nước, vinh danh người lính Việt Nam Cộng Hòa (QLVNCH) như quý nhạc sĩ Anh Bằng, Lam Phương, Trúc Phương, Duy Khánh, Trần Thiện Thanh, Trầm Tử Thiêng, Nguyễn văn Đông, Lê Dinh, Minh Kỳ, Hoài Linh v.v... Hầu hết những nhạc sĩ kể trên lần lượt cho ra đời những sáng tác chống lại các bản nhạc mang tính chất ru ngủ, đánh phá chế độ VNCH do các tên văn công, văn nô nằm vùng ấn hành mà sau 30-04-1975, khi căn nhà VNCH "bị cháy, bị Cộng Sản nhuộm đỏ" thì chúng mới bị lòi mặt chuột ra, những kẻ mà theo tôi nếu chúng ta là người Việt tị nạn chân chính không buồn nhắc đến chứ đừng nói chi chuyện bày đặt tổ chức kỷ niệm đám "ăn cơm quốc gia thờ ma cộng sản" này, đó là chưa nói đến chuyện Việt Cộng và tay sai nhớ ơn chúng (một thành phần tuy sống ở miền Nam Việt Nam nhưng chỉ tìm cách phá nát ngôi nhà chúng núp bóng, đâu đóng góp gì cho chế độ VNCH), cũng đã đủ rồi thì đâu cần ai khác ở hải ngoại nói riêng làm thêm chi cho mệt nếu thật sự có tinh thần quốc gia!

Tết Mậu Thân 1968, cách đây đúng 40 năm khi còn ở Việt Nam, tôi tình cờ nghe được qua đài phát thanh, truyền hình một bài hát mà thời đó được rất nhiều khán thính giả ưa thích, đó là bài *"Đêm Nguyện Cầu"*, với những lời lẽ phản ảnh thảm cảnh đau thương trên quê hương Việt Nam, hay đúng hơn tại xứ thần kinh Huế:

Thượng Đế hỡi có thấu cho Việt Nam này
Nhiều sóng gió trôi dạt lâu dài.
Từng chiến đấu tiêu diệt quân thù bạo tàn.
Thượng Đế hỡi hãy lắng nghe người dân hiền.
Vì đất nước đang còn ưu phiền.
Còn tiếng khóc đi vào đêm trường triền miên...

để rồi khẩn thiết cầu xin Đấng Tối Cao hãy thương xót quê hương Việt Nam:

Có những lúc tiếng chuông đêm đêm vọng về rừng sâu
Rưng rưng tôi chắp tay nghe hồn khóc đến rướm máu
Quê hương non nước tôi ai gây hận thù tội tình
Nhà Việt Nam yêu dấu ơi bao giờ thanh bình?

Tác giả bài *"Đêm Nguyện Cầu"* là Lê Minh Bằng, một cái tên xa lạ lần đầu tiên xuất hiện trên thị trường âm nhạc ở miền Nam Việt Nam. Về sau, khi vào Sài Gòn ghé nhà sách Khai Trí tìm mua bản nhạc này trước khi đi xa tôi mới khám phá thêm lời giới thiệu sau đề tựa:

"Kính dâng tổ quốc mến yêu.
Chân thành ghi ơn những người đã và đang chiến đấu cho hòa bình Việt Nam.
Lê Minh Bằng, Quốc Khánh 1966"

Tôi đã ghi nhận tên Lê Minh Bằng trong trí óc mình và chẳng biết Lê Minh Bằng là ai. Sau này mới hiểu Lê Minh Bằng là tên của ba nhạc sĩ thành danh ghép lại, Lê từ Lê Dinh, chữ lót Minh từ Minh Kỳ và Bằng từ tên của nhạc sĩ Anh Bằng. May mắn được chính phủ VNCH cho xuất dương du học nên từ phương trời xa tôi không còn dịp nghe hay xem truyền hình để biết thêm về giới ca nhạc sĩ miền nam Việt Nam (VNCH). Tuy nhiên bắt đầu từ vài năm nay, tình cờ vướng vào "nghiệp văn chương, văn nghệ nhưng rất tài tử" nên tôi tìm hiểu, mới khám phá được thêm cái hay, sự thâm thúy của thơ nhạc nói riêng, nhất là kể từ khi "tự học mò làm Slide Show", được nhạc sĩ Phạm anh Dũng dịch ra và đặt tên là "Linh Ảnh Nhạc".

Dần dà tôi biết về nhạc sĩ Anh Bằng nhiều hơn nữa sau khi hai người bạn thân khác phái của tôi vốn có đầy nghệ sĩ tính, một đàn em ở Mỹ và một ở Bắc Âu viết điện thư đùa là chắc tôi "mắc nợ" từ kiếp trước nên mới thực hiện Slide Show (pps) và còn nghịch ngợm nói "anh sẽ còn nợ dài dài... chưa hết đâu". Có lần người bạn ở Bắc Âu hỏi có biết bài *Anh Còn Nợ Em* không, của nhạc sĩ Anh Bằng đó. Tôi đã nghe bài này trong vài sinh hoạt cộng đồng tại địa phương, nhận thấy hay nhưng nào có biết là của ns AB. Thế rồi tôi lên In-tờ-Nét tìm "Anh Còn Nợ Em" và làm cho người bạn gái này một pps (Power Point with Sound), đặc biệt với bản nhạc này và cô ta rất thích. Mà không thích sao được khi người phụ nữ nghe những lời thơ rất trữ tình của thi sĩ Phan Thành Tài, được nhạc sĩ Anh Bằng phổ nhạc thật nhẹ nhàng, lôi cuốn sau đây:

Anh còn nợ em, dòng xưa bến cũ
Dòng xưa bến cũ, con sông êm đềm
Anh còn nợ em, chim về núi nhạn
Trời mờ mưa đêm, trời mờ mưa đêm

Anh còn nợ em, nụ hôn vội vàng
nụ hôn vội vàng, nắng chói qua song
Anh còn nợ em, con tim bối rối
Con tim bối rối, Anh còn nợ em...

Chắc chắn nhiều cặp tình nhân thích bài hát này! Chàng trai nào lại khờ dại đến độ từ chối nếu mà người yêu thầm thì bên tai: "Anh còn nợ em, nụ hôn vội vàng, nụ hôn vội vàng, nắng chói qua song, Anh còn nợ em, con tim bối rối, Con tim bối rối, Anh còn nợ em". Nợ kiểu này được lồng vào với âm điệu yêu thương qua dòng nhạc của Anh Bằng, nhất là khi một mình ngồi nghe nữ danh ca Thiên Kim hát để rồi tưởng tượng... này kia thì quá tuyệt!

Gần đây, cũng người bạn ở Bắc Âu, thường thích nghe nhạc hỏi tôi có biết, đã nghe sáng tác mới của Anh Bằng chưa, hình như bản nhạc mang tên *"Anh Còn Yêu Em"* khi Anh Bằng đã ngoài 80, hay và tình lắm. Tôi trả lời chưa, rồi đi dạo trên In-tờ-Nét nhưng không tìm ra. Bây giờ mới biết và phải khâm phục ns Anh Bằng sao mà chứa đựng "tình yêu" trong người nhiều thế:

Anh còn yêu em, Nụ hôn sim tím, áo nhàu qua đêm,
Anh còn yêu em, như rừng lửa cháy,
anh còn yêu em, như ngày xưa ấy,
Anh còn yêu em, Lồng tim rạn vỡ,
anh còn yêu em, bờ vai mười sáu...

Trời ơi, Anh Bằng tuổi đã cao mà tình yêu còn mãnh liệt như vẫn còn như một thanh niên trai trẻ thì làm sao giới tuổi sồn sồn thanh niên thiếu nữ hay nói chung mọi giới tuổi xuân thì không thích sao được. Qua lời nhạc, tôi thầm nghĩ rằng khi về già chẳng biết mình có được giống Anh Bằng như vậy hay không?

Còn nhiều bản nhạc tình khác nhưng xin tạm gác lại, giờ cho tôi đề cập đến "quê hương".

Tuy tôi chỉ trải qua thời trung học ở Việt Nam nhưng vốn là dân miền Trung, được sinh ra và lớn lên trong thời chiến nên ít nhiều cũng đã chính mắt nhìn thấy hoàn cảnh của những người lính QLVNCH thời đó, điển hình qua anh em bà con tôi nên rất có cảm tình với những ca nhạc sĩ sáng tác hay chuyển đạt những lời hát, dòng nhạc viết tặng, nghĩ đến những chiến sĩ đang ngày đêm nơi ven rừng góc biển lo gìn giữ an ninh cho hậu phương chúng ta được có những ngày sống tương đối thanh bình dù việt cộng và tay sai nằm vùng lúc đó luôn tìm cách gây khủng bố. Vì thế tôi cũng đã biết đến "Anh Tiền Tuyến, Em Hậu Phương" hay "Anh Về Thủ Đô, Tôi Nhớ Tên Anh"... nói lên những chuyện tình, tinh thần biết ơn giữa anh em quân nhân đang dầm mưa dãi nắng ở tiền tuyến và những người tình, người thân của lính tại hậu phương...

Và vào lúc cuộc chiến đang lên cao, nhạc sĩ Anh Bằng cũng đã cho ra đời nhiều ca khúc viết về lính nên ns Anh Bằng đã được thính giả miền nam Việt Nam (VNCH) thời đó yêu mến, đón nhận như: "*Nửa Đêm Biên Giới*" với thể điệu Bolero:

...
Mẹ ơi... quê hương lầm than
Làm trai... hai vai nợ mang
Ngồi đây trong sương khuya trắng trên đầu non
Con... biết quê xa mẹ mong chờ
Tin chiến không còn
Thời gian... không phai lòng son
Trường Sơn... không ngăn tình con
Ngày nao con ra đi nhớ câu mẹ khuyên
Yêu... nước như yêu mẹ hãy còn
Giữ trong linh hồn

hoặc "*Căn Nhà Ngoại Ô*" rất thơ mộng, đã đưa nữ ca sĩ Kim Loan lên đài danh vọng:

Tôi ở ngoại ô, một căn nhà tranh có hoa thơm trái hiền
Cận kề lối xóm, có cô bạn thân sớm hôm lo sách đèn
Hai đứa chưa ước hẹn lấy một câu, chưa nghĩ đến mai sau
Nhưng đêm thức giấc ngỡ ngàng
Nghe lòng thương nhớ biết rằng mình yêu...

và để rồi, khi biết mình trót lỡ yêu thầm nhớ trộm thì lại phải chia tay nhau vì hoàn cảnh. Bối cảnh này được phác họa tuy đơn sơ nhưng rất khéo léo, sâu sắc, hàm chứa nồng nàn tình yêu cũng như lồng vào bài hát tinh thần yêu nước của người trai thời chiến nên chiếm được sự ái mộ của thính giả:

Khi hiểu được nhau, thời gian gần gũi đã trôi qua mất rồi
Nào còn những lúc, hái hoa vườn trăng suốt đêm vang tiếng cười
Tôi bước theo tiếng gọi của người trai, tha thiết với tương lai
Tôi xa ánh sáng phố phường, xa người em nhỏ lên đường tòng chinh
Là chinh nhân tôi bạn với sông hồ
Tình yêu em tôi nguyện mãi tôn thờ
Và yêu không bến bờ...

Sau đó, tôi cũng đã được nghe bản nhạc khác mang tên *"Nếu Vắng Anh"* do nhạc sĩ Anh Bằng sáng tác, phổ nhạc bài thơ "Cần Thiết" của thi sĩ Nguyên Sa. Bài hát này được giới trẻ rất yêu thích vì nội dung có những câu thơ rất lãng mạn, phản ảnh rõ nét tuổi mơ mộng thời còn cắp sách đến trường, đại học hay cảnh đưa người yêu đi dạo như:

Nếu vắng anh ai dìu em đi chơi trong chiều lộng gió,
Nếu vắng anh ai đợi chờ em khi sương mờ nẻo phố,
Nếu vắng anh ai đón em khi tan trường về,
kề bóng em ven sông chiều chiều, gọi tên người yêu...

Cũng Tết Mậu Thân 1968, dù lúc bấy giờ tôi đang theo học lớp cuối cùng bậc trung học, dù chưa trưởng thành nhưng đã nhìn thấy thảm cảnh do Việt Cộng gây ra tại tỉnh lỵ tôi ở và kinh hoàng hơn khi biết được những hình ảnh dã man do Việt Cộng và tay sai tạo ra trong ngày Tết Mậu Thân và sau đó tại nhiều nơi của miền Nam Việt Nam và nhất là tại cố đô Huế mà trong số nạn nhân có thân nhân tôi. Tôi kinh hoàng để rồi dễ thông cảm hơn qua *"Chuyện Một Đêm"* của nhạc sĩ Anh Bằng, do một nhân chứng sống sáng tác trong dịp Tết Mậu Thân:

*Chuyện một đêm khuya nghe tiếng nổ nổ vang trời
Chuyện một đêm khuya ôi máu đổ đổ lệ rơi
Chuyện một đêm khuya nghe tiếng than trong xóm nghèo
Mái tranh lửa cháy bốc lên ngun ngút trời cao
Bà mẹ đau thương như muối đổ đổ trong lòng
Chạy giặc ôm con qua những cảnh cảnh lầm than
Và người con yêu đã chết trên tay lúc nào
Xót xa vạt áo trắng hôm nay hoen máu đào...*

Tôi không hiểu những kẻ một thời thiên tả, làm tay sai cho Việt Cộng và những kẻ bây giờ vẫn mù quáng chạy theo Cộng Sản Bắc Việt có còn chút tình cảm để xót xa khi nghe, đọc qua những dòng nhạc sau đây:

*Ai, ai giết con tôi?
Ai cướp con tôi giữa cơn mộng đêm thái bình?
Ôi thương lời nói tội tình, hàm bao đớn đau
Giờ mẹ con đành cách nhau...*
(Chuyện Một Đêm - Anh Bằng)

Nhạc sĩ Anh Bằng, người lính tâm lý chiến VNCH đã sáng tác nhiều bản nhạc diễn tả tâm trạng của những ai từng phục vụ quê hương, đất nước trong thời chiến chinh như: Gót Chinh Nhân, Nỗi Lòng Người Đi, Lạy Mẹ Con Đi, Nửa Đêm Biên Giới, Sài Gòn Thứ Bảy...

Chưa hết, vì yêu quê hương nên sau khi định cư tại Mỹ và không cầm lòng được khi thấy những thảm trạng xảy ra tại quê nhà sau 30-04-1975 nên nhạc sĩ Anh Bằng đã đóng góp với phong trào đấu tranh đòi tự do dân chủ với bản nhạc "Nổi Lửa Đấu Tranh", rất hùng:

*Đốt đuốc lên! Ta đốt đuốc lên!
Cho tình anh em Việt Nam đoàn kết
Thắp nến lên! Ta thắp nến lên!
Xua ngàn tối tăm ra ngoài trái tim cùng một lời nguyền

Đốt đuốc lên! Ta đốt đuốc lên!*

*Cho cờ vàng lên rực cao Tổ quốc
Thắp nến lên! Ta thắp nến lên
Cho màu sáng thơm da vàng Việt Nam*

*Bàn tay anh, bàn tay em, bàn tay treo nắng trên đường phố
Bàn chân anh, bàn chân em, bàn chân ngăn bão táp phong ba
Cờ trong tay, đèn trong tay, lòng hăng say tiến lên ngày mới
Nối dây ân tình, nổi lửa đấu tranh, nổi lửa đấu tranh...*

Như tôi đã đề cập ở trên, có thể nói nhạc sĩ Anh Bằng là một nhạc sĩ tiên phong trên lãnh vực phổ thơ thành nhạc. Sau này ở hải ngoại cũng có nhiều người đi theo chiều hướng này như nhạc sĩ Phạm Anh Dũng, nữ thi sĩ kiêm nhạc sĩ Miên Du Đà Lạt, Hà Lan Phương... Nhạc sĩ Anh Bằng đã phổ nhạc rất nhiều bài thơ mà kể từ khi học, biết làm pps và phải vào In-tờ-Nét tìm nhạc tôi mới khám phá ra như: Ai Bảo Em Là Giai Nhân (thơ Lưu Trọng Lư), Chuyện Giàn Thiên Lý (thơ Yên Thao), Chuyện Hoa Sim (thơ Hữu Loan), Cô Bé Môi Hồng (thơ Như Mai), Kỳ Diệu (thơ Nguyên Sa), Niềm Tin (thơ Nhất Tuấn) hay Trúc Đào (thơ Nguyễn Tất Nhiên).

Tình cờ tìm được bài "Bướm Trắng", lời thơ của Nguyễn Bính mà tôi từng nghe qua khi còn học bậc trung học nên tôi lại xí xọn tìm hình ảnh ghép lại làm thành pps bản nhạc tình này, do Anh Bằng phổ nhạc (hy vọng sẽ được phổ biến trên 1 hay 2 websites và khi đó sẽ giới thiệu Link để đồng hương xem/nghe sau). Thực hiện pps xong tôi gởi mời anh Việt Hải mà tôi mới quen gần đây, một nhà văn có bí danh là Việt Hải Los Angeles xem cho vui thì anh VHLA viết điện thư qua nói tôi cố gắng viết bài đóng góp nhân lễ mừng thượng thọ của nhạc sĩ Anh Bằng với quyển sách "Kỷ Niệm Về Nhạc Sĩ Anh Bằng", nhạc sĩ Anh Bằng tuổi đáng bậc chú tôi mà rất tiếc vì không gian và thời gian chưa cho phép nên tôi chưa có hân hạnh một lần hội kiến và đây cũng là nguyên nhân bài tạp ghi tài tử này được thành hình.

Thi sĩ Nguyễn Bính và nhạc sĩ Anh Bằng đã cho thính giả thưởng thức *Bướm Trắng*, một bản nhạc rất trữ tình, nhẹ nhàng nhưng sâu sắc qua lời thơ, điệu nhạc:

Nhà nàng ở cạnh nhà tôi, cách nhau cái dậu mồng tơi xanh rờn,
Hai người sống giữa cô đơn,
Nàng như cũng có nỗi buồn giống tôi
Giá đừng có dậu mồng tơi,
              thế nào tôi cũng sang chơi thăm nàng.
Tôi chiêm bao rất nhẹ nhàng,
              có con bướm trắng thường sang bên này
Bướm ơi! Bướm hãy vào đây, cho ta hỏi nhỏ câu này chút thôi
Tại sao không thấy nàng cười (?)...

Phải công nhận, Anh Bằng là một nhạc sĩ đa tài. Không những chỉ giỏi nhạc mà Anh Bằng còn là một thi sĩ dựa theo những dòng nhạc ông đã sáng tác. Có lẽ vì trong người ẩn chứa một tâm hồn thi sĩ đầy lãng mạn tính nên ông ta đã cho ra đời nhiều bản nhạc tình nổi tiếng, chẳng hạn như: Anh Cứ Hẹn, Anh Không Lại, Chuyện Tình Người Con Gái Ao Sen, Cõi Buồn, Hồi Chuông Xóm Đạo, Nước Mắt Một Linh Hồn, Sầu Lẻ Bóng, Qua Ngõ Nhà Em...

Ngoài loại nhạc viết về lính vì nhạc sĩ Anh Bằng vốn là người trong cuộc, bên cạnh nhạc tình, những bản nhạc gợi nhớ quá khứ hay phác họa hình ảnh quê hương, chúng ta nhận thấy thêm một điều nữa là nhạc của Anh Bằng còn phản ảnh đời sống xã hội, với nhiều bất hạnh. Bản nhạc "Nó" mà tôi được biết vào thập niên 70 khi đang sống xa nhà đã làm cho tôi khựng lại, buồn nhiều cho đất nước mình sao lắm lầm than mà nguyên nhân theo tôi những ai dù lý do này hay lý do khác cho đến nay cũng chưa muốn hiểu nên biết là do cộng sản Bắc Việt gây ra, bởi lẽ rất giản dị nếu cộng sản Bắc Việt đừng có tham vọng thôn tính, nhuộm đỏ miền nam Việt Nam và nếu mà nhà ai nấy ở thì làm gì có thảm cảnh chiến tranh (?):

Thằng bé âm thầm đi vào ngõ nhỏ
Tuổi ấu thơ đã mang nhiều âu lo
Ngày nó sống kiếp lang thang
Ngẩn ngơ như chim xa đàn, nghĩ mình tủi thân muôn vàn
Mẹ nó qua đời nên đời nó khổ
Một chén cơm chiều nhưng lòng chưa no

Cuộc sống đói rách bơ vơ
Hỏi ai ai cho nương nhờ, chuỗi ngày tăm tối bơ vơ
Đêm đêm nó ngủ một manh chiếu rách co ro
Một thân côi cút không nhà...

Nói đến chuyện gợi nhớ về quá khứ làm tôi nhớ đến một chuyện nhỏ khác. Có lần tôi viết bài tạp ghi mang tên "Mùa Hè Trong Thi Ca Tuổi Học Trò" mà tôi đã dựa theo Net để trích từ "Hoa Học Trò" của Trần Thiện Thanh và Hoàng Lan. Gởi cho bạn tôi là nhạc sĩ Phạm Anh Dũng xem giải trí thì Phạm Anh Dũng cho biết 100% bài thơ đó không phải của rần Thiện Thanh và Hoàng Lan. Về sau mới rõ "Hoa Học Trò" do thi sĩ Nhất Tuấn sáng tác và nhạc sĩ Anh Bằng phổ nhạc đặt tên là "Bây Giờ Còn Nhớ Hay Không". Qua đó tôi mới biết thêm về người nhạc sĩ này và hiểu tại sao giới trẻ thích nhạc của ông. Ai lại chẳng một thời không ngồi mài đũng quần trên ghế nhà trường và thế nào cũng có vài kỷ niệm lúc thời còn đi học nên đón nhận dòng nhạc chất chứa nhiều kỷ niệm, đẹp như một bức tranh vẽ rất nhanh:

Bây giờ còn nhớ hay không?
Ngày xưa hè đến phượng hồng nở hoa
Ngây thơ em rủ anh ra
Bảo nhặt hoa phượng về nhà chơi chung
Bây giờ còn nhớ hay không?
Bây giờ còn nhớ hay không?...
(Bây Giờ Còn Nhớ Hay Không - Anh Bằng)

Nhiều văn sĩ tên tuổi đã viết về nhạc sĩ Anh Bằng. Tôi nói riêng cảm phục nhạc sĩ Anh Bằng nhờ qua Internet khi tìm nhạc của ông để thực hiện pps. Từ đó mới biết thêm về người nhạc sĩ đa tài này. Tình cờ anh Việt Hải Los Angeles lại nói tôi hãy cố gắng viết bài đóng góp với Văn Đàn Đồng Tâm trong dịp ra mắt sách "Chủ Đề Anh Bằng" nên tôi, một người tuy ít am hiểu về nhạc nhưng cũng đã mạo muội viết bài tạp ghi này giới thiệu nhạc sĩ Anh Bằng. Vì thế chắc chắc không tránh khỏi thiếu sót, kính mong quý bậc trưởng thượng trong giới văn nghệ sĩ hoan hỉ cho.

Tóm lại, trong khoảng thời gian tương đối thanh bình vào cuối thập niên năm mươi và đầu thập niên sáu mươi, gần như dân chúng ở miền Nam Việt Nam đều quen thuộc với những nỗi đau trong dòng nhạc của Anh Bằng, với những ca khúc mang những vết thương rỉ máu và có lẽ nỗi đau ảnh hưởng khá nhiều đến tác giả, khiến ông chuyển hướng, giới hạn sáng tác nhạc tình của mình để trực tiếp hoặc gián tiếp đóng góp khả năng của ông qua những ca khúc ca ngợi cuộc chiến đấu cho tự do dân chủ mà tôi đã đề cập ở trên. Đây mới là điểm son của nhạc sĩ Anh Bằng hay của những đồng nghiệp của ông như quý nhạc sĩ Trần Thiện Thanh, Lam Phương, Minh Kỳ, Lê Dinh, Trúc Phương... khác xa so với những tên nhạc sĩ phản chiến, trốn trách nhiệm. Qua đó, nhạc sĩ Anh Bằng xứng đáng để cho chúng ta vinh danh, theo tôi!

Còn rất nhiều bản nhạc thật hay và trữ tình của nhạc sĩ Anh Bằng nhưng tôi không thể trích dẫn hết được. Và trước khi kết thúc bài tạp ghi này tôi mạn phép giới thiệu một khía cạnh khác của nhạc sĩ Anh Bằng để thấy rằng ông không những là một nhà làm nhạc giỏi, một thi sĩ đầy lãng mạn tính mà còn là người đong đầy tình cảm. Dù mất mẹ khi còn quá trẻ nhưng Anh Bằng hầu như không quên hình ảnh người Mẹ, được thể hiện rõ nét qua bài hát "Khóc Mẹ Đêm Mưa":

Có những lần con khóc giữa đêm mưa
Khi hình mẹ hiện về năm khói lửa
Giặc đêm đêm về quê ta vây khốn
Bắt cha đi mẹ khóc suốt đêm buồn
Ôi thương mẹ vất vả sống nuôi con
Đi vội về sợ con thơ ngóng chờ
Nhưng mẹ đi không bao giờ về nữa
Ngã trên đường tức tưởi chết trong mưa...

Lê Ngọc Châu
(Munich, Đức quốc, 30-12-2008)

NHẠC SĨ ANH BẰNG
người nhạc sĩ hiên ngang
đi trong rừng âm nhạc Việt Nam

- NHƯ PHONG -

Trời vào Thu, hơi Thu lùa về nghe lành lạnh, lác đác vài chiếc lá vàng rụng chết đầu mùa, qua song cửa sổ lấm tấm từng giọt mưa Thu rơi trên lá, đêm xuống vằng vặc nửa vầng trăng lơ lửng, ẩn hiện trong đám mây Thu lãng đãng. Lúc này đây ngồi bên phím vi tính, một tách trà thơm, ngả lưng trên ghế nhìn khói thuốc mơ màng để thả hồn vào hư không, dĩ vãng kéo về trong ký ức, ta nghe một nỗi buồn nhè nhẹ len lén vào hồn, lãng mạn một tí, hòa mình vào đất trời bao la, nhắm mắt lại thả hồn về khung trời cũ xa xưa, nhắm mắt lại hoài niệm, phải rồi hoài niệm một quãng đời quá khứ, rất đẹp, rất thân thương, rất khổ đau và rất tình tự, ngôi trường cũ có thầy cô, có bạn bè và cũng có những mối tình hoa tím, của tuổi mộng vậy mà ta đành quay lưng, ta đã bỏ lại rất nhiều thứ, tình yêu, bạn bè, quê hương, người tình, anh em, cha mẹ và còn nhiều thứ khác...

Đêm khuya, trời viễn xứ nghe xót xa một nỗi buồn, buồn miên man như bất tận, buồn lê thê não nề:

Buồn như áo em, hôm nào ướt mưa đêm...
Sầu như dáng em, nhẹ gót bước qua thềm
Buồn như tóc em, trên đường phố mưa đêm
Sầu như mắt em, làm rét mướt tình yêu

Thôi, mình lỡ mất nhau rồi, nát đi hy vọng ban đầu
Sao nụ cười tươi thắm, ngày em bỏ tôi đi lấy chồng
Tôi trở về hát muôn bay, đếm từng cơn sóng biển
Đếm từng nỗi ưu phiền

Lòng buồn như sương mù
Từ độ ánh trăng tan
Ngỡ như tiếng em
Trên từng bước chân mưa
Ngỡ như đã quên, mà nhớ đến bao giờ
Tình yêu thủy tinh
Rơi vụn vỡ trong tim
Từng đêm gió mưa, hồn chắp cánh tìm em
Tình yêu đã xưa, người yêu đã xa
Mà sao vẫn nghe lòng ta gió mưa
Gió mưa, gió mưa

Bản nhạc "Từ Độ Ánh Trăng Tan" của nhạc sĩ Anh Bằng, phổ thơ của nhà thơ trẻ hải ngoại Đặng Hiền với nhạc điệu slow, và giọng ca trầm buồn du dương rót vào tai người nghe giữa đêm khuya, như một dòng suối mát lạnh, lạnh đến rợn người, và buồn như đi trong sương mù. Và mênh mang như những vần mây lãng đãng trên nền trời xa xăm. Và cũng êm như "Ánh Trăng Tan" trên mặt hồ thu qua giọng ca tuyệt vời của Lâm Nhật Tiến.

Lời thơ hay và ý thơ đẹp như những giọt thủy tinh, như những giọt mưa Thu lấm tấm bên song cửa, nhẹ nhàng, trong suốt như một mối tình đầu, trong trắng như tà áo em bay trong sân trường thuở nào, như ánh trăng nhẹ nhàng rơi trên những giọt sương đêm.

Bài thơ đã làm cho người nhạc sĩ có tuổi đời bằng chiều dài của một đất nước tang thương, khổ đau, ly hợp, có máu và nước mắt của cả một dân tộc, phải vuốt phím rung lên những nốt nhạc tuyệt vời. Bài thơ đã rung được con tim của người nhạc sĩ có những xúc cảm, suy tư đồng điệu, giữa người thi sĩ và nhạc sĩ, họ gặp nhau ở đỉnh điểm nào đó trong thi ca, chính sự đồng cảm, đồng điệu đó đã vút lên một âm điệu tuyệt vời, trong âm thanh để trở thành một bản nhạc hay, nhưng cũng không thể thiếu chất giọng của ca sĩ, trong âm nhạc cả ba phải đi chung với nhau, không thể tách rời nhau được.

Với tôi, nhạc sĩ Anh Bằng viết nhạc bằng chính sự rung cảm của lòng mình, mỗi một nốt nhạc của ông là những giọt máu và nước mắt của đồng bào Việt Nam, là những biệt ly của người chinh nhân và góa phụ, của con chiên và đấng cứu thế, của tình yêu và sự mong chờ của bờ tre quê hương và khói lam chiều, đồng lúa chín va tiếng sáo mục đồng trên lưng trâu lúc chiều xuống, của tuổi trẻ Việt Nam, và… của một đoàn người có đôi lần di tản buồn. Chúng ta hãy nghe người nhạc sĩ thốt lên tâm tình mình khi di tản lần thứ nhất, ở tuổi đôi mươi. Và đây cũng là nỗi lòng chung của mỗi một người chúng ta khi lìa bỏ quê hương mà không biết ngày trở về.

Tôi xa Hà Nội năm lên mười tám khi vừa biết yêu
Bao nhiêu mộng đẹp yêu thương thành khói tan theo mây chiều
Hà nội ơi! nào biết ra sao bây giờ
Ai đứng trông ai ven bờ
Khua nước trong như ngày xưa…

Nỗi lòng của một người bỏ xứ ra đi khi đang ôm ấp trong lòng giấc mộng đẹp, một mối tình đầu trong như tà áo trắng học trò, những ước mơ của chàng thanh niên Hà Thành đành bỏ lại sau lưng, tay ôm cây đàn, và trái tim ghi lại bóng hình giai nhân, người con gái Hà

Nội đứng trông chờ bên bờ hồ Tây vẫy chào ly biệt, người thanh niên mang tên Anh Bằng từ đó ra đi, không mong ngày trở lại.

Hà nội bây giờ ra sao nhỉ? Nốt nhạc réo rắc như kêu gào thống thiết, không những của chính tác giả, mà còn là của cả một đoàn người trên những chuyến "tàu há mồm" từ Hà Nội xuôi Nam, tại cảng Hải Phòng lúc đó.

Tôi xa Hà Nội năm em mười sáu xuân tròn đắm say
đôi tay ngọc ngà vương mang tình ái em đong thật đầy...
bạn lòng ơi! Ngày ấy tôi mang cây đàn
quen sống ca vui bên nàng
nay khóc tơ duyên lìa tan...

Giọng hát cao vút thật buồn của Khánh Hà, đưa ta về những ngày dĩ vãng của tháng tư đen 75, của những đêm lầm lũi trốn chạy, bỏ lại sau lưng những mất mát đến nỗi không còn gì để mất nữa, của những dòng nước mắt khóc cho tơ duyên lìa tan. Tiếng nhạc thì du dương êm dịu nhưng không dấu được nỗi khổ đau, như lời rên siết của một đoàn người di tản, Việt Nam bây giờ ra sao? Có khác gì nhau giữa đoàn người miền Bắc di cư vào Nam, và đoàn người bỏ nước ra đi sau ngày 30 tháng tư 1975. Người nhạc sĩ lang thang trong rừng âm nhạc Việt Nam còn sót lại, người tình già với cây đàn và tuổi đời dài như cuộc nội chiến tương tàn trên quê hương, tuổi hai mươi làm người tị nạn ngay trên quê hương mình, và lần này đi xa hơn nữa là rời xa tổ quốc quê hương, nhưng vẫn đồng hành với cây đàn phím nhạc. Anh Bằng giờ đây vẫn tiếp tục vuốt phím ghi lại những biến cố của dân tộc, của quê hương bất hạnh, của những mối tình tuổi trẻ như sợi tơ mong manh trong nắng quái hanh vàng.

Hôm nay Sài Gòn
bao nhiêu tà áo khoe màu phố vui
nhưng riêng một người
tâm tư sầu lắng đi trong bùi ngùi
Sài Gòn ơi! Mộng với tay cao hơn trời
Tôi hái hoa tiên cho đời
Để ước mơ nên đẹp đôi.

Nhạc phẩm Nỗi Lòng Người Đi đã ra đời gần sáu mươi năm mà sao khi nghe vẫn thấy còn hợp thời, vẫn thấy lòng mình mang nặng tâm tư sầu lắng, vẫn còn ray rứt tâm tư của lòng khách tha hương, đêm mơ về cố quốc, hơn nửa thế kỷ qua nhạc Anh Bằng không dừng lại ở mốc thời gian ấn định, mà còn vượt thời gian gây ấn tượng cho người nghe như câu chuyện người di tản mới hôm qua, hôm nay, ngày mai và vẫn còn tiếp tục....

Người nhạc sĩ lão thành Anh Bằng đã sống như một phóng viên đi khắp mọi miền đất nước, để ghi chép lại những thiên phóng sự máu và nước mắt trên quê hương, cô đọng lại thành những bài ca vượt không gian và cả thời gian, mà chúng ta đã và đang nghe hàng ngày. Nhạc Anh Bằng không giới hạn ở thế hệ nào, thời gian nào, hầu hết nhạc của ông ta dù là viết chung với nhóm Lê Minh Bằng hay chỉ riêng mình sáng tác, dù là phổ thơ của người khác thì cũng đều mang một sắc thái riêng biệt, rất Anh Bằng.

Chúng ta hãy cùng nghe thêm nhạc phẩm nữa mà Anh bằng viết chung với Hoàng Minh sau đây qua tiếng hát của Cẩm Hồng.

Nhạc phẩm mang tên Cát Bụi:

Nó trơ đôi vai gầy
Đường gân hằn trên bàn tay
Buồn thui vừa đi vừa rao; báo đây
Phố đêm vui hơn ngày
Đèn màu giăng như lá cây
Nó đưa hồn lên mây
Ngày xưa mẹ nó bao yêu thương đứa con trai
Lo lắng tương lai
Bỗng đâu một đêm khi đang yên giấc mơ say
Lửa cháy đạn bay
Và mẹ nó chết trong cơn binh biến quê hương
Ôi quá thê lương
Biết đâu tìm thương yêu cho thân nơi nương nhờ
Đời nó bây giờ
Nó băng qua công trường

Nhìn lên ngựa xe nhiều quá
Thầm mong vòng tay mẹ yêu thiết tha
Ngõ khuya mưa không đèn
Đường quanh co lối quen
Nó đi vào đêm đen...

Là một câu chuyện kể nỗi bất hạnh vô cùng, chỉ mơ ước được ôm ấp trong vòng tay của mẹ mà cũng không được mà phải sống giữa cuộc sống bất hạnh, cuộc sống này xảy ra hằng ngày trên quê hương đất nước Việt Nam thân yêu. Trong một số những nhạc phẩm của Anh Bằng mà được nhiều người ưa thích được phổ biến rộng rãi thì phải kể đến: "Hẹn anh đêm nay" - "Nỗi lòng người đi"- "Tango dĩ vãng" - Tình tuyệt vời - "Lời tình băng giá" - "Dù nắng có mong manh" - "Nhớ Sài Gòn" - "Tâm hồn cô đơn" và còn nhiều nữa...

Về thơ phổ nhạc Anh Bằng còn có rất nhiều: "Nếu Vắng Anh" (Nguyên Sa) - "Bướm Trắng" (Nguyễn Bính) - "Chuyện Giàn Thiên Lý" (Yên Thao) - "Anh Biết Em Đi Chẳng Trở Về" (Thái Can) - Khúc Thụy Du" (Du Tử Lê) - "Từ Độ Ánh Trăng Tan" (Đặng Hiền) và còn nhiều nữa.

Theo Nguyễn Đình Toàn thì Anh Bằng tên thật là Trần An Bường, sinh năm 1925, như thế có lẽ ông ta là một trong số những nhạc sĩ cao niên nhất hiện nay còn hiện diện trên cõi đời này với chúng ta.

Anh Bằng có sức sáng tác rất phong phú, ngoài hàng trăm ca khúc của riêng ông, Ông còn có một số bài viết chung cùng với nhạc sĩ Lê Dinh và Minh Kỳ dưới tên chung là Lê Minh Bằng.

Ở Sài Gòn trước năm 1975, Anh Bằng là một nhạc sĩ được các nhà xuất bản đặt hàng dành quyền xuất bản nhiều nhất, kể cả những bài viết chưa xong.

Vào thập niên 60 bài "Nếu Vắng Anh" tại phòng trà Anh Vũ của thủ đô Sài Gòn, tiếng hát nữ ca sĩ Lệ Thanh đã một thời làm điên đảo lòng người, ca khúc này ký tên Lê Anh Bằng, và có lẽ đây là bản nhạc đầu tiên Anh Bằng phổ vào bài thơ Cần Thiết của Nguyên Sa.

Nếu không có anh, lấy ai đưa em đi học về
Lấy ai viết thư cho em mang vào lớp đọc

Ai lau nước mắt khi em ngồi khóc
Ai đưa em đi chơi trong chiêu mưa...

Nhà văn Nguyễn Thụy Long có kể lại trường hợp một người tử tù, đã hát bài Nguyện Cầu trong nhà tù Chí Hòa đêm trước ngày bị đưa ra pháp trường. Trong các trại tù sau biến cố 1975, trong những đêm chờ chuyển trại, những người lính tù cũng đã hát lên bài "Đêm Nguyện Cầu" vì cho rằng trong hoàn cảnh hiện tại của họ mà được hát lên bài Đêm Nguyện Cầu thì họ cảm nhận được nỗi ray rứt bi thương cho một kiếp người đang bị khổ đau đày đọa.

Hãy lắng tiếng nói vang trong tâm hồn mình người ơi
Con tim chân chính không bao giờ biết đến nói dối
Tôi đi chinh chiến bao năm trường miệt mài
Va hồn tôi mang vết thương, vết thương trần ai
Có những lúc tiếng chuông đêm đêm vọng về rừng sâu
Rưng rưng tôi chắp tay nghe hồn khóc đến rướm máu
Bâng khuâng nghe súng vang trong sa mù, buồn gục đầu
Nghẹn ngào cho non nước tôi trăm ngàn u sầu
Thượng đế hỡi! có thấu cho Việt Nam này
Nhiều sóng gió trôi dạt lâu dài
Từng chiến đấu tiêu diệt quân thù bạo tàn
Thượng đế hỡi hãy lắng nghe tiếng người dân hiền
Vì đất nước đang còn ưu phiền
Còn tiếng khóc đi vào đêm trường triền miên
Có những lúc tiếng chuông đêm đêm vọng về rừng sâu
Rưng rưng tôi chắp tay nghe hồn khóc đến rướm máu
Quê hương non nước tôi ai gây hận sầu tội tình
Mẹ việt Nam yêu dấu ơi!!!! Bao giờ thanh bình.
Đêm Nguyện Cầu – Anh Bằng

Theo nhạc sĩ Lê Dinh, bài viết cho ngày sinh nhật 81 tuổi thì nhạc sĩ Anh Bằng sinh năm 1927 (Đinh Mão), tại Ninh Bình, tên thật là Trần An Bường, tính tình vui vẻ, lời nói duyên dáng,

Trong việc giao tiếp hằng ngày, anh cũng thường ít xuất hiện, nếu có cũng thường hay làm thinh, và nếu hỏi thì những lời nói nào anh đưa ra cũng duyên dáng, và vì lẽ đó mà anh rất đào hoa, bạn bè thường bảo anh có duyên ngầm, nên có rất nhiều cô mến anh, thích anh rồi thương anh, và anh cũng... yêu đáp lại, nhưng không vì thế mà bỏ bê gia đình, trái lại anh vẫn chăm lo gia đình, săn sóc người vợ anh cưới từ khi chưa di cư, ở thị trấn Điền Hộ, tỉnh Ninh Bình. Rời bỏ quê hương, anh cùng gia đình vào Nam tìm tự do, sau hiệp định chia đôi đất nước năm 1954. (Lời của Lê Dinh)

Cũng theo nhạc sĩ Lê Dinh trong bài viết mừng sinh nhật 81 tuổi của Anh Bằng, thì những năm sau nầy ông ta bị chứng lãng tai, nhưng không ảnh hưởng nhiều tới sự sáng tác của ông, Anh Bằng là người thành lập Trung Tâm Asia bây giờ, và sự lớn mạnh của nó cũng nhờ sự tiếp tay của cô con gái Thy Vân và bà Anh Bằng, nhờ vậy mà Trung Tâm Asia giữ được uy tín trong nhiều năm qua...

Tóm lại, với tôi nhạc sĩ Anh Bằng là một người nghệ sĩ lão thành trong làng âm nhạc Việt Nam trong cũng như ngoài nước, một cây đại thụ giữa rừng nghệ sĩ lão thành, một phóng viên dày dạn kinh nghiệm, ông dùng bàn tay của mình lướt phím để rung lên những gì trong suốt cuộc đời của ông đã quan sát tận mắt nước Việt Nam chiến tranh huynh đệ tương tàn gồm nhiều khổ đau nên dòng nhạc.

Anh Bằng làm cho người nghe có những rung động từ trái tim, cho ta những cảm nhận sâu lắng trong tâm hồn, là những bản nhạc mà theo tôi sẽ không dừng lại ở cột mốc thời gian nào, hôm nay, ngày mai mà sẽ vĩnh viễn ru vào lòng người mãi mãi bất diệt.

NHƯ PHONG

NHẠC SĨ ANH BẰNG
với âm nhạc Việt Nam
qua thời hưng thịnh

- Nguyễn Quý Đại -

Lịch sử Việt Nam thăng trầm trải qua một ngàn năm Bắc thuộc và hơn 80 năm thực dân Pháp đô hộ, nhưng vẫn giữ được giá trị lịch sử và bản sắc văn hóa của dân tộc Việt Nam. Riêng về lịch sử âm nhạc giá trị nghệ thuật qua nhiều thế hệ, trong triều đình vua chúa có nhã nhạc cung đình, ngoài dân gian âm nhạc cũng phổ thông và phong phú. Những âm điệu, tiết tấu đặc trưng của dân ca từ ca dao và thơ lục bát, qua thời gian âm nhạc trở thành những thể loại như ca hát dân gian khác nhau theo từng địa phương: hát Quan họ, hát Ả Đào, hát Chèo, hát xẩm, hò khoan, hát bội... nhạc cụ gồm có nhiều loại đàn tranh, đàn tỳ bà, đàn nguyệt, đàn cò, đàn nhị, đàn tam, đàn bầu, sáo, trống... Cuối thế kỷ thứ 20 nền âm nhạc phát triển mạnh mở đầu cho một giai đoạn đổi mới của lịch sử âm nhạc Việt Nam. Theo tài liệu của nhiều nhạc sĩ, thì năm 1917, từ hát Bội có thêm hát cải lương ra đời, điệu hát này tân tiến hơn điệu hát bội, danh từ "Cải lương" để đặt tên cho điệu hát mới, năm 1920 có thêm "Sáu câu vọng cổ".

Năm 1930 khởi đầu nền tân nhạc, hay là "thời kỳ tìm nhạc mới"? Nhạc phẩm "Cùng Nhau Đi Hồng Quân" là ca khúc tân nhạc đầu tiên khoảng năm 1930. Từ năm 1935 có thêm 2 ca khúc Bẽ Bàng, Tiếng Sáo Chăn Trâu. Năm 1936 ca khúc Bên Hồ Liễu; Trên Sông Hương; Xuân Năm Xưa. Năm 1937 Bóng Ai Qua Thềm. Năm 1938 tân nhạc thật sự được phổ biến sâu rộng trong quần chúng, nhạc sĩ Nguyễn Văn Tuyên sáng tác nhạc phẩm Bông Cúc Vàng, Kiếp Hoa được nhiều người ái mộ, Báo Ngày Nay của nhà văn Nhất Linh thời đó có uy tín trên văn đàn Việt Nam đã đăng nhạc phẩm này. Nhạc sĩ Nguyễn Văn Tuyên được mời thuyết trình ở Hà Nội, Huế, Hải Phòng, về tân nhạc và chính tác giả đã hát cho mọi người nghe. Những năm tháng phôi thai trước đó rồi Tân nhạc đã trở thành một phong trào được mọi người đón nhận và đam mê tại những thành phố lớn. Nhạc sĩ Lê Yên, Văn Chung, Doãn Mẫn, Dương Thiệu Tước, Thẩm Oánh.. của hai nhóm nổi danh Tricéa và Myosotis đóng góp cho nền Tân nhạc Việt Nam càng ngày thêm phong phú. Những năm chiến tranh bùng nổ toàn dân chống Pháp, những đoàn văn nghệ trong đó có Phạm Duy, Phạm Đình Chương... từ thành phố về sinh hoạt ở vùng nông thôn hẻo lánh, hát tân nhạc để kích động lòng yêu nước, từ đó tân nhạc đã được phổ biến trên khắp mọi nẻo đường quê hương.

Năm 1954 đình chiến, đất nước bị chia đôi, những nhạc sĩ danh tiếng từ miền Bắc di cư vào Nam. Chính quyền miền Nam (Việt Nam Cộng Hòa), với tự do sáng tác thơ, nhạc, văn học nghệ thuật, các nhạc sĩ sáng tác, phổ thơ thành nhạc theo nhiều thể loại được tạm chia ra: Nhạc tiền chiến, nhạc vàng, dân ca, du ca, đạo ca, hùng ca, tình ca, nhạc trẻ, nhạc sến, nhạc giao hưởng, nhạc phản chiến... Trong khi đó miền Bắc chỉ có một loại nhạc đỏ theo đường hướng của đảng cộng sản chỉ đạo, âm điệu ảnh hưởng nhạc Tàu lai căng.

Trước năm 1975 tại miền Nam phong trào nhạc phát triển mạnh trên bốn vùng chiến thuật, Thủ đô Sài Gòn và Huế có trường Quốc Gia và Cao Đẳng Âm Nhạc, tại Sài Gòn nhờ có nhiều nhạc sĩ tài danh mở trường dạy nhạc và đào tạo ca sĩ. Đóng góp đáng kể phải nói đến lớp dạy nhạc ở Tân Định của nhóm Lê Minh Bằng và nhiều nhạc sĩ khác đào tạo nhiều nhân tài cho nền tân nhạc thời hưng thịnh.

Ở Đà Nẵng, Hội An ảnh hưởng nhạc của nhạc sĩ đồng hương: La Hối, Trầm Tử Thiêng, Vĩnh Điện... và phong trào du ca của cố nhạc sĩ

Trần Đình Quân (cựu giáo sư Phan Châu Trinh). Huế trong giới sinh viên ảnh hưởng nhạc "phản chiến" của Trịnh Công Sơn, Thỉnh thoảng tại Đà Nẵng tổ chức Đại Nhạc Hội, nhưng học sinh, sinh viên không đủ khả năng mua vé vào xem. Những nhạc phẩm mới chỉ thưởng thức qua các chương trình phát thanh đài Sài Gòn hay Quân Đội. Thời kỳ Tivi phát triển các chương trình nhạc được trình diễn, khán giả chỉ biết ca sĩ hát nhạc phẩm nào hay, tên tuổi ca sĩ được người ta yêu thích và biết đến. Nhưng rất tiếc ít người để ý đến tác giả sáng tác nhạc phẩm đó vào thời điểm nào! Bản nhạc Việt Nam Việt Nam của Phạm Duy và nhạc Trịnh Công Sơn Khánh Ly hát nhiều người biết. Nhưng tên tuổi hai nhạc sĩ nầy đã bị lãng quên. (năm 1973 tại Đại học Huế ông Trọng Văn diễn thuyết đề tài "Phạm Duy đã chết", dù ngày nay ông về sống tại Sài Gòn, nhưng cũng như người đã chết, cố nhạc sĩ Trịnh Công Sơn sáng 30.4.1975 nếu anh đừng vội lên đài Sài Gòn hát mừng "chiến thắng" ít ra cũng còn ít nhiều người mến mộ.

Sau 30.4.1975 thời kỳ suy thoái về âm nhạc, tất cả các nhạc sáng tác trước 1975 bị cấm, băng nhạc, sách báo bị tịch thu. Nhạc sĩ, nhà văn, thi sĩ cùng với sĩ quan, công chức của VNCH bị tập trung cầm tù cải tạo... Nhiều người rời bỏ quê hương mang kiếp người tị nạn, họ hội nhập vào đời sống văn minh của xứ người có tự do dân chủ. Cộng đồng người Việt luôn duy trì bản sắc văn hóa dân tộc. Trong sinh hoạt, âm nhạc không thể thiếu vì nhạc giúp cho đời thêm hương sắc. Các Trung Tâm nhạc ở Hoa Kỳ dù với tính cách thương mãi như: Thúy Nga Paris, Asia, Vân Sơn đã đóng góp phát triển về âm nhạc, với sự góp mặt của nhiều ca sĩ trưởng thành ở hải ngoại trẻ tài sắc vẹn toàn, MC có trình độ học vấn cao, chương trình nhạc dàn dựng công phu, ánh sáng, âm thanh hoàn hảo sống động làm khán giả thêm đam mê, mang lại luồng gió mới âm nhạc Việt Nam nơi hải ngoại và luôn bảo tồn nét đẹp của nền văn hoá Việt Nam.

Nhìn lại 33 năm âm nhạc hải ngoại thời thịnh vượng, thành công rực rỡ, với những nhạc phẩm sáng tác hát cho tình yêu quê hương đất nước... Những Trung Tâm trên mời những nhạc sĩ tài danh để giới thiệu họ với khán giả, nói lên lời tri ơn vì họ âm thầm đóng góp cho đời những nhạc phẩm bất hủ. DVD nhạc phát hành trên toàn thế giới,

Thu Hảo, Nhạc sĩ Anh Bằng và nhạc sĩ Lê Dinh

từ đó nhiều người biết mặt các nhạc sĩ, từ lâu tên tuổi họ đã đi vào lịch sử âm nhạc và tình tự dân tộc. Ngoài ra cũng giới thiệu những nhân tài gốc Việt thành công trên nhiều lãnh vực: khoa học, thương mãi, xã hội... mang lại danh dự cho cộng đồng người Việt Nam tại hải ngoại.

Sự có mặt của nhiều nhạc sĩ qua nhiều thế hệ (trưởng thành trước 1975 và sau 1975) đóng góp cho nền âm nhạc tại hải ngoại cần phải được vinh danh. Nhạc sĩ Anh Bằng đến định cư ở Hoa Kỳ từ 1975 lúc 50 tuổi đã có cơ hội tiếp tục sáng tác và phát hành băng cassette với tên Lê Minh Bằng, Sóng nhạc, Dạ lan, Asia. Khoa học phát triển, nghệ thuật thứ Bảy cũng tiến theo, từ Video đến DVD. Nhạc sĩ Anh Bằng sáng lập ra Trung Tâm Asia Entertainment, do ái nữ của ông là Thy Vân điều khiển tổng quát, nhạc sĩ trẻ tài ba Trúc Hồ làm Giám đốc. Nhạc sĩ Anh Bằng sáng tác nhiều trong số đó có khoảng 10% là thơ phổ nhạc.

Phổ nhạc những bài thơ nổi tiếng thời tiền chiến: Bướm Trắng

(Nguyễn Bính), Chuyện Hoa Sim (Hữu Loan), Anh Biết Em Đi Chẳng Trở Về (Thái Can), Chuyện Giàn Thiên Lý (Yên Thao) Ngập Ngừng (Hồ Dzếnh), Hoa Trắng Thôi Cài Trên Áo Tím (Kiên Giang Hà Huy Hà) v.v...

Anh Bằng rất có tài phổ thơ thành nhạc "Hai Sắc Hoa Ty Gôn" của TTKH dài 40 câu là chuyện tình tan vỡ, vì hoàn cảnh trái ngang nàng phải gạt nước mắt lên xe hoa về nhà chồng thành một ca khúc trữ tình. "Chuyện Tình Hoa Tigôn"

Một mùa thu trước mỗi hoàng hôn
Nhặt cánh hoa rơi chẳng biết buồn
Nhuộm ánh trăng tà qua mái tóc
Tôi chờ người đến với yêu thương

Người ấy thường hay vuốt tóc tôi
Thở dài khi thấy tôi hay cười
Bảo rằng hoa nầy giống như tim vỡ
Anh sợ tình ta cũng thế thôi

...
Nếu biết rằng tôi đã lấy chồng
Trời hỡi người ấy có buồn không
Có còn nghĩ tới loài hoa vỡ
Làm lỡ tình duyên cũ mất rồi

Nhạc sĩ Anh Bằng thật lãng mạn cảm nhận tình yêu trong mộng tưởng "Anh Cứ Hẹn", nhưng thi nhân Hồ Dzếnh thì "Ngập Ngừng" với 18 câu thơ bắt đầu "Em cứ hẹn nhưng em đừng đến nhé" không gian không làm ngăn cách, Nhưng Anh Bằng thì muốn "Anh Cứ Hẹn" chứ không phải "Em Cứ Hẹn". Chủ từ ANH hay EM dù có hẹn, nhưng đừng bao giờ đến, vì tình yêu trong mộng tưởng bao giờ cũng đẹp và trong trắng.

Anh cứ hẹn nhưng anh đừng đến nhé
Để một mình em dạo phố lang thang
Quán vắng quanh đây nụ hôn quá nồng nàn
Em bước vội để che hồn trống vắng

Cái đẹp của tình yêu đừng bao giờ đến bến bờ, yêu là dang dở rồi lơ lửng lời thơ với nhạc hòa âm do Sỹ Đan soạn, được bốn ca sĩ trẻ Cardin, Trish Thùy Trang, Thùy Hương, Dạ Nhật Yến làm cuốn hút người nghe thêm say đắm.

Anh cứ hẹn nhưng anh đừng đến nhé
Cuộc đời buồn khi tình đã lên ngôi
Có bao nhiêu tình say đắm tuyệt vời
Đều dở dang như tình mình thế thôi
Những cánh thư yêu đừng nên kết vội vàng
Những cánh buồm đừng nên dừng bến đỗ
...

Cuộc đời không có gì là vĩnh viễn, vũ trụ mênh mông còn thay đổi, trong cuộc chiến thân phận làm trai phải ra đi chiến trận khói lửa mịt mù. Người vợ hiền, người em gái bé bỏng đợi chờ. Tàn cuộc chiến trở về, thi nhân Hữu Loan khóc người yêu với "Màu Tím Hoa Sim" vì yểu mệnh nàng đã ra đi về bên kia thế giới. Thi phẩm bất hủ nầy được các nhạc sĩ phổ nhạc. Dzũng Chinh với bài "Những Đồi Hoa Sim", Phạm Duy soạn thành bài "Áo Anh Đứt Chỉ Đường Tà", Duy Khánh với "Màu Tím Hoa Sim", Anh Bằng với "Chuyện Hoa Sim" do các giọng ca: Băng Tâm, Y Phụng, Đặng Thế Luân, Mạnh Đình, Ngọc Huyền, cùng với nhạc phẩm "Chuyện Giàn Thiên Lý" ý thơ của Yên Thao thật xúc động, diễn đạt hết tâm trạng của người trai thời loạn, đó là sự thành công tuyệt vời của nhạc sĩ Anh Bằng

Rừng hoang đẹp nhất hoa màu tím
Chuyện tình thương nhất chuyện hoa sim
Có người con gái xuân vời vợi
Tóc ngắn ngắn chưa đầy búi

Ngày xưa nàng vẫn yêu màu tím
Chiều chiều lên những đồi hoa sim
Đứng nhìn sim tím hoang biền biệt
Nhớ chồng chinh chiến miền xa xăm

Ôi lấy chồng chiến binh (điệp khúc)
Lấy chồng thời chiến chinh, mấy người đi trở lại
Sợ khi mình đi mãi, sợ khi mình không về
Thì thương người vợ bé bỏng chiều quê
Nhưng không chết người trai khói lửa
Mà chết người em nhỏ hậu phương
Mà chết người em bé tôi thương.

Đời tôi là chiến binh rừng núi
Thương ngày qua những đồi hoa sim
Thấy ngày qua những đồi hoa sim
Thấy cành sim chín thương vô bờ
Tiếc người em gái không còn nữa

Tại sao nàng vẫn yêu màu tím
Màu buồn tan tác phải không em
Để chiều sim tím hoang biền biệt
Để một mình tôi khóc chuyện hoa sim

Nhạc sĩ Anh Bằng còn phổ khá nhiều thơ của các thi sĩ: Hoa Học Trò (Nhất Tuấn), Khúc Thụy Du (Du Tử Lê) Anh Còn Nợ Em (Phan Thành Tài), Từ Độ Ánh Trăng Tan (Đặng Hiền) Trúc Đào (Nguyễn Tất Nhiên), Mai Tôi Đi (Nguyên Sa)... Ngoài ra còn một số nhạc phẩm tình cảm, chiến đấu, hài hước… "Nỗi Lòng Người Đi", một hoài niệm man mác về quá khứ dù sống giữa thành phố Sài Gòn tự do hoa lệ.

Tôi xa Hà Nội năm lên mười tám khi vừa biết yêu
Bao nhiêu mộng đẹp yêu đương thành khói tan theo mây chiều
Hà Nội ơi! Nào biết ra sao bây giờ
Ai đứng trông ai ven hồ khua nước trong như ngày xưa
Tôi xa Hà Nội năm em mười sáu xuân tròn đắm say
Đôi tay ngọc ngà dương gian, tình ái em đong thật đầy
Bạn lòng ơi!
Ngày ấy tôi mang cây đàn quen sống ca vui bên nàng

Nay khóc tơ duyên lìa tan
Giờ đây biết ngày nào gặp nhau
Biết tìm về nơi đâu ân ái trao nàng mấy câu
Thăng Long ơi! Năm tháng vẫn trôi giữa
iòng đời ngậm đắng nuốt cay nhiều rồi
Hồ Gươm xưa vẫn chưa phai mờ
Hôm nay Sài Gòn bao nhiêu tà áo khoe màu phố vui
Nhưng riêng một người tâm tư sầu vắng đi trong bùi ngùi
Sài Gòn ơi! Mộng với tay cao hơn trời
Tôi hái hoa tiên cho đời để ước mơ nên đẹp đôi

Cuộc di cư lớn nhất trong lịch sử Việt Nam, hơn một triệu người rời bỏ miền Bắc để vào Nam vì không thích sống dưới chế độ cộng sản độc tài, chính quyền Cộng Sản lúc nào cũng muốn nắm cái bao tử người dân, cai trị với chế độ tem phiếu, phân phối thực phẩm. Nên sự nghèo đói, điêu tàn thường xảy ra, ngày nay họ gọi là "thời kỳ bao cấp". Nhạc sĩ Anh Bằng nhớ những em bé bất hạnh dưới chế độ cộng sản để viết nhạc phẩn Nó:

Thằng bé âm thầm đi vào ngõ nhỏ
Tuổi ấu thơ đã mang nhiều âu lo
Ngày nó sống kiếp lang thang
Ngẩn ngơ như chim đầu đàn
Nghĩ mình tủi thân muôn vàn

Miền Bắc điêu tàn nên đời nó khổ
Một chén cơm chiều nên lòng chưa no
Nhiều lúc nó khóc trong mơ
Mẹ ơi con yêu mong chờ
Bao giờ cho đến bao giờ

Trong Quân sử Việt Nam Cộng Hòa thường nhắc lại cuộc chiến đẫm máu nhất là "Mùa Hè Đỏ Lửa 1972". Nhưng trước đó Tết Mậu Thân năm 1968 cuộc chiến máu lửa đã xảy ra trên bốn vùng chiến thuật rất khủng khiếp. Những thành phố lớn đều bị bom đạn tàn phá,

Huế cổ kính, trang nghiêm thơ mộng một thời vang bóng, bị tàn phá dữ dội. Gia đình chú thím tôi ở Ga Huế chịu chung số mệnh tang thương, đứa con út trong gia đình đã chết vì đạn pháo kích của cộng quân, trên đường chạy giặc phải chôn vội bên bờ sông Bến Ngự!... nhạc phẩm "Chuyện Một Đêm Khuya" nhạc sĩ Anh Bằng đã viết lên niềm đau, tâm trạng thật của thời đó.

Chuyện một đêm khuya nghe tiếng nổ nổ vang trời
Chuyện một đêm khuya ôi máu đổ đổ lệ rơi
Chuyện một đêm khuya nghe tiếng than trong xóm nghèo
Mái tranh lửa cháy bốc lên ngun ngút trời cao

Bà đặt con lên đám cỏ phủ sương mờ
Tội gì con ơi khi lứa tuổi còn thơ
Bà nhẹ đưa môi hôn lên trán con yêu giá lạnh
Vuốt ve lần cuối trước khi xa con suốt đời.
...

Hơn hai mươi năm chinh chiến bom đạn tàn phá quê hương, người dân miền Nam luôn nguyện cầu cho hòa bình, nhạc sĩ Anh Bằng là con chiên ngoan đạo, đã sáng tác nhạc phẩm Đêm Nguyện Cầu, Xin hãy chắp tay cầu xin Thượng Đế, Ngài ơi hãy thấu hiểu nỗi khổ đau triền miên của dân tộc, đất nước Việt Nam này.

Hãy lắng tiếng nói vang trong hồn mình người ơi
Con tim chân chính không bao giờ biết nói dối
Tôi đi chinh chiến bao năm trường miệt mài
Và hồn tôi mang vết thương trần ai
...

Hàng ngày tiếng chuông nguyện cầu vang vọng khắp muôn nơi, vào đêm Giáng Sinh hay ngày Tết Nguyên Đán chính quyền miền Nam (VNCH) luôn tôn trọng những ngày đình chiến, và ngưng tiếng súng để người dân tạm sống trong hòa bình yên vui đón vui Xuân trong mấy ngày Tết, nhưng địch quân luôn lợi dụng những giây phút thiêng liêng ấy để đánh phá! Chỉ có Thượng Đế thấu hiểu ước mơ của người dân hiền bị bọn cộng nô phản bội.

Thượng Đế hỡi có thấu cho Việt Nam này
Nhiều sóng gió trôi dạt lâu dài
Từng chiến đấu tiêu diệt quân thù bạo tàn
Thượng Đế hỡi hãy lắng nghe người dân hiền
Vì đất nước đang còn ưu phiền
Còn tiếng khóc đi vào đêm trường triền miên
...

Cuộc đời của nhạc sĩ Anh Bằng, cũng như nhiều người khác đã hai lần phải lánh nạn cộng sản, một lần di cư từ Bắc vô Nam tìm tự do nơi miền Nam thân yêu trù phú, và một lần nữa "di tản" buồn thay cho kiếp người lưu vong. Tuy sống ở miền đất hứa bốn mùa thời tiết thay đổi với vẻ đẹp tuyệt vời của thiên nhiên, nhưng nhạc sĩ Anh Bằng vẫn canh cánh bên lòng với khung trời kỷ niệm của quê hương yêu dấu mùa thu, mưa, nắng cho đến đêm trăng...bao giờ cũng đẹp hơn nơi đất khách.

Mùa thu nơi đây
Buồn hơn mùa thu Sài Gòn nhiều
Nhìn Thu lá bay
Không thiết tha giống Sài Gòn nhiều
biết không anh biết không anh
Mùa thu nơi đây rất buồn rất buồn.

Trời mưa nơi đây
Buồn hơn trời mưa Sài Gòn nhiều
Giọt mưa hắt hiu
Như nhắc ta nhớ Sài Gòn nhiều..
Màu trăng nơi đây
Đục hơn màu trăng Sài Gòn nhiều
Trời đêm lặng sao....
Biết không anh biết không anh
Ở đây trăng sao rất buồn rất buồn!!!

Hằng năm ở Hoa Kỳ có ngày Mother's Day để tưởng nhớ người

Mẹ. Anh Bằng đã sáng tác nhạc phẩm "Khóc Mẹ Đêm Mưa" để vinh danh Mẹ hiền, qua giọng hát thiết tha não nùng của Đặng Thế Luân, người mất Mẹ thì nước mắt lưng tròng, khóc Mẹ cũng là một thông điệp nhắc nhở những người còn Mẹ phải làm tròn bổn phận thiêng liêng.

Có những lần con khóc giữa đêm mưa
Khi hình Mẹ hiện về năm khói lửa
Giặc đêm đêm về quê ta vây khốn
Bắt cha đi Mẹ khóc suốt đêm buồn
Ôi thương Mẹ vất vả sống nuôi con
Đi vội về sợ con thơ ngóng chờ
Nhưng Mẹ đi không bao giờ về nữa
Ngã trên đường tức tưởi chết trong mưa
Tan chiêm bao nước mắt thành dòng
Con gọi Mẹ một mình trong đêm vắng
Mẹ ơi! Mẹ ơi!
Tha hương con gục đầu tưởng nhớ
Trên đời nầy Mẹ con không gặp nữa.
Mẹ ơi! con khóc giữa đêm mưa!

Nhạc sĩ Anh Bằng đã ca tụng tình yêu, tình yêu với quê hương, tình chiến hữu "Huynh Đệ Chi Binh", nhắc nhở người lính các cấp hãy đoàn kết trong tình huynh đệ để chống cộng sản, tri ơn những người lính chiến vô danh đã nằm xuống vì tự do, những người Thương phế binh VNCH bị bỏ quên sau cuộc chiến. Những năm qua cựu quân nhân VNCH thường tổ chức những buổi văn nghệ để giúp cho thương phế binh, một món quà, một số tiền nhỏ gởi về giúp họ nói lên tấm lòng biết ơn. Tuy nhiên trong tập hợp xã hội thường có những bất đồng chính kiến "chín người mười ý", đôi khi làm rạn nứt, tan vỡ tình đoàn kết!

Nhạc sĩ Anh Bằng với mong ước chúng ta cùng đốt lên ngọn đuốc đấu tranh bỏ qua những tỵ hiềm bé nhỏ, cùng cầm tay nhau đốt lên ngọn đuốc soi sáng những nơi tối tăm mịt mù, và sưởi ấm lòng người viễn xứ. Hơn 33 năm qua kể từ ngày chúng ta rời bỏ quê hương, đã đấu tranh không ngừng nghỉ mong ước một ngày không xa quê hương Việt Nam, sẽ thật sự có tự do, dân chủ và nhân quyền.

Đốt đuốc lên! Ta đốt đuốc lên!
Cho tình anh em Việt Nam đoàn kết
Thắp nến lên! Ta thắp nến lên
Xua ngàn tối tăm ra ngoài trái tim cùng một lời nguyền
Đốt đuốc lên! ta đốt đuốc lên!
Cho cờ vàng lên rực cao Tổ quốc
Thắp nến lên! ta thắp nến lên
Cho màu vàng sáng thơm da vàng Việt Nam

Theo tiết lộ của nhạc sĩ Lê Dinh định cư ở Canada. nhạc sĩ Anh Bằng đã ngoài 80 tuổi, bị bệnh lãng tai nặng nhưng ông vẫn còn sáng suốt, tiếp tục sáng tác hàng vài trăm bản nhạc còn để trong hộc tủ chưa trình làng, thật là một tài sản vô giá. Nhìn lại sự nghiệp âm nhạc của Anh Bằng đóng góp vào kho tàng văn hoá Việt Nam hải ngoại rất phong phú. Tác phẩm của ông đã cho ra đời khá nhiều, ông lại còn viết chung trong nhóm ký tên "Lê Minh Bằng" tức bút hiệu của ba nhạc sĩ Lê Dinh, Minh Kỳ và Anh Bằng. Ngoài ra những năm ở hải ngoại ông đã sáng tác và phổ nhạc rất nhiều nhạc phẩm giá trị, đậm đà tình người qua những chặng đường thăng trầm của đất nước. Bài sưu khảo nầy trong giới hạn, không thể trích dẫn hết những bài ca, không thể kể hết cái hay, sự uyên bác, trữ tình trong nhạc phẩm của nhạc sĩ Anh Bằng.

Xin ghi lại đây như là một lời trang trọng ghi ơn nhạc sĩ Anh Bằng đã để lại cho đời những nhạc phẩm vô giá, đóng góp cho nền văn hóa Việt Nam.

NGUYỄN QUÝ ĐẠI
Munich cuối thu 2008

Lời nhạc tham khảo trong trang Đặc Trưng-Online
Thơ: Việt Nam Thi Nhân Tiền Chiến toàn tập của Nguyễn Tấn Long

tình yêu qua những sáng tác của
NHẠC SĨ ANH BẰNG

- YÊN THƯ -

Có phải để làm dịu bớt đi phần nào những nỗi mất mát khổ đau của người dân Việt khi phải sống trong một đất nước chịu đựng một cuộc chiến tranh phi lý kéo dài gần một phần tư thế kỷ, những tài hoa của đất nước miền Nam thời ấy đã được sản sinh rất nhiều, nhiều lắm, về phương diện Văn học cũng như Nghệ thuật. Có lẽ một phần lớn do bối cảnh quê hương thuở ấy đã bị ngăn cách bởi dòng sông Bến Hải từ sau hiệp định Giơ Neo 1954. Có biết bao nhân tài miền Bắc đã phải rời bỏ quê quán của mình di cư vào Nam, họ đã bỏ lại sau lưng bao nhiêu là tài sản ruộng vườn, mồ mả tổ tiên và những kỷ niệm đầy ắp nhớ nhung. Những nỗi buồn sinh ly tử biệt như là một vết thương không bao giờ lành hẳn. Những nỗi đau đớn, những mảnh đời bơ vơ lạc lõng, xa gia đình, quê hương thân yêu. Những niềm đau buồn ray rứt trong tâm tư con người chính là những chất xúc tác kỳ diệu cho biết bao những tác phẩm nghệ thuật để đời, phục vụ người thưởng thức. Những tác phẩm này được đem đến mọi tầng lớp người trong xã hội, theo nếp sống và theo thị hiếu của từng cá nhân. Phổ biến nhất thời ấy phải nói đến lãnh vực ca nhạc.

Vào khoảng thập niên 60-70, khắp vùng trời tự do miền nam Việt-Nam, hầu như những ai yêu văn nghệ hay thích ca hát đều có hơn một lần được nghe những bài nhạc làm hồn người lâng lâng rung động. Những dòng nhạc khơi lại nỗi ngậm ngùi của hồn lữ thứ, nỗi buồn biệt ly xa quê hương của những người dân Hà Nội nói riêng, dân miền Bắc nói chung đã phải trải qua một cuộc di cư vĩ đại ngay trên chính quê hương của mình.

Những kẻ xa quê mang theo lòng mong đợi một ngày sẽ được trở về cố hương. Kẻ tài hoa thường là người mang nặng sâu lắng trong lòng họ những mối thương cảm u hoài. Nhờ khả năng thiên phú về âm nhạc, những cảm xúc ấy đã được diễn tả bằng lời ca, tiếng hát qua âm thanh theo từng cung bậc và giai điệu. Một trong những nhạc sĩ tài hoa thời ấy là Anh Bằng. Ông tên thật là Trần An Bường, sinh năm 1926 tại làng Điền Hộ, quận Nga Sơn, tỉnh Thanh Hóa, sau 1954 vào sống tại Sài Gòn. Do hoàn cảnh chiến tranh tàn khốc và đau khổ của những con người Việt-nam phải chiến đấu gian khổ, mệt nhoài ngay trên chính quê hương của mình. Lòng thương cảm cho những nỗi đau khổ triền miên ấy đã giúp Anh Bằng có nhiều chất liệu phong phú để sáng tác và cũng nhờ vào thiên khiếu đặc biệt của mình, nhạc của ông có nhiều thể loại và đáp ứng được thị hiếu của rất đông thính giả ở mọi lứa tuổi khác nhau.

Anh Bằng đã nói thay cho lứa tuổi thanh xuân xứ Bắc, rời quê hương, đem theo với họ là cả một trời Hà Nội thương nhớ đầy ắp trong tim, ở tuổi mười tám đôi mươi đầy mộng đẹp, phải xa lìa mối duyên mơ vừa chớm, đành phải khóc thương cho mối duyên tình thơ ngây sớm bẽ bàng qua bài "Nỗi Lòng Người Đi":

"Tôi xa Hà Nội năm lên mười tám khi vừa biết yêu
Bao nhiêu mộng đẹp yêu đương thành khói tan theo mây chiều
Hà Nội ơi! Nào biết ra sao bây giờ
Ai đứng trông ai ven hồ khua nước trong như ngày xưa
Tôi xa Hà Nội năm em mười sáu xuân tròn đắm say
Đôi tay ngọc ngà dương gian, tình ái em đong thật đầy

Bạn lòng ơi!
Ngày ấy tôi mang cây đàn quen sống ca vui bên nàng
Nay khóc tơ duyên lìa tan
Giờ đây biết ngày nào gặp nhau
Biết tìm về nơi đâu ân ái trao nàng mấy câu
Thăng Long ơi! Năm tháng vẫn trôi giữa
Dòng đời ngậm đắng nuốt cay nhiều rồi
Hồ Gươm xưa vẫn chưa phai mờ
Hôm nay Sài Gòn bao nhiêu tà áo khoe màu phố vui
Nhưng riêng một người tâm tư sầu vắng đi trong bùi ngùi
Sài Gòn ơi! Mộng với tay cao hơn trời
Tôi hái hoa tiên cho đời để ước mơ nên đẹp đôi"

Lòng người bùi ngùi thương nhớ, theo dõi về khung trời Hà Nội xa diệu vợi khi đang đi giữa phố phường hoa lệ Sài-Gòn với bao tà áo mới vui tươi.

Chiến tranh tràn lan khắp nơi, bao lớp trai theo chí lớn, xa gia đình đi chinh chiến. Người ra đi trong khói lửa hiểm nguy, những người thân ở lại hậu phương đêm đêm nguyện cầu sự bình yên cho những người thân nơi chiến trường hiểm nguy. Cảm thương cho thân phận chinh nhân cùng niềm đau buồn cho quê hương đồng bào, mãi sống trong sự lo sợ, chết chóc và lòng thù hận giữa những người cùng một giống nòi, bài: "Đêm Nguyện Cầu" đã được sáng tác cùng với Lê Dinh và Minh Kỳ, dưới tên Lê Minh Bằng:

Hãy lắng tiếng nói vang trong tâm hồn mình người ơi
Con tim chân chính không bao giờ biết đến nói dối
...
Rưng rưng tôi chắp tay nghe hồn khóc, đến rướm máu
Quê hương non nước tôi ai gây hận sầu tội tình
Mẹ Việt Nam yêu dấu ơi bao giờ thanh bình"

Đêm Nguyện Cầu là một bài nhạc rất phổ biến và được nhiều thính giả yêu thích vào thập niên 70 và ca sĩ trình bày thành công nhất là nghệ sĩ Hùng Cường.

Anh Bằng cũng có những sáng tác rất chí tình dành cho những người Mẹ thân yêu khi con mình phải từ biệt gia đình người thân, lao thân vào nơi cát bụi hiểm nguy, cầu mong Mẹ đừng buồn và hứa sẽ trở về cùng Mẹ khi đất nước thái bình qua bài "Lạy Mẹ Con Đi".

"Lạy mẹ con đi, ôm ấp linh hồn Việt Nam
Lạy mẹ con đi, nối theo chí hùng ngàn năm
Vắng con mẹ buồn
là bởi ý khiên khơi nguồn

Nhưng còn gì hơn, tình nước vướng trong tình con
Từ nhỏ con chưa xa vắng quê nhà mẹ ơi
Một buổi xa con, nhớ thương chắc mẹ chẳng vui
biết con đi rồi, nhà cửa vắng thêm một người
Ôi mẹ vì con từng hy sinh cả cuộc đời
...
Lạy mẹ con đi, ôm ấp linh hồn Việt Nam
Lạy mẹ con đi, nối theo chí hùng ngàn năm
Mẹ ơi! Tổ Quốc đang chờ tình con
...
Mẹ đón con yêu sẽ về
trong ngày thái bình"

Nhạc của Anh Bằng luôn ẩn chứa một niềm hy vọng tốt đẹp ở một ngày mai tươi sáng. Ông luôn cho người thưởng thức nhạc của ông cảm được một niềm tin để vươn lên từ một đời sống tăm tối và đau khổ. Lối dùng chữ của ông rất đơn giản và dễ hiểu, do đó dễ đi vào lòng người nghe và ở lại trong trí nhớ của thính giả một cách chân thật và gần gũi qua bài *"Căn Nhà Ngoại Ô"*:

"Tôi ở ngoại ô, một căn nhà tranh có hoa thơm trái hiền.
Cận kề lối xóm, có cô bạn thân sớm hôm lo sách đèn..."

Dù chưa có những lời ước hẹn gắn bó cho mai sau, nhưng lòng bàng hoàng thương nhớ khi phải xa nhau vì chiến tranh đang lan tràn trên quê hương:

*"Những đêm thức giấc ngỡ ngàng,
nghe lòng thương nhớ biết rằng mình yêu..."*

Khi phải đi theo nghĩa vụ của một người trai thời chiến, khi phải rời xa tình yêu hiền dịu đằm thắm, lòng luôn hy vọng vào một tương lai tươi sáng mai sau. Lòng người chinh nhân vẫn hướng về người em gái năm xưa và mơ ước ngày đoàn viên:

*"Là chinh nhân tôi bạn với sông hồ,
tình yêu em tôi nguyện vẫn tôn thờ và yêu không bến bờ....
Ngày mai khi non nước chung một màu cờ...
xin gắng hẹn chờ nhau..."*

Ngoài những bài nhạc chan chứa tình người ấy, Nhạc sĩ Anh Bằng còn rất thành công trong những sáng tác phổ nhạc những bài thơ nổi tiếng như "Bướm Trắng" của Nguyễn Bính, "Chuyện Hoa Ti Gôn" của TTKH, "Trúc Đào" của Nguyễn Tất Nhiên... Trong ấy, Tình yêu như lá mùa thu, đến rồi đi qua trong tiếc thương êm đềm. Người ở lại với nỗi buồn bơ vơ, nhìn từng chiếc lá thu rơi lặng lẽ trong sân vắng qua từng buổi chiều thu:

*"Chiều xưa có ngọn trúc đào
Mùa thu lá rụng bay vào sân em.
Chiều thu lá rụng êm đềm
Vàng sân lá đổ cho mềm chân em
Tại vì hai đứa ngây thơ
Tình tôi dạo ấy là ngơ ngẩn nhìn*

...

Rồi mùa thu ấy qua đi

...

*Chiều nay nhớ ngọn trúc đào
Mùa thu lá rụng bay vào sân em
Người đi biết về phương nào
Bỏ ta với ngọn trúc đào bơ vơ."*

Thiết tha nhất là bài "Bướm Trắng" phổ nhạc từ thơ Nguyễn Bính:

Nhà nàng ở cạnh nhà tôi,
Cách nhau cái dậu mồng tơi xanh rờn.
Hai người sống giữa cô đơn,
Nàng như cũng có nỗi buồn giống tôi
...
Bướm ơi! Bướm hãy vào đây!
Cho ta hỏi nhỏ câu này chút thôi...
Tại sao không thấy nàng cười,
Nàng hong tơ ướt ra ngoài mái hiên.

Mắt nàng đăm đăm trông lên...
Con bươm bướm trắng về bên ấy rồi!
Hôm nay mưa đổ sụt sùi
Tơ không hong nữa bướm lười không sang
Bên hiên vẫn vắng bóng nàng
Rưng rưng tôi gục xuống bàn rưng rưng

Một mối tình nhẹ nhàng say đắm, dù lời chưa trao nhưng tình yêu của chàng trai đã cho đi tha thiết quá khiến cho trời phải sụt sùi khóc thương hay chính đó là giọt lệ của người tình si khóc cho cuộc tình không trọn vẹn. Tình yêu trong những sáng tác của Anh Bằng nhẹ nhàng nhưng vang vọng mãi trong lòng người nghe.

Ngoài những tuyệt tác dành cho đôi lứa, cho quê hương, Anh Bằng cũng có những sáng tác rất thành công dành cho những trẻ thơ có số phận không may, sống lạc loài không gia đình trong cảnh côi cút không có cả manh áo lành lặn hay một bữa cơm cho no lòng trong một quê hương Việt-Nam tang thương và điêu tàn vì chiến tranh qua bài "Nó":

"Thằng bé âm thầm đi vào ngõ nhỏ
Tuổi ấu thơ đã mang nhiều âu lo
Ngày nó sống kiếp lang thang
Ngẩn ngơ như chim xa đàn

...
Mẹ nó ra đi khi còn tấm nhỏ
Một chén cơm chiều nhưng lòng chưa no
Cuộc sống đói rách bơ vơ
Hỏi ai ai cho nương nhờ
...
Miền bắc điêu tàn nên đời nó khổ
...
Nhiều lúc nó khóc trong mơ
Mẹ ơi! Con yêu mong chờ
Bao giờ cho đến bao giờ"

Một thảm trạng đau lòng xảy ra cho biết bao nhiêu trẻ thơ Việt-Nam, nhất là dưới chế độ cộng sản miền Bắc, vì phải sống trong một quê hương chiến tranh triền miên cho nên một ước mơ vô cùng giản dị… Một mái ấm gia đình, có đầy đủ mẹ cha chăm sóc và bảo vệ đã chẳng thực hiện được.

Vượt qua khỏi khuôn khổ giới hạn của tình yêu lứa đôi, tình yêu gia đình, Tình Người không có biên giới cũng được nhân cách hóa qua nhạc Anh Bằng khi ông viết bài "Người Thợ Săn và Đàn Chim Nhỏ":

"Một người thợ săn âm thầm mang súng lang thang vào rừng.
Bầu trời bình minh muôn ngàn tia nắng sớm xuyên màn sương.
Một vài cụm mây như chùm hoa trắng bay trong trời xanh,
Rất xinh và rất xinh.
...
Kìa một bầy nai vương sừng ngơ ngác phóng nhanh vào rừng.
Còn một bầy chim vô tình vẫn hót líu lo đùa chơi.
Nào ngờ thợ săn đang cầm cây súng bắn lên cành cây.
Chim chết chim lạc bầy
...
Chim yên tâm sống vô tình,
Yêu thương nhau trên đầu cành
Đạn vụt bay đến nhanh

Cả bầy chưa tung cánh
Xác rơi trên đất lành
...
Rồi người thợ săn âm thầm mang súng mang chim trở về.
Lề đường bầy chim không thù không oán hót cho người nghe
..."

Dù có bị đối xử tàn ác, bị giết hại, bầy chim nhỏ vẫn không oán thù Người thợ săn, vẫn hót cho người nghe. Có lẽ để nói lên tâm trạng của con người Việt Nam luôn mơ ước cuộc sống bình yên không muốn có sự oán thù dai dẳng, mong mỏi chờ đợi một ngày thanh bình thật sự trên quê hương cho mọi người được tự do thương yêu nhau.

Sau biến cố lịch sử đau buồn 1975 sang định cư ở Hoa-Kỳ, dù đã lớn tuổi, Anh Bằng có lẽ là một trong rất hiếm những Nhạc sĩ vẫn còn có thể sáng tác được những tác phẩm có giá trị. Đáng nói đến nhất là bài "Khúc Thụy Du", phổ nhạc từ thơ Du Tử Lê. Bài hát nói về một Tình yêu đã đến và có lẽ cũng sẽ ra đi. Tình yêu ấy có thật hay không khi mà đang gần nhau trong gang tấc mà dường như đã muôn trùng chia xa:

"Hãy nói về cuộc đời
Khi tôi không còn nữa
Sẽ lấy được những gì
Về bên kia thế giới
Ngoài trống vắng mà thôi
Thụy ơi, và tình ơi!
Như loài chim bói cá
Trên cọc nhọn trăm năm
Tôi tìm đời đánh mất
Trong vũng nước cuộc đời
Thụy ơi, và tình ơi!
...

Lời nhạc diễn tả nỗi đắng cay và chua xót khi cuộc đời của một con người dường như đang đi dần vào đoạn cuối. Khi ấy con người dường như hiểu ra được sự mong manh chia xa, cảm nhận được một điều gì không chắc có thật... Tình yêu là gì, có phải là hạnh phúc hay chỉ là đau khổ... Dù có là hạnh phúc hay đau khổ, con người vẫn không muốn xa lìa tình yêu khi vẫn còn chút hơi thở mong manh...

Những lời nhạc cho người nghe nghĩ đến sự vô thường của cuộc đời, khiến người ta phải tự hỏi khi cuộc đời này vừa chấm dứt, có phải là mất đi vĩnh viễn hay là sẽ có những bắt đầu khác, ở một nơi chốn nào khác...

Hãy nói về cuộc đời
Tình yêu như lưỡi dao
Tình yêu như mũi nhọn
Êm ái và ngọt ngào
Cắt đứt cuộc tình đầu
Thụy ơi và tình ơi..."

Khi Văn học nghệ thuật ở hải ngoại dường như đang lụn tàn dần vì sân chơi văn nghệ nơi đây đang dần vắng bóng người, thật sự phải nhận chân một điều là chúng ta còn rất may mắn khi hiếm hoi còn có được những Nhạc sĩ tài hoa ở vào thế hệ đi trước như Nhạc sĩ Anh Bằng với những nhạc phẩm để đời mãi làm rung động lòng người như vậy. Tài hoa ấy quả nhiên vô cùng xứng đáng với lòng ái mộ của thính giả và chắc chắn những tuyệt tác âm nhạc của ông sẽ sống mãi với thời gian.

Chân thành cảm ơn nhạc sĩ Anh Bằng, người đã có công lớn của nền văn hoá, nghệ thuật âm nhạc Việt-Nam đã một đời phục vụ nghệ thuật mà những thính giả vô vàn mến thương, ông đã cống hiến những tuyệt tác nhân bản đầy tình người. Tất cả những tác phẩm ấy đều đã, đang và sẽ còn mãi mãi in đậm trong ký ức mọi người và sẽ còn mãi được đón nhận bằng những tấm chân tình vời vợi trong tâm hồn người nghe mỗi khi họ có dịp được thưởng thức lại những dòng nhạc của Anh Bằng rất thân thương.

YÊN THU
Garden Grove, Thu 2008

ANH BẰNG
dòng nhạc, tiếng nói của một thế hệ

- NGUYỄN VI SƠN -

"Tôi xa Hà Nội năm lên mười tám khi vừa biết yêu
Bao nhiêu mộng đẹp yêu đương thành khói tan theo mây chiều
Hà Nội ơi! Nào biết ra sao bây giờ
Ai đứng trông ai ven hồ khua nước trong như ngày xưa
Tôi xa Hà Nội năm em mười sáu xuân tròn đắm say
Đôi tay ngọc ngà dương gian, tình ái em đong thật đầy
Bạn lòng ơi!
Ngày ấy tôi mang cây đàn quen sống ca vui bên nàng
Nay khóc tơ duyên lìa tan
Giờ đây biết ngày nào gặp nhau
Biết tìm về nơi đâu ân ái trao nàng mấy câu
Thăng Long ơi! Năm tháng vẫn trôi giữa
Dòng đời ngậm đắng nuốt cay nhiều rồi
Hồ Gươm xưa vẫn chưa phai mờ
Hôm nay Sài Gòn bao nhiêu tà áo khoe màu phố vui
Nhưng riêng một người tâm tư sầu vắng đi trong bùi ngùi
Sài Gòn ơi! Mộng với tay cao hơn trời
Tôi hái hoa tiên cho đời để ước mơ nên đẹp đôi"
(Nỗi Lòng Người Đi – Anh Bằng)

Các nỗi niềm gởi gấm qua lời tâm sự trên đây, đã là tâm sự của cả một thế hệ. Đó là thế hệ của các người ở lứa tuổi 50, 60 và 70. Nó đã vang vọng qua khắp các nẻo đường, thành thị, xóm làng của quê hương Việt Nam, một thời khói lửa lan tràn. Nó vang vọng được thật xa, thật rộng, thật sâu, vì không những nó có cái sức mạnh của ngôn từ, mà nó còn được chuyên chở bởi cái nhiệm màu của âm nhạc. Âm nhạc của một người mang tên Anh Bằng, một cái tên, như dòng nhạc của ông đã gắn liền với cả một thế hệ chúng ta.

Đã bao nhiêu lần, tôi đã nghe qua bài hát mang tên *"Nỗi Lòng Người Đi"* với bao nhiêu cảm xúc. Tôi nhớ có một người nhạc sĩ mang tên Anh Bằng đã sáng tác ra tác phẩm để đời này. Và mỗi lần nghe, tôi cứ tưởng như Anh Bằng viết bài này riêng cho tôi, mặc dầu tôi chưa bao giờ biết ông hoặc có dịp gặp mặt ông. Nhạc Anh Bằng là như thế đó. Nó chuyên chở tâm tình của cả một thế hệ, thế hệ đọa đầy, luân lạc, du mục trên khắp miền của quê hương Việt Nam, một thời khói lửa, hằn sâu với bao bom đạn. Vì thế khi anh Trần Việt Hải có ý muốn tôi viết một bài về người nhạc sĩ tài hoa này, tôi đã không ngần ngại nhận lời, mặc dù tôi chưa một lần được gặp mặt, hay biết cá nhân ông.

Anh Bằng sinh năm 1926 tại Điền Hộ, Nga Sơn, Thanh Hoá, tên thật là Trần An Cường. Đó là chi tiết sau cùng tôi tự cho phép được nói về cá nhân ông. Tôi xin để những thân hữu được biết ông thật sự trong đời nói nhiều hơn về tiểu sử của ông. Ở đây tôi chỉ xin nói về người nhạc sĩ Anh Bằng đã hiện diện trong tâm hồn tôi và của những người cùng thế hệ với tôi qua bao tháng năm dài.

Qua hơn 60 năm viết nhạc, Anh Bằng đã có rất nhiều sáng tác, tôi không muốn nói về con số, mà muốn nhấn mạnh về phẩm chất và sức rung động mạnh mẽ của nhạc Anh Bằng. Phần lớn, ông viết cả nhạc lẫn lời, mà cũng có khi ông phổ thơ của người khác, hoặc viết chung với bạn tâm giao trong nhóm Lê Minh Bằng. Nhưng dù là hình thức nào, hoàn cảnh nào, cũng dễ dàng nhận ra cái cá tính đặc biệt của nhạc Anh Bằng.

Trở lại với bài nhạc *"Nỗi Lòng Người Đi"*. Đó là bài nhạc thật tiêu biểu của nhạc Anh Bằng. Nó rất là riêng tư, chân tình và thảm thiết. Nó như tiếng thủ thỉ của một người bạn, người anh, người tình nói về nỗi lòng người viễn xứ. Thật vậy, nhạc Anh Bằng thường nói về tình yêu và môi trường con người, trong trường hợp này là quê hương Việt Nam qua cả ba miền mà ông đã đi qua.

Cái tài hoa của Anh Bằng là nhạc của ông không có tuổi, vì nó thật là chân thành, nó nói lên hoàn cảnh, tâm tình của "Con Người" không có giới hạn tuổi tác, mà là ở bất cứ giai đoạn nào của đời sống. Trong "Nỗi Lòng Người Đi" ông nói về một ngày, có chàng trai trẻ, ở tuổi 18, cất bước lên đường ra đi như một định mệnh đã an bài. Có người nói rằng, thật ra Anh Bằng đã gần 30 tuổi khi ông viết bản nhạc bất hủ nầy, chứ không phải ở tuổi 18. Con số ở đây thật ra không đáng kể, vì như chúng tôi nói, nhạc Anh Bằng không có tuổi. Tuổi 18, hay tuổi 29 thì đây vẫn là nỗi lòng của cả một thế hệ thanh xuân nhưng dường như mùa xuân đã tàn tạ theo khói lửa chiến chinh.

Ngày đó, có chàng thanh niên, cất bước lên đường để xa một thành phố thân yêu có cái tên tưởng như thần thoại. Đó là Hà Nội. Hà Nội của Anh Bằng, của anh, của chị, của tôi, những người Hà Nội. Một thành phố có hồ nước trong, có những con phố cổ, nhưng trên hết có người con gái Hà Nội, người tình nhân chẳng bao giờ quên được. Có ai sẽ nói, cái thành phố đó, cái chuyện tình đó ở đâu mà chẳng có. Không phải vậy đâu. Cái Hà Nội, người em gái Hà Nội, người yêu nhỏ của một đời, chỉ là riêng của Anh Bằng, là riêng của mọi người đã được nhạc Anh Bằng thấm sâu vào những gốc nhỏ sâu thẳm của tâm hồn.

Bài Nỗi Lòng Người Đi đã mang tất cả các tính chất tiêu biểu của nhạc Anh Bằng trải qua sự nghiệp sáng tác âm nhạc rất dài của ông. Anh Bằng luôn nói về tình yêu dang dở, cái dang dở, xót xa, đau đớn, thường là vĩnh cửu, không có bù đắp. Cái thảm kịch như trong một thảm kịch Hy Lạp (Greek Tragedy) trong đó các yếu tố con người, nội tâm, lồng với thiên nhiên bao quanh lại càng cho Bị Kịch càng trở nên thảm thiết hơn.

Cứ như tình yêu trên đời này nảy sinh, để mà đổ vỡ. Từ bài Nỗi Lòng Người Đi, nói về một người tình không bao giờ gặp lại, đến bài

"Nếu Ai Có Hỏi" thì tình yêu trói buộc vào hoàn cảnh khói lửa, nên tình yêu ở hoàn cảnh này chẳng thể có lời ước hẹn. Đó cũng là tâm tư trong bản Nếu Vắng Anh. Đã biết rằng, nếu không có anh thì đời em sẽ là bao thiếu thốn, cô đơn, nhưng mà hoàn cảnh như đã an bài, để anh phải xa em, hẹn cho đến một ngày non sống thanh bình.

Ở đây, cũng phải nói, là nhạc Anh Bằng cũng có một cái gì rất hướng thượng, tôn vinh cái tính thân cao cả của con người, của người chiến binh. Tình yêu của Anh Bằng là tất cả, nhưng lại có một cái gì tối thượng, cao cả hơn, đó là tình yêu non sông, đất nước của người chiến binh, Họ ra đi vì tiếng gọi non sông, nên đành xếp lại tình yêu lứa đôi, hẹn tới một ngày mình biết, có thể sẽ chẳng bao giờ đến. Không có gì rõ nét hơn về ý chí của Anh Bằng, lòng yêu nước của ông qua bài Đốt Lửa Đấu Tranh:

"Đốt đuốc lên! Ta đốt đuốc lên!
Cho tình anh em Việt Nam đoàn kết
Thắp nến lên! Ta thắp nến lên!
Xua ngàn tối tăm ra ngoài trái tim cùng một lời nguyền

Đốt đuốc lên! Ta đốt đuốc lên!
Cho cờ vàng lên rực cao Tổ quốc
Thắp nến lên! Ta thắp nến lên
Cho màu sáng thơm da vàng Việt Nam"

hoặc qua bài Ngoại Ô Buồn:
"Năm xưa anh đi,
*   từng đêm vạm võ vùng ngoại ô có người mong.*
Hôm nao tôi đi, quê cũ thưa người vì hy sinh cho non sông.
Hơn hai mươi năm, lửa binh tàn phá vùng ngoại ô lắm khổ đau
Tôi theo chân anh,
*   vai súng lên đường cùng hiên ngang viết sử xanh"*

Tình yêu trong tâm hồn Anh Bằng thật là tỏa rộng. Đôi cánh tình yêu ở đây phủ lấp lứa đôi, quê hương dân tộc. Và đặc biệt hơn nữa, tình yêu được gởi tới một khuôn mặt thắm thiết nhất trong tâm hồn con người, đặc biệt, tâm hồn Việt Nam, đó là người MẸ. Cái đáng chú ý, là khi Anh Bằng nói về Mẹ, không phải chỉ là nói về một vai trò, một thân phận, mà nhất định ông nói về MẸ của chính ông, như trong bài Nước Mắt Mẹ Tôi:

"Từ dạo ấy mẹ tôi thành góa phụ
Nắng mưa đời phủ kín bờ vai
Từ dạo ấy tràn lan lửa khói
Súng vang vang khắp trời xóm thôn thêm vắng người
Mẹ tôi, như nắng hoàng hôn đau xót nhìn con
mai mốt lên đường ra chốn sa trường đâu thấy ngày về

Mẹ tôi, khuya sớm cầu kinh cho mái đầu xanh
cho đứa con mình chân bước an lành đường dài chiến tranh"

Nhưng dù là nói về non sông, đất nước, hay về nghĩa vụ cao cả của người chiến binh, thì bao giờ nhạc Anh Bằng cũng nói về tình yêu lứa đôi, mặc dù đó là tình yêu dang dở, đổ vỡ, đau sót, ngậm ngùi.

"Ngày xưa hẹn hò mỗi lần anh qua
Hoa bay đầy ngõ thương anh đợi chờ
Hai đứa vui đùa đẹp nhất ngày mưa
Tình nhất trời mưa

Nhưng rồi hôm nay vắng bóng anh chờ
Em qua đường này... vắng bóng anh chờ
Hoa trắng còn đây, người xưa đâu thấy...
Mưa lạnh đôi vai
Em lạnh đôi vai... ngõ vắng mưa gầy
Hoa bay lạc loài... ngõ vắng mưa gầy
Em nhớ ngày nào dầm mưa ướt áo...
Ôi tình tuổi yêu
Anh là sao khuya long lánh trong hồ
Em ôm tình sầu... liễu rũ trên bờ
Anh mãi là mưa... hạt mưa hiu hắt
Em buồn bơ vơ"

Đây là thế giới tình yêu của Anh Bằng, hiu hắt, bơ vơ, chia ly, nên cái nồng nàn, thắm thiết lại càng làm nó trở nên bi thảm hơn.

Nói tới tình yêu trong âm nhạc Anh Bằng thì phải nói tới cái "không gian tình yêu" ở nhạc của ông. tình yêu của Anh Bằng là dang dở, nên kỷ niệm trong âm nhạc Anh Bằng được nhắc tới rất nhiều. Vì khi cuộc tình đã đi xa, thì chỉ còn có kỷ niệm để mà ôm ấp, để mà nhớ thương. Hãy đọc những lời kể lể trong bài Sầu Lẻ Bóng:

"Người ơi khi cố quên là khi lòng nhớ thêm
Vì Dòng đời là chuỗi tiếc nhớ
Mơ vui là lúc ngàn đắng cay... xé tâm hồn
Tàn đêm tôi khóc khi trời mưa buồn hắt hiu
Lòng mình thầm nhớ dĩ vãng
Đau thương từ lúc vừa bước chân
Vào đường yêu

Đêm ấy mưa rơi nhiều
Giọt mưa tan tác mưa mùa ngâu
Tiễn chân người đi
Buồn che đôi mắt thắm ướt khi biệt ly
Nghe tim mình giá buốt
Hồi còi xé nát không gian"

Tình Yêu, hầu hết là dang dở trong âm nhạc Anh Bằng. Không phải chỉ có anh và em, mà bao giờ cũng phải có Không Gian Tình Yêu. Không gian tình yêu đó có thể là ở một vùng thôn dã xa xôi, hay nơi thành thị, một khúc phố đìu hiu, hay một nơi nào đó, nơi mà tình yêu đã đơm hoa, kết trái, hay úa tàn. Cái không gian đó, kết hợp với mưa nắng thất thường của trời đất luôn góp phần tô rõ nét hơn Tình Yêu đôi lứa. Không có không gian, thì tình yêu chỉ là một chiếc bóng, vất vưởng, không có định nghĩa, không còn chân đứng để mà nhung nhớ, tôn thờ diễn hình như trong bài Tâm Hồn Cô Đơn:

"Ngày tôi quen biết em lần đầu
Mặt trời hôm ấy bỏ trốn nơi nào

Và đường về, trời mưa tầm tã
Sợ buốt giá đến ôm vai gầy
Sợ tiếng gió quyện lời tâm tình xa bay"

Cuộc đời sự nghiệp của Anh Bằng dài hơn nửa thế kỷ. Nếu muốn viết thêm nữa về ông thì không biết phải cần đến bao giấy mực. Nhưng, cái may cho người viết về ông, viết về tác phẩm của ông, về sự nghiệp của ông, là dòng nhạc trữ tình của Anh Bằng thật là đặc sắc, thật là đa dạng, nhưng nó luôn có những tiêu biểu thật riêng tư. Nên khi nghe một bài nhạc của ông, chẳng cần tìm đến tên tác giả, cũng biết đó là nhạc Anh Bằng. Nó thành thật, thiết tha, riêng tư, chua xót, ngậm ngùi. Nhưng ở đâu đó, trong cái dòng nhạc đau thương đó, cũng có cái hào hùng, vinh danh phẩm chất của Con Người. Cũng vì vậy, có phần nào bất công cho người nghệ sĩ hát nhạc Anh Bằng. Vì tôi tin có nhiều người như tôi, khi nghe nhạc của ông, tôi chỉ biết là tác giả đang chia xẻ tâm tình riêng tư với mình, nên ai hát cũng không phải là yếu tố quan trọng như trong nhiều trường hợp khác.

Anh Bằng đã ngoài 80, nhưng tuổi đời của ông dù có bao nhiêu, thì trong tâm hồn người thưởng ngoạn, ông không có tuổi. Ông là tuổi đời của người đang thưởng thức âm nhạc của ông. Ông sẽ mãi mãi là con én, dù là lẻ loi, mang đến cho họ những âm hưởng tuyệt vời của tình yêu ở mọi lứa tuổi, dù đó chỉ là tình yêu dang dở. Tôi xin được là một người của thế hệ chúng tôi, cảm ơn ông, cảm ơn những giờ phút đầy rung động được nghe nhạc của ông. Cảm ơn ông đã để lại một kho tàng quý báu cho âm nhạc Việt Nam. Và cũng xin biết ơn ông đã cho chúng tôi một cái gì thật lãng mạn, thật trữ tình để nhớ mãi về một thời với bao mộng ước, bao nhiêu thăng trầm của một thế hệ mà tôi cứ tưởng như đọa đầy, nhưng thật ra, cũng đã nhận được bao nhiêu Ơn Phúc.

Nguyễn Vi Sơn
Amarillo, Texas tháng 08/2008

ANH đi con đường Việt BẰNG con tim Việt Nam

- BÙI ĐỨC LẠC -

Đàn Chim Việt, đang tung bay khắp vùng thượng du bắc Việt Nam, rừng núi trùng trùng điệp điệp, hè mới qua cơn gió giao mùa vẫn còn làm đàn chim non khẽ rùng mình, đã ba năm nay đàn chim theo chim đầu đàn co cụm về vùng đông bắc, để sống còn. Nghe tin đất nước chia đôi, gom góp cho xong chuyến giao liên chót, phải, đúng là chuyến cuối cùng, được lệnh chia tay nhau, cả đàn ngơ ngác "ôi lũ chim giang hồ" rồi sau đó không bao giờ còn có tin tức, hay nhìn mặt nhau lần nữa. Thiên đường, vùng trời tự do chỉ là ước mơ, đành hy vọng dù chỉ được nhìn nhau qua rặng kẽm gai hay chấn song sắt cũng không đặng. Ba mươi sáu trái tim non nớt (những mái đầu xanh trong Đàn Chim Việt, kể cả Nam lẫn Nữ tuổi từ 13 cho đến 18) ít người may mắn vào được miền Nam, còn lại bao nhiêu vào một đêm khuya được mời đi làm việc??? Kể từ đó! Gia đình cho đến người thân không bao giờ biết được tin tức, giờ này các anh, các chị đang ở đâu; còn sống hay đã đi "mò tôm", phương nào?!... Nhưng dầu sao những người may mắn, cũng vẫn còn ôm ấp sắt son, mộng đẹp thuở ban đầu. Văn Cao đã rút tơ lòng: *"Chim đang bay qua Bắc sang Trung, người Nam còn nghe lời chim nhắn lúc xa. Ai tha hương nghe réo rắt oanh ca. Cánh nhạn vào mây thiết tha, lưu luyến một trời xa"*.

Tiếng còi tầm vang rền báo giờ làm việc, cả nửa thế kỷ nay tiếng còi vang lên hàng ngày, giờ khắc chưa bao giờ thay đổi, nghe đồn tiếng còi tầm này cũng đến ngày thay đổi giờ mới, nó phải thay đổi theo chủ mới; mẹ rớm nước mắt, nghẹn ngào:

Ngày hội ngộ giữa TMC & VĐĐT tại tư gia BS Vi Sơn

Con phải đi... Con phải đi. Cúi mặt nước mắt lưng tròng Lạy Mẹ Con Đi:

Lạy mẹ con đi, ôm ấp linh hồn Việt Nam
Lạy mẹ con đi, nối theo chí hùng ngàn năm
Vắng con mẹ buồn, là bởi ý khiên khơi nguồn
Nhưng còn gì hơn, tình nước vướng trong tình con
Từ nhỏ con chưa xa vắng quê nhà mẹ ơi
Một buổi xa con, nhớ thương chắc mẹ chẳng vui
Biết con đi rồi, nhà cửa vắng thêm một người
Ôi! Mẹ vì con, từng hy sinh cả cuộc đời.
Mẹ ơi! Biển lớn sông dài là đây
Đỉnh núi non cao ngất trời
Không thể sánh tình mẹ thương lúc này
Mẹ ơi! Ở bữa cơm nghèo chiều nay
Canh vắng chim non rẽ bầy
Xin mẹ chớ buồn, nhìn về tương lai.

Trở về thủ đô tìm đàn nhưng vô vọng, lủi thủi nghe tiếng còi xe lửa gầm gừ, rên rỉ báo hiệu, con đường sắt hôm nay là ngày chót nó sẽ sang tay kẻ khác, thất vọng cùng những người dân hối hả dắt dìu nhau lên tầu, tưởng như giòng người không ngừng lại, dù con tầu đã báo hiệu đến giờ chuyển bánh, người đi kẻ ở nhìn nhau đành chấp nhận nghiệp mới an bài, không biết sau này sẽ ra sao, không còn đủ tinh thần để vẫy tay từ biệt, chỉ còn một vài người hững hờ vẫy tay vụng dại, mỗi người một giòng định mệnh, nghiệp dĩ mỗi người một phương, cầm lòng nhìn nhận chia ly, để ca khúc Nỗi Lòng Người Đi:

Tôi xa Hà Nội năm lên mười tám khi vừa biết yêu.
Bao nhiêu mộng đẹp yêu đương thành khói, tan theo mây chiều!
Hà Nội ơi! Nào biết ra sao bây giờ?
Ai đứng trông ai ven hồ, khua nước trong như ngày xưa
Tôi xa Hà Nội năm em mười sáu, xuân tròn đắm say
Đôi tay ngọc ngà dương gian, tình ái em đong thật đầy
Bạn lòng ơi!
Ngày ấy tôi mang cây đàn, quen sống ca vui bên nàng
Nay khóc tơ duyên lìa tan,
Giờ đây biết ngày nào gặp nhau
Biết tìm về nơi đâu, ân ái trao nàng mấy câu
Thăng Long ơi! năm tháng vẫn trôi giữa giòng đời,
Ngậm đắng nuốt cay nhiều rồi
Hồ Gươm xưa vẫn chưa phai mờ

Đoàn tầu há mồm, nối đuôi nhau làm nhiệm vụ chuyển vận thường dân, có lẽ đây là lần đầu tiên và đúng là lần chót, con tầu phải làm nhiệm vụ này, nhưng con tầu vẫn say mê với nhiệm vụ mới, nhiệm vụ nhân đạo, chuyển dân từ bến cảng ra tầu lớn để xuôi Nam, còn gì nữa đâu, từ nay vắng em thật sự, biết em ở phương nao? Đâu còn mơ mộng, nuối tiếc cũng ngoài tầm tay non nớt, Nếu Vắng Anh.

Nếu vắng anh ai dìu em đi trong chiều lộng gió
Nếu vắng anh ai đợi chờ em khi sương mờ nẻo phố
Nếu vắng anh ai đón em khi trên đường về

*Kề bóng em ven sông chiều chiều, gọi tên người yêu
Nếu vắng anh ai ngồi gần em thêm hương nồng đêm giá
Nếu vắng anh ai dệt vần thơ cho em hồng đôi má*

Con tầu rẽ sóng lướt nhanh, đưa người về phương xa tưởng như vô định, nên lòng khắc khoải nhớ nhung, chỉ thấy mây nước ghen nhau, hững hờ vô tình cố tìm gặp nhau ở cuối đường chân trời; đàn hải âu thong dong bay cao vút, đàn cá bay là đà trên mặt biển, có hỏi?

Thấy lòng nhớ nhung, nên đón nhận Khúc Ca Tình Sầu
*Sao trời chẳng cho hai đứa gặp nhau trong buổi hẹn hò
Sao trời chẳng thương như ý thầm mơ năm tháng đợi chờ
Một kẻ nơi đây trông ngóng đường tơ
Một kẻ phương nao khăn nón lệ sa
Sống trong ngẩn ngơ mong nhớ từng giờ
Trời chẳng thương ta
Ông trời ở cao không xuống vực sâu xem cảnh nghẹn ngào
Tơ hồng ở đâu không nối liền nhau cho thắm tình đầu
Trời để duyên ta tang tóc biển dâu
Trời chỉ cho ta đôi phút gặp nhau
Nỗi vui thật mau chua xót thì nhiều, đành lỡ nhịp cầu
Thà ngày xưa mình không quen biết
Đâu có bây giờ buồn không đến chi
Đâu khóc chia ly đêm vắng canh khuya gối đơn não nề*

Vó câu muôn dặm cũng có lúc phải dừng, chim bay mỏi cánh cũng tìm cành, vượt bao hải lý con tầu cũng quanh co tìm bến đậu, ngắm trông thành phố muôn mầu muôn sắc, người xe rộn ràng, lòng người rộn rang trăm mối ngàn tơ.

*Hôm nay Sài Gòn bao nhiêu tà áo khoe mầu phố vui
Nhưng riêng một người tâm tư sầu vắng con tim bùi ngùi
Sài Gòn ơi! Mộng với tay cao hơn trời
Tôi hái hoa dâng cho đời để ước mơ nên đẹp đôi.*

Đường phố mới người xe rộn ràng, cũng đèn xanh đèn đỏ, đường về thênh thang lối ngõ, mà lòng như trống vắng tan hoang, còn gì chua chát hơn dạo phố một mình, đầu óc Vẫn Như Lầu Hoang.

Chiều lang thang trên phố, cho mắt vui một giờ
Người yêu thương chưa có, nên lòng vẫn thờ ơ
Chiều đi hoang trên phố, không nhớ không đợi chờ
Mặc trăm cô đi tới, không thèm nhìn mắt nai

Trời lênh đênh mây trắng, em mặc áo mầu xanh
Trời giăng giăng mây tím, em mặc áo mầu lam
Làn môi em như nắng, tóc mây bồng gió bay
Tình anh như giấy trắng, chưa vướng lòng nhớ thương ai

Chiều rong chơi trên phố, không đón không hẹn hò
Người yêu thương không có, tôn thờ mãi độc thân
Một đôi khi nghe thoáng, như trái tim rộn ràng
Ngoài hai mươi tay trắng, hồn vẫn như lầu hoang
Chiều lang thang trên phố, hồn vẫn như lầu hoang.

Bến đậu nơi nao là đẹp cho thuyền, cảnh nào vững chắc, duyên dáng cho chim đậu yên vui, mái nhà nào êm ấm cho trái tim non, mái trường nào muôn đời là thơ mộng, sân nào bằng phẳng cho mưa rơi, làn môi nào ướt át, mềm mại, tươi mát, êm ấm cho tình không phai, phải chăng Tình Là Sợi Tơ.

Tiếng khóc không vơi được nỗi sầu đâu em
Nước mắt không đem lại chuỗi ngày ấm êm
Đừng buồn nghe em, đừng sầu nghe em
Tình yêu đẹp nhất khi xa nhau còn thương nhau

Nếu lỡ mai sau mình không còn bên nhau
Nếu lỡ mai sau tình trôi vào đớn đau
Đừng buồn nghe em, đừng sầu nghe em
Tình yêu là những ngôi sao bay vèo trong đêm.

Bước chân lữ thứ như vô định, biết ngày nào ôm ấp mối tình

chung, là ngày con đường đi đầy sương ban mai, làm giá buốt đôi chân trần, sầu dâng dâng ướt sũng đôi mi dài, tình lại nhập cuộc mở đầu bi lụy khôn nguôi, đành chấp nhận Sầu Lẻ Bóng cho qua cơn mê lữ thứ.

Người ơi khi cố quên là khi lòng nhớ thêm
Dòng đời là chuỗi tiếc nhớ
Mơ vui là lúc ngàn đắng cay...xé tâm hồn
Tàn đêm tôi khóc khi trời mưa buồn hắt hiu
Lòng mình thầm nhớ dĩ vãng
Đau thương từ lúc vừa bước chân vào đường yêu
Đêm ấy mưa rơi nhiều, giọt mưa tan tác mưa mùa ngâu
Tiễn chân người đi, buồn che đôi mắt thẫm ướt khi biệt ly
Nghe tim mình giá buốt, hồi còi xé nát không gian
Xót thương vô vàn,
    nhìn theo bóng tầu dần khuất trong màn đêm
Mùa thu thương nhớ bao lần đi về có đôi,
       mà còn vắng bóng mãi
Hay duyên nồng thắm ngày ấy nay... đã phai rồi
Từ lâu tôi biết câu thời gian là thuốc tiên
Đời việc gì đến sẽ đến
Những ai bạc bẽo mình vẫn không.... đành lòng quên

Đất nước bắt đầu ly loạn, mà tình yêu vẫn còn chất ngất trong tim, nhưng cũng đành rũ áo lên đường, bỏ lại phố phường quên vui, ánh đèn mầu hiu hắt nơi cuối đường, dẫn đàn trẻ thơ nô đùa quên ánh trăng khuya, có rượu ly bôi đâu mà nhớ khúc quan hà, để ngâm nga câu Chuyện Tình Người Con Gái Ao Sen

Rồi tôi vào quân đội gian khổ ngập chiến trường
Tình yêu đành chia phôi ôi nhớ người mình thương
Hành quân về xóm nhỏ hoa hồng vừa chớm nở
Tưởng hoa sen lúc xưa, buồn giăng kín chiều mưa

Từ ngày xa dòng sông
Lâu lắm chưa về phép, nhớ môi em đẹp như cánh sen hồng

Rồi một hôm về thăm, mong có nàng ra đón
Áo trận sờn vai lòng vui chứa chan

Mỗi lần được về phép, ai quên được Sài Gòn? Dù không là chôn "nhau", nhưng cũng đầy tình thương, nhớ nhung bao kỷ niệm, nhưng có bao giờ tròn, độc hành trên phố đông người, xốn xang nghĩ lại thêm buồn, từ xa về phép ngắm chiều Sài Gòn Thứ Bảy

Sài Gòn thứ bảy ngàn hoa trên đường
Lòng mình cứ tưởng mùa xuân yêu đương
Đời tôi năm tháng phong sương
Dầm mưa dãi nắng biên cương
Nay tôi về kiếm người tôi thương

Sài Gòn thứ bảy còn ai mong chờ
Một người lính trẻ về thăm kinh đô
Người lính chiến ấy là tôi
Lần đi khi nắng chưa vơi
Gởi trọn nỗi thương cuộc đời

Tiền đồn vắng vẻ mà sao không buồn
Sài Gòn thứ bảy mà nghe cô đơn
Còn biết nói những gì hơn
Tình tôi dâng hiến giang sơn
Chắc người ấy không giận hờn

Vui đời quân ngũ quên đi tất cả, quên đi cả Sài Gòn hoa lệ, quê hương bây giờ là bốn vùng chiến thuật, mái ấm bây giờ là đơn vị, yêu bạn bè để ôm lấy gia đình mới, để thương yêu nhau như chân như tay, dành cho nhau cả mạng sống, có khi cả tình yêu, để ca khúc Huynh Đệ Chi Binh.

Huynh đệ chi binh là gì đó anh hai?
Huynh đệ chi binh là là huynh đệ chi binh... a la la
Huynh đệ chi binh là mình cùng chung đời lính
Thương nhau khác chi nhân tình

Từ người đơ dem (deuxième) cùi bắp
Và rồi đi lên thượng cấp đều là huynh đệ chi binh

Lúc sướng có nhau là huynh đệ chi binh
Lúc khó có nhau là huynh đệ chi binh
Giúp đỡ lẫn nhau là huynh đệ chi binh.....a la la la
Huynh đệ chi binh là mình cùng chung đời lính
Thương nhau khác chi nhân tình
Từ người đơ dem cà cuống
Và rồi đi lên Đại Tướng đều là huynh đệ chi binh

Lúc sống có nhau là huynh đệ chi binh
Lúc chết có nhau là huynh đệ chi binh
Sống chết có nhau là huynh đệ chi binh... a la la
Huynh đệ chi binh là mình cùng chung đời lính
Thương nhau khác chi nhân tình
Từ người đơ dem cà cuống
Và rồi đi lên Đại Tướng đều là huynh đệ chi binh

Huynh đệ chi binh là gì đó Quan Hai
Huynh đệ chi binh là anh em nhà lính
Ấy lính là lính lính
Huynh đệ chi binh là mình cùng chung đời lính
Thương nhau khác chi nhân tình
Từ chàng binh hai còn nhí
Đằng đẵng như ông thượng sĩ
Đều là huynh đệ chi binh

Lúc tiến có nhau là huynh đệ chi binh
Lúc thoái có nhau là huynh đệ chi binh
Tiến thoái có nhau là huynh đệ chi binh
Ấy lính là lính lính
Huynh đệ chi binh là mình cùng chung đời lính
Thương nhau khác chi nhân tình

Từ người đơ dem (deuxième) cùi bắp
Và rồi đi lên thượng cấp đều là huynh đệ chi binh

Sướng Khổ có nhau là huynh đệ chi binh
Giúp đỡ lẫn nhau là huynh đệ chi binh
Sống chết có nhau là huynh đệ chi binh
Ấy lính là lính lính
Huynh đệ chi binh là mình cùng chung đời lính
Thương nhau khác chi nhân tình
Từ người đơ dem (deuxième) cùi bắp
Và rồi đi lên thượng cấp đều là huynh đệ chi binh

Mang mang mối tình đồng đội lên đường diệt giặc, bước lên đồi cao lòng vẫn vương vấn trường xưa, thầy còn kia, bạn còn đó, lối xưa vẫn còn quấn lấy hành trang, quên sao được cụm hoa đầu phố, quên sao được hoa phượng phủ sân trường, nhưng một lòng lên đường không để vướng Gót Chinh Nhân

Đêm nay đi giữa cây rừng hoang vu
Ta ca vang khúc ca tiêu diệt thù
Đây cheo leo đây ngọn đèo gió hú
Rừng cây thêm hoang vu
Sương mênh mang xuống bao trùm non xa
Quê hương ơi mến yêu thêm đậm đà
Trăng lên cao tô đẹp mầu hoa lá
Tình dâng thiết tha, vui suốt đêm thâu
Đoàn ta ra đi chí khí sâu
Dù đôi vai phong sương dãi dầu
Nguyện đem sương máu hết sầu đau
Lối về chiến khu, có tiếng súng đã vương thưa
Có tiếng hú gió đưa
Lòng chinh nhân xao xuyến
Bừng lên phút giây mong chờ
Bao yêu thương núi sông ngập trong tim
Bao hy sinh màu xương nơi trận tiền

Mong quê hương thanh bình về đây đó
Đẹp như ước mơ

Trên đồi núi hoang vu, bỗng dưng nhớ lại mối tình thơ dại, nhưng đậm đà kéo tận đêm nay, tóc em còn phủ ngang vai, hay nay búi ngược thời gian năm nào, sương mai có vướng gót đào, hay đà chai cứng gót hài năm xưa, nhớ em nhớ nhất thời Hoa Học Trò

Bây giờ còn nhớ hay không?
Bây giờ còn nhớ hay quên?
Bây giờ còn nhớ hay không?
Ngày xưa hè đến phượng hồng nở hoa
Ngây thơ anh rủ em ra
Bảo nhặt hoa phượng về nhà chơi chung

Bây giờ còn nhớ hay không?
Bây giờ còn nhớ hay không?
Bây giờ còn nhớ hay không?
Anh đem cánh phượng tô hồng má em
Để cho em đẹp như tiên
Nhưng em không chịu, sợ phải lên trên trời

Sợ phải lên, sợ phải lên trên trời
Sợ phải lên, sợ phải lên trên trời
Lên trời hai đứa hai nơi
Thôi em chỉ muốn làm người trần gian
Hôm nay phượng nở huy hoàng
Nhưng từ hai đứa lỡ làng duyên nhau

Rưng rưng phượng đỏ trên đầu
Tìm em anh biết tìm đâu bây giờ
Bây giờ tìm kiếm em đâu
Bây giờ thì mãi xa nhau...

Nghĩ tới đàn em còn dại, bây giờ không biết sinh sống ra sao, bóng trăng như muốn che khuất mặt trời, bức tường sắt che kín mọi hướng bay, làm sao chim đưa thư tới chốn, trầm tư bên ly cà phê đã nguội, đâu còn thi vị cuộc đời, một phút thôi, chỉ một phút thôi nghĩ đến NÓ.

Thằng bé âm thầm đi vào ngõ nhỏ,
Tuổi ấu thơ đã mang nhiều âu lo
Ngày nó sống kiếp lang thang
Ngẩn ngơ như chim xa đàn
Nghĩ mình tủi thân vô vàn

Đêm đêm nó ngủ một manh chiếu rách co ro

Miền Bắc điêu tàn nên đời nó khổ
Một chén cơm chiều nên lòng chưa no
Nhiều lúc nó khóc trong mơ
Mẹ ơi! Con yêu mong chờ
Bao giờ cho đến bao giờ!

Lần này không một người tiễn đưa, đất nước tan hoang, con tầu rời cơ xưởng sửa chữa, len lỏi trên sông, đưa đoàn người xa bến cũ, mang theo tâm hồn hoang mang, không mộng tưởng, không biết đi đâu, cứ đi và không cần biết bến đậu, nhìn về quê mẹ mà xót xa, muôn ngàn lần lụi bại, hạ lá cờ mà như mất người yêu, mang tên biệt xứ, làm lại cuộc đời với Tình Yêu Tuyệt Vời

Có những lúc mình đi trong nắng mà đời như giá băng
Có những lúc mình đi trong tuyết sao nghe hồn đầy ấm êm
Có những lúc ngoài kia mưa lũ mà tình ta héo khô
Có những lúc lùm hoang khuya vắng
                        nghe như lòng đầy giấc mơ
Tình yêu giờ tan như khói lam
Bỗng đâu tình đi đến bên ta thì thầm
Người yêu ngỡ như chim bay rất xa
Bỗng đâu về đây líu lo trong lòng ta
Có những lúc buồn đi trên phố mà hồn dâng ý thơ

Có những tiếng cười pha lê vỡ nghe như lời buồn lá khô
Đó có mối tình vui đó...
Người yêu ơi tình yêu tuyệt vời.

Cuộc đời như gió, như mây, như hoa cỏ dại, như bèo trôi sông. Nhưng tâm vẫn như bàn thạch, trông một ngày phục hưng cho xứ sở, một ngày không xa, đất nước thanh bình, dân no ấm, "Việt Nam nước Thiên Tiên Rồng", sẽ sáng ngời bên Thái Bình Dương, xin Trời-Phật-Thượng Đế, hãy soi sáng cho Việt Nam, xin chắp hai tay nguyện cầu

Hãy lắng tiếng nói vang trong tâm hồn mình người ơi
Con tim chân chính không bao giờ biết đến nói dối
Tôi đi chinh chiến bao năm trường miệt mài
Và hồn tôi mang vết thươngt vết thương trần ai
Có những lúc tiếng chuông đêm đêm vọng về rừng sâu
Rưng rưng tôi chắp tay nghe hồn khóc đến rướm máu
Bâng khuâng nghe súng vang trong sa mù, buồn gục đầu
Nghẹn ngào cho non nước tôi trăm ngàn u sầu
Thượng Đế hỡi có thấu cho Việt Nam này
Nhiều sóng gió trôi dạt lâu dài
Từng chiến đấu tiêu diệt quân thù bạo tàn
Thượng Đế hỡi hãy lắng nghe người dân hiền
Vì đất nước đang còn ưu phiền
Còn tiếng khóc đi vào đêm trường triền miên
Có những lúc tiếng chuông đêm đêm vọng về từ rừng sâu
Rưng rưng tôi chắp tay nghe hồn khóc, đến rướm máu
Quê hương non nước tôi ai gây hận sầu tội tình
Mẹ Việt Nam yêu dấu ơi bao giờ thanh bình

Hẹn ngày về, nhất định phải về, nhất định như vậy, về để xây dựng lại cơ đồ Việt Nam, đã mang giòng máu của Ngô Quyền, Lý Thường Kiệt, Trần Hưng Đạo, Quang Trung. Hai bà Trưng, bà Triệu... Không thể làm nhơ máu anh hùng được, hẹn ngày về vinh quang. Cương quyết không thể nào... Anh cứ hẹn nhưng anh đừng đến nhé...

BÙI ĐỨC LẠC

ảnh hưởng dòng nhạc của
NHẠC SĨ ANH BẰNG

- Trần Văn Khang -

Khi được nhà thơ, nhà văn Việt Hải hỏi cảm nghĩ về Nhạc Sĩ Anh Bằng, chúng tôi hân hạnh nhận lời, và xin chân thành trình bày với đôi dòng ngắn gọn.

Chúng tôi chưa có hân hạnh được gặp gỡ người nhạc sĩ tài hoa này, dù chỉ một lần. Khi ông sang định cư tại Hoa Kỳ, qua sự giới thiệu của thân hữu, chúng tôi có dịp liên lạc với ông bằng điện thư, để chào mừng ông đến vùng đất tự do và cũng để cám ơn ông đã cho những lớp người sau ông có thêm nhiều cảm hứng khi viết văn, làm thơ hay viết nhạc. Ông đã ân cần hồi âm, với cung cách khiêm nhường và bao dung của một huynh trưởng đã thành danh trong nghệ thuật sáng tác âm nhạc, đối với một đàn em chưa tên tuổi.

Dòng nhạc của Nhạc Sĩ Anh Bằng đã tạo nhiều ấn tượng, đã gây lưu luyến, đã gợi nhớ nhung, đã ảnh hưởng đến tình cảm và "cõi nhân tâm" của nhiều người thuộc thế hệ tôi, những người xa Hà Nội vào tuổi thanh xuân, lúc đất nước chia đôi.

Hồi tưởng lại, những ngày tháng xưa, sau tháng 7/1954, tôi xa miền Bắc, thật bỡ ngỡ khi di cư vào Nam. Chứng kiến những đàn anh của tôi nhiều lúc ngơ ngác vì xa nhà xưa, xa thành phố cũ, xa người yêu bé nhỏ còn ở lại Hà Thành. Thế rồi chỉ với một nhạc bản *Nỗi Lòng Người Đi*, nhạc sĩ Anh Bằng đã diễn tả trọn vẹn tình cảm của nhiều thanh niên rời xa Hà Nội ngày ấy. Bài nhạc tuyệt tác này, nhiều người đã thuộc lòng suốt bao thập niên qua, và đã cho riêng tôi cảm hứng nỗi lòng người về Hà Nội khi viết nhạc phẩm cùng truyện ngắn Trở Về Phố Xưa *, nói về mối tình nồng nàn nhưng dang dở của một huynh trưởng tôi quen biết cùng di cư vào Nam thời xa xưa ấy, với đoạn kết:

"Anh nghĩ về Hà Nội, nơi anh còn đầy những kỷ niệm một thời

hoa niên. Giai điệu thấm thía truyền cảm qua bản nhạc "Nỗi Lòng Người Đi" của Anh Bằng như còn vang vọng trong thính quan anh. "Tôi xa Hà Nội năm lên mười tám khi vừa biết yêu..". Anh rời Hà Nội năm hai mươi mốt tuổi, nhưng sao lời ca diễn tả quá đúng tâm sự của anh lúc vào Sàigòn cuối mùa Thu ấy. Bài nhạc đã xưa, nhưng mỗi khi nghe lại vẫn còn gây nhiều ấn tượng, nhiều rung cảm cho anh. Không có cuộc chiến, có lẽ bây giờ anh đang sinh sống tại Hà Nội, làm công hay tư chức. Có thể làm nghề dạy học, đang có một gia đình đầm ấm, an bình với Hạnh... Đâu có chuyện "cái anh chàng lạnh lùng tên Phúc ấy" đi vào cuộc đời nàng!... Với cuộc chiến, nếu không di cư, ở lại miền Bắc, có khi anh đã phải đi nghĩa vụ "giải phóng miền Nam" dù muốn hay không muốn. Có thể anh đã tử thương mất xác nơi trận địa. Trường Sơn, Khe Sanh, Ban Mê Thuột, Hạ Lào... Nếu sống sót, biết đâu anh cũng trở thành "cán bộ cao cấp, "quan to súng ngắn" như vài thằng bạn học ngày xưa, anh về mà chưa muốn gặp..."

Chiêm ngưỡng cuộc đời và sự nghiệp của nhạc sĩ Anh Bằng, chúng tôi liên tưởng đến bài viết "Thân và Phận", BS Trần Văn Tích mở đầu với những dòng chữ sau:

Trong cuộc sống xã hội, mỗi cá nhân đều được ông Trời chia cho một phần. Phần đó gồm cương vị tức là chỗ đứng, thế đứng, vai trò và sự nghiệp tức kết quả của quá trình sinh sống, hành động đóng góp của đương sự."

Nhạc sĩ Anh Bằng đã có một chỗ đứng cao và vững chắc trong giới sáng tác nhạc Việt. Ông có một sự nghiệp âm nhạc to tát. Ảnh hưởng của những dòng nhạc của nhạc sĩ Anh Bằng là những đóng góp vô cùng giá trị cho một số người viết nhạc, làm thơ, viết văn theo bước đi của ông.

TRẦN VĂN KHANG (KHANH PHƯƠNG)

* Nhạc phẩm và Truyện ngắn Trở Về Phố Xưa:
http://dactrung.net/nhac/noidung.aspx?BaiID=B27Lk%2fxAdnpb3l5T%2bfz6dA%3d%3d

http://nmchau.club.fr/forum/viewtopic.php?t=1491

những ghi nhận về
NHẠC SĨ ANH BẰNG

- Kiều Mỹ Duyên -

Một buổi trưa hè nắng ấm của miền Nam Cali, một giọng nói ngọt ngào của cô gái trẻ:

- Chị ạ, ba em muốn gặp chị!

Đó là của Thu Hảo, người con gái nuôi của nhạc sĩ tôi muốn gặp. Cô gái nói xong đi như gió, tôi đi theo, một người đàn ông nghiêm trang đang ngồi đợi trong bàn ăn, và nhìn vào những cành hoa lan màu sặc sỡ, tôi đến gần, cúi đầu chào và nói:

- Thưa nhạc sĩ, nhạc sĩ có khỏe không?

Người đàn ông gầy, nhưng cười thật tươi, tôi có hẹn gặp nhạc sĩ Anh Bằng để tìm hiểu viết bài về ông, tôi hỏi chuyện tiếp:

- Nhạc sĩ đi bơi và tập thể dục về phải không? Tôi phục lắm và tự hỏi một người 84 tuổi mà mỗi ngày bơi lội và tập thể dục, trong xã hội này mấy người được như thế?

- Tôi tập thể dục hằng ngày cô ạ. Mỗi ngày bơi một giờ, tập thể dục 3 giờ, mỗi tuần tập đều đặn 3 lần như vậy.

Dáng dấp khỏe mạnh của người đàn ông có con đã thành tài, có cháu học rất giỏi. Tôi còn nhớ ngày 18-4-2008 vừa qua, tôi nói chuyện tại trường đại học Berkerly, sau khi nói chuyện xong thì đến phần các sinh viên đặt câu hỏi, nhiều sinh viên đưa tay lên xin đặt câu hỏi, một trong những sinh viên hiện diện hôm đó thì có một cậu khỏe mạnh, tươi cười, giọng nói mạnh mẽ, em tự giới thiệu như sau:

- Em là James Bạch, mẹ em là Thy Vân, ở đài SBTN.

Khi sinh viên này nói về đài truyền hình SBTN (Saigon Broadcasting Television Network) tôi hiểu ngay là sinh viên James biết tôi đang cộng tác với SBTN, là người quen cho nên em giới thiệu mẹ và đài SBTN, người trẻ bây giờ thông minh lắm, nhất là những sinh viên theo học tại trường Berkerly, là trường mà nhiều người mơ ước được đến đó học, các sinh viên ở đây rất chú trọng đến những vấn đề chính trị và thời sự, sinh viên Việt Nam ở đây thì chú trọng đến tình hình tự do nhân quyền cho Việt Nam.

Ngày hôm qua khi điện thoại cho nhạc sĩ Anh Bằng, tôi có hỏi về cậu bé này, tức khắc ông nói:

- Tôi sẽ đến thăm cô để kể về cháu của tôi.

- Nghe cậu này tôi khám phá ra rằng ông nói ông ngoại, bà ngoại nào cũng hãnh diện về cháu của mình, nhất là các cháu ngoan lại học giỏi.

Nhạc sĩ Anh Bằng kể về một cháu khác là Johnny như sau:

- Johnny đi học về là nhào tới ôm lưng ông ngoại và nói đủ thứ chuyện, nào là chuyện ở trường, chuyện của bạn bè, chuyện về các thầy cô giáo, kể lia lịa như con sáo hót, nói mà không kịp thở.

Khi nhạc sĩ Anh Bằng kể về cháu ngoại của mình, ông cười thật tươi, biểu hiện hạnh phúc hãnh diện trong nụ cười, trong ánh mắt của ông.

Tôi hỏi tiếp:

- Trông ông còn phong độ, nghĩa là ông kể chuyện rất hay, ngày xưa chắc ông bay bướm dữ lắm?

- Nhạc sĩ nào mà không bay bướm chứ? nhưng nên có chừng mực.

Ông trả lời tôi trong khi một chàng trai trẻ bàn bên cạnh lắng tai nghe, ánh mắt anh chàng này hướng về phía nhạc sĩ Anh Bằng tôi bèn giới thiệu:

- Đây là nhạc sĩ Anh Bằng.

- Tôi nhìn dáng là biết ngay là nhạc sĩ Anh Bằng, người như thế này mà sao không bay bướm được chứ?

Nhạc sĩ Anh Bằng nói:

- Ngày xưa bay bướm, bây giờ bướm bay đi hết rồi. Bay bướm có giới hạn không đi quá xa.

Chàng trai trẻ bắt tay nhạc sĩ Anh Bằng rất thân thiện, và cùng nhau trò chuyện như đã quen nhau từ thuở nào. Người Việt với người Việt dễ làm thân với nhau, người nổi tiếng ai cũng biết dễ gây thiện cảm với người chung quanh, trường hợp nhạc sĩ Anh Bằng cũng thế, nhạc của ông được phổ biến ở Trung Tâm Asia, làm nhạc được ca sĩ nổi tiếng hát, người nhạc sĩ đem tim óc của mình phụng sự nhân loại không cảm thấy tủi thân vì tác phẩm nghệ thuật của mình được truyền tụng trong nhân gian.

Ông có thú vui với thiên nhiên, tôi hỏi về vườn cây cảnh, hòn non bộ, núi đá của ông thì được ông trả lời:

- Ngày trước tôi còn khỏe mạnh, tôi chăm sóc, bây giờ bệnh già nên không ai săn sóc nên hết đẹp rồi.

Người lớn tuổi nếu vẫn còn sống chung với con cháu mình tôi nghĩ thật là niềm hạnh phúc, người trẻ làm cho người già trẻ ra, tiếng cười và cả tiếng khóc của trẻ nhỏ làm cho người lớn tuổi quên rằng mình đã già, mỗi lần vào thăm viện dưỡng lão rồi khi trở về nhà tôi ngậm ngùi thương cảm về sự cô đơn của họ. Nhưng với nhạc sĩ Anh Bằng hiện ở chung với phu nhân, con gái và cháu ngoại của mình nên thường quen với nếp sống nghe cháu líu lo suốt ngày, nhất là mỗi khi cháu đi học về là niềm hạnh phúc, ông cười nhiều có lẽ cũng là vì thế. Nhạc sĩ Anh Bằng đi bơi lội và tập thể thao như thường lệ mỗi buổi sáng rồi ghé thăm chúng tôi, Anh Bằng ăn mặc rất chững chạc, áo veston hợp thời trang theo tiết trời mùa Đông của Cali không lạnh lắm, có gió hiu hiu thổi đủ để nhớ về Đà Lạt. Ăn nói từ tốn, chậm rãi và chăm chú nghe người đối thoại cười nhiều hơn nói, đó là một điểm son của nhạc sĩ Anh Bằng không than thở một điều gì. Thỉnh thoảng ông nói:

- Tôi già rồi, thích chăm sóc cây cảnh nhưng không làm được nữa.

Tôi nói với ông:

- Anh đừng nói anh già nhé! Anh già nhưng anh còn đọc email, viết email, anh còn hơn cựu ứng cử viên Tổng Thống Hoa Kỳ John

McCain vì ông này cả đời không đọc email, vì ông ấy không bao giờ muốn có một địa chỉ email cả!

Bỗng Anh Bằng cười thật to:

- Tôi đọc thư cô đến đoạn này tôi vui quá, vì tôi còn dùng được email.

Người con gái xen vào nói:

- Ba em cả ngày kết bạn với cái máy PC, nếu không có PC để đọc email không biết ba em sẽ sống ra làm sao đây?

Nhạc sĩ Anh Bằng cười thật hiền lành và từ tốn nói với con gái:

- Ngoài ra, Bố còn bơi lội và tập thể dục nữa mà con gái.

Tôi nghĩ thì giờ của ông để cho thể thao thể dục nhiều trong một ngày, rồi đọc sách, ông đọc tất cả loại sách có giá trị, và chơi với cháu ngoại, dù cháu của ông nay đã lớn, nhưng hai ông cháu có vẻ tương đắc, thông cảm và hiểu nhau, hình như không có sự cách biệt giữa hai thế hệ, có thể vì do tình thương và lo lắng lẫn cho nhau.

Đó là những điều tôi ghi lại những kỷ niệm trên trong những lần gặp nhạc sĩ Anh Bằng. Ngoài ra, tôi có đặt một số câu hỏi đặc biệt cho sách viết về ông. Sau đây là phần phỏng vấn mà tôi đã thực hiên để tìm hiểu rõ thêm về ông.

Viết tắt:
- KMD: Kiều Mỹ Duyên
- AB: nhạc sĩ Anh Bằng

1.- KMD: Ở đời này điều gì làm anh hài lòng nhất và điều gì làm anh không hài lòng? Tại sao anh hài lòng và tại sao anh không hài lòng?

- AB: Đối với tôi hầu như không có gì được sắp hạng nhất, nhì. Vì thế cuộc đời không có gì hài lòng nhất, nghĩa là không có gì vui, buồn quá độ.

2.- KMD: Anh có ước mơ gì mà chưa thực hiện được?

AB: Gọi là ước mộng thì có mấy người trên đời không nhiều ước mộng, và có mấy người đã thực hiện được hết ước mộng của mình.

Tác giả Kiều Mỹ Duyên và Anh Bằng

Riêng tôi, cái ước mộng to lớn nhất vẫn là sáng tác. Để sáng tác một nhạc khúc không khó. Cái khó là ở chỗ làm sao sáng tác của người nhạc sĩ được người nghe chấp nhận và ủng hộ. Tôi may mắn đã được một số ca khúc nằm trong trường hợp "được chấp nhận" đó. Như thế ước mộng của tôi coi như đã được thực hiện rồi.

3.- *KMD: Kỷ niệm nào làm cho anh nhớ nhất trong cuộc đời anh?*

- AB: Kỷ niệm lớn nhất của tôi vẫn nằm ở Hà Nội. Cái kỷ niệm vừa là lớn nhất, vừa là trước nhất của tôi gắn chặt tôi với Hà Nội. Tôi không được sinh ra ở Hà Nội, nhưng vẫn tự coi mình như người Hà Nội vì kỷ niệm quí giá nhất, kỷ niệm đầu đời của tôi đã gắn liền cả đời tôi với Hà Nội.

4.- *KMD: Anh là người thích chăm sóc cây cảnh, anh đã làm hòn non bộ sau vườn và tốn kém cũng nhiều tiền lắm, vì sao anh làm việc này?*

- AB: Vườn nhà tôi cũng như nhiều vườn của nhà khác, có hòn non bộ, suối chảy róc rách, có hồ cá kiểng, hoa sen, có nhà chòi (gazebo) để uống cà phê, nhâm nhi chén trà và để viết nhạc, trên sườn đồi có đồ ăn nước uống cho chim trời tụ họp, có mấy bụi hoa màu sắc xanh xanh đỏ đỏ cho vui mắt. Tôi thường ngày chăm sóc những thứ đó là là vì sức khỏe và nhất là để cho 7 đứa cháu trai gái, nội ngoại đến chơi. Ông bà cháu chắt chụp hình, quay phim để giữ làm kỷ niệm.

5.- *KMD: Mười người bạn thân nhất của anh là ai? Người nào còn sống, người nào đã qua đời? Vì sao anh thân với những người này?*

- AB: Tôi có khá nhiều bạn, nhưng bạn thân thì không nhiều, trong đó phải kể trước nhất là nhóm Lê Minh Bằng mà bây giờ nhạc sĩ Minh Kỳ đã mất, chỉ còn nhạc sĩ Lê Dinh đang sống tại xứ lạnh thấu xương Quebéc, Canada.

6.- *KMD: Anh có bao nhiêu người con, bao nhiêu trai, bao nhiêu gái, bao nhiêu cháu nội, cháu ngoại, tổng cộng bao nhiêu đứa cháu? Anh hài lòng người con nào nhất, người cháu nào nhất?*

- AB: Hiện thời tôi có hai người con trai, không theo nghiệp sáng tác nhạc như bố và một người con gái, là cháu Thy Vân, hiện trông coi Trung Tâm Asia, tọa lạc tại Little Saigon, Nam California.

7.- *KMD: Quan niệm của anh về cuộc đời, công danh sự nghiệp lúc anh còn trẻ?*

- AB: Tôi luôn luôn quan niệm cuộc đời là tạm bợ, không có gì tồn tại lâu bền và vĩnh cửu cả, vì thế nên không bao giờ tôi coi trọng những thành quả hoặc danh vọng sau khi mình nhắm mắt buông xuôi tay ra đi.

8.- *KMD: Tôi biết anh là người tôn sùng tín ngưỡng, vậy thì anh ngưỡng mộ vị lãnh đạo tôn giáo nào nhất?*

- AB: Từ nhỏ tôi đã đi học ở một trường Công giáo, chủng viện

Ba Làng. Chủng viện là nơi đào tạo ra những vị Linh Mục để thi hành nhiệm vụ của Giáo Hội giao phó, coi sóc giáo dân. Trong số các vị Linh mục, Giám mục học cùng trường, tôi biết rõ nhất và quý mến nhất là Đức Giám mục Nguyễn Sơn Lâm, trông coi Giáo phận Thanh Hóa. Ngài sống rất đức độ, khiêm nhường và bác ái. Ngài cùng là người ở làng Điền Hộ với tôi. Có thể nói ngài là người ảnh hưởng đến cuộc sống tôi khi tấm bé nên tôi rất ngưỡng mộ ngài.

9.- KMD: Anh có hài lòng với đời sống hiện tại, nếu có thì tại sao?

- AB: Có lẽ do bản tính của tôi từ bé, ảnh hưởng bởi những người đi trước xung quanh mà mình mến mộ, tôi thường tập cho mình tính nhẫn nại, chịu đựng, khi gặp tình thế xáo trộn, tôi cố gắng giữ tinh thần bình thản, tránh sự lơ đãng, bối rối, nóng nảy v.v... Mọi việc đến với tôi bất kể là vui hay buồn, đều ở mức độ gần như bình thường. Vì thế tâm hồn tôi lúc nào cũng bình yên và bằng lòng với hiện tại.

10.- KMD: Trong những bản nhạc anh sáng tác, anh hài lòng bài nào nhất? Và anh hài lòng người ca sĩ nào ca bài hát anh thích nhất? Và vì sao?

- AB: Không có sự sắp xếp nhất nhì qua các sáng tác nhạc của tôi. Tôi chỉ cảm thấy vui hơn khi biết rằng nhạc khúc nào đó đã được khán thính giả hâm mộ hơn thôi. Nhưng không có nghĩa là nhạc phẩm đó được xếp vào hạng số 1 của tôi. Ca sĩ cũng thế, chưa bao giờ tôi nghĩ rằng ca sĩ này hạng nhất, ca sĩ kia hạng 2, hay hạng 3 cả. Tôi quý mến tất cả các ca sĩ, dù người đó có hát bài của tôi hay không. Ngược lại, hầu hết các ca sĩ, dù đã lớn tuổi hay còn trẻ tuổi tôi nhận thấy họ dành cho mình sự quý mến nào đó như một sự chân thành, có người coi tôi như bậc cha anh, trẻ hơn thì xem như bậc ông, và dành cho tôi niềm thương mến quý giá trên đời. Tôi muốn cám ơn tất cả các người đó.

11.- KMD: Ước mơ của anh hiện tại là gì?

- AB: Với tuổi già hiện tại đã trên 80 rồi, bao nhiêu ước mơ

Hội quán Âm Nhạc TMC và VĐĐT chúc mừng sinh nhật

dường như đã tan biến hết cả. Có chăng chỉ còn là sự mong mỏi được khỏe mạnh cho đến hơi thở cuối cùng, chỉ ước mơ có thế thôi cô Kiều Mỹ Duyên ạ.

12.- KMD: *Anh có thích đọc sách, tác giả nào anh thích nhất? Vì sao anh thích nhất? Anh có xem đài SBTN hằng ngày, mục nào anh thích nhất? Và vì sao?*

- **AB:** Ngôi trường vĩ đại nhất của tôi là sách vở. Sau 30 năm bị khuyết tật vì đôi tai bị điếc, tôi ít khi nói vì không nghe, chỉ còn đôi mắt để đọc. Tôi học hỏi rất nhiều ở sách vở, văn và thơ. Tôi có cả một tủ sách đủ mọi loại và một tủ thơ với cả trăm ngàn bài thơ, chắc chắn hai tủ sách và thơ này đã đi qua tim óc tôi hầu hết và đã ở lại trong tim óc tôi cũng khá nhiều. Tác giả của những sáng tác này không có ai là cát và cũng không có ai là bết đối với tôi. Tôi thấy phải quý trọng hết mỗi tác giả, vì những sáng tác của họ đã được rút ra từ tim óc để dạy mình và dạy đời. Dù tuổi đời chồng chất, tôi vẫn thích thú hăng say đọc sách báo. Chỉ tiếc vì đôi mắt đã bị yếu nhiều, nên việc đọc sách bị hạn chế. Nhất là xem mấy băng nhạc hình (DVD) hoặc xem hình ảnh trên mấy đài truyền hình thì phải tránh, vì hình ảnh làm chói mắt, âm thanh thì không nghe được. Những điều nầy cũng gây trở ngại cho tôi khi muốn thưởng thức một tác phẩm bằng âm thanh, ánh sáng hi-tech.

13.- *KMD: Anh có mơ ước về sống ở Việt Nam? Nếu có thì anh thích sống ở đâu tại Việt Nam? Vì sao?*

- AB: Tôi đã một lần về thăm quê hương năm 1993. Rất tiếc chưa được ra thăm Hà Nội vì thời đó việc đi lại còn gặp nhiều khó khăn. Tôi vẫn thích sống ở Hà Nội vì nét cổ kính của Hà Nội và nhất là vì được sống với những kỷ niệm đầu đời của tôi đang còn ở Hà Nội.

14.- *KMD: Xin được phép đặt câu câu hỏi chót. Về thú tiêu khiển giải trí, anh thích nhất là gì? Tại sao?*

- AB: Cám ơn cô Kiều Mỹ Duyên, người phóng viên chiến trường nổi tiếng của quân đội VNCH. Trả lời câu hỏi sau cùng nầy thì tôi nghĩ rằng, bây giờ tôi đã tuổi hoàng hôn, trên đôi vai đã chĩu nặng cả cuộc đời, bây giờ thì với đôi mắt không còn tinh nhanh, đôi chân chậm chạp, thêm vào đó lại có đôi tai điếc, lưng cũng còng theo tuổi già, cho nên tôi kể như đã hết niềm vui chơi giải trí. Niềm vui duy nhất bây giờ là sống với con cháu, bằng sự thương yêu, sự hiếu thảo của con, của cháu, đọc sách và viết nhạc đến cuối đời.

KMD: Xin chân thành cám ơn nhạc sĩ Anh Bằng, và cũng xin được phép đại diện cho quý độc giả cám ơn anh khi họ đang được coi những dòng tâm sự của cuộc phỏng vấn này.

Kiều Mỹ Duyên

NHẠC SĨ ANH BẰNG
và niềm đau của tình yêu

-Yến-Ngân -

Trong cuộc sống ngắn ngủi của một đời người tình yêu để lại cho con người ta những nét hằn sâu đậm nhất. Cái khổ đau vì tình yêu cũng kéo theo nhiều khi trọn một kiếp người.
Nợ tình biết trả cho ai
Khối tình mang xuống tuyền đài chưa tan
(Trương Chi Mỵ Nương)

Nhân dịp Văn Đàn Đồng Tâm xuất bản và phát hành quyển sách viết "Kỷ Niệm Về Nhạc Sĩ Anh Bằng" chúng ta hãy thử tìm hiểu về cảm xúc của một người nhạc sỹ, vì nhạc sỹ là người dễ xúc động nhất trong lãnh vực tình cảm.

Qua những bài thơ về tình yêu của nhạc sỹ Anh Bằng chúng ta tìm thấy nhạc sỹ Anh Bằng đã từng viết lên những xúc cảm, những kỷ niệm tình yêu của ông trong bối cảnh của mùa đông, mùa có tuyết rơi và giá băng lạnh lẽo. Như vậy phải chăng trong con người ông khi tình yêu tan vỡ thì lòng người không còn hơi ấm nữa, chỉ còn lại đau thương như những tháng ngày lạnh lẽo của mùa đông mà thôi.
Cho Kỷ Niệm Mùa Đông
Đây mùa Đông thứ mấy kỷ niệm mình cách xa
Em từ nơi xứ lạ nhớ Noel năm nào
...
Từ mùa Đông gần đây lòng anh đã thay tình anh đã phai

...
Đêm mùa Đông băng giá ngoài trời đầy tuyết xa
...
Những lời hứa ban đầu giờ cũng thành thương đau!

Hay là những xót xa khi tình yêu vỗ cánh, chỉ còn lại là mây bay của mùa đông:

Mất Nhau Mùa Đông
Anh có nghe mưa rơi
từng cơn đau vời vợi
Trọn mùa đông đơn côi
trọn mùa đông không vui
Tình này riêng cho ai
...
Vật vờ trong tương lai
Gọi mùa đông mây bay
Gọi mùa đông mây bay
chỉ nghe sương tuyết đầy
Chờ kiếp nào đổi thay

Xa vắng người mình yêu nhạc sỹ Anh Bằng đã áp đặt cho người tình một cõi lòng băng giá, vì ông cho rằng nàng đã phụ tình và khi đã phụ tình, một con người bạc bẽo có lẽ chỉ mang một tâm hồn của mùa đông mà thôi:

Nước Mắt Một Linh Hồn
Em sẽ khóc, em sẽ khóc khi chẳng còn anh, người bỏ người.
Em sẽ khóc, em sẽ khóc thương tuổi đời xanh.

Tình em băng giá như cánh đồng ma,
...
Và cả đời em oán trách, em oán trách ân tình bạc vai.
Người ơi xin nhớ khi đã phụ nhau,
                làm thân con gái xót xa vẫn nhiều.
...

Để đêm mưa gió quanh nấm mộ hoang.
Buồn em xoã tóc khóc than vô vàn.

Nhạc của Anh Bằng có sự lãng mạn, nỗi say đắm trong tình yêu, như trong bài *Anh Còn Nợ Em*, phổ từ thơ Phan Thành tài cho thấy ông xử dụng làn hơi hay âm điệu nhạc để diễn tả lời lẽ đắm đuối thiết tha món nợ tình yêu như sau:

Anh còn nợ em
Công viên ghế đá
Công viên ghế đá
Lá đổ chiều êm

Anh còn nợ em
Dòng xưa bến cũ
Dòng xưa bến cũ
Con sông êm đềm

Anh còn nợ em
Chim về núi nhạn
Trời mờ mưa đêm
Trời mờ mưa đêm

Anh còn nợ em
nụ hôn vội vàng
nụ hôn vội vàng
Nắng chói qua song

Nghe từng âm điệu nhạc thổn thức, nỗi ray rứt ta mới cảm nhận được sự kết hợp giữa thơ và nhạc thật ăn khớp:

Anh còn nợ em
Con tim bối rối
Con tim bối rối
Anh còn nợ em

Và còn nợ em
Cuộc tình đã lỡ
Cuộc tình đã lỡ
Anh còn nợ em

Ngoài ra, chúng ta còn tìm thấy nơi nhạc sỹ Anh Bằng sự biến đổi đau thương của tình yêu trai gái thành tình yêu quê hương đất nước, những cảm xúc lai láng chứa chan cho tình yêu nam nữ được hoán chuyển thành những nốt nhạc của tình non sông, dâng hiến cuộc đời cho tháng ngày gió sương nơi những miền đất xa xôi, ngăn cách hẳn với những bến bờ kỷ niệm của yêu đương:

Sài Gòn Thứ Bảy
Sài Gòn thứ bảy ngàn hoa trên đường...
Lòng mình cứ tưởng mùa xuân yêu đương
Đời tôi năm tháng phong sương
Dầm mưa dãi nắng biên cương
Nay tôi về kiếm người tôi thương...

Sài Gòn thứ bảy còn ai mong chờ...
Một người lính trẻ về thăm kinh đô...
Ngời lính chiến ấy là tôi..
Lần đi khi nắng chưa vơi..
Gởi trọn nỗi thương cuộc đời..
...
Tôi đi tìm em nào thấy!
Thôi nhé giây phút sống tơ vương!
Ngày mai tôi lên đường
Với những người thương

Tiền đồn vắng vẻ mà sao không buồn
Sài Gòn thứ bảy mà nghe cô đơn
Còn biết nói những gì hơn..
Tình tôi dâng hiến giang sơn
Chắc người ấy không giận hờn!!!

Người nhạc sỹ tự an ủi mình là chắc người ấy sẽ không giận hờn, bởi vì chàng đã than thở: *"Tôi tìm em nào thấy"* để rồi: *"Sài Gòn thứ bảy mà nghe cô đơn".*

Rồi chàng trai trẻ lên đường theo bước chinh nhân mà vẫn nghĩ về tên ai:

Hẹn Anh Đêm Nay
Hẹn gặp anh đêm nay
trên con đường thanh vắng nắm tay ta dìu nhau
...
Cuộc đời tôi chinh nhân đâu khác gì mây tám hướng
...
Sống giữa núi rừng vì đời trai tôi đã hiến quê hương
Mang theo trong lòng một tình thương
năm tháng không tàn phai
Nhắc tên một người trên bước đường tranh đấu tôi miệt mài
...

Tâm trạng của người nhạc sỹ trong thời kỳ quê hương khói lửa phải đi chinh chiến, nhớ thương về bóng hồng phải tạm chia phôi. Nhưng khi trở về thì chàng chỉ còn ôm nỗi buồn mênh mông vì nàng đã theo chồng. Đây là loại xúc cảm chung của những chàng trai mùa quê hương bão loạn:

Chuyện Tình Người Con Gái Ao Sen
Nhà nàng bên kia sông
Có trúc xinh đầu ngõ, có ao sen trồng sen trắng sen hồng
...
Rồi tôi vào quân đội gian khổ ngập chiến trường
Tình yêu đành chia phôi ôi nhớ người mình thương!
Hành quân về xóm nhỏ hoa hồng mới nở
Tưởng hoa sen lúc xưa, buồn giăng kín chiều mưa...
Từ ngày xa dòng sông
Lâu lắm chưa về phép, nhớ môi em đẹp như cánh sen hồng
Rồi một hôm về thăm, mong có nàng ra đón
Áo trận sờn vai lòng vui chứa chan

Nào ngờ khi qua sông, ao vắng sen tàn úa
Mới hay tin người yêu.. đã theo chồng!
Tình đầu như là không, tôi đứng buồn mênh mông
Nhìn chiều sương vây kín cả dòng sông.....

Cuối cùng chúng ta cũng tìm thấy cảm xúc tình yêu của một người thất tình, chán chường tột cùng và như muốn vứt bỏ hết mọi sự trong đời, tấm thân của chàng trai tưởng chừng như một kiếp người lưu đày:

Căn Gác Lưu Đày
Đêm trắng đêm
ta nằm trong căn gác lưu đày
một mình thôi
mồ hôi lạnh buốt đôi vai
ta gọi ta vực sâu đắng cay

...

Còn gì đâu ngoài linh hồn rách tả tơi này
tình bỏ ta
như một sớm chim đi bỏ hàng cây
còn gì đâu ngoài mảnh đời trắng bàn tay này
mất hết rồi
không còn gì để mất nữa hôm nay

Đêm trắng đêm
ta nằm trên căn gác lưu đày
...
xót xa cho đời
rồi cũng qua đi kiếp người.

Nói tóm lại nhạc sỹ Anh Bằng đã có đủ cảm xúc của con tim khi có tình yêu cũng như lúc tình yêu đã vỗ cánh bay xa, chỉ còn ngậm ngùi và tình quê hương đất nước.

Yên Ngân
Dusseldorf, Đức Quốc

dòng nhạc ANH BẰNG và quê tôi

- Đường Sơn -

Hãy lắng tiếng nói vang trong tâm hồn mình người ơi!
Con tim chân chính không bao biết nói dối
(Đêm Nguyện Cầu – ANH BẰNG)

Đó là những lời ca mà tôi được nghe đầu tiên trong bài *Đêm Nguyện Cầu* của nhạc sĩ Anh Bằng, những lời nhạc, bài nhạc của ông cùng với các kỷ niệm thời học trò với những triết lý tâm linh, bình dị, thơ mộng mà đã hơn bốn mươi năm rồi và hình như cứ lẩn quẩn theo tôi mãi.

Quê tôi xa thủ đô Sài gòn lắm, có thời được bà con sống ở thủ đô hay các thành phố gắn cho nơi đó là "khỉ ho cò gáy". Tôi nhớ vào thời đầu Đệ Nhị Cộng Hoà, ngoài vài rạp chiếu bóng; dùng kỹ thuật, khoa học để giúp vui cho làng xóm thì quê tôi chẳng có gì, ngoài cái truyền hình trắng đen được đặt trong tháp xi măng chắc chắn, giữa một trường tiểu học làng; cứ bảy giờ tối là người ta hè nhau đến trải chiếu mà xem phim nhất là kịch và cải lương vào thứ tư và thứ sáu, cảm ơn ông nhà đèn (công ty điện lực cũng tọa lạc gần đó) là các ngày có chương trình đặc biệt đó thì không cúp điện, mặc dù cho các ngọn đèn đường trắng mờ mờ, ảo ảo như ma trơi chỉ đủ cho người qua lại, xe đạp thấy mà tránh nhau. Xong các chương trình vào khoảng mười giờ thì đích thân quản gia lo cho trường, khóa truyền hình lại bằng cửa sắt chắc chắn giống như giữ những hộp nữ trang quý giá như hạt soàn kim cương hột lớn vậy.

Phần văn hóa thì cũng quê mùa không kém. Bài nhạc "*Sang*

Lam Phương, Bích Huyền, tiệc Sinh Nhật Anh Bằng 84

Ngang" của "Đỗ Lễ" không biết ai "dân không biết chữ hay chơi chữ" nói trại "đỗ lệ" thành thói quen; họ cũng không cần biết xuất xứ từ đâu, nói, nghe xuôi tai, đúng hoàn cảnh là được rồi. Câu đó nói lên cảnh buồn lòng, khóc lóc trước khi xa cha mẹ về làm dâu, lạ xứ, lạ cảnh, lạ nhà bên chồng mà chưa biết tương lai ra sao như câu ca dao:

"*Chiều chiều ra đứng ngõ sau.*
Trông về quê mẹ ruột đau chín chiều".

Lúc nhỏ, theo mẹ về quê ruộng, xa thị xã dự các đám cưới, tôi nghe họ nói mà cũng tin là thật vì hay nghe câu này lập lại rất nhiều lần. Cô dâu khóc thì cứ khóc, các bác chẳng khuyên nhủ, dỗ dành gì, mà còn khuyến khích: "Khóc nữa đi con, đi cháu" vì "sang ngang đỗ lệ" mà. Sinh hoạt văn nghệ lớn của thị xã Rạch Giá thỉnh thoảng ngoài các đoàn cải lương đến trình diễn thì đại nhạc hội gồm ca, múa, nhạc kịch thì một năm chỉ có một, hai lần. Tôi nhớ lúc lên chừng 10 tuổi thì có dịp theo cha tôi xem đại nhạc hội mà ông nói là có một không hai, quy tụ nhiều ca sĩ nổi tiếng từ thủ đô. Nói là thủ đô, nhưng có lẽ một vài ca sĩ chánh từ Sài Gòn, quy tụ thêm các ca, kịch, nghệ sĩ khác từ Cần Thơ. Nhiều màn trình diễn với các ca sĩ, nhiều bài nhạc, kịch, múa v.v… Xin xem xong qua một đêm thì tôi quên cả, hôm qua ca sĩ nào hát bài gì, kịch gì, mà chỉ nhớ có một bài vì đặc biệt của nó và nhất là ca sĩ. Hình như do Thanh Hùng (?) với một cao vút, bài ca chót của ông trong buổi trình diễn là "*Đêm Nguyện Cầu*", nhưng hơi còn đủ dài vì chữ chót của bài nhạc, ông dư sức vừa cất cao, vừa ngân nga lâu đến nỗi khán giả vỗ tay, mà ông vẫn còn hơi kéo thêm một lúc ông mới chịu ngưng. Cả rạp hát đứng dậy vỗ tay như pháo nổ, cha tôi thì gật đầu chừng cho là không uổng tiền mua vé, nhưng lúc đó tôi sợ lắm, sợ ca sĩ đứt hơi ngã quỵ, vì tôi chưa bao giờ chứng kiến hơi tân nhạc mà kéo dài hơn cả "ca vọng cổ" như thế. Nhưng không! Ông tươi cười giơ hai tay cao lên ra phía trước như hành động thay lời: "Nhà Việt Nam yêu dấu ơi bao giờ thanh bình?", cúi đầu chào, đi vào trong khi các tiếng "bis, bis" vẫn còn vang lên từ khán giả. Sau đêm đó thì tôi ước có một giọng như vậy, hy vọng một ngày nào đó thì sẽ có cơ hội ca, ngân với một âm hưởng như vậy. Đó chỉ là mơ ước của một đứa bé mà thôi, cũng mờ dần theo thời gian cho đến khi nghe giọng opera của ca sĩ Bùi Thiện vào đầu thập niên 70 thì tôi chợt nhớ đến bài Đêm Nguyện Cầu và ca sĩ "kéo thuốc lào". Trong tỉnh tôi, đa số thích cổ nhạc sáu câu cho nên ai mà ca tân nhạc hát hơi dài thì mới được "hoan hô" như thế, truy ra nguồn gốc thì mới biết, hát như thế thì khán giả mới say mê, tận hưởng những giây phút tuyệt vời của ca sĩ và lời nhạc mà tiếng lóng gọi là "phê" lâng lâng như vừa hít một điếu thuốc lào, do đó mà đến bây giờ tôi còn nhớ khá rõ.

Chúng tôi khi còn học ở bậc trung học thường hát Đêm Nguyện Cầu nhiều lần trong các dịp lễ Giáng Sinh, dù hoàn cảnh khó khăn, lệnh giới nghiêm nhưng năm nào chúng tôi cũng tổ chức buổi réveillons sớm, và chơi văn nghệ.

Hãy lắng tiếng nói vang trong tâm hồn mình người ơi
Con tim chân chính không bao giờ biết đến nói dối
Tôi đi chinh chiến bao năm trường miệt mài
Và hồn tôi mang vết thương vết thương trần ai

Có những lúc tiếng chuông đêm đêm vọng về rừng sâu.
Rưng rưng tôi chấp tay nghe hồn khóc đến rướm máu
Bâng khuâng nghe súng vang trong sa mù
Buồn gục đầu nghẹn ngào nghe non nước tôi trăm ngàn ưu sầu

Thượng Đế hỡi có thấu cho Việt Nam này
Nhiều sóng gió trôi dạt lâu dài.
Từng chiến đấu tiêu diệt quân thù bạo tàn.
Thượng Đế hỡi hãy lắng nghe người dân hiền.
Vì đất nước đang còn ưu phiền.
Còn tiếng khóc đi vào đêm tường triền miên.

Có những lúc tiếng chuông đêm đêm vọng về rừng sâu.
Rưng rưng tôi chấp tay nghe hồn khóc đến rướm máu
Quê hương non nước tôi ai gây hận thù tội tình
Nhà Việt Nam yêu dấu ơi bao giờ thanh bình?
(Đêm Nguyện Cầu - Anh Bằng)

Nhạc Sĩ Anh Bằng sáng tác nhạc thật đa dạng và nhiều thể loại, thích hợp cho nhiều giọng ca sĩ nổi tiếng ở Miền Nam Việt Nam trước 1975. Thính giả thành phần nào cũng có những bài ca thích hợp với họ. Những bản tình ca lính chiến, quê hương như "Bốn Ngả Đường Quê Hương", "Chuyện Giàn Thiên Lý", "Nổi Lửa Đấu Tranh…", tình đồng đội như "Nó"; tình yêu ca ngợi những nét chất phác đơn giản của cuộc sống bình thường, thể điệu dễ hát như "Căn Nhà Ngoại Ô, Ngoại Ô Buồn, Mưa Chiều…"; hay quý phái như Tango Tím, Khúc Thụy Du…"; những bản nhạc nghiêng về tâm linh, triết lý như "Đêm Nguyện Cầu", "Hồi Chuông Xóm Đạo", "Giấc Ngủ Cô Đơn", "Người Thợ Săn và Đàn Chim nhỏ…" có bản hầu thích hợp cho mọi giới, nghe qua nhiều lần nhưng người ta không chán. Điển hình như bài Linh Hồn Tượng Đá mà ba nhạc sĩ: Lê Dinh - Minh Kỳ - Anh Bằng đã cùng sáng tác và ký tên là Mai Bích Dung; hay nghe hoài niệm miên man, gợi lại quá khứ khiến người ta như bối rối trong lòng một điều gì đó với "Nỗi Lòng Người Đi". Nhạc của Anh Bằng thường được phát thanh vào buổi trưa hay chương trình nhạc yêu cầu, nhiều bài nhạc nghe qua vài lần là tôi có thể nhái ca lại, lời điệu đó đã đi sâu trong trí tôi cho đến ngày nay hơn 40 năm rồi mà khi cầm micro hát ka-ra-ô-kê giúp vui trong các buổi tiệc thân hữu tại gia, tôi vẫn không quên thể điệu. Nhạc Anh Bằng cũng đi vào các miền thôn quê ngoại tôi cách thị xã hơn 20 cây số, đa số ít học cho nên chỉ có những nốt nhạc dễ ca, lời dễ nhớ mới được đón nhận như là một niềm vui âm nhạc, hát vu vơ nhất là vào các ngày đầu xuân, dịp họp, đám cưới, buổi họp bạn hay lễ hội với các ca sĩ "chính gốc, cây nhà lá vườn" có giúp vui là quý rồi, ca trật nhịp, trật chữ không sao vì lối phát âm miền Hậu Giang vốn đã trật sẵn rồi. Không có chương trình, không có giấy bút, ai hát giơ tay sắp xếp lúc nào không biết, nhưng lần nào cũng thế, tôi ghi nhận, hai bài không bao giờ thiếu trong các buổi đó là: Căn Nhà Ngoại Ô và Linh Hồn Tượng Đá. Nhạc đệm thì chỉ có một cây đàn guitar, hay mandoline, thường là chúng tôi anh, em bà con bạn dì, cô cậu ở thị xã mang theo về, biết đờn sơ sơ, chứ trong miền ruộng rẫy thì hiếm có ai biết đờn tân nhạc nhuần nhuyễn, còn lại thì dùng muỗng nĩa khua lốc cốc, dùng nồi làm trống và chảo hoà điệu với hai khúc tre gõ vào nhau cũng nhịp nhàng như tiếng gõ của mấy chú bán hủ tiếu, mì hoành thắn phụ họa theo.

Thủ đô Sài Gòn, thành phố Cần Thơ, Nha Trang đón nhận nhạc của Anh Bằng khoảng cuối thập niên 60, đầu 70 ra sao thì tôi không biết nhưng quê tôi là thế. Những bài nhạc cần kiến thức cao mới hiểu lời ca, rên rỉ thì họ không hiểu mà cho là dở; nhất là các bài ru ngủ của Trịnh Công Sơn chỉ thích hợp bên ly cà phê, phì phà điếu thuốc, mà không thích hợp với giới bình dân, ruộng vườn lúa dưa, rau mắm. Văn nghệ quê tôi có tính cách cộng đồng, người ca, kẻ phụ họa, thí dụ:" Chiều xưa có ngọn trúc đào. Mùa thu lá rụng bay vào sân em…", thính giả sẽ nghe những tiếng gõ của hai thanh tre khô – cách, cách, cách nhịp nhàng lẫn với tiếng đàn. Giúp vui hay nhất là những bài ca mà họ thường nghe trên làn sóng phát thanh, dễ hát, nghe hay mà ca sĩ như Chế Linh, Duy Khánh, Nhật Trường, Sơn Ca… thường ca những bài như Sương Trắng Miền Quê Ngoại, Qua Cơn Mê, Xuân Này Con

Không Về, Đám Cưới Đầu Xuân, Duyên Quê… hay nhạc Anh Bằng thì: Nó, Chuyện Hoa Sim, Căn Nhà Ngoại Ô, Ngoại Ô Buồn, Trúc Đào, Sầu Lẻ Bóng,...

Rừng hoang đẹp nhất hoa màu tím
Chuyện tình thương nhất chuyện hoa sim
Có người con gái xuân vời vợi
Tóc còn ngăn ngắn chưa đầy búi

Ngày xưa nàng vẫn yêu màu tím
Chiều chiều lên những đồi hoa sim
Đứng nhìn sim tím hoang biền biệt
Nhớ chồng chinh chiến miền xa xăm
...
Tại sao nàng vẫn yêu màu tím
Màu buồn tan tác phải không em
Để chiều sim tím hoang biền biệt
Để mình tôi khóc chuyện hoa sim.
(Chuyện Hoa Sim – Anh Bằng)

Hoặc là ca những bản nhạc có vẻ trừu tượng hay quý phái, mơ mộng với những câu khó hiểu thì được thính giả liệt kê vào loại ca sĩ dở hộm đó. Họ cũng chẳng phụ hoạ trống mõ gì, vì không biết gõ như thế nào. Một lần chúng tôi hội ngộ với các anh em bạn dì ở Long Xuyên về Hòn Đất, vì chưa biết "tập quán" nên các anh em đó, hát các bài rên rỉ buồn như:"Chiều chủ Nhật Buồn, Lặng Nghe Gió Đi Về….". Anh, em ở địa phương đó thì không nói gì nhưng họ không gõ trống, gõ nhịp được, mà gõ cũng trở quẻ, nhưng nhìn cách họ, mình hiểu cho là hát "dở ẹt" vì họ không quen lời ca, lây qua luôn người ca. Quê tôi con người tánh tình bình dị, chân thành, chất phác là thế.

Nhưng thường ca sĩ trình bài nhạc cũng có trùng hợp hòa giọng rất là đặc biệt, nhất là khi đã nghe hai, ba bài nhạc của Anh Bằng mà Nhật Trường ca như Trúc Đào, Hoa Học Trò…với giọng âm hưởng miền Trung khiến tôi nghe là lạ, những nốt nhạc quyện vào lời ca, mới chiêm nghiệm tất cả ưu việt của các vần nhạc. Cũng như Mạnh Đình giọng réo rắt bài "Chuyện Giàn Hoa Thiên Lý", hay giọng Bắc chánh tông của Duy Quang qua bài "Nỗi Lòng Người Đi" sao nghe quá thấm thía cho cảnh chia ly mà không biết bao giờ gặp lại, mà nhất là sau khi định cư ở Úc tôi nghe qua lại càng thấm thía hơn, chia sẻ được sự chia ly của tác giả hơn sáu thập niên trước, khi đoàn người Bắc di cư phải xa Hà Nội.

Nhạc của tác giả nào tôi cũng thích nhất vài bài, có khi chỉ thích các lời nhạc, đọc lên nghĩ là hay, hình như tôi thích các vần thơ, triết lý tiềm ẩn trong đó. Khi còn ở trung học dịp nghỉ hè vào giữa năm thì mùa của Phượng, rực rỡ. Tánh tôi thích sinh hoạt, vui chơi, hát xướng cho nên thường thì trong các buổi văn nghệ bãi trường là phải có bài "Hoa Học Trò" trong chương trình. Đối với cá nhân tôi thì bài nầy chỉ có đạt được cảnh mộng mơ, trong trắng của mối tình học trò với tiếng hát Nhật Trường nhất là câu 2,3,4, khi ca sĩ nhấn ngân hai động từ các chữ "em rủ anh ra - bảo nhặt hoa phượng". Ngoài khía cạnh tượng hình về mùa hè, phượng nở với trời, người, cảnh trí, bông hoa, cùng vạn vật, còn ẩn hiện cái tình học trò trinh nguyên, thời yêu đương áo trắng, "Cô Bé Môi Hồng" mơ mộng.

Chiều về ngang trường nhỏ
Màu vôi đỏ ngọt ngào
Ta ngỡ người em nhỏ
Mỉm cười ấm biết bao
Ôi cô bé môi hồng
Học về ngang đầu ngõ
Anh mơ một chút tình bé biết không?
...
Ôi cô bé môi hồng
Ôi cô bé môi hồng
Bỏ đường vắng bỏ ta trong mênh mông
Ôi cô bé môi hồng
Ôi cô bé môi hồng
Để sầu nhớ để ta chết trong lòng
(Cô Bé Môi Hồng – Anh Bằng)

Lên trời, là tiên, là thần sống trong một thế giới mà ta mơ ước vì có thể đi chu du khắp các cõi trời, cõi tiên thì ai mà không muốn, nhưng triết lý tiềm ẩn trong đoạn nầy là hãy thừa hưởng những gì mình có trong tay, bối cảnh khác có thể đẹp hơn, hay hơn nhưng chưa chắc bằng hiện tại dù cho khó khăn, tương lai là một hoàn cảnh khác nhiều khi không có đủ những gì mà chúng ta đang có. Hãy đọc lại "sợ phải lên trên trời" mà nhạc sĩ Anh Bằng viết trong bài Hoa Học Trò:

Bây giờ còn nhớ hay không?
Ngày xưa hè đến phượng hồng nở hoa
Ngây thơ anh rủ em ra
Bảo nhặt hoa phượng về nhà chơi chung

Bây giờ còn nhớ hay không?
Bây giờ còn nhớ hay không?

Bây giờ còn nhớ hay không?
Anh đem cánh phượng tô hồng má em
Để cho em đẹp như tiên
Nhưng em không chịu
Sợ phải lên trên trời

Sợ phải lên, sợ phải lên trên trời
Sợ phải lên, sợ phải lên trên trời

Lên trời hai đứa hai nơi
Thôi em chỉ muốn làm người trần gian
Hôm nay phượng nở huy hoàng
Nhưng từ hai đứa lỡ làng duyên nhau

Rưng rưng phượng đỏ trên đầu
Tìm anh em biết tìm đâu bây giờ
Bây giờ tìm kiếm em đâu?
Bây giờ thì mãi xa nhau...
(Hoa Học Trò – Anh Bằng)

Có ai ở cái tuổi học trò mãi được đâu! Có lần, một Sa Di sau khi thuyết pháp xong, giải lao, khôi hài: "Trên trời buồn lắm anh chị ơi". Tôi không hiểu hỏi lại. Thầy cười, trả lời:"Con người nhân duyên ràng buộc đủ chuyện, kể cả giới xuất gia, chưa biết ai sẽ là Thánh, là Phật cả, thì sau khi mất rồi bị "thanh lọc" và được "định cư" trên cõi đó; anh nghĩ xem! Có được bao nhiêu người. Mà có đi nữa thì nhìn lại không ai quen, vì nhân quả mỗi người khác nhau, cô đơn lắm, cho nên buồn"

Có thể nói bài: "Nỗi Lòng Người Đi" đã khơi lại cảm xúc, bối cảnh cho quá trình "Exodus" trong lịch sử Việt Nam vào hậu bán thế kỷ hai mươi, 1945, 1954, 1975, cho đến bây giờ khi nghe lại tôi vẫn còn liên tưởng âm hưởng cảnh biệt ly mà khi người ta bỏ quê hương nơi chôn nhau cắt rốn của mình xem như là không còn có cơ hội nào trở lại nữa:

Hà Nội ơi! Nào biết ra sao bây giờ.
Ai đứng trông ai bên hồ...
...
Giờ đây biết ngày nào gặp nhau,
biết tìm về nơi đâu, ân ái trao nàng mấy câu.
Thăng Long ơi! Năm tháng vẫn trôi giữa dòng đời,
ngậm đắng nuốt cay nhiều rồi.
Hồ Gươm xưa vẫn chưa phai mờ.
...
Hôm nay Sài Gòn bao nhiêu tà áo khoe màu áo vui..
...
Sài Gòn ơi! Mộng với tay cao hơn trời.
Tôi hái hoa tiên cho đời, để ước mơ thêm đẹp đôi.

Người ta thường nói: "Hà Nội, ngàn năm văn vật", cũng là thủ đô văn chương chữ nghĩa của VN, có các di tích từ bao triều đại Lý, Trần, Mạc, Lê....

Nhạc sĩ Anh Bằng qua bài Nỗi Lòng Người Đi đã gợi cho chúng ta hai không gian tương phản giữa nền cộng hòa tự do ở Sài Gòn với – bao nhiêu tà áo – khoe màu áo vui – hoa tiên - mộng đẹp, so sánh với cộng sản Hà Nội đang bị cai trị bởi chế độ độc tài đảng trị, như thế thì thủ đô Hà Nội trở nên như thế nào - biết ra sao - ngậm đắng nuốt cay?! Bao nhiêu cái hay, cái đẹp xưa mà tác giả Anh Bằng đã từng biết trước khi phải chia ly, thì làm sao mà dứt bỏ, quên quá khứ một cách dễ dàng dù sống trong hoàn cảnh tự do no ấm tại miền Nam Tự Do – VNCH.

Ở Úc, gia đình người Việt nào hầu như cũng có ka-ra-ô-kê, thường thì những trong các tiệc thân hữu, có anh rượu chừng vài chung thì cảm hứng thích cầm micro giúp vui, khi hát bài "Nỗi Lòng Người Đi". Hàng chữ trên màn truyền hình thì sờ sờ ghi: "Tôi xa Hà Nội... Hà Nội ơi!..." mà tôi nghe anh ca: "Tôi xa Sài Gòn... Sài Gòn ơi! Ngày đó tôi mang cây đàn... Sài Gòn! Nào biết ra sao bây giờ..." nghe là lạ tai, anh không hát có chữ "Hà Nội" nào cả, lâu rồi quen đi, không biết là anh ca bài đó, thay đổi "Hà Nội" bằng "Sài Gòn" bao giờ, ca bao nhiêu lần với tâm trạng quyến luyến của anh như vậy hay vì không muốn nhắc lại – cũng xin lỗi nhạc sĩ Anh Bằng, họ tự động đổi lời nhạc bỏ chữ "Hà Nội" cho hợp thời trang - tên Sài Gòn nay không còn trên bản đồ nữa! Chúng tôi đang sống ở Melbourne, có xa Hà Nội, Sài Gòn, Cần Thơ thì cũng chẳng khác gì nhau cả. Tôi nghĩ Anh Bằng nếu có dịp nghe anh bạn tôi ca "Nỗi Lòng Người Đi" mà đổi chút đỉnh cái tên của địa lý: Hà Nội - Sài Gòn chắc cũng gật đầu tán thành rồi bỏ qua sự thay đổi như vậy cho hợp thời.

Trong bài Chuyện Giàn Thiên Lý hay Chuyện Hoa Sim thơ của Hữu Loan, nhạc sĩ Anh Bằng phổ nhạc thật hay:

Rừng hoang đẹp nhất hoa màu tím
Chuyện tình thương nhất chuyện hoa sim
Có người con gái xuân vời vợi
Tóc còn ngăn ngắn chưa đầy búi

Ngày xưa nàng vẫn yêu màu tím
Chiều chiều lên những đồi hoa sim
Đứng nhìn sim tím hoang biền biệt
Nhớ chồng chinh chiến miền xa xăm
Chuyện Hoa Sim – ANH BẰNG

Sáng tác ra bài nhạc nầy thật xem như một bất hủ, đi vào mọi tầng lớp, nói lên một thực tế đau thương trong chiến tranh Việt Nam. Khi xưa khi nghe nói chiến tranh, ai cũng nghĩ các cuộc giao tranh, chém giết nhau ở biên cương ngút ngàn phải đi cả tháng mới đến. Hậu phương chỉ nghe ngóng và chờ. Người chiến binh luôn luôn đối diện với cuộc chiến, cái chết trong trước mắt:"Cổ lai chinh chiến kỷ nhân hồi" điều đó ai cũng biết, nhưng cũng đành chấp nhận mà thôi vì đất nước chia đôi, không tránh khỏi chiến tranh do tham vọng và bành trướng chủ nghĩa bá quyền cộng sản.

Mẹ ơi... biên cương giờ đây
Trời không mưa... nhưng nhiều mây
Nửa đêm nghe chim muông hú trong rừng hoang
Nghe... gió rung cây đổ lá vàng
Sương xuống mênh mang

Khèn trong... buồn xa còn vang
Nhịp chìm... tiêu sơ nhặt khoan
Tưởng nhớ đến những phút sống bên mẹ yêu
Con... hát ca vui lều tranh nghèo
Ôi đẹp làm sao
...
Đêm nay... quê nhà
Mẹ hiền còn thương... đứa con đi... chốn xa mờ
Không than... không sầu
Đầu non cuối ghềnh
Ôm cây súng... canh rừng sâu

Con vui... sông hồ
Vì yêu giống nòi... mà dặn lòng... đi tranh đấu
Thương ai dãi dầu
Nắng sớm mưa chiều
Có con dế mèn... ni non ru... canh thâu
...

Mẹ ơi... quê hương lầm than
Làm trai... hai vai nợ mang
Ngồi đây trong sương khuya trắng trên đầu non
Con... biết quê xa mẹ mong chờ
Tin chiến không còn

Thời gian... không phai lòng son
Trường Sơn... không ngăn tình con
ngày nao con ra đi nhớ câu mẹ khuyên
Yêu... nước như yêu mẹ hãy còn
Giữ trong linh hồn

Nhưng trớ trêu thay, chiến tranh Việt Nam (1954-1975), các trận đánh nơi nào cũng có, tỉnh nào cũng có kể cả Thủ Đô Sài Gòn, như Mậu Thân hay các cuộc khủng bố nhắm vào cơ sở người ngoại quốc; có lúc thành phần thứ ba đưa ra giải pháp thương thuyết đề cập đến ngưng bắn "da beo" thì đủ biết rằng: Cả miền Nam Việt Nam, trước 1975, tiền tuyến, hậu phương cũng không có biên giới; chính vì vậy mà vợ, con, thân nhân, làng xóm của người chiến binh cũng không tránh khỏi lưỡi hái tử thần của chiến tranh vì bom, đạn, mìn, chông.... Nào là trúng đạn pháo kích của Việt cộng đôi khi cả nhà chết đi, bị cộng sản thủ tiêu cả xóm như Mậu Thân, lạc đạn trong lúc hai bên giao tranh, tản cư không kịp; nào là những đứa trẻ vô tình bị M79 kẹt giữa thân tre chưa hết tua vòng rớt nổ tung; nông dân đạp chông gai chở ra đến bệnh viện đi bằng "vỏ dọt, đuôi tôm" còn mất cả tiếng, cạn máu mà chết hay bị chông cùn nhổ ra được nên vết thương chỉ băng bó sơ, không chích ngừa bị phong đòn gánh vì thuốc thiếu thuốc trụ sinh nên đã chết tức tưởi...

Hòn Đất là địa danh quê ngoại của tôi, nơi đây là vùng "xôi đậu" nằm giữa hai lằn đạn của cộng quân đánh phá, quân đội quốc gia thì chống trả nên cảnh chết chóc diễn ra thường xuyên chẳng xa lạ gì. Khoảng đầu thập niên 1970, tôi còn nhớ các cô ruột khi xem đoạn phim đoàn quân thiện chiến là binh chủng dù mũ đỏ trên truyền hình thì ai nấy đều khóc sướt mướt vì một vở kịch - tôi không nhớ tựa đề,

nhưng nhớ là có Túy Hồng, Vân Hùng, Khả Năng trình diễn, có một đoạn được lồng phim vào trình chiếu cảnh nầy rất là xúc động, khi cô Hồng trong lúc hai bên giao tranh lại chạy tìm con, bị trúng đạn nằm ôm bụng chết bên bờ rạch máu loang cả một khoảng rộng...
Sau này tôi chứng kiến cảnh ngoài đời, thì cũng có những cái chết tương tự như vậy xảy ra, nhiều trường hợp đau lòng còn hơn cả trong phim. Chiến tranh Việt Nam là thế, người ở hậu phương trồng lúa, trồng khoai bị lạc đạn cũng chết. Cũng với hoạt cảnh đau thương đó nhạc sĩ Anh Bằng đã sáng tác bài Chuyện Một Đêm kể lại một bà mẹ ôm xác con đau khổ vì con đã tử nạn vì trúng đạn pháo kích của Việt Cộng:

Chuyện một đêm khuya nghe tiếng nổ nổ vang trời
Chuyện một đêm khuya ôi máu đổ đổ lệ rơi
Chuyện một đêm khuya nghe tiếng than trong xóm nghèo
Mái tranh lửa cháy bốc lên ngun ngút trời cao
Bà mẹ đau thương như muối đổ đổ trong lòng
Chạy giặc ôm con qua những cảnh cảnh lầm than

Và người con yêu đã chết trên tay lúc nào
Xót xa vạt áo trắng hôm nay hoen máu đào

Ai, ai giết con tôi
Ai cướp con tôi giữa cơn mộng đêm thái bình
Ôi thương lời nói tội tình, hàm bao đớn đau
Giờ mẹ con đành cách nhau

Bà đặt con lên đám cỏ phủ sương mờ
Tội gì con ơi khi lửa tuổi tuổi còn thơ
Bà nhẹ đưa môi hôn trán con yêu giá lạnh
Vuốt ve lần cuối trước khi xa con suốt đời
(Chuyện Một Đêm – Anh Bằng)

Một bài nhạc khác có tựa đề giản dị: - "NÓ" - mà nghe đâu nhạc sĩ Anh Bằng rất tâm đắc vì lúc cộng sản miền Bắc mở chiến dịch xua quân đánh phá miền Nam thì dân chúng rất là khốn đốn, thường thì nhà nào cũng có người "làm nghĩa vụ đi B", nói cách khác là gia nhập bộ đội để vào miền Nam đánh phá, những người đi B (tức là vô miền Nam đánh phá thì phần đông là vắn số, cho nên nhiều cán binh việt cộng đã khắc chàm đen trên cánh tay những chữ như "sinh Bắc tử Nam" để lại những đứa con thơ, vợ dại bơ vơ côi cút không có chỗ nương thân, khổ sở trăm bề:

Thằng bé âm thầm đi vào ngõ nhỏ
Tuổi ấu thơ đã mang nhiều âu lo
Ngày nó sống kiếp lang thang
Ngẩn ngơ như chim xa đàn
Nghĩ mình tủi thân muôn vàn

...

Miền Bắc điêu tàn nên đời nó khổ
Một chén cơm chiều nên lòng chưa no
Nhiều lúc nó khóc trong mơ
Mẹ ơi! Con yêu mong chờ
Bao giờ cho đến bao giờ

Con số bộ đội đi B chết về bom đạn của máy bay B52 cũng nhiều, đếm sao cho hết vì suốt dọc trên đường Trường Sơn vào đến núi cao rừng thẳm, bị đạn pháo của quân đội VNCH hay máy bay B52 trải thảm bom xuống đầu địch quân, bộ đội chết mất xác, thế là những con trẻ trở thành côi cút bơ vơ. Nhạc sĩ Anh Bằng ghi lại những cảnh thảm thương ấy đóng góp rất phong phú qua âm nhạc như là những chứng tích lịch sử của giai đoạn đau thương của con dân Việt Nam trong thế kỷ hai mươi, bom đạn cày xới khắp miền đất nước bất kể miền nào trong ba miền Nam, Trung, và Bắc Việt Nam. Ông lại còn là nhạc sĩ viết nhạc cho lính, cho quê hương, cho bạn bè, cho nhạc trữ tình của nền văn hoá nhân bản VNCH trước tháng 4 năm 1975.

Những năm sau này tại hải ngoại, hay nói đúng hơn tại tiểu bang Cali Hoa Kỳ, theo tin tức báo chí và các cơ quan truyền thông, tôi nhận thấy rằng ông định cư tại Mỹ đã được hơn ba thập niên đã và đang sinh hoạt đóng góp cho sự phát triển cộng đồng Việt Nam hải ngoại rất nhiều, Anh Bằng còn soạn nhạc theo tâm lý và triết lý để ông gởi tâm sự của chính mình vào hơn hàng trăm, hay nhiều hơn nữa những bản nhạc, sẽ mãi lưu truyền trong sử nhạc Việt Nam, cho nên dù qua thời gian và không gian nào thì nhạc Anh Bằng vẫn có tác phong riêng của nó.

Khi nghe lại các bản nhạc do Anh Bằng sáng tác, tôi ghi nhận được tựa đề của bốn bài hát có thể ghép thành hai câu mà tôi cảm thấy rất hay như tìm được một công thức hoá học, đọc "phê" như ca sĩ kéo thuốc lào, tức là dùng làn hơi kéo dài ngân nga bài Đêm Nguyện Cầu năm xưa.

Dĩ vãng một loài hoa - bướm trắng
Tình phai - từ độ ánh trăng tan

Vì vậy, tôi chợt nảy ý gom một số tựa các bài nhạc của Anh Bằng mà ghép lại thành bài thơ xin được phép tạm gọi là: "Kỷ Niệm Về Nhạc Sĩ Anh Bằng"

Nỗi Lòng Người Đi - vương - Cõi Buồn
Tango Tím - Chuyện Hoa Tigon
Khúc Thụy Du - cơn - Sầu Lẻ Bóng (*)
Đêm Nguyện Cầu - Giấc Ngủ Cô Đơn
Trúc Đào - Lẻ Bóng - nàng - Bướm Trắng
Hoa Học Trò - Cô Bé Môi Hồng
Ngoại Ô Buồn - Linh Hồn Tượng Đá
Bể Dâu - Cho Kỷ Niệm Mùa Đông (**)

ĐƯỜNG SƠN
Melbourne, Úc Châu mùa Xuân 2008

(*) Ba bài nhạc: *Sầu Lẻ Bóng, Sầu Lẻ Bóng 2, 3*
(**) Ba chữ thêm, đệm vào là: *vương, cơn, nàng*

NHẠC SĨ ANH BẰNG
với những ca khúc tình tự quê hương

- THANH LAN -

Tôi được nghe qua đài phát thanh Sài Gòn những bài hát đầy tình cảm của Nhạc sĩ Anh Bằng từ những ngày tôi mới khám phá ra rằng tôi rất yêu âm nhạc. Thật tình lúc đó tôi cũng chẳng biết những bài hát đó do nhạc sĩ nào viết, chỉ nhớ rằng những khi đã làm xong bài vở ở trường, tôi lại ngâm nga "Ai bảo em là giai nhân cho đời anh đau khổ". Mặc dù khi đó tôi chưa có một người bạn trai nào, những giai điệu của bài hát thật là êm ả, đưa tôi vào một thế giới thơ mộng đầy tình yêu mà nơi đó người con gái được tôn thờ và yêu thương tuyệt đối, khiến cho tôi luôn ao ước sẽ có được một người yêu cũng sẽ tôn thờ tôi như vậy.

Rồi cuộc đời đưa đẩy thế nào, tôi lại trở thành ca sĩ, và lại được thâu vào băng nhạc rất nhiều sáng tác của Anh Bằng: "Nếu vắng anh", "Nét son buồn","Nước mắt một linh hồn", "Niềm tin", "Xin hãy quên tôi" là những bài hát mà tôi đã thâu từ trước năm 75, và có nhiều kỷ niệm với nó, mỗi bài một vẻ hay riêng biệt, từ điệu slow êm ả của bài "Nếu vắng anh", đến nhịp điệu Slow Rock, dồn dập thiết tha hơn, kịch tính hơn của "Xin hãy quên tôi như quên một người tình trong giấc ngủ, trong chiêm bao".

Vào cuối những năm 80, có rất nhiều người Việt từ Cali trở về Sài Gòn gặp tôi (lúc đó tôi còn kẹt lại tại Việt Nam) để hợp tác thâu thanh những bài hát từ trước năm 75. Tôi là người chọn bài và làm chương trình, tôi cũng đề nghị mời thêm các ca sĩ khác từ trước năm 75, lý do vì tôi muốn cho các ca sĩ bạn có cơ hội cùng với tôi gửi tiếng hát của mình qua Cali, đến với những thính giả thương mến của thời Sài

Nhạc sĩ Lam Phương, Nhạc sĩ Anh Bằng và Việt Hải

Gòn năm xưa. Dĩ nhiên là phải thâu lén lút vì những bài hát đó không được phép hát vào thời gian này, nên các anh chị hoặc là đem những cái máy nhỏ xíu về để thâu giọng hát của chúng tôi ngay trong phòng khách sạm mà các anh chị ấy mướn, rồi đem qua Cali ghép nhạc sau. Cũng có một giải pháp khác là các anh chị thuê phòng thâu của nhạc sĩ ở Saigon nhưng chỉ bắt đầu thâu vào lúc quá nửa đêm (1, 2 giờ sáng) kéo dài đến sáng thì nghỉ. Quý vị thấy đó, đi thâu nhạc mà cứ như đi hành quân vậy, rất hồi hộp vì sợ công an văn hoá bắt được thì thật nguy hiểm, nhưng lại thích thú vì đã từ lâu không được hát lại những bài hát mà mình yêu thích.

Thời gian đó trong số rất nhiều ca khúc tiền chiến và nhạc của những năm 70, tôi lại có dịp chọn để thâu băng những nhạc phẩm của Anh Bằng như "Hoa Học Trò" – "Trúc Đào" – "Nỗi Lòng Người Đi" v.v. Lời hát tha thiết gửi về Cali, là một nơi đối với tôi lúc đó thật là xa xăm diệu vợi. Tôi cũng chẳng bao giờ nghĩ rằng sẽ có ngày có mặt trên đất Mỹ, vì lúc đó tôi có một em trai ở Thụy Sĩ nên dĩ nhiên tôi hy vọng rằng bằng cách nào đó tôi sẽ qua Âu Châu.

Nhưng cuộc đời lại một lần nữa đưa đẩy tôi theo dòng đời, đưa tôi đến Cali để ra mắt cuốn phim "Tình Người" do anh Lê Tuấn đạo diễn và quay một nửa tại Việt Nam nên tôi mới có mặt trong cuốn phim đó, tôi đóng vai một bác sĩ từ Pháp về Việt Nam giúp khám bệnh cho những dân làng quê hẻo lánh.

Rồi, tôi ở lại Mỹ sống cuộc đời mới, nhưng lại hát lại toàn những bản nhạc cũ thể theo lời yêu cầu của khán thính giả cũ đã vẫn hằng yêu mến tiếng hát của tôi. Tuy nhiên trong cuốn CD đầu tiên của tôi "Thanh Lan in USA" tôi lại được dịp thâu thanh bài hát "Khúc Thụy Du" của Anh Bằng, bài hát này đối với tôi lúc đó là một nhạc phẩm "mới toanh", một khía cạnh mới của nét nhạc Anh Bằng. Qua một thời gian khá dài, có lẽ đến mười mấy năm tôi nhận thấy tài năng của nhạc sĩ Anh Bằng thật đa dạng. Những bài thơ được nhạc sĩ Anh Bằng phổ nhạc, thơ và nhạc quyện lấy nhau, với âm hưởng ngọt ngào quê hương miền Bắc khiến tôi thương nhớ quê Nội rất nhiều.

Ngược lại, những bài hát như: Nó – Căn Nhà Ngoại Ô – Gõ Cửa thì lại thích hợp với những giọng ca của ca sĩ gốc miền Nam. Cho đến tận bây giờ tại miền Nam Cali nhạc sĩ Anh Bằng vẫn có nhiều sáng tác được giới thưởng ngoạn nồng nhiệt chào đón như "Anh Biết Em Đi Chẳng Trở Về" – "Anh Còn Nợ Em".

Nhạc sĩ Anh Bằng trong nào cũng điềm đạm và từ tốn nên thật là ngạc nhiên thích thú khi nghe những bài hát như "Huynh Đệ Chi Binh" – "Tình Là Sợi Tơ". Tâm hồn nhạc sĩ Anh Bằng thật là phong phú với những nốt nhạc đem đến nhiều cảm xúc cho mọi tầng lớp và mọi lứa tuổi khán thính giả Việt Nam trên khắp thế giới.

Thanh lan rất cảm động khi thâu hình bài hát "Nếu Vắng Anh" cho trung tâm ASIA khi vừa qua Mỹ, bài hát đã đưa Thanh Lan và biết bao nhiêu là khán thính giả được sống lại những kỷ niệm ngày xưa Saigon hoa mộng của tuổi mới lớn. Với bài viết ngắn ngủi này, Thanh Lan mong rằng nhạc sĩ Anh Bằng sau khi đọc sẽ cảm nhận được lòng thương mến chân thành của một ca sĩ đã từng hát nhạc của Anh Bằng từ mấy mươi năm qua. Và cho đến tận bây giờ Thanh Lan vẫn văng vẳng trong tâm trí bài hát của Anh Bằng "Sài Gòn Thứ Bảy"

THANH LAN
Cali tháng 10-2008

những kỷ niệm nho nhỏ về
NHẠC SĨ ANH BẰNG

- Tiểu Thu -

Viết về người nhạc sĩ tài danh Anh Bằng quả thực là khó. Bởi, từ trước tới nay chắc hẳn đã có đến hàng ngàn trang giấy đã viết về ông! Vì thế người viết xin phép được viết ra những kỷ niệm nho nhỏ, vui vui trong quá khứ. Những mẩu chuyện có liên quan đến những ca khúc của nhạc sĩ Anh Bằng.

Giữa thập niên năm mươi trở đi gia đình chúng tôi cư ngụ trên đường Lê Quang Định. Phía sau là một dãy nhà cho những gia đình người Bắc di cư mướn. Có một gia đình chuyên in tranh và đánh vernis đàn guitard thùng. Gia đình bên cạnh có một người cháu tên Phương. Năm đó chú Phương độ ngoài hai mươi. Dáng người trắng trẻo, thư sinh và đặc biệt có giọng hát rất hay. Hai nhà chỉ cách một khoảng sân nhỏ, nên ngày nào tiếng đàn guitard cùng giọng ca ngọt ngào của chú Phương cũng bay sang nhà chúng tôi:

Tôi xa Hà Nội năm lên mười tám khi vừa biết yêu
Bao nhiêu mộng đẹp yêu đương thành khói tan theo mây chiều
Hà Nội ơi! Nào biết ra sao bây giờ
Ai đứng trông ai ven hồ khua nước trong như ngày xưa...

Rồi giọng chú vút cao, thê thảm:
Giờ đây biết ngày nào gặp nhau
Biết tìm về nơi đâu ân ái trao nàng mấy câu...

Thăng Long ơi! Năm tháng vẫn trôi giữa dòng đời
Ngậm đắng nuốt cay nhiều rồi
Hồ Gươm xưa vẫn chưa phai mờ...

Nghiêm như ba chúng tôi cũng phải thốt lên:

- Cha chả, chắc chú này có tâm sự! Dám bỏ người yêu lại ngoài Bắc, chạy một mình "dô" đây lắm à nghen! Mà bộ con gái Sài Gòn hổng đẹp hay sao mà ổng cứ rên rỉ nhớ cái cô Bắc kỳ ở ngoài hoài vậy cà?!

Lớn lên tí nữa, gia đình chúng tôi lên đóng đô tận miền Cao nguyên Trung phần. Tuổi học trò mộng mơ, chúng tôi không ai là không thuộc những nhạc phẩm Hoa Học Trò, Nếu Hai Đứa Mình, Căn Nhà Ngoại Ô... Năm đi thi Tú tài phần một, hình như vào năm 1965, trên đường chờ máy bay về nhà, Kim Mai là cô bạn cùng lớp, cô này có giọng ca không thua ca sĩ nhà nghề, lôi trong cặp ra một bản nhạc, rồi nghêu ngao hát. Nghe xong, cả đám con gái bu lại đòi Kim

Mai dạy cho bài này. Đó là bản nhạc Sầu Lẻ Bóng. Tuy chưa nếm mùi yêu đương, thất tình chi cả, nhưng vừa nghe qua là chúng tôi yêu thích ngay. Tuổi học trò là tuổi của mộng mơ mà!

Người ơi khi cố quên là khi lòng nhớ thêm
Dòng đời là chuỗi tiếc nhớ
Mơ vui là lúc ngàn đắng cay...xé tâm hồn!
...
Đời việc gì đến sẽ đến
Nhưng ai bạc bẽo mình vẫn không... đành lòng quên!

Chưa yêu, chưa bị tình phụ lần nào mà đã nhất định không quên kẻ bạc bẽo với mình! Ơi, cái thuở lòng còn trắng như trang giấy học trò, đầu óc thơ ngây và mơ mộng tuyệt vời! Nghe giọng ca liêu trai của nữ ca sĩ Thanh Thúy hát Sầu Lẻ Bóng, thì trái tim bằng sắt cũng phải chảy ra!

Nhạc Anh Bằng cũng như của nhóm Lê Minh Bằng có lời thật dễ thương, giai điệu cũng đơn giản nên người nghe rất dễ nhập tâm. Bằng chứng là đã nửa thế kỷ rồi mà người viết vẫn còn thuộc lòng bài Sầu Lẻ Bóng. Trong khi đó, có những bản đã ca cẩm học như học bài thi, thế mà chỉ một thời gian sau là quên hết cả lời lẫn âm điệu!

Thuở đó chúng tôi rất mê giọng hát của nữ danh ca Lệ Thanh. Bài "Nếu Vắng Anh" được nhạc sĩ Anh Bằng phổ theo bài thơ "Cần Thiết" của Thi sĩ Nguyên Sa, qua giọng hát thật truyền cảm, trong vắt như tiếng suối reo của nữ ca sĩ Lệ Thanh, đã làm rung động biết bao nhiêu con tim của mọi tầng lớp khán thính giả:

Nếu vắng anh ai dìu em đi chơi trong chiều lộng gió
Nếu vắng anh ai đợi chờ em khi sương mờ nẻo phố
Nếu vắng anh ai đón em khi tan trường về,
Kề bóng em ven sông chiều chiều, gọi tên người yêu...
Nếu vắng anh ai ngồi gần em cho hương nồng đôi má
Nếu vắng anh ai dệt vần thơ cho em hồng đôi má
Nếu vắng anh ai ngắm môi em tươi nụ cười
Làn tóc xanh buông lơi tuyệt vời, chan chứa mộng đời...

Chao ơi là lãng mạn! Thỉnh thoảng trong những sinh hoạt chung. Gặp chị Lệ Thanh, chúng tôi nhắc lại kỷ niệm xưa, chị cười, tuyên bố:
- Bây giờ Lệ Thanh vừa nấu cơm, kho cá vừa... hát nghêu ngao!

Sức sáng tác của ông thật phong phú. Tuy là một người rất nổi tiếng, nhưng nhạc sĩ Anh Bằng không thích xuất hiện trước đám đông. Thời giờ của ông dành hết trong việc sáng tác. Vì vậy, ngoài mấy trăm bản nhạc của riêng mình, nhạc sĩ còn hợp tác với hai nhạc sĩ Lê Dinh và Minh Kỳ, dưới tên chung là Lê Minh Bằng. Một trong những sáng tác chung, bản nhạc Đêm Nguyện Cầu đã gây một ấn tượng mạnh mẽ, một dấu ấn sâu đậm trong ký ức của nhiều người. Những lời lẽ ray rứt, bi thương, mỗi lần nghe là một nỗi xúc động dâng tràn:

Hãy lắng tiếng nói vang trong tâm hồn mình người ơi
Con tim chân chính không bao giờ biết đến nói dối
Tôi đi chinh chiến bao năm trường miệt mài
Và hồn tôi mang vết thương, vết thương trần ai
Có những lúc tiếng chuông đêm đêm vọng về rừng sâu
Rưng rưng tôi chắp tay nghe hồn khóc đến rướm máu
Bâng khuâng nghe súng vang trong sa mù, buồn gục đầu
Nghẹn ngào cho non nước tôi trăm ngàn u sầu...

Trong tất cả giọng nam đã từng trình bày bản nhạc Đêm Nguyện Cầu, chúng tôi thích nhất giọng ca nức nở của cố ca sĩ Hùng Cường. Trong khung cảnh chiến tranh khốc liệt của đất nước, trước những khổ đau, điêu linh của người dân Việt Nam vô tội, nghe bài này cứ như đứt từng đoạn ruột! Còn biết tin tưởng, khẩn cầu ai ngoài Thượng Đế:

..Thượng Đế hỡi có thấu cho Việt Nam này
Nhiều sóng gió trôi giạt lâu dài

...Thượng Đế hỡi hãy lắng nghe người dân hiền
Vì đất nước đang còn ưu phiền
Còn tiếng khóc đi vào đêm trường triền miên!

Trong thành phố nơi người viết cư ngụ, có một ca sĩ nghiệp dư trình bày bản Đêm Nguyện Cầu rất "tới". Anh đặt tất cả tâm hồn vào bài hát. Giọng anh tha thiết, nghẹn ngào... khiến người nghe cảm thấy rất xúc động, với điều kiện đừng nhìn người hát. Vì gương mặt anh chỉ hạp với những thể điệu vui tươi hoặc tình cảm nhẹ nhàng phơn phớt...Khi hát Đêm Nguyện Cầu, nét mặt anh nhăn nhó theo lời ca khiến khán thính giả không nín cười được!

Tuy Đêm Nguyện Cầu là một thành công lớn, nhưng trong cùng thời gian đó, khán thính giả yêu cầu đài phát thanh "Chuyện Tình Lan và Điệp" hằng ngày! Chính người viết, thuở ấy vẫn còn là một cô nữ sinh trong trắng ngây thơ, mà suốt ngày cũng rên rỉ:

Tôi kể người nghe chuyện tình Lan và Điệp,
một chuyện tình cay đắng
Lúc tuổi còn thơ tôi vẫn thường mộng mơ đem viết thành bài ca
Thuở ấy Điệp vui như bướm trắng, say đắm bên Lan...
Lan như bông hoa ngàn, Điệp ơi Lan cắt tóc quên đời vì anh!

Nghe riết bà mẹ đâm ra sốt ruột, bèn phán cho một câu: "Con gái tôi ngày cứ hát mấy bài ca này, coi chừng có huông" (Tiếng miền Nam có huông cũng giống tiếng miền Bắc vận vào người).

Nghe kể, chỉ với Chuyện Tình Lan Và Điệp 1, 2, 3 nhóm Lê Minh Bằng đã bán ra suýt soát bốn triệu năm trăm ngàn bản nhạc trong vòng hai năm. Một con số không lồ!

Trong một lần du ngoạn Thành Phố Biển, ba nhạc sĩ tình cờ có một cuộc gặp gỡ kỳ thú, để rồi người yêu nhạc được dịp thưởng thức một bản nhạc tình cảm tuyệt vời: Linh Hồn Tượng Đá. Chúng ta hãy nghe khúc dạo đầu thật lãng mạn:

Trên dốc đá tôi tình cờ quen nàng
Ngồi bên nhau gọi tên nhau để rồi xa nhau
Em đã đến và đã đến như áng mây
Như cánh chim bay qua bầu trời
Ôi, hình hài một vài giờ vui...

...

Để rồi con tim phải gào thét những lời cực kỳ thiết tha, đau đớn:
Em ơi, em ơi thà không gặp gỡ
Thà đừng quen nhau
Đừng cho hình bóng, đừng nhìn nhau lâu
Tôi không ôm ấp kỷ niệm đớn đau...

Tôi đứng đó như hình một pho tượng
Chờ ai đây đợi ai đây và tìm ai đây
Nghe nuối tiếc gào thét giữa muôn sóng khơi
Nghe trái tim rung lên bồi hồi
Mong gì gặp lại lần thứ hai!

Ngày xưa nghe bài này rung cảm bao nhiêu, giờ đây sau hơn ba mươi năm, nghe lại, trái tim vẫn còn thổn thức y như cũ!

Trong cái thành phố hiền hòa có tiếng là yêu thích âm nhạc này, trước đây vài năm, Nguyệt San Nghệ Thuật của nhạc sĩ Lê Dinh thường tổ chức Đại Nhạc Hội kỷ niệm sinh nhật tờ báo. Bao giờ cũng có vài ba người cùng ghi danh bài Linh Hồn Tượng Đá và lần nào người viết cũng "được" mời rút lui có trật tự. Quí ông viện cớ: bài này dành cho phái nam!!!

Ngoài những lợi nhuận khổng lồ đem lại từ lĩnh vực âm nhạc, chắc ít người biết nhạc sĩ Anh Bằng còn là chủ của các quán cà phê Làng Văn trên đường Phan Kế Bính và Trần Quang Khải Sài Gòn. Ông cũng là chủ nhân lò bánh mì Michou Frères và một công ty xe đò chạy đường Sài Gòn- Đà Lạt. Như thế, có thể nói nhạc sĩ Anh Bằng là người giàu nhất trong giới nghệ sĩ tân nhạc.

Sau biến cố Bảy Lăm, ông cùng gia đình sang định cư tại Hoa Kỳ và một lần nữa, tên tuổi Anh Bằng lại tiếp tục chói sáng với những ca khúc mới của ông. Nhạc của ông vẫn tràn đầy xúc cảm và lãng mạn. Những bản nhạc phổ từ thơ của thi sĩ Nguyên Sa, Du Tử Lê, Nguyễn Bính, Thái Can... đều được đón nhận nồng nhiệt.

Khi bài Bướm Trắng (phổ thơ của thi sĩ Nguyễn Bính) ra đời, thành phố chúng tôi đang cư ngụ có một tiệm ăn Việt Nam. Cuối tuần nơi đây có tổ chức ca nhạc do ban nhạc Phạm Mạnh Cương đảm nhiệm. Tuần nào cũng nghe bài Bướm Trắng, một người bạn của chúng tôi bèn nổi máu tếu "Ủa, tôi tưởng loài bướm có cuộc sống ngắn ngủi. Không ngờ con Bướm này lại sống dai như ông Bành Tổ. Bay qua bay lại nhà nàng mấy tháng rồi vẫn không biết mỏi!"

Cả chục năm về trước, nhiều người đã mê mẩn giọng hát Như Quỳnh qua những ca khúc Chuyện Hoa Sim, Chuyện Giàn Thiên Lý, Trúc Đào, Chuyện Tình Hoa Trắng... Nhưng bài hát gây ấn tượng sâu đậm nhất cho người viết là bài Khúc Thụy Du, phổ thơ của thi sĩ Du Tử Lê. Bình thường người thưởng thức thơ có giới hạn. Nhưng khi bài thơ phổ nhạc thành công, thì chỉ một sớm một chiều tác giả và bài thơ sẽ nổi danh như cồn. Du Tử Lê là một nhà thơ lớn vua biết mặt, chúa biết tên. Khúc Thụy Du là một bài thơ quá hay, nhưng những nốt nhạc của nhạc sĩ Anh Bằng khiến bài thơ càng tuyệt vời hơn:

Hãy nói về cuộc đời
Khi tôi không còn nữa
Sẽ lấy được những gì
Về bên kia thế giới
Ngoài trống vắng mà thôi
Thụy ơi và tình ơi!

...

Hãy nói về cuộc đời
Tình yêu như mũi dao
Tình yêu như mũi nhọn
Êm ái và ngọt ngào
Cắt đứt cuộc tình đầu
Thụy bây giờ về đâu?

Cũng là những lời lẽ xưa như trái đất mà tất cả những nhà văn, nhà thơ đã dùng qua hàng bao thế kỷ. Vậy mà khi hát lên, lòng bỗng thấy khi thì sâu lắng, lúc lại dạt dào, bay bổng. Quả là kỳ diệu!

Anh là chim bói cá
Em là ánh trăng ngà
Chỉ cách một mặt hồ
Mà muôn trùng chia xa!

Thú thật, mỗi lần hát đến nốt nhạc cuối cùng của Khúc Thụy Du, bao giờ người viết cũng nghẹn ngào, cay cay ở đầu mũi. Muốn khóc!

Nhưng ca khúc lấy nhiều nước mắt khán thính giả nhất có lẽ là nhạc phẩm "Nó".

Từ hai mươi lăm năm nay, Hội Phụ Nữ vùng Montréal, Québec, Canada mỗi năm đều có tổ chức lễ Kỷ Niệm Hai Bà Trưng. Chương trình văn nghệ vào cửa tự do thật phong phú, đa dạng và công phu. Chúng tôi nghĩ những người Việt hải ngoại chắc cũng đã có ít nhất một lần nghe nữ ca sĩ Lily Doiron hát tiếng Việt Nam. Cô là một người Canadienne chính gốc. Cô kết hôn với một chàng trai Việt Nam tên Duy và chỉ trong vòng vài năm, cô đã nói và hát thông thạo tiếng Việt. Không phải một miền, mà là cả ba miền Bắc Trung Nam! Nếu không nhìn lên sân khấu, hoặc chỉ nghe CD, chúng ta sẽ nghĩ đó là một người Việt Nam chính tông. Điều kỳ thú nữa là cả ba đứa con của hai người đều nói tiếng Việt Nam. Rành rọt. Đứa con gái lớn của Lily và Duy tên Mỹ Dung. Năm nay có lẽ cô bé chỉ độ mười tuổi. Cháu có giọng hát giống mẹ. Trong như pha lê và ngọt như đường phèn. Tháng ba năm 2007, Hội Phụ Nữ có dàn dựng hoạt cảnh "Nó". Cháu Mỹ Dung hát và cậu em trai thủ vai đứa bé ăn xin. Trong bộ quần áo rách rưới, vá chằng vá đụp, chiếc nón lá để xin tiền cũng rách bươm. Hai cháu hát và diễn hay đến nỗi bao nhiêu người phải rơi lệ và thi nhau tiến đến gần sân khấu, bỏ tiền vào chiếc nón lá rách kia. Chúng tôi đứng sau cánh gà cũng không cầm được nước mắt!

Không chỉ thành công rực rỡ trong những ca khúc đậm nét bi lụy, thảm sầu. Nhạc sĩ Anh Bằng còn gặt hái những thành công vượt bực qua các nhạc phẩm viết cho những người lính trận, với những lời lẽ đầy hùng khí như Huynh Đệ Chi Binh, Hai Mươi Bốn Giờ Phép, Gót Chinh Nhân:

Đêm nay đi giữa cây rừng âm u
Ta ca vang khúc ca tiêu diệt thù
Đây cheo leo đây ngọn đèo gió hú, rừng cây thêm hoang vu
Sương mênh mang xuống bao trùng non xa
Quê hương ơi! mến yêu thêm đậm đà

Trăng lên cao tô đẹp màu hoa lá
Tình dâng thiết tha!...

Một điều khiến chúng tôi thật sự ngạc nhiên là tác giả của những ca khúc hài hước, trước bảy lăm vẫn được ban Tam ca AVT trình bày như Đánh Cờ Người, Mảnh Bằng, Tập Lái Vespa...cũng chính là nhạc sĩ Anh Bằng. Những ca khúc này tuy mang lại cho khán thính giả những trận cười nghiêng ngửa, nhưng ý tình thật là sâu sắc.

Sang định cư ở Mỹ, dù ở tuổi năm mươi, nhịp độ sáng tác của ông vẫn dồi dào như thuở nào. Trong những ca khúc ra đời sau này, người viết cũng rất thích bản "Bài Tango Tím". Không phải vì yêu màu tím, mà vì yêu những lời tình thiết tha, đắm đuối, cực kỳ lãng mạn:

Bài Tango tím như cánh pensée buồn
Như tiếng cô đơn tận cùng tâm hồn
...
Phút cuối bên nhau, tóc em bay bay giăng sầu
Khép kín môi nhau, còn nghe xót xa tình héo
Có tiếng ca nào, buồn như tiếng gió mưa sa
Với tiếng dương cầm, từng giọt rơi trên phím đàn...

Chúng tôi muốn dùng những lời tâm tình chân thật này để gửi đến nhạc sĩ Anh Bằng lòng biết ơn sâu xa. Nhạc của ông là một kho tàng vô giá trong nền âm nhạc Việt Nam. Cũng nhờ ông mà gia đình chúng ta có được những cuốn Video Asia thật giá trị để tiêu khiển trong những lúc nhàn rỗi. Dù lời văn không huê dạng, nhưng qua những câu chuyện nho nhỏ trên, chúng tôi hy vọng nhạc sĩ Anh Bằng cảm nhận được lòng yêu mến thiết tha của người viết đối với một trong những Nhạc Sĩ lớn nhất của nền âm nhạc Việt Nam.

Tiểu Thu
Mùa Thu 2008

DÒNG NHẠC ANH BẰNG
nhạc tiền chiến hay nhạc vàng

- NHẬT UYÊN -

Ngày xưa, khi còn ở Việt Nam trước năm 75, tôi còn nhỏ lắm, tôi được bố mẹ nuôi bằng dòng nhạc Việt. Tôi được nghe kể lại mỗi khi tôi khóc trong nôi, là nhạc Việt Nam ru tôi ngủ, với giấc ngủ êm ả của bao giọng ca hay đương thời, bởi bao nhạc sĩ tài hoa qua những dòng nhạc mượt mà, mà sau này khi khôn lớn tôi tập ca hát, và trong số người tài hoa ấy có nhạc sĩ Anh Bằng.

Nói về nhạc sĩ Anh Bằng thì có thể nói nhạc của ông có thể xếp vào cả hai thứ hạng là nhạc mang đặc tính tiền chiến và nhạc vàng lãng mạn.

Nhạc tiền chiến là gì?

Theo website điện tử bách khoa Wikipedia thì nhạc tiền chiến là dòng nhạc đầu tiên của tân nhạc Việt Nam mang âm hưởng trữ tình lãng mạn xuất hiện vào cuối thập niên 1930. Các bài hát tiền chiến thường có giai điệu trữ tình và lời ca giàu chất văn học. Ban đầu khái niệm nhạc tiền chiến dùng để chỉ dòng nhạc mới tiếng Việt theo âm luật Tây phương trước khi bùng nổ ra chiến tranh Việt-Pháp, sau khái niệm này mở rộng, bao gồm một số sáng tác trong chiến tranh (1946-1954) cùng phong cách trữ tình lãng mạn, ví dụ như Đặng Thế Phong, Phạm Duy, Văn Cao, Lê Thương, Đoàn Chuẩn, Dương Thiệu Tước...

Dương Viết Điền, Nhạc sĩ Anh Bằng, Việt Hải, Lê Tâm Anh cùng cắt bánh sinh nhật 84 của Nhạc sĩ Anh Bằng

Và rồi sau 1954 đối với một số nhạc sĩ sinh hoạt âm nhạc tại miền Nam như Hoàng Trọng, Văn Phụng, Anh Bằng, Phạm Đình Chương, Cung Tiến... cũng được xem là những nhạc sĩ của nhạc tiền chiến vì tính chất nhạc của họ. Với Anh Bằng, tôi xin đơn cử những tác phẩm: Ai Bảo Em Là Giai Nhân, Nỗi Lòng Người Đi, Anh Cứ Hẹn, Chuyện Hoa Sim...

Thế nào là nhạc vàng?

Sau khi miền Nam sụp đổ, người Cộng Sản kết án văn hóa miền Nam là đồi trụy, nhạc tình ca lãng mạn của miền Nam là nhạc vàng, ủy mi. Họ cấm người dân hát. Tôi tham khảo trang nhà Wikipedia, nhạc vàng được xem là dòng nhạc Việt Nam ra đời từ thập niên 1960 với những giai điệu nhẹ nhàng (boléro, rumba, slow, slow rock, boston...) và ca từ vừa bình dân, dung dị lại vừa đậm chất thơ. Trước năm 1975, dòng nhạc này chủ yếu phổ biến trong miền Nam. Sau đó, mặc dù bị cấm trên các phương tiện truyền thông, nhạc vàng vẫn được nhiều người ưa thích cả trong Nam lẫn ngoài Bắc. Đối với người Việt ở hải ngoại thì nhạc vàng trở thành một dòng nhạc chủ đạo trong thị hiếu người nghe nhạc.

Các nhạc sĩ nổi tiếng của khuynh hướng nhạc vàng có Hoàng Thi Thơ, Anh Bằng, Duy Khánh, Trần Thiện Thanh, Lê Dinh, Lam Phương, Minh Kỳ, Châu Kỳ, v.v... Sau năm 1975, nhạc vàng đã bị nhà cầm quyền Cộng Sản Việt Nam phân loại thành dòng "nhạc đồi trụy", đôi khi còn bị gán ghép bằng các từ ngữ như văn hóa "nô dịch" hay "phản động", vì cho rằng đây là loại nhạc ru ngủ có khả năng tạo ra mầm mống chống đối chế độ, "phản cách mạng". Nhưng vì nguyên do tâm lý khi luật pháp càng cấm đoán thì người dân càng khao khát càng thèm nghe, nên gia đình tôi nghe lén, và tôi nghe lén. Nghiệm về những bài ca khúc hát sau chiến tranh, khi mà Cộng Sản cố tình thủ tiêu dòng nhạc vàng trong quốc nội. Nhạc vàng lại ngoi lên sung mãn hơn bao giờ.

Như đã nói. Sau 1975, cái thời mà phải lén lút nghe nhạc vàng, tôi đã may mắn được nghe các ca khúc sáng tác trước năm 75, trong đó có nhiều bài của Anh Bằng hay của nhóm Lê Minh Bằng, ví dụ: Gót Chinh Nhân, Nếu Vắng Anh, Căn Nhà Ngoại Ô, Sầu Lẻ Bóng, Nó, Căn Gác Lưu Đày, Gõ Cửa... Nhạc Anh Bằng thu hút thính nhĩ và tâm hồn tôi. Lúc đó tôi còn nhỏ, nên chẳng hiểu tại sao mỗi khi nghe các bài hát tôi yêu thích thì phải nghe nho nhỏ để lòng mình bắt nhịp ngân nga be bé, mà mình không được nghe to thoải mái như cái loa phóng thanh của Việt Cộng treo ở đầu xóm tôi khi hát nhạc cách mạng sặc mùi tuyên truyền, các bản nhạc cách mạng trơ trẽn, có bài hát nghe như ngây ngô, thiếu nhân bản tính.

Nhà tôi có căn gác, tôi hay lủi thủi trên căn gác của mình, say sưa nghe nhạc, và mê mẩn với ca khúc "Hoa Học Trò". Thú thật lúc đó tôi nào biết ca khúc này của ai đâu, làm gì có tin tức tìm hiểu nguồn gốc của nó. Khi lớn thêm chút nữa, tôi đoán tác giả là nhạc sĩ Lam Phương (vì sau này tôi cũng nghe khá nhiều ca khúc của nhạc sĩ Lam Phương). Cho đến khi qua đến Mỹ, tôi mới được biết "Hoa Học Trò» của nhạc sĩ Anh Bằng. Và từ đó tôi đi tìm ca khúc của ông để nghe, và để hát sau này.

Ôi cái thời mới biết yêu, rồi giận hờn nhau, rồi giận dỗi bâng quơ, rồi cứ ngỡ cả thế giới sụp đổ khi hai đứa không có nhau, để rồi nghe "Căn Gác Lưu Đày" mà tê tái, tôi thích nghe ca khúc này qua giọng ca của ca sĩ Tuấn Anh, cái rên của Tuấn Anh làm ca khúc này lại càng tê tái hơn. Thế là "mất hết rồi, đâu còn gì để mất nữa hôm nay", mối tình đầu đi qua nhưng những tình khúc Anh Bằng vẫn còn ở lại với tôi. Bởi vậy nghe lén nhạc vàng của Anh Bằng thích thú lắm chứ.

Tôi biết nhạc sĩ Anh Bằng phổ nhạc cho rất nhiều thơ của các thi sĩ, nhưng có một ca khúc của ông viết nhạc và lời mà tôi rất yêu. Đó là nhạc phẩm "Dù Nắng Có Mong Manh". Tôi thích cái thanh thản của người đang yêu trong ca khúc này, anh chàng say, đi lang thang, nhớ về quá khứ:

"Trên bước chân say
Ta nghe tiếng phôi phai..."

hay

"Mây vẫn trôi hoang
Như ta vẫn lang thang..."

Cái quá khứ phải đẹp lắm vì trong suốt bài hát, không nghe một lời trách cứ nào đến người yêu. Tác giả chỉ nhắc đến cái thời mặn nồng, cái thời còn được say đắm bên nhau. Họ vẫn yêu nhau lắm, nhưng chỉ vì giông tố cuộc đời, cái trớ trêu của cuộc đời để họ phải xa nhau:

"Tình mặn nồng xưa đó
Mang quá nhiều mưa gió
Trên phím đời băng giá
...
Cuộc tình đầy giông tố..."

Thưởng thức nhạc tiền chiến hay nhạc vàng lãng mạn người nghe chú trọng vào phần ý nghĩa của ca từ hay lời ca. Tôi cảm nhận được cái đau khổ vì cuộc tình oan trái của chàng trai này, cái đau mất người yêu không phải vì thiếu tình yêu, nhưng vì những yếu tố của cuộc đời tạo ra giông tố tình yêu để rồi:

*"Ôi không còn gì
Dù một thoáng môi cười
Cho hạnh phúc nhỏ nhoi
Ôi tình yêu ấy bây giờ
Thành dĩ vãng xa xưa"*

Khi tình yêu vấn vương mà lòng cứ ngỡ thời gian sẽ là liều thuốc nhiệm mầu để xoa dịu những nỗi thương đau, nhưng rồi không phải vậy đâu:

*"Năm tháng trôi qua
Hôn em gió mưa sa
Vẫn nghe lòng xót xa
Ôi bên si mê
Như ta đã si mê
Sao hồn mãi não nề"*

Chữ "vẫn" và chữ "mãi" trong câu hát trên cho thấy chàng trai đang tỉnh táo, điểm lại cuộc tình. Chàng nhận thức được khoảng thời gian từ ngày mất nhau, nhưng chàng "vẫn" nghe lòng thương lắm, nhớ lắm để thấy được "vẫn nghe lòng xót xa" lắm khi mất nhau, và chàng thắc mắc tự hỏi "sao hồn mãi não nề?".

Tôi thích hình ảnh chung tình của chàng trai trong ca khúc này, có thể vì tôi mơ ước chàng của mình cũng sẽ chung tình với tôi như vậy nên tôi yêu ca khúc này chăng?

*"Cuộc tình đầy giông tố
Ta mãi ngồi quanh đó
Ôm vết thương đã già"*

Dẫu biết "cuộc tình đầy giông tố" nhưng chàng trai đã không bỏ cuộc, bỏ đi hay bỏ mặc người yêu, chàng "mãi ngồi quanh đó". Khi vết thương đã già sẽ lành và để lại sẹo, nhưng nếu vết thương dù đã già, nhưng chưa bao giờ lành, thì vẫn là vết thương. Mà vết thương không lành dù đã già rồi thì hẳn vết thương đó phải sâu lắm và đau lắm, nhớ lắm, đúng không nhỉ?

Hôm nay, tôi có được một vinh hạnh bất ngờ, tôi đang viết vài giòng về nhạc sĩ Anh Bằng, về những ca khúc của ông mà tôi yêu thích. Hay đi xa hơn, lui về dĩ vãng đã qua, để nghiệm lại rằng nhạc của nhạc sĩ Anh Bằng phôi thai với khuynh hướng tiền chiến trữ tình, rồi sau khi mất miền Nam Việt Nam, dòng nhạc ấy nghiễm nhiên đeo vương miện nhạc vàng lãng mạn. Tôi dùng từ ngữ "nhạc vàng" trong ý nghĩa tích cực thật đẹp, thật hay về nhân bản tính, không chút do dự mặc cảm của người dân bị hà hiếp, bị trị vì trong ngục tù tối tăm.

Tôi cảm ơn cái nhân duyên rất đẹp này do Văn Đàn Đồng Tâm mà nhà văn Việt Hải cho tôi cơ hội viết về người nhạc sĩ lão thành, mà những bản nhạc của ông ngày xưa bố mẹ tôi dùng ru tôi ngủ, cũng như sau này lớn lên, ra xứ ngoài tôi được biết nhiều hơn về dòng nhạc của Anh Bằng. Tôi muốn cám ơn Trời Đất và Thượng Đế đã ưu ái ban tặng ông một tâm hồn nhạy cảm thật lãng mạn của một người nghệ sĩ đúng nghĩa. Cám ơn nhạc sĩ Anh Bằng đã hào phóng tặng lại cho đời những ca khúc tuyệt vời mà tôi rất yêu thích. Tôi ước mong vào một ngày nào đó, tôi được hát tặng nhạc sĩ Anh Bằng những ca khúc của ông, để nghe ông gật gù (hay nhăn mặt) phê bình khi nghe tôi hát, rồi gõ đầu bảo tôi rằng: "cô làm hỏng bét bài hát của tôi rồi!". Lúc đó tôi sẽ nói với ông: "Xin bác chỉ cháu hát sao cho đúng nhé". Ước mơ thì vẫn là ước mơ, có phải thế không ạ!?

Với tất cả tấm lòng chân thành nhất khi viết bài này, xin kính chúc nhạc sĩ luôn được trường thọ, và tiếp tục sáng tác những tuyệt phẩm cho đời. Xin mượn chính lời viết của ông trong ca khúc tiền chiến hay nhạc vàng lãng mạn "Nỗi Lòng Người Đi" để xác định chắc rằng: nhạc sĩ Anh Bằng chính là người đã và đang "hái hoa tiên cho đời"...

Cám ơn người.

Nhật Uyên
Winnetka, San Fernando Valley.
18 tháng hai, 2009

kỷ niệm với
NHẠC SĨ ANH BẰNG
tại đại đội 3
"Văn Nghệ Hành Khúc"

- THU HẢO -
(Viết lại theo lời kể của chú TBĐ)

Năm 1958 Nhạc sĩ Anh Bằng phục vụ tại Đại Đội 3, nhạc sĩ Anh Bằng là Trưởng ban văn nghệ đồn trú tại Pleiku, dưới quyền Đại úy Đại Đội Trưởng Trần Văn Giai, lúc đó có Thượng Sĩ Nhất tên là Hồng, trong đại đội còn có trung sĩ Lộc, ba của ca sĩ Sơn Ca.

Mỗi lần có Trưởng Phòng Nha Chiến Tranh Tâm Lý Bộ Quốc Phòng đến tham quan đó là Trung Tá Châu dưới nền Đệ Nhất Cộng Hoà thời Cố Tổng Thống Ngô Đình Diệm, Ban Văn Nghệ được lập ra để giúp vui cho các Chiến Hữu Quân Đội VNCH, tôi còn nhớ được vài câu của bản nhạc mà nhạc sĩ Anh Bằng đã sáng tác, đó là bản nhạc: "Đại Đội 3 Văn Nghệ Hành Khúc".

"*Đường qua Kontum hoa vàng, đường đồi lên...*"

Vì trên 50 năm cho nên tôi đã quên hết rồi (!), ngoài ra Nhạc Sĩ Anh Bằng còn có thêm mấy bản nhạc như "Thiên Ấn Tự" hay "Chùa Thiên Ấn" và "Sông Trà Khúc", v.v...

Hơn 50 năm sau, gặp lại Nhạc Sĩ, tôi vẫn nhận ra ông đó là nụ cười luôn nở trên môi. Nhất là những lúc điều khiển văn nghệ, như tập hát cho chúng tôi, ông vẫn luôn nói năng thật nhỏ nhẹ, nụ cười hiền hoà, không bao giờ làm phật lòng ai. Những lúc nhớ nhà tôi

Nguyên Vũ, Nhạc sĩ Anh Bằng, Thúy Anh, Lê Hoa, Việt Hải

thường ngồi cạnh ông để nghe ông ca lên nho nhỏ bản nhạc vừa sáng tác, ông sáng tác nhạc như hơi thở của một người lính chiến yêu quê hương, tâm tình và đầy thú vị, những lúc ấy tôi cảm thấy thật ấm áp, tình yêu quê hương của tôi lại dâng lên tràn và đầy cảm xúc.

Đến bây giờ khi nhắc lại những kỷ niệm ấy, tâm hồn tôi vẫn còn gợi nhớ lại tất cả kỷ niệm của người lính chiến xa nhà nhưng vẫn không quên được niềm vui phục vụ cho quê hương đất nước.

Cám ơn nhạc sĩ Anh Bằng đã cho tôi những lời ca, tiếng nhạc trong thời gian đồn trú tại Pleiku thật tuyệt vời. Xin chúc ông mạnh khỏe để tiếp tục sáng tác thêm thật nhiều bản nhạc để dâng hiến cho đời. Chân thành gửi đến ông:

"Ông còn nợ tôi"

THU HẢO
(Đây là tâm sự của một quân nhân phục vụ chung với nhạc sĩ Anh Bằng 1958-59)

my dear grandpa "ANH BẰNG"

- James Bach -

I've never truly become comfortable with looking at my grandpa, Anh Bang, as a celebrity of sorts. To me, Anh Bang is a caring grandfather, a strong and independent man, and a humble role model for all people. Not a day goes by that I don't remember the great lessons he has taught me: learn to do things yourself, aid the poor, always stay calm, collected and aware…I could go on and on.

He has impacted my life in so many ways; I would simply not be the same person without him in my life.

I remember a day back when I was very young, perhaps 4 or 5, where he brought my brother, my cousin and I out to the swimming pool for a day of fun. At the time I did not know how to swim, so my grandpa did not allow me to go into the water. Of course being a young and curious kid, I did not listen to him and decided to go join my brother and cousin in the water. As I walked down the steps into the pool, I was immediately entrenched into the water. As panic set in, I realized the gravity of my mistake. Suddenly I felt a rush behind me and a force lifting me up out of the water allowing me to take in some air. As I was brought out of the pool, it was none other than my grandpa standing there soaking wet in his clothes who had saved me. Not only do I owe my lifestyle and life values to my grandpa, but I also owe him my life.

My grandpa is nothing short of a great man. He is man who loves his family and would do anything keep each and every one of us happy. From cooking to making jokes, my grandpa is a man who enjoys his life and makes my life a joy. I will always remember the countless games of rock-paper-scissors we played and the countless bowls of phở he has made for our family. I will always remember his unending desire to strive and improve himself and the others around him. I will always remember the love and respect he had for his culture and his tradition. Anh Bang is not some lyric writer or music composer; he is a role model for improvement and change that will keep us moving, the loving heart of our family that will always keep us beating, and a voice for his people that will never cease singing.

JAMES BACH

BEING PROUD OF GRANDPA!

- JOHNNY BACH -

Looking back at my grandpa's accomplishments I can safely say he is a legend in Vietnamese music culture. Twenty two years of living right next to my grandfather, half of those years being fully aware of his accomplishments, I am just now starting to dig into the legacy that my grandfather has created. I know my early years of being oblivious to the Vietnamese music culture plays a part in my late realization of my grandfather's accomplishments. But I also believe a great reason for my lack of knowledge is the way my grandfather presents himself. He is the furthest thing from a "legend" when he is speaking to me. He is not a selfish egotistical man. He does not hold himself above anyone else. He acts just like any other loving grandfather would. He is an awesome guy!

My grandpa is intelligent, kind, and very genuine. I have learned so much from knowing him and I am glad he is a big part of my life. While I do now know the stardom that my grandfather represents in Vietnamese music, I will always see him as my sweet loving grandfather. I won't remember the songs that he wrote as much as the friendliness that radiates from him. I remember trying to teach him English and trying to teach him the rules of baseball. I remember him trying to tell me how great Roger Federer the tennis player is or how bad Andy Roddick the other tennis player is. Even if he was not a famous writer, my experiences with my grandpa are priceless and that is why he's a legend to me. I love him always, I am so proud of him and he's the best of mine!

JOHNNY BACH

MY GRANDPA – A MUSIC WRITER

- Peter Tran -

If I had one word to describe my grandfather Anh Bang it would be role model. People only know him as Anh Bang the music composer, they don't know him as the husband, the father, and the grandfather. Outside of Asia entertainment and all of his music, he is a very private person and a very modest person. In my opinion, especially in the Vietnamese media business I see these so-called singers, actors, etc. use their "celebrity status" as an easy way for financial gain and for social/public exposure. But not my grandfather, he writes music because of the love he has for it, this I personally know because everyday I see him constantly writing lyrics for a song. And for all the fame and credibility that he receives from his fans his only award is that knowing they enjoy his music.

My grandfather, as described earlier is to me a role model, and that's speaking for everyone that knows him personally. To me he is the most respected man I know, he is the most honest man in the world. Knowing him he would rather stave than let his family go hungry, he would take every last penny out of his pocket if it meant giving his family shelter, clothing, education, and opportunity. He loves all his family members differently but equally. I remember growing up with him in my childhood years he would take me and my three cousins out to a McDonalds and we all would eat and he would take us to the toy store and would buy us toys. And I can honestly say that without him I would not know a single word in the Vietnamese language. He taught me basic Vietnamese words such as tables and chairs and spoons and plates. He taught me proper manners and how to greet my elders. And to this day he still teaches me on a daily basis to become a better person.

I'm very lucky to have him as my grandfather, not because he is Anh Bang the famous music composer, but because of who he is as a person. It is an honor to carry his family name into the future and he has set a standard to what a grandfather should be to his family, and I hope that one day I get the opportunity to be a loving father and grandfather in the future.

PETER TRAN
(Cháu đích tôn của ông nội AB)

NHẠC ANH BẰNG
và kỷ niệm thời ấu thơ

- Lữ Anh Thư -

Anh Việt Hải hỏi tôi có thể viết bài về nhạc sĩ Anh Bằng. Tôi suy nghĩ rồi tự hỏi, mình biết gì về nhạc sĩ Anh Bằng đâu mà viết? Thật sự thì nếu muốn, tôi cũng có thể lên trên mạng lưới tìm kiếm chi tiết về cuộc đời người nhạc sĩ tài danh này, nhưng mà như vậy thì cũng chỉ là lập lại những gì mọi người đã biết. Chợt tôi nhớ tới lời giới thiệu của cô Lệ Thu trong tác phẩm "Tiếng Hát Để Đời" của cô phát hành tại Sài Gòn năm 1974: "Người nghệ sĩ, trong suốt cuộc đời, ước mơ lớn lao nhất vẫn chỉ là tạo được cho mình, cho đời một tác phẩm. Một ngày nào đó, rất xa, người ta có thể sẽ quên tác giả, quên người sáng tạo để chỉ nhớ đến chính nghệ phẩm được sáng tạo bởi nghệ sĩ. Chúng ta, những người hôm nay, thành thật đôi khi nhớ đến truyện Kiều nhiều hơn đến Nguyễn Du." Từ ý nghĩ đó của cô Lệ Thu, tôi đồng ý viết, không phải về nhạc sĩ Anh Bằng mà về những tâm tình của tôi và những sáng tác của nhạc sĩ Anh Bằng mà tôi đã nghe, đã hát từ những ngày thơ ấu ở Việt Nam.

Tôi mê âm nhạc, mê ca hát, thích nhạc Việt từ những ngày còn rất nhỏ. Hồi đó chỉ nghe hát qua các đài phát thanh, đài Sài Gòn và đài Tiếng Nói Quân Đội. Mãi đến sau này lên trung học mới có truyền hình, mới chờ coi từ những chương trình của Cục Chính Huấn cho đến chương trình Tiếng Nói Động Viên mỗi tối Thứ Năm để nghe hát. Tôi thuộc gần như tất cả các bài thịnh hành ngày đó. Trong cartable đi học lúc nào cũng có cuốn tập nhạc mang theo để hát với bạn bè. Trong vô số những bài tôi hát ngày đó, có biết bao nhiêu bài là tác phẩm của nhạc sĩ Anh Bằng mà tôi không biết. Tôi chỉ thấy hay, thấy thấm thía rồi những để những lời ca ấy nhập vào lòng mình tự bao giờ mà không hay.

Có lẽ tôi có trí tưởng tượng dồi dào hay trí nhớ dai hay mang trong lòng chút nhậy cảm mà cứ mỗi lần nghe một bài nhạc, tôi thường tưởng tượng hình ảnh và cảm nhận nhiều tình cảm trong lòng. Nhạc của Anh Bằng mang những lời ca mộc mạc, không cầu kỳ, không khách sáo. Nhạc của ông gắn liền với những gì xẩy ra trong đời sống, cho thân phận con người Việt Nam ngày ấy. Chừng như những sáng tác của ông là phản ứng tự nhiên của tâm hồn khi trải qua một tâm trạng nào đó. Tôi còn nhớ mấy lần nghe bài Căn Nhà Ngoại Ô, hay những lúc nghêu ngao bài Gõ Cửa, tôi thường hình dung được sự thất vọng và nỗi buồn của người trở về chốn cũ, mong tìm lại cố nhân mà không gặp. Tôi cảm nhận được sự thiểu não của nỗi mất mát lớn lao trong lòng đó. Cũng như bài Nó, tôi thấy thương những đứa bé cô đơn, lang thang trên đường phố một mình. Tôi thường tự hỏi không biết nó về đâu, ngủ đâu đêm nay, nó có cảm thấy sợ hãi không! Và cũng như mãi đến bây giờ, mỗi khi có dịp nghe lại bài Chuyện Một Đêm thì hiện lên trong trí tôi những kinh hoàng của Tết Mậu Thân, những hình ảnh chạy giặc, khói lửa, chết chóc. Tôi nhớ một lần nhìn thấy trên truyền hình hình ảnh người mẹ bồng con thơ chạy giặc. Trên người đứa bé đầy máu và trên mặt bà mẹ nét kinh hoàng và đau khổ. Bà vừa chạy vừa kêu Trời nhưng không còn nước mắt để khóc thương con. Nhạc phẩm Chuyện Một Đêm trỗi lên, nghe thêm não nuột. Mỗi lần hát những nhạc phẩm này thì lại thấy lòng buồn thương cho thân phận của dân nước tôi, dân tộc Việt Nam.

Khi vào tuổi mới lớn, tuổi chớm biết bâng khuâng, những nhạc phẩm mà tôi và các bạn học thường hát là những bài nói về tình yêu trai gái, về những mối tình tan vỡ, những nhớ nhớ, thương thương. Những bài như Xin Hãy Quên Tôi, Mất Nhau Mùa Đông là những bài chúng tôi thường hát. Có những lời nhạc mà khi nghe đến, tôi tưởng như nhạc sĩ Anh Bằng đã hiểu và thổ lộ giùm tôi nỗi niềm tâm sự. Và nếu nhạc của Anh Bằng gợi hình trong tôi, thì cũng có những bài rất "gợi thanh" vì hễ nghe đến tên thì tôi lại nghe văng vẳng giọng ca của một người ca sĩ nào đó. Thí dụ như Sĩ Phú với Ai Bảo Em Là Giai

Nhân và Trúc Mai với bài hát Trúc Đào.

Trong số các nhạc phẩm của Anh Bằng, có một bài tôi hát từ ngày ở Saigon, yêu thích từ ngày còn nhỏ nhưng chỉ cảm thấy thấm thía từ ngày phải bỏ nước ra đi. Đó là bài Nỗi Lòng Người Đi. Đây cũng là một bài mà mỗi lần nghĩ tới thì tôi lại nghe giọng hát của Tuấn Ngọc. Mỗi lần đến hát vùng thủ đô, anh thường được yêu cầu nhạc phẩm này. "Tôi xa Hà Nội năm lên 18 khi vừa biết yêu...". Nghe tha thiết làm sao. Càng tha thiết hơn khi sống những ngày xa quê hương hơn nửa vòng trái đất. Tôi cũng xa Sài Gòn năm lên 16 xuân tròn đắm say. Nhưng những "mộng đẹp dương gian tình ái" của tuổi mới lớn đã bị lửa đạn chiến tranh thiêu hủy hết. Tôi phải xa nơi tôi sinh ra và lớn lên, xa Saigon thân yêu nên không còn thấy "...bao nhiêu tà áo khoe màu phố vui...". Rồi những ngày đầu lang thang trên đất khách, tôi đã cảm thấy "...nhưng riêng một người tâm tư trầm lắng đi trong bùi ngùi...".

Người ta bảo nhạc là ngôn ngữ của tâm hồn. Qua âm nhạc, những người xa lạ, chưa quen, chưa gặp lại cảm thấy gần gũi, thông cảm nhau. Như tôi đã cảm nhận những buồn vui, ước mơ, hy vọng từ những dòng nhạc của Anh Bằng. Hơn thế nữa, dòng nhạc Anh Bằng còn gợi cho tôi nhiều kỷ niệm, kỷ niệm dấu ái của thời thơ ấu ở quê hương. Mỗi lần nghe một bản nhạc xưa, tôi thấy như mình còn sống giữa vòm trời quê hương cũ, với những bạn bè, mái trường, hàng xóm thân yêu. Tôi tưởng tượng trở về đi lại trên những con đường xưa, tìm lại thời xa xưa đó. Dòng nhạc Anh Bằng xa xưa cho tôi nỗi rộn ràng, xao xuyến khó tả. Những hàng quán, phố chợ thân quen, những người thân thương đã từ lâu tôi chưa gặp lại. Cả một trời kỷ niệm trở về. Bên tai tôi lại văng vẳng những bài hát của thuở nào. Đối với một số người trẻ lớn lên ở hải ngoại này, những bài hát này họ chỉ thấy hay hoặc nghe mùi tai. Dẫu sao, bản nhạc đã ra đời có lẽ còn trước họ. Riêng tôi, những bài hát thời tiền chiến, hay trước năm 1975 của nhạc sĩ Anh Bằng mang ý nghĩa đặc biệt vì nó gói ghém một cõi trời hạnh phúc hay khổ đau đã qua.

LỮ ANH THƯ
Virginia Mùa Thu 2008

một không gian @ một thời gian...

- T. Phạm -

Quê tôi là một xóm làng nhỏ bé bên hữu ngạn sông Hồng, và tôi chỉ thực sự sống ở Hà Nội vào đầu thập niên 50' khi gia đình xin cho tôi tiếp tục theo bậc trung học tại một tư thục nổi tiếng gần Nhà Thờ Lớn.

Thời gian kéo dài có mấy năm, nhưng Hà Nội với 36 phố phường, với những thắng cảnh, những món ăn ngon đặc thù Hà Nội đã in sâu trong tâm khảm tôi... như một người Hà Nội "chính cống bà lang Trọc"!

Này nhé, phở Tráng gần trường Hàng Than, cà phê Nhân phố Cầu Gỗ, chả cá Lã Vọng, nem rán Đình Vải Thâm, sôi xéo Bà Rít phố Hàng Bún, bánh tôm cô Phúc đường Cổ Ngư, phở ngầu pín phố Hàng Khay, lạc rang húng liu của chú Tàu Bờ Hồ, thịt chó với món khoái khẩu ướp tiết phố Hàng Đồng v.v...

Những nhân danh địa danh này nay chỉ còn là những kỷ niệm xa lắc mù khơi... Nhưng hôm nay giữa trời đông tuyết lạnh nơi quê người chợt nghe đứa cháu hát lên mấy câu "Tôi xa Hà Nội năm lên 18 khi vừa biết yêu" thì tự nhiên dĩ vãng của Hà Nội đã trở về trọn vẹn trong tôi.

Sau cuộc di cư vĩ đại tìm tự do cuả hơn 80 vạn người miền Bắc vô Nam, đã có nhiều văn nghệ sĩ trải tấm lòng của mình đối với Hà Nội thân thương. Về văn có Mai Thảo với "Đêm Giã Từ Hà Nội", về nhạc có ba bài truyền tụng tới bây giờ: Vũ Thành với "Giấc Mơ Hồi Hương", Hoàng Dương với "Nhớ Về Hà Nội" và "Nỗi Lòng Người Đi" của Anh Bằng.

Ba nhạc phẩm viết về Hà Nội đã nói lên nỗi lòng của các tác giả, nhưng mỗi người một vẻ. Thật vậy, Vũ Thành trang trọng trong cung cách "bán cổ điển" với những nốt blue lơ lớ mà ca sĩ thiếu căn bản nhạc lý khó diễn tả trọn vẹn tâm tình tác giả... Hoàng Dương thì mộc mạc hơn, nhưng cay đắng và bi thảm quá cỡ... Tôi còn nhớ: đài phát thanh Hà Nội lúc bấy giờ ngày nào cũng cho hát bài này và một ký giả viết trên báo Giang Sơn (của Nha sĩ Hoàng Cơ Bình) cho rằng: Thê thảm quá! Hát vừa thôi chứ! Không chừng phản ứng ngược!

Lời dè chừng đó quả không sai: chính tác giả (nhạc sĩ Hoàng Dương) đã chọn con đường ở lại Hà Nội!

Theo tôi nghĩ, Vũ Thành và Hoàng Dương sáng tác hai bài "Giấc Mơ Hồi Hương" và "Nhớ Về Hà Nội" trong lúc hai ông chưa thực sự rời Hà Nội, cho nên lời nhạc mang tính cách chung dung của sự thương nhớ dĩ nhiên phải có. Đối với nghề cầm bút – viết văn hay viết nhạc - đó là chuyện bình thường, có thể xẩy ra ở bất cứ thời gian hay không gian nào. Riêng Anh Bằng, khi sáng tác "Nỗi Lòng Người Đi", tôi nghĩ ông đã thực sự vô Nam.

Thật thế, mỗi thời đại được đánh dấu bằng những ngôn ngữ tình cảm qua từng giai đoạn. Chẳng hạn như sau 1945, những bài hát có liên quan đến cảnh người phụ nữ có chồng hay người yêu đi đánh giặc thì thế nào những ý thơ của "Chinh Phụ Ngâm" hoặc "Tô Thị Vọng Phu" cũng thấp thoáng ẩn hiện.

Nhìn lại sự phát triển của "tân nhạc" Việt Nam thì thời kỳ lớn mạnh thực sự chỉ bắt đầu từ sau cuộc "cách mạng tháng 8 năm 1945". Trước thập niên 30' người ta thường chỉ được nghe mấy bài hát lời Việt, chẳng hạn như bài có câu "Anh hùng xưa, nhớ hồi là hồi niên thiếu, dấy binh lấy lau làm cờ", mà xuất xứ là một làn điệu Tàu trong mấy bài cổ mà dân chơi đàn Huế thường biết.

Lúc đó nhạc tây phương với 7 nốt do, ré, mi, fa, sol, la, si chỉ có một số ít, rất ít, người biết. Vũ trường tại các thành phố lớn không có ban "nhạc sống", mỗi lần khiêu vũ người ta dùng máy hát quay dây thiểu (có cái loa kèn bằng đồng hình hoa rau muống) với đĩa 78 vòng và một ông thật khỏe mạnh quần áo bảnh bao tay cầm cây gậy đầu bịt da nện xuống sàn gỗ thình thịch, gõ nhịp theo tiếng hát để các nam nữ "kỵ binh" nghe cho rõ mà nhún nhẩy!

Sau này, khi phong trào hướng đạo du nhập, một số người hiểu nhạc lý biết sức mạnh cuả âm nhạc đối với giới trẻ nên các bài ca về lịch sử Việt Nam đã ra đời như Bạch Đằng Giang, Bóng Cờ Lau, hoặc ca ngợi cảnh thôn quê như Chiều Quê (cuả Hoàng Quý). Kế tới đầu thập niên 40' khi Pháp bị Nhật khống chế tại Đông Dương và tại chính quốc thì Hitler nắm cổ Pétain, nhạc sĩ Lưu Hữu Phước ở Saigon đã sáng tác bài "Tiếng Gọi Thanh Niên" sau trở thành Quốc ca VNCH, mà hiện nay chúng ta thường hát khi mỗi khi chào cờ.

Mỗi quốc gia, sắc dân đều có một nền âm nhạc riệng biệt với âm giai đặc thù. Quốc nhạc Việt Nam thuộc âm giai ngũ cung với 5 nốt (tạm gọi như vậy) hồ, xự, xang, xê, cống... Các bài hát sáng tác theo cung bậc này với lời ca mang đủ năm dấu sắc huyền hỏi ngã nặng sẽ cho ngay cái hồn dân tộc tiềm ẩn bên trong.

Khi vị Giáo Hoàng Grégoire ban giáo chỉ cho phép dùng âm nhạc trong thánh lễ, thì ngài đã làm một cuộc cách mạng lớn trong lịch sử công giáo La Mã. Thoạt đầu chỉ có một số bài được dùng, thí dụ người ta chọn bài Ave Maria của Gounot chứ không chọn một bài cùng tên của Schubert với lý do bài cuả Gounot trang nghiêm hơn, dù rằng trong thực tế bài cuả Schubert được nhiều người yêu thích vì dòng nhạc thắm thiết thể hiện sự gần gũi mẹ con do đó đi sâu vào lòng người nghe một cách trọn vẹn hơn.

Âm nhạc là một phương tiện quảng bá tốt. Đối với thanh niên nam nữ là giai tầng được nhà thờ chú ý nên hầu hết các tu sĩ công giáo đều có ít nhiều khả năng sư phạm về âm nhạc để tạo điều kiện dẫn dắt lớp trẻ...

Cuối thế kỷ 19 và đầu 20, theo chỗ tôi biết, chắc chắn chưa có người VN nào giỏi âm nhạc tây phương. Phần đông các nhạc sĩ đàn anh nổi danh như Dương Thiệu Tước, Hoàng Trọng, Thẩm Oánh, Hùng Lân, Hoàng Quý, Văn Cao v.v... đều là môn sinh (trực tiếp hoặc gián tiếp) của một số linh mục người Pháp.

Thông thường các học sinh các trường do công giáo điều hành, như Taberd (Sài Gòn), Puginier (Hà Nội) của các sư huynh thuộc... dòng La San, có phương tiện tiếp cận với âm nhạc tây phương nhiều hơn, hoặc giả họ là con em các gia đình công giáo khi còn nhỏ đã được hướng dẫn vào ban thánh ca, vì vậy có thể nói cái nôi của "tân nhạc" VN phần nào đã xuất phát từ các nhà thờ công giáo La Mã.

Dù nguyên nhân tiếp cận nào, hoặc do ảnh hưởng của trường phái nào thì cuối cùng cũng là sự chào đời của bài ca được nhạc sĩ sáng tác. Âm điệu và lời ca của bản nhạc có nói lên một cái gì đó mà tác giả gửi gấm hay không?

Với Anh Bằng, ông đã vượt qua được một số các "ngôn ngữ âm thanh" bằng những lời dung dị, đơn giản nhưng đầy màu sắc Việt Nam. Nó không văn chương bác học phải tra tự điển mới hiểu như "Hát Khúc Khuê Ly" hoặc bình dân lố bịch như "Khoai Lùi Bếp Nóng Ngon Hơn Là Vàng"!

T.PHẠM

NHẠC SĨ ANH BẰNG
với những dòng nhạc khó quên

- Quỳnh Giao -

Từ độ xa quê hương đến nay, với một khoảng thời gian khá dài trong đời người, thế mà những dòng nhạc Anh Bằng vẫn còn như văng vẳng trong tôi, như một trong những người thiếu nữ đã một thời lớn lên với lửa đạn chiến tranh. Cứ mỗi lần nhớ về những kỷ niệm của khoảng thời gian xa xưa đó... Ngày mà hàng hàng lớp lớp người trai đã xếp bút nghiên lên đường theo tiếng gọi của Tổ Quốc để bảo vệ Miền Nam thân yêu không rơi vào tay Cộng Sản.

Chính những ngày đó, cũng có không biết bao những người vợ trẻ tiễn chồng lên đường, những người con gái, rồi có những thiếu nữ ở tuổi học trò mộng mơ cũng đưa tiễn người yêu ra chiến trường để làm nhiệm vụ người trai thời tao loạn. Cũng trong giai đoạn chiến tranh khốc liệt, những người con gái đang sống dưới mái trường, dưới bóng đêm của một thời chiến tranh mất mát. Trong mỗi người ai cũng có một lần đưa tiễn, trong đó có tôi, để rồi, ngày lại ngày mong thơ người yêu gởi về nơi chiến trường lửa đạn. Những ngày tháng đó tôi thường nghe những bản nhạc do nhạc sĩ Anh Bằng sáng tác, bản nhạc mà tôi có kỷ niệm sâu đậm nhất cho đến bây giờ không làm sao quên được đó là bản "Nếu Vắng Anh", tác phẩm được phổ nhạc một bài thơ của thi sĩ Nguyên Sa. Khi người yêu hành quân nơi tiền tuyến, tôi ở hậu phương cô đơn cứ mãi nghe đi nghe lại bản nhạc này như lời an ủi vỗ về cho ý nghĩ của riêng mình.

"Nếu vắng anh
Ai dìu em đi chơi trong chiều lộng gió.
Nếu vắng anh

Ai đợi chờ em khi sương mờ nẻo phố.
Nếu vắng anh
Ai đón em khi tan trường về,
Kề bóng em ven sông chiều chiều,
Gọi tên người yêu.
Nếu vắng anh
Ai ngồi gần em thêm hương nồng đêm giá.
Nếu vắng anh
Ai dệt vần thơ cho em hồng đôi má.
Nếu vắng anh
Ai ngắm môi em tươi nụ cười,
Làn tóc xanh buông lơi tuyệt vời,
Chan chứa mộng đời"

Nhạc vang khúc ca có những kỷ niệm hẹn hò, rồi chàng khi lên đường làm nhiệm vụ người trai cũng để lại sau lưng những mối tình tuổi học trò, tình yêu, khi chia cách nên chàng mới thấu hiểu được tâm sự của những kẻ đợi chờ.

"Nhưng thôi em biết rằng
Khi núi sông chưa thái bình trên khắp nơi.
Anh đi vì nguồn sống,
Vì ngày mai, vì tự do liều thân tranh đấu.
Có những đêm âm thầm
Nghe tin vang xa ngoài tiền tuyến.
Nhớ đến anh oai hùng
Xông pha gian nguy vòng chinh chiến.
Phút luyến thương
Em chắp hai tay lên nguyện cầu
Mộng ước quê hương
Thôi hận sầu ta sớm gần nhau"

Nhạc Anh Bằng đã ghi lại dấu ấn như kỷ niệm của chúng tôi, khi vắng Anh rồi thì đâu còn ai để dìu em đi chơi trong chiều lộng gió. Rồi ai còn đang đợi chờ... Khi sương mờ nẻo phố và rồi mỗi lần tan trường đâu có ai đón như những ngày còn có anh...

Anh Bằng đã trải dài những dòng nhạc theo từng hơi thở của tình hồng yêu đương. Nghe từng lời nhạc xao xuyến, nghe trong lưu luyến. Nếu vắng Anh ai dệt vần thơ cho em hồng đôi má... và ai ngắm môi em tươi nụ cười, làn tóc xanh buông lơi tuyệt vời, chan chứa với mơ mộng đời. Những lời chân tình lãng mạng mà Nhạc sĩ Anh Bằng đã gieo vào lòng người nghe thời đó, khiến người nghe dễ chia sẻ cảm nghĩ khi thấy mình mang cùng tâm trạng theo với dòng nhạc của ông.

Bản nhạc không chỉ chất chứa khía cạnh yêu thương trong tình đôi lứa, nó còn chia sẻ một mối tình vĩ đại hơn. Đó là tình cho non sông, đất nước. Kỷ niệm của ngày xưa khi em biết rằng khi núi sông chưa thanh bình nên anh phải lặn lội ra đi, vì nguồn sống, vì ngày mai, vì tự do nên quyết liều thân tranh đấu bảo vệ quê hương. Cũng chính vì những lý lẽ đó nên cái ủy my, mộng mơ của người con gái bỗng dưng thay đổi để có những đêm âm thầm nghe tin vang xa ngoài tiền tuyến và nhớ đến Anh đang oai hùng xông pha gian nguy ngoài tiền tuyến, hay phút luyến thương em chắp hai tay lên nguyện cầu... để cho mình sớm được gần nhau.

Một bản nhạc Nếu Vắng Anh đã để lại trong tâm khảm người nghe cho đến bây giờ trong tôi vẫn còn xúc động mỗi khi nghĩ về những kỷ niệm xa xăm trên quê hương yêu dấu của thuở xuân thì đã qua. Nguồn cảm tác của người nhạc sĩ đã cảm nhận hằng triệu thanh niên, thiếu nữ miền Nam chia sẻ nỗi buồn của quê hương chinh chiến, nhạc đã hòa nhập vào tâm hồn người nghe mãi đến bây giờ mấy chục năm rồi vẫn còn đó ở trong tôi.

Âm điệu của bài nhạc có nét vui tươi trong nũng nịu của tình yêu, tiếng ngân dài ở mỗi cuối câu trong bài hát, những luyến láy ấy tạo nét dễ thương của bản nhạc.

Ngoài ra nhạc sĩ Anh Bằng đã viết bài "Đêm Nguyện Cầu" khi đất nước chịu đựng chiến tranh khốc liệt, khiến con người cảm thấy nhỏ bé trước hậu quả do cuộc chiến lan rộng gây bao lầm than. Có những lúc con người dựa vào âm nhạc như niềm an ủi tâm hồn. Tôi nhớ những ngày Mậu Thân tang thương, những biến cố Mùa hè lửa đỏ, đại lộ kinh hoàng như còn trong ký ức:

"Hãy lắng tiếng nói vang trong tâm hồn mình người ơi
Con tim chân chính không bao giờ biết đến nói dối
Tôi đi chinh chiến bao năm trường miệt mài
Và hồn tôi mang vết thương vết thương trần ai

Có những lúc tiếng chuông đêm đêm vọng về rừng sâu.
Rưng rưng tôi chấp tay nghe hồn khóc đến rướm máu
Bâng khuâng nghe súng vang trong sa mù
Buồn gục đầu nghẹn ngào
                nghe non nước tôi trăm ngàn ưu sầu".

Những lời kinh cầu van xin vào đêm khuya khi tiếng đạn vọng về từ chiến trường, lời cầu xin cho đất nước được an bính, thái hòa.

"Thượng Đế hỡi có thấu cho Việt Nam này
Nhiều sóng gió trôi dạt lâu dài.
Từng chiến đấu tiêu diệt quân thù bạo tàn.
Thượng Đế hỡi hãy lắng nghe người dân hiền.
Vì đất nước đang còn ưu phiền.
Còn tiếng khóc đi vào đêm tường triền miên.

Có những lúc tiếng chuông đêm đêm vọng về rừng sâu.
Rưng rưng tôi chấp tay nghe hồn khóc đến rướm máu
Quê hương non nước tôi ai gây hận thù tội tình
Nhà Việt Nam yêu dấu ơi bao giờ thanh bình?"

Bản nhạc này với tôi hằng đêm cầu nguyện cho người yêu, cho anh em đồng đội của Anh ngoài chiến trường, cho quê hương sớm có ngày thanh bình, mọi người có ngày đoàn viên, bài hát như thẩm thấu vào dòng huyết quản của tôi, sau đó tôi lại thầm hát ngân nga bản nhạc nầy. Nhạc sĩ Anh Bằng đã nói lên tâm trạng đau thương khi quê hương chinh chiến. Với ý nghĩ của riêng tôi, khi nghe nhạc Anh Bằng, tôi thấy hồn mình chìm đắm trong những nỗi buồn bất tận, sâu kín vào tâm tư, trong nỗi đau chồng chất trên quê hương, trong giai đoạn nghiệt ngã nhất đời người, cảm nghĩ về một kỷ niệm khi nghe

Bích Huyền, Nguyên Vũ, Nhạc sĩ Anh Bằng,
Thúy Anh, Lệ Hoa, Việt Hải, Quỳnh Giao

những dòng nhạc chan chứa nét nhân bản, nét quê hương trong âm giai ngũ cung.

    Bài viết này tôi gửi đến sách viết về người nhạc sĩ lão thành Anh Bằng, tôi muốn nói lên lời cảm ơn những người viết nhạc như ông, nhờ những dòng nhạc đó mà kỷ niệm của một thuở xa xưa còn mãi trong tôi, trong những người đàn bà gián tiếp tham dự vào cuộc chiến, và rồi trực tiếp gánh chịu những hậu quả của thù hận, của phân ly, của đổ vỡ từ sau biến cố tang thương năm 1975. Dòng nhạc đó theo tôi xuôi ngược, rồi ngược xuôi khắp nẻo đường trên quả đất nầy. Bây giờ nhiều nhà văn, nhà thơ đã viết cảm nghĩ về Anh Bằng, người nhạc Sĩ tài hoa đã viết lên những dòng nhạc gắn liền với thân phận con người, quê hương đất nước, với Tổ Quốc Việt Nam và những mất mát đau thương trong mỗi một chúng ta ở vào cùng một thời điểm chịu chung số phận ly hương, xa xứ.

    Xin cảm ơn Nhạc sĩ Anh Bằng.

Quỳnh Giao

HÀ NỘI và ANH BẰNG trong tôi

- Việt Hải Los Angeles -

Cách đây khá lâu rồi tôi có viết bài "Hà Nội Còn Nhớ Hay Quên", mà tôi đã dùng bài "Nỗi Lòng Người Đi" của Nhạc sĩ Anh Bằng làm dẫn nhập cho bài. Chuyện cũ ngày xưa là vì người thầy tôi hồi tiểu học đã đưa tôi tới gần với dòng nhạc của người nhạc sĩ này trong ký ức ngày cũ, tôi còn nhớ nhiều lắm, và nhớ rất rõ. Tôi viết như sau:

"Tôi xa Hà Nội năm lên mười tám khi vừa biết yêu
Bao nhiêu mộng đẹp yêu đương thành khói tan theo mây chiều
Hà Nội ơi! Nào biết ra sao bây giờ
Ai đứng trông ai ven hồ khua nước trong như ngày xưa
Tôi xa Hà Nội năm em mười sáu xuân tròn đắm say
Đôi tay ngọc ngà dương gian, tình ái em đong thật đầy..."

Tôi nghe bài ca "Nỗi Lòng Người Đi" của nhạc sĩ Anh Bằng phát ra từ chiếc radio trên xe sáng nay. Bài hát trùng hợp với sự kiện tôi vừa nhận được một quyển sách do một nhà văn cao niên biếu tôi do nhà thơ Vũ Hoài Mỹ trao lại. Sách mang tựa đề "Về những kỷ niệm quê hương" của nhà văn Nguyễn Thạch Kiên. Nguyễn Thạch Kiên là một trong số các nhà cầm bút lão thành còn sót lại. Tôi thích sách này vì tác giả kể nhiều về các nhà văn, nhà thơ và Hà Nội trước 54. Trang 6 của sách có hình của tác giả khi còn trẻ, ông trông thật bảnh trai, thật khôi ngô. Xem hình tôi nhớ lại vị thầy cũ đáng kính mến, đầy thân thiện của tôi dạy lớp nhất là thầy Mai. Thầy Mai di cư từ miền Bắc vào Nam năm 54 và đi chỉ có một mình. Thầy vào Nam trong nỗi cô đơn. Nhà thầy ở gần khu vực cư xá Đô Thành Sài Gòn trên đường Phan Thanh Giản. Thầy có tài vẽ rất đẹp, thầy làm thơ và ca thật hay. Ngày đó tôi đi học phải cuốc bộ từ góc Lê Thánh Tôn và Cường Để băng qua Sở Thú (Thảo Cầm Viên), rồi qua cây cầu Bông bắc ngang sông Thị Nghè đến trường Thạnh Mỹ Tây II. Dĩ nhiên đoạn đường đi học rất đẹp vì xuyên qua những con đường trong Sở Thú, nơi có muôn hoa, bách thảo, và nhiều loài vật hiếm quý, rồi đi men trên đường Nguyễn Bỉnh Khiêm có những hàng cây sao cao vun vút, quẹo phải sang góc cuối đường Lê Thánh Tôn với hàng me chạy dài bóng mát dẫn về nhà. Trên đoạn đường đó thầy Mai đi cùng lối về nên thường cho tôi quá giang trên chiếc gắn máy Vespa của thầy. Những ngày lễ liên hoan tại trường như dịp Tết Nguyên Đán hay ngày Quốc Hận chia đôi đất nước, 20 tháng 7, thầy mang đàn vào, thầy hát bài ca "Nỗi Lòng Người Đi". Để rồi từ đó tôi biết bài này. Thầy thường kể tôi nghe về đất Bắc từ Hà Nội thơ mộng của thầy, vịnh Hạ Long, cao nguyên Sapa, đến chùa Hương,... Trong trường có một cô giáo cùng gốc Bắc tỏ ra mến thầy và tôi là con thoi giao thư qua lại. Ngược lại, tôi được thầy tín cẩn cho làm đệ tử và cho về chung trên chiếc Vespa của kỷ niệm khó quên ngày nào.

"Bạn lòng ơi! Ngày ấy tôi mang cây đàn
quen sống ca vui bên nàng
Nay khóc tơ duyên lìa tan
Giờ đây biết ngày nào gặp nhau
Biết tìm về nơi đâu ân ái trao nàng mấy câu
Thăng Long ơi! Năm tháng vẫn trôi giữa dòng đời
ngậm đắng nuốt cay nhiều rồi

Hồ Gươm xưa vẫn chưa phai mờ
Hôm nay Sài Gòn bao nhiêu tà áo khoe màu phố vui
Nhưng riêng một người tâm tư sầu vắng đi
trong bùi ngùi ước mơ nên đẹp đôi"

Nói tới Hà Nội tôi liên tưởng đến thơ thầy Mai của ngày cũ hôm nào:

*"Hà Nội ơi, thơm ngọt ngào hoa sữa
Con đường xưa bao dấu vết chân quen
Hồ Gươm đây mây bay trời lộng gió
Mưa phùn rơi e ấp dáng nguồn thơ..."*

hay

*"Hà Nội ơi, dịu dàng như hương cốm
Nụ hoa sữa che búp bầu trời xanh
Thấy trong tôi như trời đang dừng lại
Gió nhẹ ru cho vàng mùa Thu tới..."*

Còn nhớ trong tôi bài thơ ngày ấy những dòng thơ dịu dàng của thầy Mai về Hà Nội như là bước khởi đầu tình tự giữa tâm hồn tôi và Hà Nội, để cho cái hồn thơ đó đã ăn sâu vào dòng huyết quản của tôi. Rồi cho ý tưởng của tôi về Hà Nội đong đầy bao ký ức thời tiểu học khi mà có thầy Mai, có cô Loan, có người Hà Nội xa xưa mà tôi được nghe kể về Hà Nội có mưa phùn nhẹ bay, có mùi thơm hoa sữa quyện vào không gian có hương cốm ngọt ngào của đầu ngày..."

Rồi những đoạn cuối tôi nhớ về thầy Mai và nhà văn Nguyễn Thạch Kiên viết về Hà Nội của ông như sau:

Nguyễn Thạch Kiên viết về Hồ Tây của Hà Nội:

"Hồ Tây lộng gió, bát ngát ở trước mặt. Có những cánh buồm trắng phía xa xa dập dờn trên làn nước mát. Vài chiếc pe-rít-xoa lao vun vút rồi vòng lại. Khu Tiểu Đồ Sơn, trong dãy nhà hóng gió, Tây đầm lớn nhỏ ngồi bên ly rượu ngồi giải khát, vẻ kiêu kỳ, thoải mái. Nhưng khu rặng ổi Quảng Bá vẫn là nơi quyến rũ chúng tôi hơn."

Hà Nội trong hoài niệm ngự trị tâm hồn thầy Mai, hay Hà Nội trong trí nhớ dai dẳng của nhà văn Nguyễn Thạch Kiên có nhiều điểm tương đồng vì họ đã ra đi, họ bỏ lại Hà Nội trong giấc ngủ cô đơn, Hà Nội trong nhung nhớ tột cùng và Hà Nội trong thao thức của thuở thiếu thời. Tôi gặp nhà văn lão thành này ông ôn lại cả một bầu trời lưu luyến, miên viễn kể lại cái ký ức của ngày xưa, những năm 30 hay 40 mà nay đã lùi vào dĩ vãng. Cái dĩ vãng có mưa phùn lấm tấm giăng phủ Hồ Gươm, những hàng liễu xanh đong đưa trong gió, bóng cây lung linh mặt hồ như bóng người thiếu nữ hôm nào của nhà văn hay của thầy tôi e ấp trong kỷ niệm dấu yêu xưa."

Những ngày còn bé của bậc tiểu học khi mài đũng quần ở ghế học đường thú thực tôi không nghĩ tôi có dịp gặp được Nhạc sĩ Anh Bằng, thì nói chi như ngày hôm nay tôi được dịp gặp ông bằng da bằng thịt ở ngoài đời hay gặp ông bằng chữ nghĩa gửi qua email khá thường xuyên.

Qua nhạc sĩ Lê Dinh khi ông làm chủ nhiệm tờ Nghệ Thuật bên Montreal mà tôi gửi bài đăng, tôi được giới thiệu đến Nhạc sĩ Anh Bằng. Tôi rất vui khi được biết nhạc sĩ Anh Bằng rất yêu thích văn chương, ngoài phạm vi âm nhạc của ông. Khi tôi gia nhập Văn Đàn Đồng Tâm mà GS Doãn Quốc Sỹ và BS Tạ Xuân Thạc thành lập. Tôi được dịp gửi biếu một số sách đến ông. Một dịp mùa xuân năm Đinh Hợi 2007, nhà văn Quyên Di có mời một số anh chị em văn nghệ sĩ họp Tết tại Trung Tâm Văn hóa Việt tại thành phố Santa Ana, Nam California, tôi được dịp tiếp xúc và chuyện trò cùng Nhạc sĩ Anh Bằng. Hôm đó là ngày vui Tết chúng tôi nhâm nhi bánh mứt, uống trà mạn sen của anh Quyên Di mang từ nhà sang, anh Quyên Di vốn là nhà văn của tuổi thơ mà tôi rất mến mộ của thưở trung và tiểu học qua loạt sách Tuổi Hoa. Hiện nay anh là GS giảng dạy văn chương Việt Nam tại trường UCLA (University of California at Los Angeles). Anh có kiến thức uyên bác về văn chương, Quyên Di dẫn khách đi xem tranh nghệ thuật chưng bày tại đây, tôi chú ý đến những bức tranh Đông Hồ khi anh thuyết giảng trong khi Nhạc sĩ Anh Bằng tiến gần lại những bức tranh họa đồng quê miền Bắc, ông bảo với tôi rằng ông nhớ Hà Nội lắm. Tôi hiểu ý ông, vì chính tôi cũng nhớ Sài Gòn kinh khủng. Nhạc sĩ Anh Bằng sinh trưởng và lớn lên tại miền Bắc, ông sống nhiều năm tại Hà Nội trước khi di cư vào Nam. Hà Nội vấn vương bước chân ông khi ông rời xa, để rồi hồn thơ, hồn nhạc như sức ép đổ dồn vào bài tình ca bất hủ mà tôi ưa thích.

Có những tác phẩm âm nhạc, nghệ thuật hay văn học thường có những bí ẩn tạo ra những nghi vấn, những hiếu kỳ để người ta đi tìm tòi về tác phẩm đó ví dụ như những dẫn dụ sau đây:

Nhà đại danh họa Leornardo Da Vinci khi vẽ bức danh họa La

Joconde được chưng bày trong bảo tàng viện Louvre bên Pháp, đã ẩn chứa bóng hình một nhân vật huyền bí nào đó qua vai nàng kiều nữ Mona Lisa với nụ cười duyên dáng, nhưng đầy bí hiểm. Rồi đến Đại văn hào Boris Pasternak khi thực hiện đại tác phẩm "Doctor Zhivago", đưa đến giải Nobel văn chương hòa bình vào năm 1958 và được công ty MGM quay thành phim năm 1965, đã cố đưa hình ảnh người yêu là nàng kiều nữ tóc vàng Olga Vsevolodovna qua vai người tình Lara trong truyện. Với Nhạc sĩ Anh Bằng, trong sự tìm tòi của tôi về bài "Nỗi Lòng Người Đi" thì ai là bóng hình chiếm lấy tâm tư của người sáng tác như thế. Tôi chỉ biết đó là một tình yêu thật đẹp khi hai con tim tìm được nhịp đập đồng bộ yêu thương, một mối tình đầu thơ mộng kiểu puppy love. Rồi cuối cùng ông đã viết trong email trả lời cho tôi để kể về câu chuyện xưa như sau:

"Tôi có quen một người em gái nhỏ, nữ sinh Hà Nội. Nàng tên là Hà. Hà và tôi yêu nhau trong một tình yêu thánh thiện. Tình yêu của chúng tôi giới hạn bởi những lần nắm tay nhau đi dạo Hồ Gươm, hoặc những lần ăn chung gói lạc rang dưới gốc cây cạnh bờ hồ, và chỉ để nhìn nhau đắm đuối mến thương. Những buổi chiều se lạnh mùa đông, tôi khoác áo ấm cho Hà, rồi cái kỷ niệm mùa hè năm nào chúng tôi ngắm nhìn đôi vịt trời (le le) nô đùa bên sóng nước dưới cành liễu rủ, nàng đút lạc rang cho tôi, tôi bảo tôi yêu nàng, nàng cười bẽn lẽn. Tôi thấy nàng đẹp vô cùng.

Tôi còn nhớ có những hôm tôi ôm đàn guitare đệm cho nàng hát. Giọng hát nữ sinh của Hà khá lôi cuốn. Hà hát rất tự nhiên trong nét duyên dáng, thỉnh thoảng xen chút nũng nịu. Tôi bị thu hút bởi tiếng hát dễ thương và ánh mắt thiên thần ấy, để rồi sau này nhớ đến Hà, bỗng dưng hồn nhạc tạo cho tôi nguồn cảm tác thành một ca khúc nói về mối tình cảm đẹp đẽ nhẹ nhàng đó, có hình ảnh ngày xưa ấy của Hà trong dòng nhạc của tôi.

Rồi khi đất nước phân đôi, mối tình thơ mộng của chúng tôi chia chung số phận nghiệt ngã của quê hương. Ngày chia ly, Hà thổn thức khóc trên vai tôi. Nàng cho biết gia đình nàng sẽ ở lại, phần tôi, nắm chặt lấy tay nàng tôi nói tôi phải theo gia đình vào Nam. Nàng khóc ngất thành tiếng, tôi vỗ về nàng, chúc nàng ở lại với nhiều may mắn,

Việt Hải

tôi vuốt tóc nàng nhìn những dòng lệ long lanh lăn trên má nàng, lòng tôi se thắt, xót xa cho mối tình nhỏ của chúng tôi sẽ phải kết thúc để tôi đi tìm một mối tình lớn, đó là ánh sáng miền Nam tự do. Trên bước đường xuôi Nam, tôi biết tiếng khóc của người yêu vẫn theo đuổi tôi. Những dòng nước biển xoáy trong sức ly tâm của chân vịt tàu tạo thành những con sóng chia ly, mắt tôi bỗng nhạt nhòa chia tay với miền Bắc yêu thương, con tàu mang tôi đi xa dần, rồi xa dần miền Bắc của tuổi thơ mộng mơ. Tàu vượt Bến Hải đưa tôi xuôi Nam trong cảm giác nhớ nhung đến Hà, và từ đó tôi thai ghén ra bài tình ca "Nỗi Lòng Người Đi", mà sau này trong dân gian có người gọi là bài "Tôi Xa Hà Nội". Nghĩ cho cùng cũng không ngoa lắm đâu, khi đứng trên tàu nhìn miền Bắc xa dần trong tầm mắt cũng có nghĩa là tôi đã xa Hà Nội, hay xa một mối tình có Hà Nội với kỷ niệm đẹp và có cô nữ sinh Hà bên bờ Hồ Gươm ngày nào".

Thưa, đó là những tâm sự chôn dấu bao năm khi người nhạc sĩ không muốn tự mình viết ra công chúng. Giờ đây tôi được phép trích đăng một phần của email của ông đề cập về nỗi lòng năm xưa của ông. Biến cố đất nước phân ly năm 1954 có rất nhiều mối tình chia ly trong lưu luyến, để rồi những luyến lưu đó được âm nhạc hay thi ca ghi nhận. Trong giới văn học có lẽ chúng ta không quên bài thơ bất hủ của nhà thơ Hoàng Anh Tuấn ghi nhận qua tác phẩm "Yêu Em, Hà Nội":

"Hà Nội yêu, anh vẫn yêu muốn khóc
Mấy chục năm, xa đến mấy nghìn năm
Giã từ em -mười bảy tuổi- một lần
Thu rất mỏng, mưa hững hờ đẫm lá"

Tôi email đến Nhạc sĩ Anh Bằng bài thơ "Yêu Em, Hà Nội" của Hoàng Anh Tuấn, ông cho biết ông tìm được sự đồng cảm với tác giả. Thực vậy, đối với những tác giả ra đi bỏ lại Hà Nội vào những năm của thập niên 50 để vào Nam thì Hà Nội trong tâm tưởng vẫn là Hà Nội với những dấu yêu ngày cũ, chưa bị chính trị hóa từ cái ác tính của chế độ cầm giữ quyền bính và tạo ra không biết bao những giáo điều xấu xa bao trùm lên kiếp người từ khóm cây đến ngọn cỏ, để Hà Nội ở lại sau 54 vất vơ vất vưởng trong ngục tù Cộng Sản. Do đó Hà Nội của Hoàng Anh Tuấn hay Hà Nội của Anh Bằng là mối tình nhuốm nét văn chương lãng mạn, Hà Nội có em ở lại trong con tim nặng trĩu thương yêu qua những dòng thơ đầy nhung nhớ:

"Hà Nội yêu, mối tình đầu khờ khạo
Em nhận thư, anh ngây ngất tủi mừng
Khi về nhà, cười nụ với cầu thang
Một tuần lễ, vui như ngày thi đỗ"

Hay "Nỗi Lòng Người Đi" của Anh Bằng nói lên nỗi băn khoăn khi chia ly với Hà Nội:

"Tôi xa Hà Nội năm lên mười tám khi vừa biết yêu
Bao nhiêu mộng đẹp yêu đương thành khói tan theo mây chiều
Hà Nội ơi! Nào biết ra sao bây giờ
Ai đứng trông ai ven hồ khua nước trong như ngày xưa"

Em Hà Nội của Hoàng Anh Tuấn hay em Hà Nội của Anh Bằng

là tình yêu dâng ngôi vào mùa hò hẹn, mùa gặp gỡ yêu thương, bao sầu vấn vương dáng liễu xưa:

"Hà Nội yêu, liễu hẹn hò nắng mới
Hẹn hò em anh bối rối chim khuyên
Nào có bao giờ anh được thơm em
Nên dáng liễu còn u sầu vạn thuở"

"Nỗi Lòng Người Đi" của Anh Bằng có em Hà Nội với em mười sáu xuân tròn yêu thương say đắm. Hà Nội của Anh Bằng có cô nữ sinh Hà của nét nhìn thơ ngây, của dáng e ấp như bờ liễu xanh của Hồ Gươm hẹn hò:

"Tôi xa Hà Nội năm em mười sáu xuân tròn đắm say
Đôi tay ngọc ngà dương gian, tình ái em đong thật đầy
Bạn lòng ơi! Ngày ấy tôi mang cây đàn quen sống ca vui bên nàng
Nay khóc tơ duyên lìa tan"

Hoàng Anh Tuấn cho thơ kết của tình yêu em Hà Nội còn vương vấn trong những vần thơ cũ:

"Hà Nội yêu, vẫn y nguyên tưởng nhớ
Nên nghìn năm vẫn ngỡ mới hôm qua
Bóng hoàng lan, sân gạch mát sau nhà
Còn vương vấn trong những bài thơ cũ"

Em Hà Nội của Anh Bằng là những chuỗi ngày dài xa nhau, của những buổi gặp gỡ bên Hồ Gươm là mộng chiều tưởng nhớ, là những trăn trở của con tim như ý tưởng của câu cuối dưới đây:

"Giờ đây biết ngày nào gặp nhau
Biết tìm về nơi đâu ân ái trao nàng mấy câu
Thăng Long ơi! Năm tháng vẫn trôi giữa dòng đời
ngậm đắng nuốt cay nhiều rồi
Hồ Gươm xưa vẫn chưa phai mờ"

Tóm lại, tôi viết bài này trong mục đích cô đọng những ý tưởng trao đổi với Nhạc sĩ Anh Bằng về Hà Nội trong ký niệm xa xưa của ông, rồi tôi muốn nhắc lại bài tình ca bất hủ mà ông giáo dạy tiểu học đã giới thiệu vào tâm trí của tôi, và bài tình ca đó lại của người nhạc sĩ mà sau mấy chục năm tôi mới hân hạnh được gặp mặt và được quen biết ông. Những lời cuối cùng tôi xin cám ơn Nhạc sĩ Anh Bằng vì ông đã chia sẻ tâm sự lòng, những điều mà từ đó tôi có thể đem vào văn chương của mình.

"Anh Bằng và Hà Nội Trong Tôi" có người nhạc sĩ mang tôi gần với Hà Nội thuở đầu đời, và Nhạc sĩ Anh Bằng là nhân vật tình cảm của văn chương trong ý tưởng của tôi, người của âm nhạc lãng mạn, trong hồn thơ của tháng năm cũ và trong cái tâm tình đó tôi xin gửi đến ông những câu thơ của Hà Nội chia ly ngày xưa, hay cách nói khác là Nỗi Lòng Người Đi:

"Hà như Hà Nội hương xưa
Nay còn kỷ niệm dẫu chưa phai mờ
Nỗi Lòng gói kín hồn thơ
Người Đi dòng nhạc tôn thờ tình xa."

VIỆT HẢI LOS ANGELES

Đôi uyên ương Lệ Hoa Việt Hải

cảm xúc về
Nỗi Lòng Người Đi
của NHẠC SĨ ANH BẰNG

- DÁNG THƠ -

Rời xa quê hương vào tuổi bắt đầu biết mơ mộng, được nghe những bài nhạc tình vào những buổi chiều tan, hồn tôi lúc nào cũng lâng lâng hoài niệm những yêu dấu ngày qua. Và đặc biệt mỗi khi nghe bài Nỗi Lòng Người Đi của Nhạc sĩ Anh Bằng đều làm tôi rưng rưng cảm xúc, nhưng lại có một ước mơ lóe sáng. Tuy hoàn cảnh, tâm trạng khác nhau khi rời xa nơi chôn nhau cắt rún, nhưng Nhạc sĩ Anh Bằng đã đưa hết những băn khoăn và cảm xúc của ông vào lời nhạc, làm cho tôi cảm giác như chính tôi có cùng tâm sự với ông.

Có vài lần khi còn tại Việt Nam sau 1975, tôi đã cùng với các anh chị lén nghe bài Nỗi Lòng Người Đi của Nhạc sĩ Anh Bằng nhưng cảm xúc không trào dâng mãnh liệt như lần tôi nghe lại bài hát trong một hotel dành cho người tị nạn. Giọng hát Sĩ Phú cất lên từ cuốn cassette của chị người bạn cho tôi mượn:

Tôi xa Hà Nội năm lên mười tám khi vừa biết yêu
Bao nhiêu mộng đẹp yêu đương thành khói tan theo mây chiều

Tim tôi bỗng như ngừng đập, hơi thở như lắng lại để từng lời nhạc len nhè nhẹ vào mỗi mạch máu. Nỗi lòng đã bị đè nén nay òa vỡ như con sóng trào dâng. Nỗi cô đơn bộc phát như thác nước tràn vào làm đông đặc từng thớ da. Nỗi xót xa, nhớ nhung quê nhà ray rức như mây buồn cuồn cuộn buổi chiều đông. Mộng mơ của tuổi vừa biết yêu tan theo thành khói mây chiều. Một niềm đau bất tận, một vết thương khó phai trong cuộc đời của con người đọng lại nơi đây. Tuy chưa một lần được yêu đương để cảm giác trọn vẹn được xót xa khi phải chia lìa người yêu như Nhạc sĩ Anh Bằng, nhưng một cảm thông mất mát, bâng khuâng vọng về cố hương trong tôi cũng nhức nhối không rời:

Hà Nội ơi! Nào biết ra sao bây giờ
Ai đứng trông ai ven hồ khua nước trong như ngày xưa

Hình ảnh chàng đứng trông nàng ngồi bên ven hồ nghịch ngợm khua nước, đôi chân xinh xắn đong đưa trong làn nước trong vắt, thật sống động. Một bức tranh thơ mộng, một cảm giác êm dịu, bâng khuâng len nhẹ vào hồn tôi khi tiếng hát của người ca sĩ diễn tả tâm trạng của Nhạc sĩ Anh Bằng. Nét thơ ngây của người thương đọng mãi trong hồn người Nhạc sĩ, dù ở nơi đâu hình ảnh ấy vẫn không hề phai nhạt.

Giờ còn đâu những kỷ niệm êm đềm, những hẹn hò thơ ngây? *"Nào biết ra sao bây giờ?"*. Quê hương tôi còn đó nhưng đã ra sao từ ngày tôi trốn khỏi nơi tôi đã ôm ấp biết bao kỷ niệm của thời hoa niên? Còn đó những tà áo tung tăng tan học, còn đó những đôi mắt chan chứa ước mơ, hay còn đó những đêm dài trăn trở sau làn tóc chiều phai?

Tôi xa Hà Nội năm em mười sáu xuân tròn đắm say
Đôi tay ngọc ngà dương gian tình ái em đong thật đầy
Bạn lòng ơi!
Ngày ấy tôi mang cây đàn quen sống ca vui bên nàng

Nàng mười sáu nụ hồng, xinh tươi say đắm trong tình yêu không vướng chút muộn phiền với chàng trai mười tám tràn đầy nhựa sống, lãng mạn và mang đầy tính nghệ sĩ. Thật là một tình yêu trọn vẹn, đầy hứa hẹn với lứa tuổi thành niên, làm cho người nghe đong đầy mộng ước. Hạnh phúc đang tràn trề trên đôi tay nào ngờ đâu nghịch cảnh phân ly:

Nay khóc tơ duyên lìa tan
Giờ đây biết ngày nào gặp nhau
Biết tìm về nơi đâu ân ái trao nàng mấy câu

Những giọt nước mắt tôi rơi, khóc thương cảnh chia lìa không

BS Morita, Anh Bằng, XNV Thúy Anh, Lệ Hoa, Việt Hải

kịp che dấu theo từng lời ca. Cảm thông tình người nghệ sĩ phân vân không biết khi nào mới gặp lại người xưa để trao nàng những câu yêu thương chồng chất trong những ngày tháng xa nhau, như cảm thông với chính tôi đang đau xót nơi tha phương. Biết khi nào con sông kia chảy ngược, xuôi thuyền về bên bến ngày thơ?

Thời gian vẫn trôi, giòng đời đổi thay, những chua xót cuộc đời dù trầm luân khổ ải nhưng vẫn không bằng nổi xót xa thương nhớ cố hương nơi có một người con gái tròn trăng đã trao hết tình thơ cho chàng nghệ sĩ. Một tâm sự chung cho tất cả những người xa quê hương mang nặng tình riêng. Dù ở nơi đâu, dù có những tà áo hồng khác bay lượn trên phố cũng không làm chàng Nhạc sĩ vơi đi niềm riêng của mình:

Hôm nay Sài Gòn bao nhiêu tà áo khoe màu phố vui
Nhưng riêng một người tâm tư sầu vắng đi trong bùi ngùi

Những xúc cảm trào dâng trong tôi, mỗi lời bài hát là từng tiếng lòng gợi nhớ quê hương, gợi nhớ những kỷ niệm đã xa rời trong tầm tay. Thành phố nơi đây nhộn nhịp tiếng gọi mời, dập dìu màu sắc nhưng nơi đây không có những buổi chiều vàng chân bước ngập ngừng theo nhau từng con phố. Ở nơi đây không có những ánh mắt thẹn thùng nhưng chan chứa ý tình sau những buổi tan học.

Và nơi đó còn một đôi mắt thẫn thờ nhìn về phương xa trông ngóng ngày hội ngộ, làm người Nhạc sĩ vẫn thấy lòng chùng xuống, ngậm ngùi tưởng nhớ người xưa. Lòng tôi cũng chùng theo lời nhạc, thả hồn về lại một khung trời áo trắng rộn ràng tiếng guốc khua. Nghe hồn lặng lẽ giữa chiều phố đông người đầy màu sắc thắm.

Tuy xa cách nghìn trùng, cơ hội gặp lại nhau là một điều khó khăn vì nghịch cảnh nhưng ước mơ không hề tắt trong tim của người Nhạc sĩ. Những mộng mơ xa vời, vượt ngoài tầm tay, và dù biết khó thực hiện nhưng vẫn không sờn lòng, vẫn mong ước một ngày được tay trong tay đi hết đoạn đường với người yêu bên kia vĩ tuyến:

Sài Gòn ơi! Mộng với tay cao hơn trời
Tôi hái hoa tiên cho đời để ước mơ nên đẹp đôi

Một niềm tin lóe sáng trong tâm hồn non nớt của tuổi mộng mơ. Tôi thắp ngọn nến hồng đi tìm lại tuổi ngọc thời xa xăm. Và như thế mỗi ngày tôi đều thắp trong tôi một ước mơ cho đời mỗi khi nhớ lại đoạn cuối của bài hát.

Đã bao nhiêu năm qua, giòng đời biết bao nhiêu đổi thay nhưng mỗi khi nghe lại bài hát Nỗi Lòng Người Đi của Nhạc sĩ Anh Bằng do nhiều ca sĩ trình bày, tôi vẫn không ngăn được niềm rung cảm. Mỗi ca sĩ diễn tả bài nhạc bằng mỗi tâm trạng riêng cũng như mỗi giai đoạn trong cuộc đời tôi khi nghe bài nhạc này nhưng vẫn nghe như canh cánh cùng một nỗi lòng.

Qua bao nhiêu đắng cay trong bể đời, trải qua những chặng đường gian nan, tôi vẫn không quên "Mộng với tay cao hơn trời tôi hái hoa tiên cho đời..." để tiếp tục đốt lại những ngọn nến ước mơ và thầm cám ơn nỗi lòng của người Nhạc sĩ tài hoa Anh Bằng đã tưới mát một niềm tin, một ước mơ đã bị cuốn xoay trong cơn lốc hoàn cảnh.

DÁNG THƠ
Tháng 11-2008

viết về
NHẠC SĨ ANH BẰNG

- Trường Hà - Vũ Duy Toại -

Phải nhìn nhận rằng từ trước đến nay mọi tình cảm trên đời này đều bắt nguồn từ người Mẹ. Mẹ cho ta lời ngon tiếng ngọt, Mẹ dạy dỗ ta những lúc ta sai lầm. Mẹ chỉ dẫn ta cách sống trên đời, Mẹ nâng đỡ ta khi ta đau yếu, Mẹ an ủi ta khi ta gặp chuyện buồn.

Nói tóm lại, Mẹ là tất cả của ta. Có ai mà không biết thương xót Mẹ hiền. Lớn lên khi ra đời phải lo cho gia đình của riêng mình với bao bổn phận và trách nhiệm nên đôi lúc chúng ta đã sao nhãng tình cảm dành cho Mẹ. Nhưng khi biết tin Mẹ gặp chuyện không may, người con mới cảm thấy đớn đau xót xa từng khúc ruột.

Tôi đã nghe bài hát "Khóc Mẹ Đêm Mưa" của nhạc sỹ Anh Bằng. Tôi đã nghe bạn tôi kể lại về cảm xúc của nhạc sỹ Anh Bằng một đêm mưa, đã sáng tác bài hát này khi nhớ đến người Mẹ hiền đã quá vãng của mình.

Bài hát thật xúc động vì nhạc sỹ Anh Bằng đã diễn tả với lời chân thật, một thể văn kể chuyện nhẹ nhàng nhưng gây xót xa và người nghe đã biết cảm thông, chia sẻ với người nhạc sỹ tài hoa này, bởi vì có ai là người không có Mẹ và có ai trong chúng ta không có những giây phút làm buồn lòng Mẹ, để rồi có phút giây phải hối tiếc về việc làm của mình đối với Mẹ.

Năm tôi 18 tuổi đã xa nhà đi học ở trời Âu. Những tháng ngày vừa xa rời đất Mẹ tôi chưa cảm thấy buồn, thấy nhớ Mẹ hiền của mình. Nhưng rồi với thời gian lòng tôi càng lúc càng quặn thắt lại vì nghĩ tình mẫu tử. Tôi đã sáng tác bài thơ Gửi Về Mẹ đăng trong báo Độc Lập tại Âu Châu trong quãng thập niên 1970. Tiếc là không giữ lại bản thảo nên bây giờ tôi chỉ còn nhớ câu đầu tiên của bài thơ: *Năm ấy con lên đường xa Mẹ...*

Bây giờ nghe bài "Khóc Mẹ Đêm Mưa" tôi lại thấy thương về người Mẹ hiền yêu quý của tôi.

Khác với lần trước, lần này Văn Đàn Đồng Tâm viết về nhạc sỹ Anh Bằng.

Anh bạn Trần Việt Hải của tôi đã đề nghị tôi viết một bài về nhạc sỹ Anh Bằng.

Thật ra từ thuở nhỏ tôi đã nghe rất nhiều ca khúc của nhạc sỹ Anh Bằng. Trước đây khi còn ở Việt Nam chưa đi học ở nước ngoài tôi đã nghe và hát nhiều nhạc phẩm mà tôi vô cùng ưa thích nhưng không biết đó là của nhạc sỹ Anh Bằng. Chỉ khi đọc được những bài hát mà các anh chị tôi mua về tôi với biết là tác giả nhạc sỹ Anh Bằng.

Do đó đối với tôi tên tuổi của nhạc sỹ Anh Bằng hình như đã gắn bó với tôi trong lãnh vực âm nhạc nghệ thuật từ thời thơ ấu rồi.

Nhạc sỹ Anh Bằng viết nhạc theo nhiều thể loại, nói chung là chủ đề tình yêu với nhiều hình thức, yêu gia đình, yêu quê hương.

Tôi lớn lên trong thời chiến, thời học trò toàn nghe tiếng bom đạn và nhìn cảnh đời máu lửa quê hương.

Là con dân đất Việt có ai mà không đau lòng xót dạ, và những người trai thế hệ như nhạc sỹ Anh Bằng cũng theo việc đao cung. Làm thân chinh chiến nhạc sỹ Anh Bằng đã mang tâm tình gửi vào những sáng tác của mình. Ngậm ngùi đớn đau cho đất Mẹ, nhạc sỹ Anh Bằng đã diễn tả cùng với hai nhạc sỹ Lê Dinh và Minh Kỳ qua bài hát Đêm Nguyện Cầu.

Hãy để cho tâm hồn mình lắng đọng để nghe tiếng lòng, để biết thương cho quê hương. Mặc dù là lính chiến, cầm súng bảo vệ vùng đất tự do mình đang sống, nhưng người nhạc sỹ đa sầu này đã viết lên sự thật, vì con tim chân chính thì không bao giờ biết đến nói dối. Đó là sự nghẹn ngào cho đất nước trăm ngàn u sầu. Người chiến binh với thân phận người dân bé nhỏ chỉ biết ngẩng đầu kêu cầu với Thượng Đế rồi gục đầu khi nghe tiếng súng vọng xa xa.

Thượng đế hỡi... có thấu cho Việt Nam này,
vì sóng gió trôi dạt lâu dài
Vì đất nước đang còn ưu phiền,
để tiếng khóc đi vào đêm trường triền miên...

Cuối cùng là cái khát khao, cái ngưỡng vọng của nhạc sỹ Anh Bằng nói riêng và nhóm Lê Minh Bằng hay của toàn dân Việt nam nói chung là cuộc sống thanh bình trên quê nhà yêu dấu.

Bài hát này tôi vẫn thường xuyên hát, ngay cả sau hơn 30 năm sống lưu lạc nơi xứ người, vì nó diễn tả thật sâu sắc tâm tư của người dân Việt nam hiền hòa, nói lên khát vọng sống thanh bình tự do. Tôi nghĩ mình phải làm điều gì đó để đáp ứng ước vọng của nhạc sỹ Anh Bằng đã nói lên giùm cho người dân Việt kiên cường hào hùng, phải mang lại đời sống tự do thanh bình cho quê hương cho dù phải trải qua nhiều thời gian và gian khổ.

Thưở còn đi học tôi thường nghe thầy giáo của tôi chỉ cách học bài là "muốn nhớ thì hãy quên đi". Sau này tôi có chỉ lại cho các con tôi thì chúng nó lý luận là như thế sẽ càng quên hơn, mình phải có sự ôn tập mới được. Nhạc sỹ Anh Bằng đã từng nức nở qua bài "Sầu Lẻ Bóng":

Người ơi khi cố quên là khi lòng nhớ thêm...

Quả đúng như lời thầy giáo của tôi đã dạy, muốn quên thì lại càng nhớ, nhưng nếu nhạc sỹ Anh Bằng không ôn lại dĩ vãng thì chắc không đến nỗi phải chịu dày vò ray rứt như thế. Nhất là nghe câu cuối của bài hát:

Những ai bạc bẽo mình vẫn không đành lòng quên.

Như vậy thì nhạc sỹ Anh Bằng nhất định không quên chứ không phải là khi cố quên lại càng nhớ thêm. Trong tình yêu thì ai cũng vậy, chỉ thích ôm đau thương vào trong lòng thôi.

Nhạc sỹ Anh Bằng cũng không thoát ra ngoài quy luật này.

Trong ca khúc Linh Hồn Tượng Đá nhạc sỹ Anh Bằng cũng diễn tả tình cảm da diết của mình dù chỉ mới quen sơ... sơ sơ qua 1 lần gặp gỡ mà thôi:

Khi xa em rồi tôi nhớ em nhiều...
dẫu rằng:
Tôi không ôm ấp kỷ niệm đớn đau...
Có lẽ người nhạc sỹ đã say đắm người ta rồi.
Những thương đau chua chát của nhạc sỹ Anh Bằng được tìm thấy thêm qua những lời ca tìm về quá khứ:
Đây mùa Đông thứ mấy, kỷ niệm mình cách xa,
Anh từ nơi xứ lạ nhớ Noël quê nhà...
Những lời hứa ban đầu còn nhớ gì không em?
Từ ngày xa lìa nhau, lòng anh vẫn yêu tình anh vẫn sâu
...
Từ mùa Đông gần đây lòng em đã thay tình em đã phai
Tiếng chuông vui ngày nào đã quá nghẹn ngào hồn anh xót đau
...
Những lời hứa ban đầu giờ cũng thành thương đau....

Sau khi di tản ra nước ngoài sống đời viễn xứ mây ngàn có lẽ nhạc sỹ Anh Bằng vẫn còn hồi tưởng và ngậm ngùi so sánh hai phương trời lưu lạc. Năm 1954 khi di cư vào Nam nhạc sỹ Anh Bằng sáng tác bài "Nỗi Lòng Người Đi"
Tôi xa Hà Nội năm lên mười tám khi vừa biết yêu
Bao nhiêu mộng đẹp yêu đương thành khói tan theo mây chiều
Hà Nội ơi! Nào biết ra sao bây giờ
Ai đứng trông ai ven hồ khua nước trong như ngày xưa
Giờ đây biết ngày nào gặp nhau
Biết tìm về nơi đâu...
Thăng Long ơi! Năm tháng vẫn trôi giữa
Dòng đời ngậm đắng nuốt cay nhiều rồi
Hồ Gươm xưa vẫn chưa phai mờ
Hôm nay Sài Gòn bao nhiêu tà áo khoe màu phố vui
Nhưng riêng một người tâm tư sầu vắng đi trong bùi ngùi
...

Thân phận của người di cư là thân phận chia lìa ly tán. Vợ xa chồng, con cái xa cha mẹ. Rất nhiều người đã cho con cái mình vào

Nam trước, nhưng sau đó chính họ lại bị kẹt ở ngoài Bắc. Vì chính nhạc sỹ Anh Bằng lúc đó cũng là một người di cư nên ông rất hiểu về thân phận của những người đi di cư thiếu vắng người thân, có tâm tư sầu vắng và đi trong bùi ngùi. Nhưng không phải chỉ thiếu người thân mới thấy buồn, mà còn ngẩn ngơ như chim xa đàn và lòng thì không bao giờ no vì luôn thiếu tình quê ở phương trời miền Bắc của đất nước. Nhạc sỹ Anh Bằng đã gói ghém thân phận buồn qua ca khúc "Nó":

Thằng bé âm thầm đi vào ngõ nhỏ...
Ngẩn ngơ như chim xa đàn
Nghĩ mình tủi thân muôn vàn
Miền bắc điêu tàn nên đời nó khổ
Một chén cơm chiều nên lòng chưa no...
Mẹ ơi! Con yêu mong chờ
Bao giờ cho đến bao giờ

Câu cuối của bài hát mô tả nỗi buồn của người xa xứ, biết đến bao giờ mới được trở lại phố xưa, bao giờ cho đến bao giờ, ở thời gian và không gian đó có lẽ người nhạc sỹ đã nghĩ là không bao giờ có.

Sau biến cố 30.4.1975 lại thêm một lần di tản. Người di tản buồn sống ở đây không có niềm vui trọn vẹn. Nhạc sỹ Anh Bằng lại so sánh với Saigon, vùng đất di cư ngày trước dù sao cũng là đất Mẹ. Tâm trạng đó đã được diễn ta qua bài Cõi Buồn:

Mùa Thu nơi đây, Buồn hơn mùa Thu Sài Gòn nhiều Nhìn Thu lá bay Không thiết tha giống Sài Gòn nhiều Biết không anh biết không anh Mùa Thu nơi đây rất buồn rất buồn. Trời mưa nơi đây Buồn hơn trời mưa Sài Gòn nhiều Giọt mưa hắt hiu Như nhắc ta nhớ Sài Gòn nhiều Biết không anh biết không anh

Tuổi xanh cô đơn rất buồn rất buồn. Hoàng hôn nơi đây Nhạt hơn hoàng hôn Sài Gòn nhiều Chiều ra biển khơi Ta thấy thương tiếc Sài Gòn nhiều Biết không anh biết không anh Thời gian không gian rất buồn rất buồn. Ta muốn kéo mặt trời lặn đằng Đông mọc đằng Tây Ta muốn không gian thời gian trong khoảng từ đây Để không mất nhau để mãi mãi không mất nhau Không mất nhau trên đời này Dù chỉ một phút giây. Màu trăng nơi đây Đục hơn màu trăng Sài Gòn nhiều Trời đêm lặng sao Như khác sao trăng Sài Gòn nhiều Biết không anh biết không anh Ở đây trăng sao rất buồn rất buồn...!!!

Dịp Tết Mậu Thân nhạc sỹ Anh Bằng đã sáng tác bài Chuyện Một Đêm, diễn tả đau đớn của người mẹ có con trúng đạn chết khiến tôi nhớ lại chuyện pháo kích xảy ra ở Sài Gòn. Năm đó cộng sản pháo kích hỏa tiễn 122 ly vào thủ đô Sài Gòn. Một sinh viên từ quê lên thành phố trọ học ở gần nhà tôi và bị trúng pháo kích. Người chị đến nhìn xác em chỉ còn thấy được khuôn mặt vỡ nát bầy nhầy thịt của em mình mà thôi.

Chuyện một đêm khuya nghe tiếng nổ nổ vang trời
Chuyện một đêm khuya ôi máu đổ đổ lệ rơi
Chuyện một đêm khuya nghe tiếng than trong xóm nghèo
Mái tranh lửa cháy bốc lên ngụn ngút trời cao
Bà mẹ đau thương như muối đổ đổ trong lòng
Chạy giặc ôm con qua những cảnh cảnh lầm than
...
Và người con yêu đã chết trên tay lúc nào
Xót xa vạt áo trắng hôm nay hoen máu đào
...
Ai, ai giết con tôi
Ai cướp con tôi giữa cơn mộng đêm thái bình
...

Từ những hình ảnh đau thương của đất nước đã mang đến những lời nguyện cầu cho quê hương (Đêm Nguyện Cầu), nhạc sỹ Anh Bằng vốn mang trong tim bầu nhiệt huyết và như muốn nối tiếp truyền thống đấu tranh cho tự do của dân tộc Việt Nam, nhạc sỹ Anh Bằng đã viết ra những lời ca cho thế hệ với ca khúc Lạy Mẹ Con Đi:

Lạy mẹ con đi, ôm ấp linh hồn Việt Nam
Lạy mẹ con đi, nối theo chí hùng ngàn năm
Vắng con mẹ buồn là bởi ý khiên khơi nguồn
Nhưng còn gì hơn, tình nước vướng trong tình con
Từ nhỏ con chưa xa vắng quê nhà mẹ ơi

Một buổi xa con, nhớ thương chắc mẹ chẳng vui
biết con đi rồi, nhà cửa vắng thêm một người
Ôi mẹ vì con từng hy sinh cả cuộc đời

Mẹ ơi! biển lớn sông dài là đây
Đỉnh núi non cao ngất trời
không thể sánh tình mẹ thương lúc này
Mẹ ơi! ở bữa cơm nghèo chiều nay
Canh vắng chim non rẽ bầy
Xin mẹ chớ buồn, nhìn về tương lai

Lạy mẹ con đi, ôm ấp linh hồn Việt Nam
Lạy mẹ con đi, nối theo chí hùng ngàn năm
Vắng con mẹ buồn
là bởi ý khiên khơi nguồn
Nhưng còn gì hơn, tình nước vướng trong tình con
Từ nhỏ con chưa xa vắng quê nhà mẹ ơi
Một buổi xa con, nhớ thương chắc mẹ chẳng vui
biết con đi rồi, nhà cửa vắng thêm một người
Ôi mẹ vì con từng hy sinh cả cuộc đời

Mẹ ơi! Tổ Quốc đang chờ tình con
Đổ tiếng chiên khua trống dồn
Bên nợ bên tình, làm sao vuông tròn
Mẹ ơi! lửa khói dâng sầu biệt ly
Mẹ đón con yêu sẽ về
trong ngày thái bình

Lạy mẹ con đi...

Xin Mẹ Việt Nam sớm đưa đàn con trở lại đường xưa lối cũ. Nguyện cầu nhạc sỹ Anh Bằng sẽ sống mãi với những nét nhạc với tình Mẹ Việt nam ngàn đời dấu ái.

Trường Hà - Vũ Duy Toại

tôi nghe nhạc
ANH BẰNG

- Thúy Vi Paris -

Hồi còn học tiểu học, chưa biết nhiều về âm nhạc, chưa hiểu nhạc lý hay ý nghĩa nội dung bài nhạc nhưng sống trong gia đình có anh chị yêu chuộng âm nhạc đàn hát mỗi ngày nên âm nhạc đã nhập tâm tôi từ lúc nào rồi.

Chị Hai tôi cũng như nhiều học sinh trung học thời đó, rất thích thơ và nhạc chị có làm thơ gởi lên Sàigòn đăng báo. Sáng sáng khi chị sửa soạn đi học là chị hay hát lắm, chị thường hát:

Nếu vắng anh ai dìu em đi chơi trong chiều lộng gió
Nếu vắng anh ai đợi chờ em khi sương mờ nẻo phố.
Nếu vắng anh ai đón em khi tan trường về,
kề bóng em ven sông chiều chiều, gọi tên người yêu.
Nếu vắng anh ai ngồi gần em thêm hương nồng đêm giá.
Nếu vắng anh ai dệt vần thơ cho em hồng đôi má.
Nếu vắng anh ai ngắm môi em tươi nụ cười,
Làn tóc xanh buông lơi tuyệt vời, chan chứa mộng đời
...

(Bản nhạc "Nếu vắng anh" của nhạc sĩ Anh Bằng phổ bài thơ "Cần thiết" của thi sĩ Nguyên Sa)

Cùng thời gian đó ở trường trung học công lập trong tỉnh tôi có dạy âm nhạc như một môn học, có điểm có thi tất cả môn khác như toán, lý hoá, sử địa v.v... chương trình dạy về thanh nhạc, xướng âm và dạy hát nữa, còn em nào muốn học đàn thầy có thể chỉ thêm, riêng anh ba tôi ngoài việc học âm nhạc ở trường anh còn mua cuốn tự học Tây Ban Cầm ở nhà nên anh đàn guitar rất khá.

Chiều chiều khi mặt trời vừa lặn khuất sau ngọn dừa trong sân vườn, đem lại cái không khí mát mẻ của buổi chiều tà là anh tôi hay

xách đàn guitar ra ngồi trước hiên nhà đánh từng tứng tưng vừa đàn vừa hát: có khi anh hát cho chị hàng xóm có khuôn mặt bầu bĩnh với hai má lúm đồng tiền nghe mà hình như chị cũng biết nên thấy anh tôi mang đàn ra ngồi thì chị cũng đi qua đi lại trước nhà như để nghe:
Em là gái trong song cửa
Anh là mây bốn phương trời
Anh theo cánh gió chơi vơi
Em vẫn nằm trong nhung lụa
Em chỉ là em gái thôi
Người em sầu mộng của muôn đời
Tình em như tuyết giăng đầu núi
Vằng vặc muôn thu nét tuyệt vời

Ai bảo em là giai nhân
Cho đời anh đau khổ
Ai bảo em ngồi bên song
Cho vương nợ thi nhân.
("Ai bảo em là giai nhân" Thơ Lưu Trọng Lư, do nhạc sĩ Anh Bằng phổ nhạc).

Tôi thích nghe anh hát bài nầy, nhất là câu "Em chỉ là em gái thôi, người em sầu mộng của muôn đời..." nên khi nghe tiếng đàn từng tứng tưng ở ngoài hiên là tôi hay sà lại và nói anh tôi:
- Anh ba hát bài - người em sầu mộng đi anh!
Anh tôi rầy:
- Em lại sửa tên bản nhạc của người ta rồi; đó là bản "Ai bảo em là giai nhân" của nhạc sĩ Anh Bằng. Em không sợ nhạc sĩ Anh Bằng kiện cho à?

Cứ vài lần như vậy nên tôi quen tên với nhạc sĩ Anh Bằng, dù chưa biết ông là ai, chưa thấy hình ảnh của ông bao giờ, nhưng qua những nhạc phẩm rất trữ tình dễ nghe dễ thấm vào lòng người như những lời nhạc, điệu ca mà tôi đã nghe qua anh chị thôi mà tôi đã thuộc lòng và đã hơn 40 năm qua những lời nhạc ấy đã theo tôi như người bạn thân thương nhất, hành trang giã từ quê hương yêu dấu chỉ là những bản nhạc của thập niên 60 - 70.

Những lúc buồn phiền hay gặp những chuyện nản lòng nơi xứ người tôi hay hát những lời nhạc thuở nào mà tôi vẫn nghêu ngao Tôi hay hát những câu thật lãng mạng của tuổi học sinh thời đó:

"Có người hỏi tôi tại sao ưa ca bài ca
sầu nhớ thương ngắm trăng mờ hoàng hôn
Ưa đi lặng lẽ trong những đêm gió mưa u buồn
Mà nghe cô đơn
Đừng trách tình duyên tôi đời mấy người
chẳng ưa nhìn tơ liễu rũ ưa tìm trong giấc ngủ
Ngày còn ấu thơ lòng chưa biết chi mộng mơ"
(Lẻ Bóng)

"...Từ lâu, tôi biết câu thời gian là thuốc tiên
Đời việc gì đến sẽ đến
Những ai bạc bẽo mình vẫn không đành lòng quên"
(Sầu Lẻ Bóng)

Nhiều khi những khúc nhạc tôi hát chẳng liên hệ gì tới hoàn cảnh thực tại chi hết, nhưng khi hát và nghe lại những lời hát đó là cái cảnh êm đềm năm xưa lại hiện về với tôi, những buổi chiều tắt nắng, những đêm trăng sáng, mấy anh chị em cùng nhau hát hò, gợi lại trong tôi những hình ảnh thật yên lành thật hạnh phúc, là bao nhiêu chuyện phiền toái hiện tại như tan biến hết. Hai mươi sáu năm qua, thời gian còn dài hơn thời gian tôi sinh ra và lớn lên ở quê nhà, nhưng cái quê nhà mà tôi đã sống đã thở đang sống trong tôi từng giây phút trong cuộc sống hằng ngày nơi xứ người.

"....Người hỡi về bên mái nhà
Tìm vui khúc ân tình ca
Lòng tôi ước mai sau, đẹp đôi bóng bên nhau
Chiều nay chấp tay tôi nguyện cầu..."
(Đôi Bóng)

Sau này tôi có dịp biết thêm về nhạc sĩ Anh Bằng, ông sinh trưởng ở Bắc nhưng khi ông trải tâm tình lên những nốt nhạc tạo ra âm điệu lẫn lời ca rất là Nam phần, như tài năng của ông đã gặp đúng môi trường thuận lợi để phát tiết (trước khi di cư Anh Bằng có tham gia văn nghệ như đóng kịch và viết kịch thơ). Tôi vẫn thích nghe bản "Nỗi Lòng Người Đi" lời nhạc ngắn gọn, âm điệu du dương rất dễ hát nhưng nói lên được cảm giác, cái cảm xúc và tình cảm rất sâu lắng trong tâm hồn người miền Nam.

"Tôi xa Hà Nội năm lên mười tám khi vừa biết yêu
Bao nhiêu mộng đẹp yêu thương thành khói
tan trong mây chiều"
(Nỗi lòng người đi)

Thời đó cũng có nhiều bản nhạc khác để nói lên nỗi lòng của người ly hương xa Hà Nội thật hay, thật trang trọng như: *"Lìa xa thành đô yêu dấu, một sớm khi heo may về - Lòng khách tha hương vương sầu thương..."*, thật bóng bảy: *"...Nhìn "em" mờ trong mây khói, bước đi nhưng chưa nỡ rời. Lệ sầu tràn mi, đượm men cay đắng biệt ly..."* nhưng không phổ thông, ít được sự ủng hộ như những lời nhạc ngắn gọn nhưng nói lên được tình cảm bài nhạc như "Nỗi Lòng Người Đi". Dù những lời nhạc thật thích hợp với người miền Nam nhưng không vì vậy mà mất đi phần thi vị. Lời nhạc ông như một bài thơ :

Thằng bé âm thầm đi vào ngõ nhỏ
Tuổi ấu thơ đã mang nhiều âu lo
Ngày nó sống kiếp lang thang
Ngẩn ngơ như chim xa đàn
Nghĩ mình tủi thân muôn vàn
(Nó)

Huế đã xa rồi Huế của tôi
Chiều nay thương nhớ một phương trời
Huế ơi không nói mà ly biệt
Mà biệt ly đời Huế với tôi.
(Huế đã xa rồi)

*Mùa Thu nơi đây
Buồn hơn mùa Thu Sài Gòn nhiều
Nhìn Thu lá bay
Không thiết tha giống Sài Gòn nhiều
Biết không anh biết không anh
Mùa Thu nơi đây rất buồn rất buồn.*

*Trời mưa nơi đây
Buồn hơn trời mưa Sài Gòn nhiều
Giọt mưa hắt hiu
Như nhắc ta nhớ Sài Gòn nhiều
Biết không anh biết không anh
Tuổi xanh cô đơn rất buồn rất buồn*
(Cõi Buồn)

Bản nhạc mang tâm trạng của những người Việt ly hương, lưu lạc khắp nơi trên quả địa cầu Mùa thu nơi đây có thể là mùa thu ở Mỹ, ở Âu Châu, mùa thu ở xứ người có thể rất đẹp nhưng tác giả thấy không vui, vì thiếu đi hương vị hồn thu của Việt Nam ngày nào, thiếu cái gì thân thương, gần gũi, của mùa thu nơi quê nhà. Mùa thu của tuổi thơ, của hẹn hò, yêu đương, trùng trùng kỷ niệm nên mình cô đơn và buồn.

Sức sáng tác của nhạc sĩ Anh Bằng vô cùng phong phú, ông sáng tác nhiều thể loại khác nhau như:

(Tình yêu đôi lứa (Nếu Vắng Anh, Căn Nhà Ngoại ô...), Tình yêu quê hương (Huế Đã Xa Rồi, Đà Lạt Xa Nhau, Nhớ Sài Gòn). Ngoài ra còn rất nhiều sáng tác về hoàn cảnh đau thương của đất nước trong thời bấy giờ (Chuyện Một Đêm, Nó, Cát Bụi, Gót Chinh Nhân, Đêm Nguyện Cầu…).

Nhạc Sĩ Anh Bằng là một trong những nhạc sĩ hiếm hoi được ra hải ngoại và tiếp tục sáng tác không ngừng, ngoài những bài thơ được phổ nhạc trước 1975 như "Nếu Vắng Anh" thơ Nguyên Sa, "Ai Bảo Em Là Giai Nhân" thơ Lưu Trọng Lư, "Anh Cứ Hẹn" thơ Hồ Dzếnh.

Hay sau nầy, ông phổ nhạc "Chuyện Giàn Thiên Lý" từ bài thơ "Làng Tôi" của Yên Thao, "Chuyện Tình Hoa Trắng" thơ của Kiên Giang, "Chuyện Hoa Sim" thơ Hữu Loan, "Trúc Đào" của Nguyễn Tất Nhiên, "Anh Biết Em Đi Chẳng Trở Về" của Thái Can, "Khúc Thụy Du" của Du Tử Lê, "Anh Còn Yêu Em" của Phạm Thành Tài đã mang đến những luồng gió tươi mát cho nền âm nhạc ViệtNam hải ngoại. Nhưng dù nhạc của ông thuộc thể loại nào vẫn bàng bạc tình người, hiền hòa, một lòng với quê hương đất nước, nhạc phẩm mới của ông viết về đấng sinh thành mà khi nghe lần đầu tiên tôi đã chạnh lòng nhớ tới người mẹ thân yêu đã khuất bóng tại quê nhà. Nhạc sĩ Anh Bằng đã sáng tác bài này bằng ngôn ngữ của trái tim, nên tâm trạng của ông cũng chính là tâm trạng của những người con lạc mẹ.

...Con lang thang giữa đời quạnh hiu quá
Đâu cũng sống nhưng không đâu là nhà
Còn quê mẹ xa nửa vòng thế giới
Con không về từ ngày mẹ ra đi
Đêm tha hương con gục đầu tưởng nhớ
Trên đời này mẹ con không gặp nữa
Trên đời này không bao giờ gặp nữa
Mẹ ơi mẹ con khóc giữa đêm mưa.
(Khóc Mẹ Đêm Mưa)

Nhạc sĩ Anh Bằng còn rất nhiều ca khúc mới, nhưng với những phương tiện phổ biến những nhạc phẩm mới có giới hạn như hiện nay, thật tiếc thay cho những yêu chuộng âm nhạc nhất là đã từng say mê những nhạc Anh Bằng

"...Sáng tác mới anh làm có cả trăm bài, vẫn nằm trong hộc tủ đó, Asia muốn lấy bài gì cho vào chương trình thì lấy, anh cũng không chú ý tới nữa."
(Trích trong bài viết "Anh Bằng và Tôi của Lê Dinh")

Ngày xưa một nhạc phẩm mới vừa sáng tác là được phổ biến trong mọi tầng lớp qua đài phát thanh Sàigòn và đài Quân Đội, khí hậu miền nam nắng ấm quanh năm, nhà nào cũng mở rộng cửa nên từ một radio thì vài nhà chung quanh cũng có thể nghe được, nhất là vào buổi trưa giờ học sinh về nhà ăn cơm. Mỗi trưa tan học về vừa tới đầu hẻm là tôi đã nghe nhạc miễn phí rồi, rồi nhớ và thuộc lòng như bản «Đêm Nguyện Cầu» của Lê Minh Bằng (Tên chung của bộ ba nhạc sĩ Lê Dinh, Minh Kỳ và Anh Bằng sáng tác 1966). Nhưng nghe rồi để hiểu và thấm thía từng lời ca tiếng hát trong bản nhạc là sau Tết Mậu Thân, vào trung học tôi mới ý thức được chiến tranh, mới thấy được sự hoang tàn đổ nát, cảnh chết chóc tang thương. Hình ảnh cây cầu ngày ngày in dấu chân tôi đến trường đã bị phá sập. Ngôi trường cũng bị loang lổ, nhiều nhà chung quanh ngôi trường chỉ còn lại nền nhà và những đống gạch vụn ám khói đen. Ôi, quê hương ơi, hãy xin lời nguyện cầu bình an :

...Thượng Đế hỡi có thấu cho Việt Nam này
Nhiều sóng gió trôi dạt lâu dài.
Từng chiến đấu tiêu diệt quân thù bạo tàn.
Thượng Đế hỡi hãy lắng nghe người dân hiền.
Vì đất nước đang còn ưu phiền.
Còn tiếng khóc đi vào đêm tường triền miên.

Có những lúc tiếng chuông đêm đêm vọng về rừng sâu.
Rưng rưng tôi chấp tay nghe hồn khóc đến rướm máu
Quê hương non nước tôi ai gây hận thù tội tình
Nhà Việt Nam yêu dấu ơi bao giờ thanh bình?
(Đêm nguyện cầu - Lê Minh Bằng)

Nhà Việt Nam yêu dấu ơi bao giờ thanh bình? Có phải chúng ta tự hỏi rằng đất nước đã ngưng tiếng súng hơn 30 năm rồi nhưng vẫn chưa có thanh bình thật sự, «thanh bình» của lũ người bỗng ngu ngơ, ác tâm đó vuốt mặt thành người, rồi hành hạ, rồi trả thù, thì những người ngu ngơ đó đã tạo ra một cuộc chiến tranh khác, thưa đó là cuộc chiến áp bức, người dân tôi khao khát tự do, thèm thuồng nền dân chủ đích thật và khao khát quyền được sinh ra làm người có nhân vị. Phải chăng bài hát van xin sự an bình cho ước muốn cho hằng triệu người tôi? ngày nay khi nghe lại vẫn còn thấm thía.

*...Bỗng ngu ngơ vuốt mặt thành người
Người mà lại phản bội người
Người mà lại hận thù người
Người mà lại hành hạ người
Không nhận mình là người...*
(Bài thơ Mây Trôi Trôi Hết Một Đời của Phạm Xuân Quang)

Thanh bình đâu phải chỉ nằm trong tay một thiểu số người ích kỷ hay của một đảng phái nhân danh sự bức bách, mà là của tất cả mọi người dân phải được hưởng, phải được tôn trọng, nhất là những quyền cơ bản nhất cho cuộc nhân sinh này.

Hơn bốn mươi năm sau nghe lại «Rưng rưng tôi chắp tay nghe hồn khóc đến rướm máu, Quê hương non nước tôi ai gây hận thù tội tình, Nhà Việt Nam yêu dấu ơi bao giờ thanh bình ?» vẫn còn là những lời kinh nguyện cầu chân chính nhất trong lòng tôi. Văng vẳng trong tôi có lời cầu xin của giáo dân Thái Hà, có nỗi phẫn uất Hoàng Sa và Trường Sa, và có tiếng khóc gào thét của nạn Dân Oan đến tội nghiệp quê hương tôi.

Lời cuối tôi đã ghi nhận tâm tư của mình về dòng nhạc của nhạc sĩ Anh Bằng, dòng nhạc đã thấm sâu vào hồn tôi qua những âm thanh thướt tha lưu luyến đó ; Thật vậy, nhạc của Anh Bằng cho tôi những thoáng mộng mơ như "Nếu vắng anh" hay "Ai bảo em là giai nhân", rồi chạnh lòng với tình mẫu tử "Khóc mẹ đêm mưa", qua bao bài hát quen thuộc mang tôi về gần gũi với quê hương có kỷ niệm của chiến tranh, hoang phế quê hương tôi, có lời kinh cầu vọng về trong đêm khuya, từ nỗi âu lo hoang mang của ngày tháng cũ, tôi viết những dòng chữ này kính mến gửi đến nhạc sĩ Anh Bằng, tôi muốn cảm ơn ông thật nhiều, vì đã cho tôi những xúc cảm âm nhạc, những ý nghĩ miên viễn về quê hương tôi:

*"Quê hương non nước tôi ai gây hận thù tội tình
Nhà Việt Nam yêu dấu ơi bao giờ thanh bình?"*

THỤY VI PARIS

cảm nghĩ về nhạc dân gian

- Anh Bằng - Hoàng Nam -

Tôi ra đời ở làng Điền Hộ, huyện Nga Sơn, tỉnh Thanh Hóa. Khi lên 10 tuổi, tôi phải xa gia đình để đi học ở một trường dòng tu Công Giáo tên là Tiểu Chủng Viện Ba Làng. Trong các môn học thì như duyên tiền định, tôi yêu mến, thích thú môn âm nhạc. Khi tôi nghe tiếng nhạc hay tiếng đàn, tim tôi mê mẩn dạt dào. Điều linh tính đó đưa tôi đến gần âm nhạc hơn khi tôi khôn lớn.

Nhạc là một phạm vi bao la, bát ngát trong nếp nhân sinh. Trong bài viết này tôi chỉ muốn nói về âm nhạc dân gian, mà trong đó nhạc dân gian Bắc phần có ca trù, hay hát ả đào, và quan họ Bắc Ninh. Tôi còn nhớ những năm khi quê hương miền Bắc loạn lạc, toàn dân chống thực dân Pháp, tôi tản cư về thành lánh bom đạn. Tôi có quen hai chị em thiếu nữ người Bắc Ninh, hai cô có làn hơi phong phú, hát ả đào, ngân giọng ca trù rất hay. Tôi đã gần gũi với nhạc dân gian, và từ đó tìm hiểu thêm về một góc đẹp văn hóa quê hương.

Việt Nam là một quốc gia đa sắc tộc với một nền văn minh lâu đời, có một nền âm nhạc dân gian đa dạng như Việt Nam phải nói là thật phong phú. Những tiết tấu, âm điệu đặc trưng của dân ca phần lớn phát nguồn từ những câu đồng dao dù bình dị đơn giản, hay những câu ca dao thâm thúy khúc chiết và loại thơ vần như lục bát, thơ được gạn lọc, bổ sung qua nhiều giai đoạn thời gian rồi trở nên những thể loại ca hát dân gian khác nhau của từng địa phương, từng vùng đất nước, từng miền phương ngữ. Ví dụ như hát ví giao duyên của miền trung du bắc phần. Hát Chầu văn là hình thức hát nhạc thờ cúng, có tính chất tôn giáo linh thiêng, các thầy cúng chuyên nghiệp đánh đàn nguyệt, có giọng hát điêu luyện phụ họa thuộc nhiều điệu hát, và pha vào đấy là tiếng trống vỗ. Độc đáo phải kể về lối hát Quan họ Bắc Ninh, một lối hát rất phong phú về âm nhạc. Rồi lối hát Ả đào, một

Vợ chồng Nguyên Vũ - Thúy Anh, Anh Bằng,
Vợ chồng Hoàng Nam - Lệ Hoa

hình thức rất đặc biệt của nhạc dân gian Bắc phần. Về thành phần cho lối hát Ả đào gồm có một người hát hay đào nương, hai tay gõ phách, một nhạc công đàn đáy, một trống chầu dùng để người nghe hay quan viên thưởng ngoạn những âm giai, những giọng hát hay.

Mới đây anh bạn Việt Hải ngỏ ý là tôi hãy phổ nhạc một bài dân ca Quan họ, tôi bảo tôi chỉ phổ theo lối dân ca quê hương mà thôi. Vì dân ca Quan họ cần những quy tắc về điệu hát và nhạc cụ chuyên môn, nó không phải phạm trù chuyên môn của tôi. Bài hát Quan họ Việt Hải bàn luận là bài hát nổi tiếng mà nhiều người biết đến là Người Ở Đừng Về, đây là tên một bài hát dân ca Quan họ Bắc Ninh do Xuân Tứ cải biên từ bài Quan họ cổ điển Chuông Vàng Gác Cửa Tam Quan và bài hát được viết xuất xứ từ một bài thơ dân gian. Bài hát thường được cất lên vào lúc hội tàn, nhất là khi từ giã nhau. Trong ý thơ chan chứa lời hò hẹn, nhắn nhủ khi ta nghe câu ca "Người ơi! Người ở đừng về".

Người ơi người ở đừng về
Người về em vẫn khóc thầm
Đôi bên vạt áo ướt đầm như mưa
Người ơi người ở đừng về
Người về em vẫn trông theo,
Trông nước nước chảy, trông bèo bèo trôi
Người ơi người ở đừng về
Người về em nhắn tái hồi
Yêu em xin chớ đứng ngồi với ai

Việt Nam là quốc gia mà nền kinh tế và xã hội được phát triển từ nông thôn, do đó nếp dân sinh ở các xóm làng miền quê, tình yêu trai gái được ghi nhận qua nhiều trong vần thơ hay các câu đồng dao. Sự lãng mạn của trai gái bị nếp lễ giáo nho phong ràng buộc, hãy nghe tiếp đoạn cuối:

Mình về, ta chẳng cho về,
Ta nắm vạt áo ta đề câu thơ
Câu thơ ba chữ rành rành:
Chữ Trung, chữ Hiếu, chữ Tình là ba.
Chữ Trung thì để phần cha,
Chữ Hiếu phần mẹ, đôi ta chữ Tình.

Những bài dân ca Quan họ khác thịnh hành là: Ngồi tựa song đào, Tương phùng tương ngộ, Bèo dạt mây trôi, Ngồi tựa mạn thuyền, Đêm qua nhớ bạn...

Sau đây xin đính kèm bản nhạc mà bài Người Ở Đừng Về mà tôi phổ thành nhạc như sau, dẫn ý lời trích từ bài thơ nêu trên.

Mình Ơi Em Chẳng Cho Về
Người ơi người ở đừng về
Người về em vẫn tỉ tê (mà) khóc thầm
Người về em đứng em nằm
Đôi bên vạt áo ướt đầm (mà) như mưa

Người ơi người ở đừng về

Người về em vẫn kè kè (mà) trông theo
Người ơi em vẫn trông theo
Trong nước nước chảy trông bèo (mà) bèo trôi

Mình ơi!
Mình ơi đừng ở đừng có về nghe
Mình về em nhắc lời thề (mà) nhớ thương
Nhớ thương nhớ thương em vẫn nhớ thương
Yêu em xin chớ chung giường (mà) với ai

Mình ơi em chẳng cho về
Em níu vạt áo em đề (mà) bài thơ
Chữ Trung xin để phần cha
Chữ Hiếu phần mẹ, đôi ta (là) chữ Tình

Tình tình tình ơi hỡi tình ơi
Tình tình tình ơi hỡi là tình
Tình tình tình ơi hỡi tình ơi
Tình tình tình ơi hỡi là tình
(Anh Bằng)

Như lời giao kết viết chung với nhạc sĩ Anh Bằng, tôi (Hoàng Nam) sẽ nối tiếp bài viết này.

Qua phần trình bày trên của nhạc sĩ Anh Bằng đi sơ qua một số bài thơ mà lời dùng cho các bài hát dân ca Quan họ thịnh hành mà quần chúng quen biết, ông cũng rất vui khi bàn bạc với nhạc sĩ Lê Dinh và tôi về chủ đề này, ông rất thích bài thơ lãng mạn "Người ở đừng về". Tôi vốn biết ông có tài phổ nhạc từ thơ rất nhanh, một khi nguồn cảm hứng đến ông ghi nhận ý nhạc trong nhấp nháy. Ông cho biết khi làm bài hát Chuyện Hoa Sim, khi viết xong được mấy câu bỗng ông lăn đùng ra ngủ, sáng sớm hôm sau thức dậy ông hý hoáy vội tiếp ra giấy khi ý nhạc tuôn ra như suối. Tôi đồng ý khi nguồn cảm tác đến hay có hứng khởi sẽ rất quan trọng cho giới văn nghệ sĩ trong lãnh vực chuyên môn của họ.

Với bài Người Ở Đừng Về khi chúng tôi bàn bạc về nhạc dân ca, và dùng nó như một mẫu mực khi nhìn vào kho tàng nhạc Quan họ, nó mang nét tình yêu trai gái trao ước lời lãng mạn, dễ thương trong nỗi dịu dàng nào đó. Bài Mình Ơi Em Chẳng Cho Về của Anh Bằng theo dòng suối chảy mượt mà trong ý thơ và duyên dáng theo tiếng nhạc quê hương. Đây là một kỷ niệm vui giữa hai nhạc sĩ Anh Bằng và Lê Dinh, và tôi được may mắn đóng góp nét tổng quát về nét thơ dân ca qua bài viết này.

Được biết trước năm 75, khi nhạc sĩ Anh Bằng phục vụ tại hai Đài Phát Thanh Sài Gòn hoặc Đài Phái Thanh Quân Đội, ông nhận lãnh viết gấp, mà trong từ ngữ chúng tôi dùng là viết marathon với thời gian, những ca khúc đáp ứng cho nhu cầu của những chiến dịch đặc biệt, như Phượng Hoàng, ông ngồi trong xe và nắn nót vỗ về ý nghĩ trong ba mươi phút phù du có xong bài hát cho nhu cầu thời chiến, nhạc phải hay để ca sĩ vui mà hát. Đó là cái tài năng của nhạc sĩ Anh Bằng.

Nhạc phổ từ thơ là một phạm vi Anh Bằng có sở trường từ thiên khiếu. Bài Mình Ơi Em Chẳng Cho Về dùng lời lục bát, ông khéo léo đưa vào âm điệu đặc thù của quê hương Việt Nam, chắc hẳn trong trái tim của ông theo ý tôi, xuất từ vùng Thanh Hóa, cái nôi của văn hóa thi ca âm nhạc, và quê hương của ông đã tạo ra người nhạc sĩ thủy chung với dòng nhạc đậm đà với thi vị quê hương đất nước, trong cái chất tình tự bàng bạc với dân tộc không kém.

Đó là phần Anh Bằng trích thơ dân gian dễ phổ nhạc. Bây giờ tôi xin tiếp tục đề tài Quan họ mà Anh Bằng đã đề xướng trong phần ông viết.

Theo Bách khoa Tự điển Wikipedia thì nguồn gốc "Quan họ" được diễn nghĩa đen về mặt từ nguyên ngữ của "quan" và của "họ". Điều này dẫn đến những ý kiến giải thích về Quan họ xuất phát từ "âm nhạc cung đình" (nhạc của tầng lớp quan lại trong triều đình), hay gắn liền với sự tích một ông quan khi đi qua vùng Kinh Bắc đã ngây ngất bởi tiếng hát của liền anh liền chị ở đó và đã dừng bước để thưởng thức "họ" vui ca. Tuy nhiên, cách giải thích này đã vô tình bỏ qua những yếu tố của không gian sinh hoạt văn hóa Quan họ như hình thức sinh hoạt xã hội, những nghi thức các phường kết họ khiến anh hai, chị hai để rồi suốt đời chỉ là bạn, không thể kết duyên vợ chồng, cách diễn xướng, hay lối sử dụng từ ngữ đối đáp với nhau về ý nghĩa và thanh điệu trong sinh hoạt văn hóa đối đáp dân gian.

Lại có một số quan điểm cho rằng Quan họ bắt nguồn từ những nghi lễ tôn giáo dân gian, chứ không phải Quan họ có nguồn gốc từ âm nhạc cung đình, hoặc có quan điểm nhận định diễn tiến của hình thức sinh hoạt văn hóa "chơi Quan họ" bắt nguồn từ nghi lễ tôn giáo dân gian qua cung đình rồi trở lại với dân gian.

Một nhận định khác dựa trên phân tích theo nghĩa từ ngữ, trong các làn điệu và không gian diễn xướng lại cho rằng Quan họ là "sự liên quan" đến một nhóm những người yêu quan họ ở vùng Kinh Bắc.

Xét về yếu tố nhân văn, "hát Quan họ" là một lãnh vực văn hóa truyền thống có giá trị cao quý của người Việt. Quan họ truyền thống đã phát triển và được lưu truyền tại ở 49 làng Quan họ gốc ở xứ Kinh Bắc. Vùng bình nguyên rộng lớn của hai tỉnh Bắc Ninh và Bắc Giang, mà gồm nhiều làng quan họ quy tụ trên phạm vi đất Bắc Ninh, và chỉ có vài làng nằm trên đất Bắc Giang. Do đó, người ta vẫn thường ví đó là vùng Kinh Bắc, hoặc giả cho là Bắc Ninh là quê hương của các làng Quan họ truyền thống, là chiếc nôi sinh ra và nuôi dưỡng các làng Quan họ. Người dân Kinh Bắc hãnh diện về nguồn gốc văn hóa Quan họ truyền thống, như là hình thức tổ chức sinh hoạt văn hóa âm nhạc dân gian tiêu biểu của Bắc phần nói chung, với những quy luật nghiêm khắc khi đòi hỏi liền anh liền chị phải am tường tiêu chuẩn, tuân theo luật lệ âm nhạc Quan họ. Vì vậy cho nên người dân Kinh Bắc thích thú khi thưởng lãm thú vui về luật Quan họ.

Trong luật Quan họ gồm lối người trình diễn nam hay nữ mặc trang phục Quan họ đúng cách như nét đẹp của văn hóa Kinh Bắc. Trang phục Quan họ còn gọi là trang phục liền anh liền chị. Trang phục nam dành cho các liền anh Quan họ thường mặc áo dài vải màu tươi sáng, may năm thân, cổ đứng, viền tà, gấu to, dài quá đầu gối, và bên trong mặc áo cánh. Còn áo dài bên ngoài được may bằng lương, the, đoạn, màu đen. Theo lối cũ trước đây, người nam thường vấn tóc búi tó bằng khăn nhiễu. Sau này họ cải biến đi khi cắt tóc ngắn, rẽ ngôi nên dùng loại khăn xếp may sẵn bán ở các cửa tiệm cho thuận tiện.

Về trang phục nữ Quan họ còn gọi là trang phục liền chị chung quy gồm các thành phần như trong cùng là một chiếc yếm có màu "mạnh" dễ bắt mắt, xậm như đỏ (xưa gọi là yếm thắm), vàng thư (hoa hiên), xanh da trời (thiên thanh), hồng nhạt (cánh sen)... Có hai loại yếm như yếm cổ xẻ (dùng cho trung niên) và yếm cổ viền (dùng cho thiếu nữ). Bên ngoài yếm là một chiếc áo cánh màu trắng, vàng, ngà,... là những màu nhẹ, hay nhạt. Bên ngoài cùng là những lượt áo dài năm thân, cách phối trí màu cũng tương tự như ở bộ trang phục nam nhưng màu sắc tươi hơn.

Quan họ truyền thống không có nhạc đệm và chủ yếu là hát đôi giữa liền anh và liền chị vào dịp lễ hội xuân thu nhị kỳ ở các làng quê. Trong quan họ truyền thống, đôi liền anh đối đáp với đôi liền chị được gọi là hát hội, hát canh, hay hát nhóm, hay hát rủ bọn. Cả nhóm liền anh đối đáp cùng cả nhóm liền chị được gọi là Hát đối đáp. Có nhiều lối hát như: Hát đối đáp, Hát canh, Hát hội, Hát thờ, Hát cầu đảo, Hát chúc mừng,...

*

Bây giờ chúng ta xét qua một loại hát khác là Hát ả đào, hay còn gọi là Ca trù.

Nếu như Kinh Bắc là đất của văn hóa Quan họ, thì xứ Đoài là một trong những cái nôi của văn hóa Ả đào, hay Ca trù cửa đình. Nơi có nhiều nhà hát cô đầu nhất là ở Xứ Đoài, và Xứ Đoài gồm có Phú Thọ, Vĩnh Phúc ở phía bắc, Hà Tây ở phía nam, tiếp giáp Thăng Long (Hà Nội). Phú Thọ - Vĩnh Phúc là vùng trung du, nơi quy tụ của ba dòng sông lớn tại Bắc phần là sông Hồng, sông Lô và sông Đà chụm về đây, nơi có kinh đô Phong Châu của vua thủy tổ Hùng Vương, nơi có nguồn gốc tổ tiên của Việt tộc. Do đó nền văn hóa xứ Đoài trải dài từ vùng trung du đến đồng bằng Bắc bộ.

Lịch sử phát triển của nghệ thuật ca trù đã trải qua các thời kỳ rất phức tạp, thuở ban sơ của buổi khai mở ngành này, nó là ban nữ nhạc trong cung đình của nhà vua với tính cách giúp vui cho hoàng gia thưởng lãm, nên được xem như một loại nghệ thuật "cung đình". Với lối hát tiêu khiển, vui chơi để phục vụ cho nhu cầu thưởng ngoạn của một số quan lại, cùng nho sĩ thì nó là một hình thức nhạc thính phòng. Với lối hát cửa đình hay hát trước hương án của các vị thành hoàng ở bên trong nhà và hát bên ngoài sân hội với đông đảo quần chúng tham dự, do đó nghệ thuật ca trù được xem như vừa mang tính chất thính phòng, lại vừa mang tính chất đại chúng. Ca trù được ghi nhận ra đời vào thế kỷ 15, trải qua nhiều giai đoạn đổi thay và cải tiến, đến giai đoạn phát triển hưng thịnh nhất lên hàng nghệ thuật của nó là vào thế kỷ 19. Các quan lại trí thức, các nho sĩ thường mời ả đào về tư dinh của mình để hát những bài thơ của các thi sĩ nổi tiếng hoặc thơ của chính mình sáng tác. Nghệ thuật ca trù cần 3 người: một ả đào vừa hát vừa gõ phách, một kép đánh đàn đáy và chính chủ nhân vừa làm khán giả, vừa là người cầm chầu tức đánh trống. Người cầm chầu vừa điểm trống theo câu hát vừa là người thưởng, phạt, khen, chê, thông qua hiệu lệnh của tiếng trống. Chỉ cần 3 người cũng đã tạo nên một buổi trình diễn ca trù tiêu biểu.

Thể thức ca trù là một nghệ thuật phối hợp giữa âm nhạc và thi ca, mỗi buổi hát ca trù là một cuộc trình diễn nghệ thuật mà trong đó cả diễn viên và khán giả đều là nghệ sĩ thưởng ngoạn cái nghệ thuật do chính mình đóng góp. Khi cả hai bên diễn viên và khán giả đều tích cực tham gia vào cuộc trình diễn, thì họ tìm được một sự đồng điệu trong nghệ thuật. Ca trù đã trở thành thú chơi tao nhã của các bậc phong lưu, nho sĩ vào thời hưng thịnh xưa và chính nó tiêu biểu cho hình thức âm nhạc thính phòng độc đáo của người thưởng ngoạn Việt Nam. Một khi ca trù thoát ra khỏi những vương cung hoàng phủ thì nó nghiễm nhiên trở nên một nghệ thuật tiêu khiển cho đa số quần chúng, để nó phục vụ khối lượng lớn của đám đông rồi trở thành loại âm nhạc dân gian của dân tộc. Chính sự phổ biến sâu rộng ra ngoài môi trường quảng đại quần chúng, nên ca trù được các danh sĩ tài hoa rành âm luật thi ca đa dạng hóa, cải tiến để bổ sung nhiều lối hát, làm cho ca trù ngày càng thêm phong phú.

Luận bàn về tên gọi thì "Ca trù" bắt nguồn từ cái "trù", tức là cái thỏi bằng tre ghi chữ nho. Mỗi trù tương ứng với một số tiền nhất định nào đó. Mỗi khi ca đoạn nào hay, đào hát lại được khán giả tưởng thưởng cho một vài cái trù.

Còn với tên "Ả đào", được hiểu chữ "ả" có nghĩa là một cô nương, và chữ "đào" có nghĩa là một cành đào biểu tượng cho nét đẹp của người nữ, danh từ "Hát ả đào" cũng có thể hiểu là ngành ca hát của cô gái sống bằng nghề này. Sau nữa, nói về danh từ "Cô đầu" thì có người cho rằng nguyên thủy là "Cô đào", dần dà người ta quen nói trại đi thành "Cô đầu". Theo sách biên khảo về ca trù của các tác giả Đỗ Trọng Đoàn và Đỗ Trọng Huế thì hai ông cho là chữ "đầu" ám chỉ tiền hoa hồng hay tiền đầu mà đào nương phải trả cho người thầy dạy. "Cô đầu" lại cũng được dùng để ám chỉ những người hát chuyên nghiệp thâm niên dẫn đầu có nhiều học viên.

Do vậy, dù là "Ca trù" hay "Hát ả đào", hoặc "Hát Cô đầu" vẫn chỉ là một ý tưởng mà thôi. Nó là lối hát nói, là một lối hát quan trọng của thú vui chơi, thưởng ngoạn âm nhạc ngày trước, vì nó đánh dấu giai đoạn đưa thi ca vào âm nhạc, nó khuyến khích sự ra đời một thể thơ mới, đặc biệt trong văn học Việt Nam. Nhiều bài hát nói nổi tiếng của các thi nhân danh tiếng như Nguyễn Công Trứ, Cao Bá Quát, Nguyễn Khuyến, Dương Khuê, Tản Đà... những tác giả cho nhiều bài thơ mẫu mực cho thế hệ sau lấy làm tài liệu học tập. Thơ của họ là những tác phẩm có giá trị cao quý đóng góp cho nghệ thuật ca trù và cho văn học Việt Nam vào thế kỷ 19, cũng là mầm mống cho thể loại thơ mới, hay thơ tự do về sau này.

Những bài tuyệt tác của ca trù được biết như: Hồng Hồng Tuyết Tuyết (thơ Dương Khuê), Tự tình (thơ Cao Bá Quát), Bắc phản (thơ Nguyễn Du), Tỳ bà hành (thơ Bạch Cư Dị), Kể chuyện (thơ Bà Huyện Thanh Quan), Hương Sơn phong cảnh (thơ Chu Mạnh Trinh), Hỏi gió, Gặp xuân (thơ Tản Đà), Hồ Tây (thơ Nguyễn Khuyến)...

Khi tôi nghe nữ sĩ Bạch Hạc bên Houston trình bày bài ca trù nổi tiếng của nhà thơ Dương Khuê qua tác phẩm "Hồng Hồng Tuyết Tuyết", tôi cảm nhận một sự say mê thích thú. Giáo Sư Doãn Quốc Sỹ và nhà thơ Vũ Hối đều chia sẻ một quan điểm tương đồng về thú thưởng ngoạn ca trù.

Sau đây chúng ta xét về bài ca trù "Hồng Hồng Tuyết Tuyết",

(Phần mưỡu)
"Ngày xưa Tuyết muốn lấy ông
Ông chê Tuyết bé, Tuyết không biết gì
Bây giờ Tuyết đã đến thì
Ông muốn lấy Tuyết, Tuyết chê ông già.

Nước nước biếc, non non xanh
Sớm tình tình sớm, trưa tình tình trưa
Nhớ ai tháng đợi năm chờ
Nhớ người độ ấy bây giờ là đây.

(Phần Nói)
Hồng Hồng, Tuyết Tuyết
Mới ngày nào còn chưa biết chi chi
Mười lăm năm thấm thoát có xa gì
Ngoảnh mặt lại đã đến kỳ tơ liễu.
Ngã lãng du thời quân thượng thiếu
Quân kim hứa giá ngã thành ông.
Cười cười nói nói sượng sùng
Mà bạch phát với hồng nhan chừng ái ngại
Riêng một thú Thanh sơn đi lại
Khéo ngây ngây dại dại với tình
Đàn ai một tiếng Dương tranh.

Bài hát trên tác giả ngụ ý nói ả đào Hồng Tuyết không ngoài ý nghĩa là mượn tên ám chỉ tên một cô gái trong nghề ca trù, mà còn muốn nói lên một đào nương ngay từ khi còn bé tí như một bông hoa xinh đẹp, ngây thơ và trong trắng. Đào nương được quý trọng từ thuở tấm bé đó đã được học đánh phách. Đứa bé còn vô tư, chưa biết gì về ý niệm ái tình. Nhưng 15 năm sau bé gái ấy đã đến giai đoạn dậy thì khách lãng du thuở xưa ngỏ lời tự sự của một ông già ham vui là người vốn ăn chơi ái tình lãng mạn từ khi em còn bé tí, nay khách đã già nhưng vẫn còn tính ăn chơi ong bướm như xưa. Từ ngữ được xử dụng trong bài hát "Bạch phát" mang ý nghĩa là tóc bạc, ám chỉ khách nay đã già nua rồi. Ý thơ cho biết khách ăn chơi nay gặp lại cô bé, nàng đã khôn lớn xinh đẹp, tuổi tác quá chênh lệch nên gặp nhau vẫn cười nói ngượng ngùng. Còn "Thú Thanh sơn đi lại", ám chỉ nơi hồng lâu tập trung nhiều cô đầu thuộc khu vực Hà Đông - Hà Tây ngày nay. Các câu mưỡu tức câu tóm tắt đại ý trong bài.

Như phần trên đã đề cập, nguồn gốc ngành ca trù cho thấy rằng nó có xuất xứ từ nơi cung đình, vì vậy cái gốc là hát cửa đình thường gồm 3 phần tế tự, thơ ca và múa biểu diễn. Ca trù được biến thiên, phổ cập hóa cho mọi người trong quần chúng thưởng ngoạn. Qua bài hát dẫn dụ tiêu biểu trên của nhà thơ Dương Khuê, bài ca được soạn từ lời thơ thật uyên thâm, trữ tình và ý tưởng phong phú. Điều đó đã nói lên nét đẹp của ca trù.

Bài viết «Cảm Nghĩ Về Nhạc Dân Gian» của Anh Bằng và Hoàng Nam chỉ lướt phớt qua hai loại nhạc dân gian Bắc phần mà chúng tôi lấy làm thích thú. Qua loại dân ca Quan họ Bắc Ninh được dẫn chứng từ bài hát thịnh hành «Người ở đừng về», rồi nhạc sĩ Anh Bằng lấy ý phổ ra thành bài tình ca quê hương, với tên Mình Ơi Em Chẳng Cho Về. Với loại nhạc dân ca Bắc phần khác là về hát ả đào hay ca trù được trình bày về nguồn gốc và dẫn dụ bài ca tiêu biểu "Hồng Hồng Tuyết Tuyết", cho thấy nét độc đáo của ca trù về sự phối hợp đa dạng, nhịp nhàng giữa thi ca và âm nhạc, và nhiều khi kèm theo hoạt cảnh vũ nữa.

Những điệu nhạc dân gian này phản ảnh những tình tự văn hoá đáng yêu của dân tộc Việt Nam. Tiếng ca Quan họ hay tiếng hát ả đào đi vào nhạc dân gian, đi vào vào nhạc của quần chúng, có vườn hoa âm nhạc của lịch sử đất nước, bởi vì một dân tộc có bề dầy về văn hóa không thể thiếu khía cạnh âm nhạc tiêu biểu cho dân tộc đó. Chúng tôi xin chấm dứt ở đây với điều hiển nhiên này.

ANH BẰNG - HOÀNG NAM

Tài liệu Tham khảo:
- *Tự điển Bách khoa Wikipedia*
- *Chim Việt Cành Nam Online*
- *Trần Quang Hải Website*

NHẠC SĨ ANH BẰNG
và
Đêm Nguyện Cầu

- Minh Nguyệt -

"Mỗi một chúng ta có thể làm những việc mà không ai khác có thể làm được... có thể yêu những điều mà không ai khác có thể yêu... Chúng ta như vĩ cầm. Chúng ta có thể được ứng dụng như vật chắn cửa hoặc là chúng ta có thể sáng tác nhạc. Anh biết phải làm gì."
– Nữ sĩ Barbara Sher
(Nguyên Văn: *Every single one of us can do things that no one else can do-can love things that no one else can love... We are like violins. We can be used for doorstops, or we can make music. You know what to do."*

Âm nhạc là một phần sáng tạo của đời sống. Thiếu âm nhạc thì sự sống sẽ gần như thiếu tất cả. Âm nhạc giống như một tác phẩm lịch sử khắc ghi lại vết thương của một đoạn đời đã qua và tâm trạng của người đã từng kinh nghiệm qua dòng đời đó. Âm nhạc là nỗi thổn thức của nhạc sĩ trước những diễn biến của đời sống trước mắt, của bao nỗi đau thương tang tác trong cuộc chiến khốc liệt, chan chứa mọi hệ lụy của tình yêu và cuộc đời. Nhạc sĩ thay vì ngậm ngùi, họ đã can đảm đứng lên trong nỗi niềm bi thiết đó. Thay vì gặm nhắm đắm chìm trong nỗi sầu muộn, nhạc sĩ đã chọn lựa con đường sáng tác để vinh danh đoạn đời mà nhạc sĩ đã đi qua, và thế hệ con cháu mai sau của họ sẽ mãi bàng hoàng kinh ngạc trước dòng nhạc thắm thiết mà nhạc sĩ đã gieo trong họ với những cảm xúc bất chợt ở một đoạn đời quá khứ rất xa xôi, ở những biến động chiến tranh của quê hương mà họ chưa bao giờ được biết. Họ sẽ khám phá và sẽ tìm thấy lịch sử quê nhà trong dòng nhạc của nhạc sĩ. Họ sẽ tìm thấy những điều cao quí trong chuỗi đời bình thường mà nhạc sĩ đã biểu hiện qua lời nhạc của họ và họ sẽ cảm nhận được những nỗi sầu muộn cay đắng nhọc nhằn mà cha ông của họ bao năm hằng gánh chịu.

Vì thế, tôi cho nhạc sĩ là một sử gia. Vì họ đã ghi chú lại hình ảnh xưa kia qua âm thanh. Âm thanh đó sẽ ngàn năm giao động lòng người, cho con người của thế hệ hôm nay và có lẽ kể cả những con người của các thế hệ tiếp nối đồng cùng kinh nghiệm cái kinh nghiệm mà nhạc sĩ đang mở ra trước mắt họ. Nhạc sĩ đã trải dài tâm trạng của họ trên những dòng âm thanh cao vút với những nét chấm phá đại tài qua những chất xúc tác đầy ắp trong họ. Khi người ca sĩ hát lên lời nhạc của họ, chính họ cũng sẽ chết chìm trong đó cái cảm xúc dị thường mà nhạc sĩ đã cảm xúc, và người ca sĩ cũng chuyên chở được cảm xúc đó đến người nghe tâm hồn nhậy cảm của nhạc sĩ. "Đó là tôi, và đây là kinh nghiệm mà tôi đã trải qua. Xin hãy sống và hãy cùng kinh nghiệm với tôi đoạn đời bi thương đó. Tôi đã sống qua nó và các vị sẽ sống qua nó bằng hồn nhạc, bằng sự cảm xúc của trái tim mà tôi đã ghi chép lại bằng những nốt nhạc."

Nhạc sĩ Anh Bằng, như bao nhạc sĩ tài danh khác, đã ghi chép lại trong giai đoạn lịch sử của quê hương. Ông đã làm những việc mà có lẽ không ai khác có thể làm được. Ông có thể yêu những điều mà không ai có thể yêu. Ông đã sống qua nó và ông muốn chia sẻ cái kinh nghiệm sống đó với người nghe và đánh thức trong họ dòng cảm xúc mà ông đã từng cảm xúc xưa kia qua chiến tranh.

Khi tôi dò theo tiểu sử và những bản nhạc của nhạc sĩ Anh Bằng, tôi thấy được đoạn đời mà ông đã đi qua, đã cảm nghiệm bằng chính tâm hồn của ông. Qua bản nhạc Đêm Nguyện Cầu, tôi thấy được nỗi đau của quê hương và lời ông như văng vẳng vọng lại từ cái Đêm Nguyện Cầu đó.

"Hãy lắng tiếng nói vang trong tâm hồn mình người ơi
Con tim chân chính không bao giờ biết đến nói dối
Tôi đi chinh chiến bao năm trường miệt mài
Và hồn tôi mang vết thương vết thương trần ai..."

Hội ngộ đầu xuân tại nhà Nhạc sĩ Lam Phương

Ông đã lắng tiếng nói và ông kêu gọi chúng ta hãy cùng lắng tiếng nói như ông vì chỉ khi nào tâm hồn chúng ta có thể lắng xuống, chúng ta mới hiểu được, và mới có thể mở rộng cửa lòng để lắng nghe lời cầu nguyện của một người lính đang van cầu Thượng Đế xót thương quê hương của ông. Và ông còn chia sẻ… "Con tim chân chính không bao giờ biết đến nói dối…" Không, con tim chân chánh không bao giờ nói dối khi con tim đó đang hướng vọng về Thượng Đế. Lời nhạc đó làm tôi xúc động vì nhạc sĩ Anh Bằng đã phác họa cho tôi thấy được hình ảnh của một người lính đang quỳ gối nguyện cầu dưới làn bom đạn, mặc tình súng nổ bên tai ông. Hình ảnh đó làm người nghe cảm thấy muốn khóc.

"Có những lúc tiếng chuông đêm đêm vọng về rừng sâu.
Rưng rưng tôi chấp tay nghe hồn khóc đến rướm máu
Bâng khuâng nghe súng vang trong sa mù
Buồn gục đầu nghẹn ngào nghe non nước tôi
trăm ngàn ưu sầu."

Cùng cười với nhau đầu xuân

Phải nói nhạc sĩ Anh Bằng không chỉ là một nhạc sĩ mà còn là một họa sĩ. Ông đã cho mọi người thấy rõ được hình ảnh của một người lính sống giữa chiến cuộc. Tuy cận kề với cái chết, dù hồn ông mang những vết thương trần ai và ông đã lăn lộn cuộc đời chiến binh qua bao năm trường rồi nhưng người lính đó không hề nghĩ đến bản thân mình, ông chỉ nghĩ đến quê hương của ông và những người dân lành phải vật vã khốn khổ giữa cuộc chiến kinh hoàng đó. Ông đã chấp tay, đã cầu nguyện, và nghe hồn ông khóc đến rướm máu trước một quê hương đầy trăm ngàn ưu sầu. Tôi đã nghe bản nhạc này từ lúc còn nhỏ. Mấy người chú của tôi thường dạo đàn ghi ta ở phòng khách mỗi khi họ đến nhà chơi và họ thường ngâm nga bản nhạc đó vào mỗi đêm Giáng sinh. Có lẽ chính vì vậy mà tôi đâm ra yêu thích bản nhạc đó hay chăng? Có lẽ như vậy. Nhưng những dòng chữ tiếp đó khiến người nghe thêm bàng hoàng chấn động.

"Thượng Đế hỡi có thấu cho Việt Nam này
Nhiều sóng gió trôi dạt lâu dài.
Từng chiến đấu tiêu diệt quân thù bạo tàn.

Thượng Đế hỡi hãy lắng nghe người dân hiền.
Vì đất nước đang còn ưu phiền.
Còn tiếng khóc đi vào đêm trường triền miên."

Khi có chiến tranh thì tất có nhiều sóng gió. Sóng gió của những người dân chạy nạn. Sóng gió của mẹ khóc con, vợ khóc chồng, người đầu bạc tiễn đưa người tóc xanh. Những cơn sóng gió đó đã trôi dạt lâu dài, biết bao giờ mới kết thúc? Ông van xin Thượng Đế hãy lắng nghe những người dân hiền đang vật vã trong tiếng khóc đó và tiếng khóc đó đã triền miên không dứt trong đêm trường. Giữa lằn bom đạn, nghe tiếng súng vang trong sa mù, ông đã hướng về Đấng Tối cao cầu nguyện. Ông không chỉ cầu nguyện mà ông cầu nguyện như một lời tâm sự với Thượng Đế về quê hương tội nghiệp của ông. Ông không chỉ cầu nguyện, ông đã thắc mắc vì không hiểu sao đất nước yêu dấu của ông lại lắm cảnh loạn lạc... và khi nào hoà bình mới thật sự trở về?

Khi cha tôi còn tại thế, ông từng kể cho tôi nghe về một đất nước ưu phiền như vậy với bao tiếng khóc và nước mắt của họ mênh mông hơn cả biển cả bao la. Nhạc sĩ Anh Bằng đã cho tôi kinh nghiệm cái kinh nghiệm mà ông đã một thời kinh nghiệm qua và ông cho tôi sống với cảm xúc mà ông đã sống và đã cảm xúc ở một cuộc thế tơi bời đó.

"Có những lúc tiếng chuông đêm đêm vọng về rừng sâu.
Rưng rưng tôi chấp tay nghe hồn khóc đến rướm máu
Quê hương non nước tôi ai gây hận thù tội tình
Nhà Việt Nam yêu dấu ơi bao giờ thanh bình?"

Có một văn sĩ nào đó cho rằng chiến tranh khiến con người sống động hơn, sùng đạo hơn. Có lẽ khi con người chạm trán trước cái chết, trước những phân ly tang tóc, họ thấy họ không còn là họ nữa. Họ không còn cái tôi nữa. Họ chỉ thấy được nỗi đau của bàng dân thiên hạ và không có người nào ý thức được nỗi đau đó hơn người lính. Tiếng chuông nhà thờ làm sống trong họ tình thương vô biên đối với nhân loại, đối với người dân hiền hòa và cả với đất nước của họ.

Nhạc sĩ Anh Bằng đã khắc ghi như khắc ghi một dấu ấn vàng son, hình ảnh của người lính giữa sa trường, đêm nghe tiếng chuông và đã nghe hồn khóc đến rướm máu trước cảnh máu lửa thương đau, dầu sôi lửa bỏng của quê hương.

Từ bối cảnh quê hương, ở những năm tháng dài nhọc nhằn và phải chịu đựng những thảm cảnh do chiến tranh mang lại, nhạc sĩ Anh Bằng đã cho chúng ta một cái nhìn về quá khứ, về một quê hương mà cha ông chúng ta đã phải khốn khó đương đầu mỗi ngày và nỗi ngậm ngùi thê thiết của một người lính ở sa trường. Qua dòng nhạc của ông, ông đã nói lên nỗi lòng của người lính trước chiến tranh, chia sẻ về những nỗi đau khổ triền miên trên mảnh đất Việt Nam. "Đêm Nguyện Cầu" không chỉ đơn giản là một bản nhạc mà còn là một câu chuyện của người lính đó, chia sẻ nỗi niềm của ông bằng hình ảnh của người lính mà còn là hình ảnh của chính ông.

Nhạc sĩ Anh Bằng không chỉ sáng tác nhạc. Ông có thể làm những việc mà không ai khác có thể làm được… có thể yêu những điều mà không ai khác có thể yêu… Ông như vĩ cầm. Ông có thể được ứng dụng như vật chắn cửa hoặc là ông có thể sáng tác nhạc và ông biết phải làm gì. Ông đương đầu với niềm đau bằng tình thương, qua nốt nhạc mà ông dành cho quê hương của ông. Ông đã chọn sáng tác "Đêm Nguyện Cầu" qua lời tâm sự của một người lính như lời nhắn nhủ đến cho hậu thế ở một đoạn đời mà ông đã trải qua trong thời buổi loạn ly của đất nước.

Tôi có đọc qua những bản văn về Nhạc sĩ Anh Bằng. Trong đó có cả MC Nam Lộc, có Ca sĩ, có những người bạn của ông. Họ kể về ông một cách thật chân thành. Họ đã trao đổi với ông, đã là bạn của ông, đã tiếp cận ông và đã học hỏi nhiều điều quí báu của ông.

Tôi nghĩ rằng nhạc sĩ cũng tài tình như sử gia. Họ đã đánh dấu lịch sử qua âm thanh, qua dòng nhạc bất hủ của họ. Họ cũng là một nhiếp ảnh gia, cho chúng ta thấy được những hình ảnh của chiến tranh bằng dòng nhạc thắm thía và sống động của họ.

Minh Nguyệt
11/25/2008

nghe nhạc ANH BẰNG

- BÍCH HUYỀN -

Nếu vắng anh ai dìu em đi chơi trong chiều lộng gió
Nếu vắng anh ai đợi chờ em khi sương mờ nẻo phố
Nếu vắng anh ai đón em khi tan trường về...

Bài hát đầu tiên tôi nghe được của nhạc sĩ Anh Bằng có những lời như thế. Tôi đã yêu những câu hát ấy, và yêu cả giọng hát ấy.

Nếu vắng anh ai ngắm môi em tươi nụ cười
làn tóc xanh buông lơi tuyệt vời, chan chứa mộng đời...

Giai điệu tha thiết quá, và giọng hát cũng tha thiết quá.
Nhưng thôi em biết rằng
khi núi sông chưa thái bình trên khắp nơi
anh đi vì nguồn sống
vì ngày mai, vì tự do
liều thân tranh đấu...

Bài hát ấy là "Nếu vắng anh", giọng hát ấy là giọng Lệ Thanh, có chút gì nũng nịu và vẻ gì cam chịu nghe đến... tội nghiệp. Bài hát ấy, giọng hát ấy được cất lên từ một phòng trà nhỏ ấm cúng ở số 43 đường Bùi Viện, Saigon, những năm đầu thập niên 60's. Quán Anh Vũ, tên của "phòng trà ca vũ nhạc" ấy, là "nơi gặp gỡ của các văn nhân tài tử thủ đô" – cách gọi phòng trà này vào thuở ấy – là nơi tối tối người ta vẫn tìm đến để được nghe những bài hát thật hay và những giọng hát thật hay.

Bích Huyền

Bài hát đẹp cả về nhạc lẫn lời, được nhiều người nghe, nhiều người hát, và có vẻ như gắn liền với những tên của nữ ca sĩ có… chữ "Thanh", như Lệ Thanh, Thái Thanh, Hà Thanh, Thanh Thúy, Thanh Lan… Mỗi giọng có cái hay riêng, có nét đẹp riêng trong cách thể hiện.

"Nếu vắng anh" được yêu thích đến mức, đã có một lúc người ta muốn ghép bài nhạc ấy với bài thơ "Cần thiết" của Nguyên Sa ("Anh Bằng phổ thơ Nguyên Sa", hoặc "nhạc Anh Bằng, thơ Nguyên Sa", hoặc "nhạc Anh Bằng, ý thơ Nguyên Sa"…). Thực sự, nhạc sĩ Anh Bằng không phổ thơ, cũng không mượn ý thơ nào của Nguyên Sa cả. Bài hát, nếu có làm người ta nhớ đến bài thơ "Cần thiết", có lẽ chỉ vì những câu hát bắt đầu với "Nếu vắng anh…" có vẻ gần gần với những câu thơ bắt đầu bằng "Không có anh lấy ai…" hoặc "Không có anh nhớ ngày mai…" trong bài thơ ấy. Những ý tưởng trong bài thơ ấy và bài hát ấy thực ra không "mới" (nên không ai "cần thiết" mượn ý của ai), thế nhưng đã được Nguyên Sa và Anh Bằng làm đẹp thêm bằng những câu thơ và những câu nhạc thật là đẹp.

Vào cái "thuở ban đầu" của "Nếu vắng anh", là cái thuở bài hát được phổ biến nhất, được yêu thích nhất, không nghe ai gán ghép hoặc đặt bài thơ "Cần thiết" bên cạnh bài nhạc "Nếu vắng anh". Bài nhạc ấy không làm bài thơ ấy được nhiều người biết đến hơn; và ngược lại, bài thơ ấy cũng không làm bài nhạc ấy được nhiều người yêu thích hơn.

Bản nhạc (music sheet) "Nếu vắng anh" do nhà xuất bản Diên Hồng ấn hành trước năm 1975 (tôi còn giữ được) ghi rõ: "Nhạc và lời: Anh Bằng", bên dưới là dòng chữ "Đã do Lệ Thanh và Mai Hương trình bày lần đầu tiên trên đài phát thanh Saigon". (*)

"Nếu vắng anh" không phải là bài nhạc phổ thơ, thế nhưng những bài như "Niềm tin", "Bướm trắng", "Khúc thụy du", "Trúc đào"… thì Anh Bằng phổ thơ… thật, và cũng cho thấy nghệ thuật "lấy thơ ghép nhạc" thật tài tình của ông. Nhiều người cùng "phổ nhạc" một bài thơ, nhưng có khi chỉ được có một bài (có khi… không được bài nào) gọi là thành công. Những bài phổ thơ không thành công là những bài không "hát" lên được, những bài "không phải nhạc, không phải thơ", những bài "giống như nhạc, mà không phải… nhạc", nghe gượng ép như một lối ngâm thơ… mới. Nhạc không bay lên được, thơ không bay lên được. Rốt cuộc thì thơ vẫn cứ là thơ, vẫn cứ nằm im lìm trong những trang thơ, hoặc bài thơ hay bị lấy đi nhưng lại không thay vào được bằng một bài nhạc hay.

Với nhạc sĩ Anh Bằng thì khác, bài "Khúc thụy du" chẳng hạn, cứ xem cái cách ông chọn ra những câu trong bài thơ của Du Tử Lê để đưa vào nhạc, và cái cách ông đổi một vài chữ trong những câu thơ ấy (vừa tương ứng với những nốt nhạc thấp cao, trầm bổng, vừa giữ được ý thơ), và rồi… thơ bay lên, nhạc cũng bay lên. Ai cũng có thể "hát" theo một cách tự nhiên, dễ dàng, khi chỉ mới nghe qua một hai lần bài nhạc phổ thơ ấy. Rõ ràng là ông đã chắp cho thơ "đôi cánh nhạc", và đã tặng thêm cho bài thơ một đời sống khác. Bài thơ "hay" hơn, được nhiều người biết đến hơn. Nhà thơ Du Tử Lê được khá nhiều nhạc sĩ tìm đến thơ ông để phổ nhạc; thế nhưng, trước sau vẫn chỉ có hai bài phổ thơ ông được xem là thành công hơn cả (hiểu theo nghĩa được nhiều người nghe, nhiều người hát, nhiều người yêu thích): một bài trước năm 1975, "Trên ngọn tình sầu" của Từ Công Phụng, và một bài sau năm 1975, "Khúc thụy du" của Anh Bằng.

"Phút luyến thương em chắp hai tay lên nguyện cầu...", tôi tin là câu hát ấy trong bài "Nếu vắng anh" đã ít nhiều gợi hứng cho một sáng tác về sau này của Lê Minh Bằng (kết hợp tên của ba nhạc sĩ Lê Dinh, Minh Kỳ và Anh Bằng). "Đêm nguyện cầu", bài hát nói về tâm tình của người lính và về những nỗi ước mơ, những niềm khát khao của một dân tộc khi quê hương còn chìm trong khói lửa chiến tranh, gợi lên thật nhiều cảm xúc. Bài hát, qua giọng hát Thanh Vũ, một thời rất được yêu thích.

Rưng rưng tôi chắp tay nghe hồn khóc đến rướm máu...

Có thể kể ra được những bài nhạc khá quen thuộc, được phổ biến rộng rãi của nhạc sĩ Anh Bằng mà giới yêu nhạc của thập niên 60's, 70's đến nay vẫn còn nhớ, như "Đôi bóng", "Lẻ bóng", "Sầu lẻ bóng", "Nửa đêm biên giới", "Nỗi lòng người đi", "Giấc ngủ cô đơn", "Chuyện một đêm"... Có đến hai thế hệ thính giả, hai thế hệ ca sĩ yêu thích và hát nhạc Anh Bằng.

Nhạc sĩ Anh Bằng năm nay đã bước vào tuổi 84, nhưng trái tim ông vẫn là trái tim thiết tha yêu cuộc sống, vẫn là trái tim tràn đầy sức sống của chàng trai... "xa Hà Nội năm lên 18 khi vừa biết yêu". Chúng ta cầu chúc ông luôn khỏe khoắn, luôn sung sức, và vẫn chờ đợi nơi ông những sáng tác mới, vẫn chờ đợi được nghe ông dạo lên những khúc nhạc êm đềm như những khúc nhạc, những câu hát ngày xưa ấy.

Nếu vắng anh ai đón em khi tan trường về...

Sau bao nhiêu thăng trầm của thời cuộc, sau bao mùa tang thương dâu bể, những ca khúc của Anh Bằng vẫn cứ luôn luôn mới, vẫn cứ được tìm nghe, vẫn cứ được yêu chuộng và vẫn gợi lại trong ta những thương yêu ngọt ngào của một mùa kỷ niệm.

BÍCH HUYỀN
(Mùa thu 2008, mùa thu đẹp nhất)

(*) Hình chụp bản nhạc "Nếu vắng anh" (nhà xuất bản Diên Hồng ấn hành trước 1975):

nét đặc thù trong dòng nhạc ANH BẰNG

- Hoàng Huy Giang -

Trong số các nhạc sĩ đã từng sáng tác trước năm 1975 ở Việt Nam có lẽ Anh Bằng là người thành công nhất, nếu dựa trên con số ấn bản của những nhạc phẩm. Theo chương trình Thơ Nhạc Hằng Tuần của đài VOA phát thanh vào ngày 7/11/2007 thì có một nhạc phẩm của ông đã được phát hành ra đến trên 4 triệu bản! Một con số kỷ lục! Điều đó đã nói lên được sự ái mộ của giới yêu chuộng âm nhạc Việt Nam đối với nhạc Anh Bằng. Câu hỏi được đặt ra ở đây là tại sao ông lại thành công đến như vậy? Phải chăng đó là vì sự đồng cảm hiện hữu nơi người sáng tác và giới thưởng lãm? Để có câu trả lời chúng ta thử tìm hiểu một số nét đặc thù trong dòng nhạc của ông.

Thật vậy, nếu nhìn nhạc Anh Bằng qua một lăng kính hội tụ thì chúng ta nhận thấy ông chính là một người trong đại đa số quần chúng; có cùng một rung cảm như họ trước bao nhiêu hoàn cảnh của xã hội, của đất nước. Sự khác biệt là ông đã diễn tả được sự rung cảm này một cách tài tình và trung thực qua dòng nhạc của ông, tạo nên những rung động nhẹ nhàng, những cảm xúc tràn đầy tình người. Thêm vào đó nhạc Anh Bằng rất đa dạng, phong phú và sáng tạo qua nhiều thể loại, trữ tình, lãng mạn, vui tươi, hùng hồn; được cấu trúc với nhiều tình tiết uốn khúc giống như một cốt truyện hay một bức tranh sống, nên dễ dàng lôi cuốn người nghe thuộc mọi giới.

Anh Bằng là một nhạc sĩ viết nhạc "hát một câu chuyện". Thật vậy, ngoài một số nhạc phẩm ông lấy ý thơ hoặc phổ nhạc từ thơ Nguyên Sa, Nguyễn Bính, Lưu Trọng Lư, Hữu Loan, Yên Thao v.v., hầu hết những tác phẩm còn lại là do chính ông soạn lời; nếu nghe kỹ những sáng tác này chúng ta sẽ thấy khi cấu trúc nội dung một bài hát ông có lối dẫn nhập rõ ràng, hoặc lung khởi hoặc trực khởi, vào cốt truyện, rồi đến hồi kết. Như trong bài "Chuyện Một Đêm" ông kể về thảm cảnh Tết Mậu Thân xảy ra tại một thôn xóm nghèo tiếp theo tiếng súng nổ vang trời là một cảnh tượng thật bi đát, với lửa cháy ngùn ngụt, thiêu rụi những mái nhà thân yêu, rồi tiếng kêu than của dân làng; rồi hình ảnh một người mẹ đau khổ ôm trên tay đứa con thơ bé bỏng bị thương, máu loang in đậm nền áo trắng, đang tìm cách đem con ra khỏi cảnh tang thương. Nhưng khi nhìn lại con thì đứa bé đã tắt thở từ lúc nào trên cánh tay yêu thương của người mẹ. Thật không còn gì đau đớn cho bằng! Rồi người mẹ biểu lộ tình thương yêu của mình đối với đứa con bằng cách đặt một chiếc hôn cuối cùng trên vầng trán lạnh của đứa bé dưới trời mờ sương trên đám cỏ bình an.

Chuyện một đêm khuya nghe tiếng nổ nổ vang trời
Chuyện một đêm khuya ôi máu đổ đổ lệ rơi
Chuyện một đêm khuya nghe tiếng than trong xóm nghèo
Mái tranh lửa cháy bốc lên ngun ngút trời cao
Bà mẹ đau thương như muối đổ đổ trong lòng
Chạy giặc ôm con qua những cảnh cảnh lầm than
Và người con yêu đã chết trên tay lúc nào
Xót xa vạt áo trắng hôm nay hoen máu đào
Ai, ai giết con tôi
Ai cướp con tôi giữa cơn mộng đêm thái bình
Ôi thương lời nói tội tình, hàm bao đớn đau
Giờ mẹ con đành cách nhau
Bà đặt con lên đám cỏ phủ sương mờ
Tội gì con ơi khi lứa tuổi tuổi còn thơ
Bà nhẹ đưa môi hôn trán con yêu giá lạnh
Vuốt ve lần cuối trước khi xa con suốt đời
(Chuyện Một Đêm - Viết trong dịp Tết Mậu Thân)

Nhạc sĩ Anh Bằng đã dùng phương thức tượng hình, đem các hình ảnh sống đan vào nhau nên khi nghe hay hát chúng ta có cảm tưởng như đang xem một cuộn phim với những cảnh thực đang diễn ra trước mắt, với cốt truyện được ru theo một âm điệu lúc trầm bổng, lúc nhẹ nhàng, lúc sống động, lúc mơ hồ, quyện vào nhau như khói quyện với sương, như trăng hòa với nước. Một câu chuyện được dàn dựng khúc chiết, có tình tiết, có bố cục chặt chẽ. Tất cả đã giúp cho người nghe hiểu được ý bài hát cộng thêm những rung cảm sâu đậm bộc phát khi thưởng thức. Đúng là hát một câu chuyện. Như trong nhạc phẩm "Tiếng Ca U Hoài", dù rằng ông sáng tác chung với nhạc sĩ Lê Dinh, nhưng âm hưởng của bản nhạc vẫn đậm nét Anh Bằng; do đó nhiều người cứ lầm tưởng nhạc phẩm này là của chính riêng ông. Ông yêu mến một tiếng hát, luyến nhớ tiếng hát đó để cho tình yêu thấm đẫm của ông lướt thướt trên cỏ ngàn, qua những núi đồi trùng trùng điệp điệp, theo chiếc ba lô lính xuôi ngược khắp các miền đất nước. Thay vì mượn cánh chim câu đưa tình thư cho người có giọng hát u hoài ấy thì ông lại âm thầm mượn cung đàn tỏ niềm mong nhớ người xưa. Trong đời một người thử hỏi mấy ai "không qua một lần yêu tha thiết..." để rồi "Lấy trăng gối mộng dệt nhiều mơ ước xa xôi"; và nhất là trong hoàn cảnh đất nước, khi chiến cuộc leo thang, biết bao nhiêu chàng trai "đi xây tình đất nước quê hương, sông hồ muôn hướng...". Trên bước đường hành quân "Có những khi ngồi đón hoàng hôn" hay "những khi nhìn trăng xế đầu non" mà "ngờ rằng mình yêu vì nghe lòng nhớ...". Ôi! Thật đúng và thật tài tình làm sao khi ông diễn tả lòng mình mà khiến bao người nghe cứ ngỡ đó là tâm sự của chính mình!

Tôi chưa quên một bài ca chan chứa u hoài
Những đêm vắng lạnh bùi ngùi gợi nhớ thương ai
Tôi chưa quên một giọng ca ôi luyến lưu làm sao
Nỉ non như tiếng sáo ru ban chiều
Và dịu êm như khúc ca tình yêu
Bao năm qua miệt mài đi giữa chốn non ngàn
Tiếng ca vẫn gửi niềm thương nỗi nhớ bâng khuâng
Bao năm qua mà giọng ca xưa vẫn ghi vào tôi
Hình người em mái tóc đen buông dài
Dù ngàn sau thương nhớ chẳng nhạt phai

Có những khi ngồi đón hoàng hôn
Những khi nhìn trăng xế đầu non
Ngỡ rằng mình yêu vì nghe lòng nhớ
Thoáng bóng không gian thành tơ với cung đàn thương
Nhưng biết yêu là đau khổ vì duyên mình dang dở
Vì đời mình còn đi xây tình đất nước quê hương
Sông hồ muôn hướng
Biết ngày nào thuyền đến bờ
Ai không qua một lần yêu tha thiết trong đời
Lấy trăng gối mộng dệt nhiều mơ ước xa xôi
Tôi xin dâng trọn niềm thương lên phím tơ người ơi
Dù ngày mai xa cách muôn phương trời
Thì đàn tôi chỉ nhớ một người thôi
(Tiếng ca u hoài – Anh Bằng)

Tuyệt! Không những vậy ông lại còn xử dụng kỹ thuật vận năng từ ngữ một cách sống động. Trong những sáng tác của ông chúng ta bắt gặp rất nhiều nơi ông dùng nghệ thuật chơi chữ qua hình thức đối thanh và lập lại nghe lạ mà hay, chừng như thêm chữ mà không thừa, tưởng chừng buông lơi mà sâu thẳm, làm cho ý câu được tô thêm son, điểm thêm phấn, như hai câu đầu của bài "Chuyện Một Đêm" ông đã lập lại chữ "nổ" và chữ "đổ" hai lần và dùng cặp chữ "trùng" này đối với nhau.

Chuyện một đêm khuya nghe tiếng nổ nổ vang trời
Chuyện một đêm khuya ôi máu đổ đổ lệ rơi
(Chuyện Một Đêm) - Viết trong dịp Tết Mậu Thân -

hoặc đối nét tượng hình như trong bài "Nổi Lửa Đấu Tranh"
Bàn tay anh, bàn tay em, bàn tay treo nắng trên đường phố
Bàn chân anh, bàn chân em, bàn chân ngăn bão táp phong ba
(Nổi Lửa Đấu Tranh – Anh Bằng)

Cũng như sử dụng lối đảo ngược chữ nghe rất dễ thương, rất lãng mạn, rất trữ tình.

Huế ơi không nói mà ly biệt
Mà biệt ly đời Huế với tôi.
(Huế Đã Xa Rồi – Anh Bằng)

Vâng! Ông đã vận hành một lối văn chương trau chuốt, không những từ ngữ được chọn lọc kỹ càng mà còn mang âm hưởng thi ca. Lối trau chuốt từ ngữ tràn đầy thơ tính này mượt mà như lụa, nhẹ nhàng như gió, ray rứt như mưa dầm, và mênh mang như nắng hạ...

Thật vậy, trong các sáng tác của nhạc sĩ Anh Bằng ngoài âm điệu hợp "gu" người nghe, từ ngữ ông dùng rất gần gũi với quần chúng; ông không dùng sáo ngữ hoặc những từ ngữ khó kiếm trong cõi hồng trần này như chúng ta thấy trong một số trường hợp khác khiến người nghe cứ phải tự hỏi: "Ông nhạc sĩ này muốn nói gì nhỉ?". Thêm vào đó những tác phẩm của ông có nội dung rõ ràng, mạch lạc, và nhất là rất "thật" khiến người nghe như đang cảm nhận được sự rung cảm của chính mình.

Với hằng mấy trăm nhạc phẩm, nhạc sĩ Anh Bằng đã nâng niu, chăm sóc những đứa con tinh thần của mình bằng cách điểm tô cho thêm nhiều sắc màu, từ nội dung cho đến hình thức mênh mang qua các thể điệu khác nhau như Rumba, Tango, Chachacha, Boston, Pop, Slow v.v.. Không những chỉ dàn dựng phương thức "hát một câu chuyện" nhạc sĩ Anh Bằng đã đưa thi ca vào âm nhạc để hồn thơ len nhẹ trên phím đàn, ông còn xử dụng thể nhạc 7 chữ giống như thơ, như trong bài "Vẫn Như Lầu Hoang", "Mất Nhau Mùa Đông" hay "Đừng Nói Yêu Tôi" hoặc thể nhạc 10 chữ trong nhạc phẩm "Về"

Về ngang qua đường cũ lá vẫn xanh nguyên màu
Có đôi chùm hoa lá chậm tím vì mong nhau.
Về ngang qua quán cũ nhạc vẫn vang trong chiều
Lời ca như sóng vỗ cuốn lòng theo bay theo.

Về ngang qua sông cũ đò xưa nay đã già
Trăng hẹn hò thuở nọ giờ tách bến lao xao.
Về ngang qua phố cũ nhạc lòng theo gió mưa
Ngỡ khi mình đứng đợi chung đầu dưới hiên xưa.

Về ngang qua trường cũ bông rừng thềm vu vơ
Trái me ai chia nửa đến bao giờ thôi chua..???
(Về - Anh Bằng)

Và kết hợp thể nhạc 7 chữ và tự do trong bài "Huế Đã Xa Rồi".

Huế đã xa rồi Huế của tôi
Chiều nay thương nhớ một phương trời
Huế ơi không nói mà ly biệt
Mà biệt ly đời Huế với tôi.

Bao tháng năm rồi Huế ở mô
Tình xanh bóng lá mùa trăng nào
Huế thương ơi biết nói răng chưa
Giờ thương nhau biết mấy cho vừa
Kẻ bên ni đêm đêm nỗi sầu bi,
nhắc kẻ ở bên tê

Tôi vẫn đi tìm Huế của tôi
Ngàn Thu áo tím ở bên trời
Vẫn nghe ray rứt bờ môi lạnh
Để khóc từng đêm Huế mô rồi

Vẫn nghe ray rứt bờ môi lạnh
Để khóc từng đêm Huế mô rồi
(Huế Đã Xa Rồi – Anh Bằng)

Bàng bạc đó đây trong dòng nhạc Anh Bằng là hình ảnh quê hương yêu dấu, hình ảnh đẹp muôn đời với những ngày mưa ngày nắng, với những biển rộng sông dài, những triền sóng bao la, những núi đồi chập chùng đỉnh ngọn, dải đất thiêng liêng chạy dài từ Ải Nam Quan đến Mũi Cà Mau đã được tổ tiên ta từ bao đời khổ công gầy dựng, luôn ấp ủ trái tim người nhạc sĩ. Hình ảnh dấu yêu nghìn đời đó đã theo đuổi ông len lỏi vào từng hơi thở, từng giấc ngủ, tiếp nối nhau nhảy múa trên phím đàn, trào dâng cảm xúc trên từng âm giai của điệu nhạc. Và trong những nhạc phẩm quê hương của ông, nhất là những sáng tác phản ảnh thời cuộc, nơi nào có bóng hình quê hương là nơi đó có dáng dấp kiêu hùng của người thanh niên Việt Nam thời chiến với đức tính hy sinh, với tinh thần trách nhiệm đối với tổ quốc non sông, với hồn thiêng sông núi, luôn ngẩng cao đầu chiến đấu để gìn giữ dải đất mẹ mến yêu. Đức tính hy sinh của chàng trai Việt vì nợ nước phải quên tình riêng luôn được ông ca ngợi, điển hình là trong bài "Gõ Cửa".

Luyến ái làm chi sẽ khổ lắm em
Đếm lá mùa thu vương đổ bên thềm
Khi sơn hà nhiều nỗi điêu linh
Đôi bờ đôi ngả phân tranh
Nghĩ chi nhiều đến chuyện chúng mình
(Gõ Cửa – Anh Bằng)

Phụ nữ Việt qua các thời đại luôn đóng một vai trò không kém quan trọng như đã được đề cao đó đây trong văn chương và thi phú. Cũng trong tinh thần này nhạc sĩ Anh Bằng đã khéo léo lồng hình ảnh người phụ nữ Việt trong dòng nhạc của mình ngầm tôn vinh đức tính hy sinh của họ khi kết thúc nhạc phẩm "Gõ cửa".

Nếu biết rằng tôi đã bỏ cố hương
Khoác áo đời trai đi ngựa lên đường
Tôi tin rằng người ấy thêm thương
Vui lòng cho kẻ phong sương
Dấn thân ngoài súng đạn sa trường"
(Gõ Cửa)

Nét độc đáo của dòng nhạc Anh Bằng là sự sáng tạo chuyên biệt. Ông kết hợp hài hòa nhiều yếu tố cần thiết trong tiết tấu âm thanh cùng nội dung và hình thức đã tạo nhiều cảm xúc nơi người nghe, lúc mênh mang qua những cánh đồng sim, lúc chập chờn trên cánh bướm cành hoa, lúc thênh thang như gió lộng, ray rứt như mưa giăng, như nỗi buồn đêm vắng, nhịp nhàng như tiếng bước chân ai gõ khua phố vắng, dồn dập như tiếng súng trận chiến trường vẫn từng hồi âm vang trong lòng người ái mộ. Ngoài sự sáng tạo chuyên biệt đó, tình yêu quê hương và tha nhân vẫn luôn rộng mở trong lòng ông qua cửa ngõ tâm hồn; vì vậy hồn nhạc luôn được cảm xúc thúc đẩy trào tuôn trên phím tơ những làn gió nghệ thuật cho quê hương, cho dân tộc và cho bè bạn giữa cõi hồng trần "sắc sắc, không không".

Giờ đây, với tuổi đời của ông đã vượt quá xa cái tuổi được gọi là "cổ lai hy", chắc hẳn không một ai trong chúng ta còn vọng tưởng nơi người nhạc sĩ tài ba này những sáng tác mới nữa. Nhưng không, cảm xúc để viết nhạc của ông vẫn còn tràn đầy. Ông vẫn sáng tác, vẫn tiếp tục cho ra đời những đứa con tinh thần với tất cả niềm rung cảm, vẫn nâng niu từng cung điệu. Và bài viết nhỏ này chỉ nhằm nói lên lời tri ơn một vị lão thành của nền âm nhạc Việt Nam nói chung, và Việt Nam Cộng Hòa nói riêng, đã cho chúng ta, những người Việt Nam ở mọi lứa tuổi, mọi giai tầng trong xã hội, những rung động chân thành, điểm tô cho cuộc đời thêm sắc, thêm hương.

HOÀNG HUY GIANG
Úc Châu, tháng 12 - 2008

Thúy Anh đang cắt bánh sinh nhật cho Nhạc sĩ Anh Bằng

người đã giữ chân tôi

- Trúc Hồ -

Tôi nhớ vào khoảng giữa thập niên 1980, khi tôi vừa học xong đại học tại Golden West Community College, thì tôi được nghe một tape nhạc của trung tâm băng nhạc Dạ Lan. Nhạc phẩm Trúc Đào, là một bài thơ của thi sĩ Nguyễn Tất Nhiên được nhạc sĩ Anh bằng phổ nhạc.

Tôi nhớ hoài câu hát: *"Tại vì hai đứa ngây thơ, tình tôi dạo ấy là ngơ ngẩn nhìn..."* Nhạc sĩ Anh Bằng đã sử dụng thật tài tình quãng 8 hai chữ "ngơ ngẩn", được nam ca sĩ Duy Quang trình bày thật đẹp. Anh Duy Quang ca chữ "ngẩn" thật là hay. Đột nhiên tôi cảm nhận rằng tiếng Việt của mình nghe hay và đẹp vô cùng, nghe nó cao sang làm sao đó. Hồn tôi cứ lâng lâng, mặc dù tôi chưa bao giờ có được mối tình như vậy.

Nhớ khi còn nhỏ tôi học nhạc rất sớm, học nhạc classic cổ điển Tây phương, và sau đó thì mê nhạc Jazz và nhạc trẻ hiện đại. Tôi không để ý lắm đến âm nhạc Việt Nam. Mãi sau khi lớn lên và nhất là qua đến nước Mỹ, tôi mới để ý đến những ca khúc Việt Nam.

Trong thời gian này tôi đang phân vân là không biết có nên đi sang thành phố Boston tiểu bang Massachusetts, nơi có trường đại học nổi tiếng Berkley School of Music, là trường nhạc mà tôi hằng ao ước sẽ được theo học, hay ở lại Orange County này học tiếp. Đi xa học thì lại nhớ món phở, không có đồ ăn Việt Nam, không có nước mắm không có xì dầu, nên tôi tần ngần chưa quyết định được.

Tôi muốn sau này sẽ trở thành người soạn nhạc cho phim, hay là người chơi nhạc Jazz, hoặc có thể trở thành thầy giáo dạy nhạc. Nhưng sau khi nghe bài "Trúc Đào", tự nhiên bản nhạc này cứ in sâu trong đầu tôi, và làm tôi cứ thầm hát ca khúc này. Ca khúc có một sự quyến rũ lạ lùng, làm cho tôi yêu nhạc Việt Nam hơn, cho tôi yêu tiếng Việt hơn.

(ngồi) Nhạc sĩ Lam Phương và Nhạc sĩ Anh Bằng đang nói chuyện thân hữu

  Cuối cùng tôi đã chọn ở lại thành phố Westminster, nơi có tiệm phở mà tôi rất thích, và đồ ăn Việt Nam. Sau đó tôi đã làm việc với làng nhạc Việt Nam tại hải ngoại, và nhạc sĩ Anh Bằng rõ ràng là đã ảnh hưởng rất nhiều trong cuộc đời âm nhạc của tôi.

  Có thể nói ông đã đóng một phần để giữ tôi lại thành phố này, và tôi đã tìm đến nền âm nhạc Việt Nam cho đến ngày hôm nay. Sau này được quen biết ông và làm việc cho Trung Tâm Asia, cuộc đời của tôi đã thay đổi, tôi trở thành nhạc sĩ hòa âm, nhạc sĩ sáng tác ca khúc, và là người thực hiện DVD Video cho Trung Tâm Asia, và cuối cùng là làm đài truyền hình SB-TN.

  Những ước mơ của tôi khi còn trẻ đã thay đổi không đúng như tôi dự tính, nhưng tôi rất yêu quý những công việc tôi đang làm.

  Cám ơn nhạc sĩ Anh Bằng, người đã giữ chân tôi lại thành phố này.

TRÚC HỒ

cảm nghĩ về bản nhạc Trúc Đào

- Diễm Chi -

Nói đến nhạc sĩ Anh Bằng tôi có một ý nghĩ liên tưởng đến cái tên Lê Minh Bằng ngay lập tức vì tên nhạc sĩ Anh Bằng là một trong 3 cái tên của 3 nhạc sĩ ghép lại trong thời gian chinh chiến tại Việt Nam trước năm 1975. Cái mốc thời gian 1975 đầy đau thương hình như vẫn còn là một vết thương hằn sâu trong tâm tưởng của những người thưởng ngoạn âm nhạc với những sáng tác về tình yêu về chiến tranh của 3 nhạc sĩ có chung một biệt danh: Nhạc sĩ Lê Minh Bằng. Mà trong bộ 3 đó nhạc sĩ Anh Bằng chính là tác giả của bài ca mà tôi vô cùng thích, thường ngân nga một mình, vì giai điệu dễ thương của nó: Trúc Đào.

Trong sự suy tư về Trúc Đào cho bài viết, tôi tham khảo tài liệu của trang Bách khoa toàn thư Wikipedia thì hoa Trúc đào có danh pháp khoa học là Nerium oleander, một loài cây bụi hay cây gỗ nhỏ, thường xanh trong họ La bố ma (Apocynaceae). Nó là loài duy nhất hiện tại được phân loại trong chi Nerium. Thành phố cổ Volubilis tại Bắc Phi lấy tên gọi theo tên gọi trong tiếng Latinh cổ cho loài cây này. Người Trung Hoa gọi nó là giáp trúc đào.

Tưởng cũng nên biết, bụi cây trúc đào tại Morocco là loài cây bản địa của một khu vực rộng từ Morocco và Bồ Đào Nha kéo dài về phía đông tới khu vực Địa Trung Hải và miền nam châu Á. Thông thường

Như Hảo, Diễm Chi, Nhạc sĩ Anh Bằng

loài cây này mọc xung quanh các lòng suối khô. Nó cao độ 2-6 m, với các cành mọc gần như thẳng. Các lá mọc thành cặp hay trong các vòng xoắn gồm ba lá, các lá dầy và bóng như da, màu lục sẫm, hình mũi mác hẹp, dài khoảng 5-21 cm và rộng 1-3,5 cm, các mép lá nhẵn. Hoa mọc thành cụm ở đầu mỗi cành; màu trắng, vàng hay hồng (tùy theo giống), đường kính 2,5-5 cm, tràng hoa 5 thùy với tua bao quanh ống tràng trung tâm của tràng hoa. Thông thường (nhưng không phải luôn luôn) thì hoa trúc đào có hương thơm. Quả là loại quả nang dài nhưng hẹp, kích thước dài 5-23 cm, nứt ra khi chín để giải phóng các hạt nhỏ phủ đầy lông tơ.

Trúc đào phát triển tốt trong các khu vực cận nhiệt đới ấm áp, tại đây nó được sử dụng rộng rãi như là một loại cây cảnh trong các cảnh quan như công viên và dọc theo ven đường. Cali có nhiều trúc đào, vì là loại cây có sức chịu đựng thời tiết khô hạn khá tốt và chịu được các trận sương giá không thường xuyên tới độ lạnh khá khắc nghiệt khoảng -10°C. Ngoài ra nó cũng có thể trồng được trong khu vực có khí hậu lạnh hơn trong các nhà kính hay là loại cây trồng trong chậu đặt trong nhà và di chuyển ra ngoài về mùa hè. Hoa trúc đào sặc sỡ và có hương thơm và nó được trồng vì lý do này. Trên 400 giống đã được đặt tên, với một vài màu hoa bổ sung mà không thể thấy ở các giống cây hoang dã đã được chọn lọc, bao gồm các màu đỏ, tía và cam; trong đó màu trắng và các loại màu hồng là phổ biến nhất. Nhiều giống có hoa kép.

Khi tới Hoa kỳ không biết bao lâu, thời gian nào nhưng giống như quả bom nổ: 1 bản nhạc làm rung chuyển mọi trái tim, mọi tâm hồn mang tên một loài hoa được sáng tác bởi nhạc sĩ Anh Bằng: Trúc Đào. Trúc Đào như đã trình bày ở phần chi tiết về loài hoa này, loài hoa bình thường, hoang dại mọc tràn lan 2 bên xa lộ Nam Cali, nở những chùm hoa đỏ thắm, trắng sữa hoặc vàng rực rỡ mỗi độ xuân về, loài hoa không hương nhưng làm rạng rỡ mùa xuân, mùa hè của California. Vâng, phải nói là hoa của vùng Little Sài Gòn, ai ghé Quận Cam vùng Little Sài Gòn vào mùa Xuân Hè đều phải đến bằng xa lộ 405 hoặc xa lộ 22 Garden Grove và không ai có thể quên loài hoa Trúc Đào hiền hòa khoe sắc rực rỡ, loài hoa không cần nước, sống thảnh thơi dưới nắng mưa gió bão, nó vẫn nở hoa với đời bằng những giọt sương đêm hiếm hoi và sa mù của miền Nam California, như những cô Gái Việt luôn tươi thắm y như bản nhạc Trúc Đào của nhạc sĩ Anh Bằng. Bản nhạc đã làm nên tên tuổi của ca sĩ Hải Lý, cô đã từng hát trên sân khấu Shortgun của nhạc sĩ phù thủy Ngọc Chánh nhưng chỉ sáng chói khi hát bản nhạc Trúc Đào của nhạc sĩ Anh Bằng, bản nhạc đã làm rung động trái tim cằn cỗi của tôi, của bạn sau khi lìa xa quê hương trong xót xa trong đau đớn. Bản nhạc Trúc Đào đã đem đến cho tôi sự sống lại niềm tin yêu trong tim. Bản nhạc chỉ cần dạo lên phần đầu thôi... đã làm cho tim tôi ngẩn ngơ, cho lòng tôi bồi hồi và cho hồn tôi xao xuyến, hãy nghe:

"Chiều xưa có ngọn trúc đào,
Mùa thu lá rụng bay vào sân em.
Chiều thu lá rụng êm đềm,
Vàng sân lá đổ cho mềm chân em "

Từ Houston trở lại miền Nam California, nhìn thấy Trúc Đào 2 bên vệ đường tôi không khỏi lẩm nhẩm bài tình ca năm cũ đong đầy trong ký ức, để cho tôi nhớ mãi bản nhạc bất hủ "Trúc đào" như là một kỷ niệm khó quên trong tôi:

"Chiều xưa có ngọn trúc đào
Mùa thu lá rụng bay vào sân em.
Chiều thu lá rụng êm đềm
Vàng sân lá đổ cho mềm chân em
Tại vì hai đứa ngây thơ
Tình tôi dạo ấy là ngơ ngẩn nhìn
Nhìn vầng trăng sáng lung linh
Nhìn em mười sáu như cành hoa lê
Rồi mùa thu ấy qua đi
Chợt em mười tám chợt nghe lạnh lùng
Thuyền đành xa bến sang sông
Hàng cây trút lá tình đi lấy chồng
Chiều nay nhớ ngọt trúc đào
Mùa thu lá rụng bay vào sân em
Người đi biết về phương nào
Bỏ ta với ngọn trúc đào bơ vơ."

Viết về Anh Bằng cho tôi chạnh nhớ đến nhóm Lê Minh Bằng như nhạc sĩ Minh Kỳ với những khúc ca nổi danh ở miền Nam Việt Nam khi trước, Thương Về Miền Đất Lạnh hay Mưa Trên Phố Huế,... hoặc như nhạc sĩ Lê Dinh có nhiều bản nhạc rất hay như Qua Ngõ Nhà Em, Đà Lạt Xa Nhau... nhưng bản nhạc Trúc Đào làm tôi yêu thích nhất, Tôi tự nghĩ nếu không có bản nhạc Trúc Đào, Nếu không có nhạc sĩ Anh Bằng... Tôi chắc chả bao giờ yêu Trúc Đào như hiện nay tôi yêu nó: Trúc Đào đã được nhạc sĩ Anh Bằng trang trọng đem vào âm nhạc sử Việt Nam vậy. Xin cám ơn ông.

DIỄM CHI
Mùa Xuân 2009

cảm nghĩ về bản nhạc
Ai Bảo Em Là Giai Nhân

- Hồ Ái Việt & Thanh Loan -

Tôi yêu nhạc Anh Bằng không rõ từ lúc nào nhưng có nhớ là rất lâu rồi, tôi mến Anh Bằng, người Nhạc sĩ đa tài đã sáng tác nhạc gồm đủ thể loại, viết rất nhiều, nhiều lắm toàn những bài ca thật hay, nhưng đặc biệt bài ca mà tôi ưa thích đó là Ai Bảo Em Là Giai Nhân, vì thích bài ca này nên đôi khi tôi ngân nga một mình vì giai điệu dễ thương của nó. Ấy là chưa kể có những lúc với các bạn tụ họp lại để cùng nhau hát trong những ngày nghỉ cuối tuần hoặc vào những dịp lễ hội hàng năm được nghỉ theo niên lịch.

Trong ý nghĩ và sự suy tư riêng tôi về bài nhạc Ai Bảo Em Là Giai Nhân, có một nàng con gái bên song cửa mơ mộng nhìn người anh mà tưởng là mây bốn phương trời, anh đang theo cánh gió chơi vơi trong cuộc đời hiên ngang tranh đấu, hay anh là một thi nhân có những vần thơ bay bướm khiến cho em dù vẫn còn nằm trong nhung lụa nhưng vẫn hằng mơ tưởng tới anh:

Em chỉ là em gái thôi
Người em sầu mộng của muôn đời
Tình em như tuyết giăng đầu núi
Vằng vặc muôn thu nét tuyệt vời

Tôi yêu nét nhạc Anh Bằng, vì chẳng những đã chải chuốt, mà khi hát lên thì đã làm cho lòng tôi nao nao thổn thức:

Ai bảo em là giai nhân
Cho đời anh đau khổ
Ai bảo em ngồi bên song
Cho vương nợ thi nhân

Thu Hảo, Diễm Chi, Anh Bằng

    Anh Bằng sáng tác nhạc tình rất điêu luyện, tôi biết khi ông tuổi đã ngoài thất thập cổ lai hy, có lẽ vào tuổi 80 mà ông còn sáng tác bài Anh Còn Nợ Em lời ca rất mượt mà, đượm tình chẳng khác gì khi ông hãy còn đương độ thanh xuân:

...
Anh còn nợ em
nụ hôn vội vàng
nụ hôn vội vàng
Nắng chói qua song

Anh còn nợ em
Con tim bối rối
Con tim bối rối
Anh còn nợ em

Và còn nợ em
Cuộc tình đã lỡ
Cuộc tình đã lỡ
Anh còn nợ em

Cuộc tình của Nhạc sĩ Anh Bằng diễn tả, tuy nó đẹp thật đấy nhưng người trong cuộc đều có những gì chua sót thương đau, giận hờn hay oán than vu vơ:

Ai bảo em là giai nhân
Cho lệ tràn đêm xuân
Cho tình tàn trước ngõ
Cho mộng tràn gối chăn

Viết về riêng bộ môn nhạc tình của Nhạc sĩ Anh Bằng thì tôi nhớ lại lúc VNCH còn thịnh, thì tại Việt Nam tôi đã cùng với các anh chị em bạn đã ca lên bài Nỗi Lòng Người Đi của Nhạc sĩ Anh Bằng, những cảm xúc dâng mãnh liệt, tôi thương cho người con gái vì hoàn cảnh mà không trọn cuộc tình khiến chàng trai ra đi bỏ lại sự vấn vương buồn vô hạn. Khi di tản lúc còn tạm trú tại trại tỵ nạn tôi được nghe lại bà hát Nỗi Lòng Người Đi do giọng hát của ca sĩ Sĩ Phú cất lên từ một chiếc Radio-Casette của một người di tản như tôi còn giữ được, nghe sao mà não nuột buồn tênh:

Tôi xa Hà Nội năm lên mười tám khi vừa biết yêu
Bao nhiêu mộng đẹp yêu đương thành khói tan theo mây chiều

Tim tôi tưởng như ngừng đập, nhưng rồi lắng lại để từng lời nhạc nhè nhẹ thấm vào máu chảy qua tim mà Saigon hay nói cho đúng Việt Nam thân yêu giờ đây chính là Hà Nội của Anh Bằng ngày xưa. Tôi xa Việt Nam như Anh Bằng xa Hànội Nỗi lòng bị đè nén nay đã như cơn sóng thần ập vào làm vỡ nát con tim. Tôi vĩnh biệt Việt Nam thật rồi, tôi đã vĩnh biệt người yêu còn ở lại Việt Nam chẳng khác gì chàng thanh niên khi xưa giã từ người yêu, bỏ lại Hà Nội đi lang thang tưởng chừng vô định vào miền Nam tự do - mà nhạc sĩ Anh Bằng đã diễn tả trong NLNĐ - rồi ngoảnh mặt lại nhìn về cố hương thương cho người yêu bị kẹt lại

Hà Nội ơi! Nào biết ra sao bây giờ
Ai đứng trông ai ven hồ
khua nước trong như ngày xưa

Còn đâu những kỷ niệm êm đềm những buổi hẹn hò vu vơ... Từ hòn đảo tạm trú để chờ định cư, nhìn về phía Việt nam chỉ thấy trời xanh mây trắng, dưới vòm trời mênh mông nước biển mặn nồng, quê hương tôi còn đó nhưng người tôi yêu tôi bây giờ ra sao, nào ai biết được. Tôi thầm khen ngợi Anh Bằng rằng ông sành tâm lý nên đã cho tôi cái cảm giác khi mất quê hương chẳng khác chi khi người tình mà nhạc sĩ tả đã mất Hà Nội bỏ lại người yêu.

Tôi xa Hà Nội năm em mười sáu xuân tròn đắm say
Đôi tay ngọc ngà dương gian tình ái em đong thật đầy
Bạn lòng ơi!
Ngày ấy tôi mang cây đàn quen sống ca vui bên nàng

Phải nói rằng Nhạc sĩ Anh Bằng sáng tác nhạc tình cảm rất nhiều khía cạnh tuỳ theo hoàn cảnh, buồn khổ cũng có mà nhẹ nhàng say mê đắm đuối cũng nhiều, chính vì thế mà tôi ưa thích bản nhạc Ai Bảo Em Là Giai Nhân:

Ai bảo em là giai nhân
Cho hồn anh rơi rụng
Ai bảo em cười như xuân
Cho chết lòng thi nhân

Ai bảo em là giai nhân
Cho rượu hồng chua cay
Cho nụ tình xa bay
Cho lệ buồn đêm nay

Anh Bằng rất đa tài đa năng trong khả năng sáng tác nhạc nên tôi viết mấy dòng này để ca ngợi và xiển dương tài nghệ của Nhạc sĩ Anh Bằng.

HỒ ÁI VIỆT & THANH LOAN
Houston 26-1-09 Mồng 1 Tết Kỷ Sửu

bác
ANH BẰNG

- Thiên Kim -

Khi hát những bài hát "Anh còn nợ em", "Anh còn yêu em" của nhạc sĩ Anh Bằng, trong lòng Thiên Kim luôn có một thắc mắc: Đó là ở độ tuổi của nhạc sĩ Anh Bằng, ông làm sao có thể sáng tác được những bài tình ca với những lời lẽ nồng nàn và những giai điệu tha thiết, ray rứt đến như vậy.

Mãi đến khi Kim được gặp mặt và tiếp chuyện với nhạc sĩ Anh Bằng, thì sự thắc mắc đó hoàn toàn không còn nữa. Mỗi lần Kim gặp bác Bằng chỉ trong vài phút, nhưng trong vài phút đó, bác đã để lại những cảm nghĩ khó quên về một người nhạc sĩ có một tâm hồn luôn trẻ trung và yêu đời. Lúc nào gặp Kim, bác Bằng cũng mở đầu bằng một nụ cười thật tươi và hỏi Kim "Thiên Kim ra sao rồi?" và với sự cởi mở, cách nói chuyện thân mật của bác, bác Bằng lúc nào cũng làm cho không khí vui vẻ hơn, thân thiện hơn. Bác làm cho người đối diện có được một cảm giác rất thoải mái.

Thường thì vì sự cách biệt tuổi tác, hai người ở hai thế hệ khác nhau, khó có thể carry on một cuộc đối thoại thoải mái, dễ dàng. Nhưng với bác Bằng thì khác, khi tiếp xúc với bác, sự khác biệt giữa tuổi tác hoàn toàn không phải là một điều mà người đối diện phải nghĩ tới. Theo Kim thì nhạc sĩ Anh Bằng là một người có một trái tim không bao giờ già, và vì vậy, chúng ta mới có được những bài tình ca để đời "Anh còn nợ em", "Anh còn yêu em" và sẽ còn nhiều bài khác nữa.

THIÊN KIM

chữ Tâm kia mới bằng ba chữ Tài

- NGỌC HUYỀN -

Lúc còn ở Việt Nam, Ngọc Huyền đã được nghe rất nhiều nhạc của Bác Anh Bằng, nhưng sự thật những tác phẩm đã bị cấm lưu hành, hoặc bị đổi tên tác giả nên khó nhận biết được tác phẩm nào là của Bác Anh Bằng.

Đến khi Huyền định cư tại Mỹ, được làm việc chung với Trung Tâm Asia thì mới được biết những tác phẩm mà mình đã từng hát bên Việt Nam là của Bác. Huyền đi hát cải lương từ năm 1984, cho đến 1991 Huyền mới học hỏi và bước thêm sang lãnh vực ca nhạc. Năm 1993 Ngọc Huyền được khán giả yêu thích nhất qua nhạc phẩm Chuyện Tình Lan & Điệp 1,2,3 trên Video và Chuyện Tình Lan & Điệp 4 trong CD. Huyền gần như chiếm lĩnh thị trường ca nhạc Show trong nước cho tới các Show biểu diễn nước ngồi (trừ Hoa Kỳ). Nhưng mấy ai được biết đó là tác phẩm của Nhóm Lê Minh Bằng qua cái tên Mạc Phong Linh & Mai Thiết Lĩnh. Còn Lan & Điệp 4 thì lại là một tên tác giả khác rất xa lạ mà đến giờ Huyền cũng không biết của ai.

Mạc Phong Linh & Mai Thiết Lĩnh là tên tác giả mà Huyền nhớ nhiều nhất vì gắn liền với bài hát mà thời bấy giờ giúp Huyền đi hát Show Ca Nhạc rất nhiều và Huyền còn nhớ rằng số tiền kiếm được nhờ bài hát đó đã giúp Huyền mua được căn nhà nhỏ tại Vũng Tàu. Khi vào làm việc với trung tâm Asia, thì Huyền lại được chọn hát Chuyện Tình Lan & Điệp. Huyền mới được biết đó là một trong những tuyệt tác phẩm của nhóm Lê Minh Bằng.

Xin đừng vội trách thế hệ trẻ của Huyền không hiểu biết nhiều về lịch sử Âm Nhạc. Từ sau 1975, các nhạc phẩm được viết trước năm 1975 hầu như bị cấm, và khi các nhạc sỹ sang định cư tại hải ngoại, các tác phẩm của họ đều không được lưu hành. Các băng đĩa từ hải ngoại chuyển về Việt Nam toàn bằng đường "lậu" bị cấm hoặc bị bắt... nên các thông tin đều không rõ ràng, đầy đủ.

Vì sao Huyền đã yêu nhạc của Bác Anh Bằng? Vì Huyền cảm nhận trong những tác phẩm của Bác nói về tình yêu, và cuộc sống thì chỉ "cho" chứ không cần nhận, sống trọn vẹn không gian dối, vị tha và trách nhiệm với đời, nợ với người vẫn còn đó

Bây giờ lại được gặp và lại được làm việc chung với Bác Anh Bằng, Huyền lại càng hiểu rằng vì sao với tuổi ngồi 80, mà Bác vẫn còn miệt mài sáng tác. Bác không quên bất cứ ai đã từng làm việc chung với Bác, từ các ca sỹ cho tới nhân viên. Bác yêu quý từng người và đều tìm những cái tốt để yêu thương họ, thông cảm, an ủi và tha thứ những lỗi lầm của họ.

Cầu nguyện Ơn Trên ban phước lành giúp Bác Anh Bằng nhiều sức khỏe. Để giúp cho đời cho người thêm những bài học vô giá. Vì riêng Huyền nghĩ rằng Âm Nhạc xuyên qua những tác phẩm của Bác không chỉ để giải trí mà còn có tích cách giáo dục. (Quý vị xin hãy xem lại và nghe lại hết những tác phẩm của Bác Anh Bằng)

"Đời việc gì đến sẽ đến. Nhưng ai bạc bẽo mình vẫn không đành lòng quên".

Ngọc Huyền

tâm sự người học trò không thành danh của lớp nhạc Lê Minh Bằng

- CẢM NGUYỆT -

Tôi là một trong những cựu nhạc sinh của lớp nhạc Lê Minh Bằng. Tôi đến với lớp nhạc Lê Minh Bằng trong một trường hợp khá hi hữu.

Sau Tết Mậu Thân tôi muốn đi học nhạc, một người bạn học hồi Tiểu Học chỉ cho tới một địa chỉ lớp nhạc ở Chợ Lớn, mẹ tôi không cho đi vì xa quá, phải đi 2 chặng xe Lam mới đến được, thế là tôi đành phải ở nhà. Tôi được một người bạn khác ở gần nhà giới thiệu (bạn cùng đi học và cùng đi sinh hoạt gia đình Phật tử từ lúc còn nhỏ đến lớn - Trang Mỹ Dung).

Tôi nhớ lúc đó vào một buổi trưa trời nắng gắt, trong một con hẻm của đường Hai Bà Trưng, Tân Định, tôi đang đi tới đi lui tìm địa chỉ của lớp nhạc thì chợt trông thấy một người đàn ông tuổi trung niên lái xe Vespa đi vào, tôi vội chặn lại và hỏi thăm thì ông ấy chỉ cho tôi thấy lớp nhạc Lê Minh Bằng cách đây chỉ có mấy căn nhà thôi. Tôi cảm ơn và đi về hướng đã được chỉ, khi đến nơi thì người đàn ông trung niên đó cũng dừng xe lại và đi vào nhà, ông ta tự xưng là nhạc sĩ Minh Kỳ. Tôi thắc mắc lớp nhạc đề tên Lê Minh Bằng tôi tưởng là tên của thầy giáo dạy nhạc. Thầy Minh Kỳ cho tôi biết lớp nhạc gồm có 3 thầy: Lê Dinh, Minh Kỳ và Anh Bằng. Ghép tên 3 người lại thành một là Lê Minh Bằng.

Thầy Minh Kỳ đàn Piano để cho tôi hát thử, thầy thấy tôi cũng vững nhạc nên thầy nhận lời cho tôi được vào học. Ngày đầu tiên tới học với thầy Minh Kỳ, lúc đó lớp nhạc đang dợt bản "Sài Gòn Thứ Bảy", nhạc phẩm của thầy Anh Bằng. Qua buổi thứ hai tôi được học với thầy Anh Bằng, rồi kế tiếp là thầy Lê Dinh. Thế là tôi được biết thầy Anh Bằng kể từ đó.

Trong ba thầy thì thầy Anh Bằng là người thấp nhỏ, hiền và dễ tính nhất, thầy thường sử dụng đàn piano, những khi tập cho học trò hát thì thầy dùng đàn guitar. So với thầy Minh Kỳ thì cao lớn to con, tính tình thì nóng nảy, thầy có cái oai nên học trò rất sợ và khớp, nhất là trong phòng thâu thanh, thầy vừa đàn vừa phải quay mặt chỗ khác để học trò đỡ bị khớp. Thầy cũng sử dụng Piano và Guitar, nhưng trong phòng thâu thanh thì thầy sử dụng Contrebass. Đối với thầy Lê Dinh cũng vậy, thầy người cũng cao ráo nhưng dong dỏng, lúc nào cũng cười nhưng rất là nguyên tắc. Khác với thầy Anh Bằng, thầy Lê Dinh cũng sử dụng đàn Piano và Guitar, nhưng thấy còn có thể sử dụng tambourine, hoặc maracas, đặc biệt nhất là thầy dùng một loại kèn mà tôi không biết tên, nó có những nốt bấm giống như trên đàn Piano.

Khi tôi và các bạn đến lớp nhạc, hôm nào thầy Anh Bằng dạy thì chúng tôi đỡ lo lắng hơn là thầy Minh Kỳ và thầy Lê Dinh, tuy các thầy chẳng la mắng gì chúng tôi cả. Thầy Anh Bằng và thầy Minh Kỳ thì luyện tập cho học trò, nhưng thầy Lê Dinh thì chuẩn bị các chương trình, bài bản.

Tôi vào học được một tuần lễ, các thầy muốn tập cho tôi được hát trên sân khấu và đặt tên cho tôi là "Cẩm Nguyệt". Thầy Anh Bằng là người chịu trách nhiệm tập đợt cho tôi nhiều nhất vì thầy Minh Kỳ và thầy Lê Dinh đều là công chức cả nên ít có thì giờ rảnh hơn thầy Anh Bằng.

Bài hát đầu tiên thầy Anh Bằng tập cho tôi là bài "Huế Bây Giờ". Tôi còn nhớ trong lúc tập hát, có một chỗ tôi hát sai nhịp nhưng tôi vội bắt lại được đúng nhịp, thầy Anh Bằng cười và nói rằng: "Con nhỏ này thông minh thiệt". Thế là thầy tập cho tôi khoảng hai ba lần gì đó rồi tuần sau vào ngày Thứ Ba tôi phải đến hát cho chương trình phụ diễn buổi sổ xố kiến thiết ở đường Thống Nhất. Ngày hôm đó thầy Anh Bằng chở tôi đến rạp, khi xe vào đến cửa thì đông người quá, tôi không xuống xe được, tôi nhìn ra thì thấy bà con hàng xóm của tôi họ biết tin tôi hát ở đây nên kéo nhau đi xem bu quanh xe khiến tôi không xuống được, thầy Anh Bằng đành cho tôi đi vào lối sau của hậu trường sân khấu.

Trước giờ trình diễn tôi thấy ban nhạc của chú Võ Đức Tuyết đã ngồi sẵn sàng gần sân khấu, thầy Anh Bằng dắt tôi vào và giới thiệu với ban nhạc, chú Võ Đức Tuyết nói rằng: "Cô cứ ngó theo tay tôi, khi nào tôi ra hiệu thì hát", mọi người cứ sợ tôi bị khớp rồi hát sai nhịp nên đều dặn dò đủ thứ.

Mặc dầu từ nhỏ tôi cũng đã từng đứng trên sân khấu hát hoặc múa với các bạn ở lớp cho tổ chức Cây Mùa Xuân ở rạp Cẩm Vân, Phú Nhuận trước 1975, nhưng, lần này đứng một mình trên sân khấu lạ, tôi cảm thấy hơi hồi hộp, tôi còn nhớ lúc đó ca sĩ Bạch Lan Hương vừa hát xong bài Phố Đêm thì người giới thiệu đến tên tôi. Lúc đó tôi đang đứng lấp ló sau cánh gà để xem người khác trình diễn, thầy Anh Bằng đứng đằng sau thúc: "Người ta giới thiệu rồi ra đi". Thế là tôi như cái máy bước ra sân khấu, tôi chẳng nhìn thấy ai cả, kể cả chú Võ Đức Tuyết và ban nhạc, thật ra tôi không dám nhìn ai cả. Khúc đầu tôi hát như cái máy vì đã tập dợt nhiều lần, nhưng từ từ tôi tỉnh táo lại và lúc đó thấy rõ mọi người nhất là những người bà con hàng xóm của tôi, thế là tôi lên tinh thần, tôi đã nhập tâm vào bài hát, tôi không để ý gì đến dấu hiệu của chú Võ Đức Tuyết cả. Hát xong bài thứ nhất tôi được khán giả vỗ tay và la "Bis". Họ yêu cầu tôi hát lần nữa, khi tôi hát xong bài thứ hai, tôi chào khán giả và đi vào. Thầy Anh Bằng nói với ban nhạc: "Tôi thấy nó hát mà tôi toát mồ hôi", chú Võ Đức Tuyết thì nói rằng: "Cô đâu thèm ngó sự ra hiệu của tôi đâu".

Sau lần đó, các thầy giới thiệu tôi lên hãng đĩa Asia để thâu song đôi với Hoàng Oanh cũng bài "Huế Bây Giờ". Hôm đó trong phòng thâu chính thầy Anh Bằng làm nhạc trưởng ra dấu, chỉ cho tôi hát.

Cũng một bài hát, 2 người, mọi người thâu thanh cùng một hòa âm, cùng một ban nhạc.

Đó là lần đi hát ở rạp Thống Nhất, hãng đĩa Asia, tất cả đều do thầy Anh Bằng hướng dẫn. Kế tiếp là chương trình "Sóng Mới", thâu thanh tại Đài Pháp Á và phát thanh vào mỗi buổi chiều Thứ Bảy hằng tuần. Chương trình này là chương trình đầu tiên của lớp nhạc Lê Minh Bằng, bài hát được mở đầu cho chương trình cũng do thầy Anh Bằng tập cho tôi và các bạn hát. Rồi đến những chương trình thâu thanh tại một phòng thâu ở đường Công Lý, gần đường Nguyễn Huỳnh Đức, Phú Nhuận, thầy Anh Bằng cũng có mặt để hướng dẫn học sinh hát.

Tôi cũng đã được tham gia đợt quay phim ngoại cảnh cho chương trình "Tiếng Nói Động Viên" ở Bình Dương do thầy Anh Bằng hướng dẫn.

Kế đến là chương trình hợp xướng 100 nam nữ diễn viên của lớp nhạc Lê Minh Bằng tại rạp Quốc Thanh do thầy Anh Bằng điều khiển.

*

Ngoài thầy Anh Bằng ra, thầy Lê Dinh cũng là người tập cho nhóm chúng tôi nhiều như trong chương trình thâu TV "Tiếng Chuông Chùa" của nhạc sĩ Nguyễn Hiền, chương trình "Tiếng Nói Động Viên", chương trình thâu tại Đài Tự Do v.v...

Rồi ban "Tứ Ca Dạ Cầm" được thành lập, trong đó có tôi, chị Ngọc Thuyết, Phương Hồng Thủy và Minh Nguyệt. Những lần tập dợt tôi và các bạn phải đến nhà thầy Lê Dinh ở đường Ngô Tùng Châu, Phú Nhuận đi vào. Thầy đã tập cho ban Tứ Ca của chúng tôi những bài như: "Nắng lên xóm nghèo" v.v...

Thầy Lê Dinh đúng như là một công chức gương mẫu, làm việc gì rất đúng giờ giấc, khi đi đến lớp thầy luôn luôn đem theo cái dù dài trông rất là đạo mạo, thầy rất là nguyên tắc mặc dầu thầy lúc nào cũng cười.

Thời gian theo học lớp nhạc Lê Minh Bằng và đi hát trong những chương trình của các thầy, bà ngoại tôi không thích tôi đi hát, bắt ba tôi phải xin việc cho tôi đi làm, lúc đó tôi mới tốt nghiệp Trung học,

Lệ Hoa, Dương Viết Điền, Minh Khai

đáng lẽ chuẩn bị thi vào Đại học, tôi phải đi làm, do đó thời gian đi hát và thâu thanh của tôi rất là bị giới hạn. Tuy tôi cũng tham dự một số chương trình khác không phải của các thầy như ở Đài Quân đội, Đài Sài Gòn... nhưng tôi cũng không hoạt động được nhiều để trở thành một ca sĩ có tiếng tăm như những người khác.

Tháng 4, 1975 sau khi miền Nam Việt Nam rơi vào tay Cộng Sản, các thầy tản mác, lớp nhạc Lê Minh Bằng giải tán. Tôi không còn gặp được các thầy và bạn bè. Lúc bấy giờ Đài phát thanh Sài Gòn kêu gọi anh chị em nghệ sĩ ra trình diện, ba tôi nói giờ này còn hát hỏng gì nữa, thế là tôi chỉ ra trình diện tại sở làm thôi, tôi cũng phải đi học tập mất mười ngày. Thời gian sau này tôi nghe được tin thầy Anh Bằng và gia đình đã ra nước ngoài, thầy Minh Kỳ đi học tập cải tạo và chết trong tù, cuối cùng tôi chỉ con gặp thầy Lê Dinh vài lần khi thầy đến chỗ sở làm của tôi để duyệt phiếu mua thuốc cho Pharmacy của thầy. Sau những lần đó thì tôi không còn gặp thầy Lê Dinh nữa.

Sáu năm sau, tôi lập gia đình với một cựu sĩ quan của quân đội

VNCH (bạn của anh tôi trong trại tù cải tạo), tôi không còn hoạt động văn nghệ nữa và trở về làm một người nội trợ trong gia đình. Mười ba năm sau, vợ chồng tôi và 3 đứa con mới được chấp thuận qua định cư tại Mỹ theo diện HO, tôi biết thầy Anh Bằng và Lê Dinh đã sang đây nhưng tôi không biết được địa chỉ của các thầy.

Khi con gái tôi lớn lên (đứa thứ hai), nó thích tham gia những công việc về xã hội, nhất là văn nghệ, nó cũng làm quen được một số nghệ sĩ và biết tôi trước kia là học trò của lớp nhạc Lê Minh Bằng, nó tự liên lạc với Asia Productions để hỏi thăm địa chỉ của thầy Anh Bằng. Thế là nhờ nó mà tôi liên lạc được với thầy Anh Bằng, và cũng do đó tôi biết được thầy Lê Dinh hiện đang định cư tại Canada. Từ đó, qua thư từ rồi email, tôi liên lạc được cả với thầy Anh Bằng và thầy Lê Dinh.

Chỗ tôi ở là San Diego, thầy Anh Bằng thì ở Santa Ana. Vì cuộc sống tôi phải đi làm đôi khi kể cả weekend nữa nên tôi không cơ hội để đến thăm thầy. Tôi chỉ gặp thầy Anh Bằng và gia đình thầy một lần tại Casino Harras do thầy gọi về cho tôi. Thầy nay đã lớn tuổi rồi, tai phải đeo máy trợ thính, đi đâu cũng có hai người thanh niên trẻ (bà con với thầy) để chăm sóc thầy. Tiếng nói của thầy tôi vẫn còn nhận được không khác trước mấy, vì trong casino quá ồn ào, nên tôi muốn nói chuyện với thầy phải nói lớn tiếng thì thầy mới nghe được, sau lần đó ra về tôi chỉ còn liên lạc với thầy qua email thôi. Còn thầy Lê Dinh thì ở xa quá tôi không có điều kiện để đến thăm thầy và gia đình, tôi chỉ theo dõi hoạt động và hình ảnh của các thầy qua những cuộc phỏng vấn trong những chương trình ca nhạc thôi.

Thấm thoát đã 33 năm rồi, tôi không còn hoạt động văn nghệ nữa, nhưng thầy Anh Bằng và thầy Lê Dinh cũng vẫn còn tiếp tục trên con đường sáng tác. Tôi hiện giờ chỉ là một khán thính giả, ngồi xem chương trình ca nhạc có những bài hát của các thầy mà lòng bùi ngùi nhớ lại thuở nào thầy trò cùng gặp nhau trong lớp nhạc Lê Minh Bằng.

CẨM NGUYỆT

cảm xúc về
DÒNG NHẠC ANH BẰNG

- KIM ĐÀO & THỤC ĐOAN -

Âm nhạc là một nhu cầu thiết yếu trong đời sống, âm nhạc cũng chính là món ăn tinh thần của mọi người nên không ai có thể phủ nhận mình là người không bao giờ nghe nhạc, vì thế nên âm nhạc Việt Nam đã có từ lâu đời phát xuất qua những điệu hò câu hát bình dân, với những lời ca đơn sơ mộc mạc của dân ca mà chúng ta đã từng nghe nhân một dịp nào đó trong buổi hát cúng đình, hoặc trong những ngày lễ hội có những cặp thanh niên nam nữ hát đố, hát chèo rồi sau biến thể cải cách thành những loại hát Quan họ Bắc Ninh, hát chèo văn, hát ngũ cung hay cao hơn nữa hát cung đình phục vụ cho các bậc vua chúa trong các triều đại phong kiến, những điệu hát này đôi khi cũng đã khiến sứ thần các nước đến VN được ban nhã nhạc của triều đình tấu khúc trong buổi dạ yến tiệc thiết đãi thượng khách do các quan đại thần hay nhà vua khoản đãi, thực khách đã tấm tắc khen hay, chính nhờ đó mà công việc ngoại giao vào thời buổi đó có phần kết quả khả quan do một phần về cảm quan âm nhạc.

Đề cập đến ảnh hưởng của âm nhạc dù chỉ trong thời phôi thai như trên, tôi muốn nói đến cảm xúc của tôi về dòng nhạc của nhạc sĩ Anh Bằng.

Nếu ta được nghe những bài nhạc tình vào những buổi chiều hè, khi giọt nắng sắp tàn trên lùm cây kẽ lá trước hiên nhà, ta sẽ thấy lòng mình lâng lâng ngây ngất, nhất là khi thả hồn nghe bài hát "Anh Còn Nợ Em" do một ca sĩ giọng nam do ca sĩ Nguyên Khang hát:

Anh còn nợ em
nụ hôn vội vàng
nụ hôn vội vàng
Nắng chói qua song

Khi mà món nợ tình chưa trả thì anh sẽ vô cùng bối rối:
"Anh còn nợ em
Con tim bối rối
Con tim bối rối
Anh còn nợ em
Anh Còn Nợ Em

Hoài niệm về những cuộc tình dang dở, những người nợ tình nhau thì nhiều lắm, cảm xúc khi nghe Anh Bằng viết về món nợ tình chưa trả khiến cho đối tượng của nhau bối rối mà gỡ mãi không xong. Ấy là chưa kể những kỷ niệm những cuộc tình đơn sơ của tuổi học trò trong dĩ vãng, chỉ nhìn cặp môi hồng của em mà anh muốn đặt lên trên đó một nụ hôn nồng cháy...Nhưng mà chưa dám, chỉ dám đứng xa để nhìn cô bé môi hồng rồi ước muốn bâng quơ:

Chiều về ngang trường nhỏ
Màu vôi đỏ ngọt ngào
Ta ngỡ người em nhỏ
Mỉm cười ấm biết bao
Ôi cô bé môi hồng
Học về ngang đầu ngõ
Anh mơ một chút tình bé biết không?

Sự nhút nhát dại khờ của tuổi học trò, anh chàng cùng trang lứa với cô em bé môi hồng đầy hấp dẫn, khiến lòng chàng trẻ tuổi vô cùng bối rối và thương yêu luyến nhớ:

*Cầm nụ hoa vừa nở
Thoảng nghe chút ngậm ngùi
Ta tiếc đường hoa cỏ
Ngày nào bé bước vui
Ta vẫn đứng im lìm
Nhìn thời gian buồn chảy
Chơi vơi bàn tay giữ lại gì đây?*

Những xúc cảm khác trào dâng trong tôi khi nghe bản nhạc Hoa Học Trò mà nhớ về dĩ vãng, "Bây giờ còn nhớ hay không?"
*Ngày xưa hè đến phượng hồng nở hoa
Ngây thơ anh rủ em ra
Bảo nhặt hoa phượng về nhà chơi chung*

*Bây giờ còn nhớ hay không?
Bây giờ còn nhớ hay không?*

*Bây giờ còn nhớ hay không?
Anh đem cánh phượng tô hồng má em
Để cho em đẹp như tiên
Nhưng em không chịu
Sợ phải lên trên trời*

Mối tình đẹp, mà ngày xưa ta bé cứ tưởng là trường cửu, vĩnh viễn đến nỗi sợ cả những hoàn cảnh được lên cao đẹp nhất là lên Trời... Sợ phải lên trên trời! Vì lên trời thì một đứa ở trần thế, còn một thì ở trên cao, như thế ai mà chịu nhỉ?
*Sợ phải lên, sợ phải lên trên trời
Sợ phải lên, sợ phải lên trên trời*

*Lên trời hai đứa hai nơi
Thôi em chỉ muốn làm người trần gian
Hôm nay phượng nở huy hoàng
Nhưng từ hai đứa lỡ làng duyên nhau*

Tưởng tình mình đẹp đến không bao giờ ngăn cách, nhưng:
Rưng rưng phượng đỏ trên đầu
Tìm anh em biết tìm đâu bây giờ
Bây giờ tìm kiếm em đâu?
Bây giờ thì mãi xa nhau...

Nghe bản nhạc này các bạn có cảm xúc ra sao? Chắc các bạn cũng như tôi có cảm xúc như ngày còn thơ dại, ngây thơ và trong trắng dám nghĩ những gì mà người lớn không dám nghĩ, hay nói đúng hơn người đủ trí khôn coi chuyện đó là gàn dở là chuyện mong manh không đi tới đích!

Ta hãy lắng nghe một bản nhạc mà Anh Bằng đã sáng tác hơn nửa thế kỷ qua khi mà ông tuổi còn trẻ, rời bỏ miền Bắc di cư vào miền Nam lánh nạn Cộng sản, ông ra đi trong sự buồn chán, thương cho thân phận mình thì ít, thương cho thân phận người tình còn kẹt lại và đất nước phân chia đôi ngả thì nhiều. Chàng trai than thở rằng biết bao giờ mới được gặp lại người yêu! Thật là tội nghiệp đời nhau duyên kiếp bẽ bàng qua bài "Nỗi Lòng Người Đi":

Giờ đây biết ngày nào gặp nhau
Biết tìm về nơi đâu ân ái trao nàng mấy câu
Thăng Long ơi! Năm tháng vẫn trôi giữa giòng đời
ngậm đắng nuốt cay nhiều rồi

Dù sau đó chàng đã có mặt ở Sàigòn hoa lệ, thành phố đầy ánh sánh với bao nhộn nhịp tưng bừng, vui vẻ biết bao với những tà áo của các thiếu nữ đủ màu khoe sắc thắm, nhưng trong tâm tư của chàng thì Hà Nội và Hồ Gươm vẫn không thể phai mờ cũng như chàng vẫn không thể quên người tình thuở đầu đời:

Hồ Gươm xưa vẫn chưa phai mờ
Hôm nay ài Gòn bao nhiêu tà áo khoe màu phố vui
Nhưng riêng một người tâm tư sầu vắng đi trong bùi ngùi

Tôi nghe bản nhạc tình nữa của nhạc sĩ Anh Bằng mà đã làm rung chuyển nhiều trái tim của những người di tản sống trên đất tạm dung, bản nhạc đó lại là một sáng tác của nhạc sĩ Anh Bằng mang tên một loài hoa Trúc Đào. Trúc Đào một loài hoa dại mà ta thường thấy nó mọc tràn lan bên hai vệ đường xa lộ của miền Nam California, Hoa Kỳ. Vào mùa hoa nở thì cho những chùm hoa đỏ tươi, hoặc trắng mầu sữa hoặc mầu vàng rực rỡ nhất là khi mùa xuân sang, tuy nó không hương, nhưng sắc thì lại làm rực rỡ cả mùa xuân, hoặc tô điểm cho mùa hè có tiết trời không khắc nghiệt lắm của California. Đúng thế, cần phải nói thêm Trúc Đào có lẽ là hoa của vùng Little Sài Gòn mới đúng, vì nếu ai mà ghé thăm Orange County mà ta vẫn thường gọi một cách thân thương là Quận Cam vùng Sài Gòn Nhỏ vào bất cứ lúc nào, tất cả đều phải dùng xa lộ 405 hoặc xa lộ 22 Garden Grove, nhất định rằng không ai mà không chú ý đến loài hoa Trúc Đào, nhất là vào mùa hoa nở khoe mầu rực rỡ, chúng mọc hiên ngang lấn át các loại cây hoa khác vì không cần sống nơi có nhiều nước nên rất thảnh thơi phơi thân dưới ánh nắng chan hoà, ngược lại nếu trời mưa hay gió bão và nếu điều kiện cho phép thì nó vẫn nở hoa cho người bớt buồn thảm vì mưa gió. California thường ít mưa nên hoa Trúc Đào không được hưởng lượng nước mưa tưới xuống, tuy vậy chỉ với những giọt sương đêm của miền Nam California cũng đủ để chúng tốt tươi, có thể ví Trúc Đào với những cô gái Việt Nam vui vẻ nụ cười luôn nở trên khé miệng vành môi mà bản nhạc Trúc Đào của nhạc sĩ Anh Bằng sáng tác là điển hình.

Nếu trí nhớ của tôi không quá kém cỏi thì chính bản nhạc này đã làm nên tên tuổi cho ca sĩ Hải Lý vì cô đã từng hát trên sân khấu Shortgun của Ngọc Chánh, bản nhạc Trúc Đào đã làm tôi xúc cảm và rung lên một nhịp điệu khó tả khi trái tim tôi đã đôi lần khô cạn vì khổ đau khi phải lìa xa quê hương đất tổ, nói cho đúng Trúc Đào là bản nhạc đã làm cho tim tôi đập lại nhịp bình thường, cho tôi sự sống trong niềm tin yêu sung mãn:

Chiều xưa có ngọn trúc đào
Mùa thu lá rụng bay vào sân em.
Chiều thu lá rụng êm đềm
Vàng sân lá đổ cho mềm chân em
Tại vì hai đứa ngây thơ

Tình tôi dạo ấy là ngơ ngẩn nhìn
Nhìn vầng trăng sáng lung linh
Nhìn em mười sáu như cành hoa lê
Rồi mùa thu ấy qua đi
Chợt em mười tám chợt nghe lạnh lùng
Thuyền đành xa bến sang sông
Hàng cây trút lá tình đi lấy chồng
Chiều nay nhớ ngọt trúc đào
Mùa thu lá rụng bay vào sân em
Người đi biết về phương nào
Bỏ ta với ngọn trúc đào bơ vơ.

Anh Bằng thật tài tình lại đem hình bóng lẻ loi qua bản nhạc tình Lẻ Bóng nói lên tâm trạng buồn chơi vơi của người em gái hậu phương với người anh tiền tuyến:

Có người hỏi tôi tại sao ưa ca bài ca
sầu nhớ thương ngắm trăng mờ hoàng hôn
Ưa đi lặng lẽ trong những đêm gió mưa u buồn Mà nghe cô đơn
Đừng trách tình duyên tôi đời mấy người
hằng ưa nhìn tơ liễu rũ ưa tìm trong giấc ngủ
Ngày còn ấu thơ lòng chưa biết chi mộng mơ.

Nói nhiều để cho sầu vơi tôi ưa tìm lên
đồi vắng ưa lắng chuông chùa vọng khơi
Trong chim bạt gió nghe tiếng tiêu thiết tha xa vời
                              lòng thêm chơi vơi

Thường viết dòng tâm tư vào những chiều úa
Thương cành u lá đổ thương mùa Đông nức nở
Thương cung ve rên trong nắng hè gọi bơ vơ.

Những xúc cảm tiếp theo thì có hàng dẫy khi nghe nhiều những bản nhạc đầy tình cảm của Anh Bằng sáng tác. Một câu chuyện kể rằng:

"Một buổi tối trời mưa tầm tã, Sài Gòn đang mưa nên có những cơn mưa kéo dài cả đêm. Sau giờ dậy nhạc ở nhà riêng của nhạc sĩ Minh Kỳ trên đường Hai Bà Trưng Nhạc sĩ Anh Bằng ra về như thường lệ. Trong khi đang mở chiếc dù che mưa để chạy ra xe thì một cô học trò nói nhỏ "Xin thầy cho em quá giang được không? Nhà em cùng trên đường về nhà thầy".

Anh Bằng nhìn lại thì gặp đôi mắt vừa có vẻ cầu xin, vừa có vẻ tinh nghịch của L. một cô học trò đẹp và dễ thương nhất lớp. Anh Bằng muốn cho L. về, nhưng xe của Anh Bằng đậu ngay trước nhà của nhạc sĩ Minh Kỳ, sợ mấy người học trò khác hoặc gia đình Minh Kỳ có ý nghĩ không ngay thẳng nên Anh Bằng trả lời:

- "Thầy cho em mượn chiếc dù này che cho đỡ ướt, thầy còn phải đi một nơi khác, chưa về nhà ngay".

- "Thầy cho em quá giang, em sẽ ngồi ngoài xe để chờ thầy"

- "Không được, thầy phải đi lâu lắm, khuya thầy mới về nhà"

- "Dạ, không sao, miễn là thầy cho em đi ké là em mừng rồi"!

Cuối cùng Anh Bằng đành phải cho L. lên xe giữa cơn mưa tầm tã và trước con mắt tò mò của nhiều người. Anh Bằng nhấn ga cho xe tiến lên, nhưng lòng của Anh Bằng thì ở lại dưới mái hiên của nhà anh Minh Kỳ với nhiều băn khoăn trộn lẫn áy náy, mặc dù mình không có tình ý gì với L. Trên đường về L. nói chuyện rất vui, hồn nhiên và nhí nhảnh hơn bao giờ. Nhưng về gần đến nhà Anh Bằng rồi mà L. vẫn không cho biết xe phải dừng ở chỗ nào để L. xuống Anh Bằng có hỏi thì L chỉ cười và nhìn Anh Bằng một cách thật tình tứ. Khi xe chạy qua lối vào nhà Anh Bằng, tự nhiên Anh Bằng không dám ngừng mà vẫn đạp ga cho xe chạy. Có lẽ vì sợ "bà cụ non" của mấy đứa con nổi máu... như thơ Nguyễn Bính chăng?

Lúc đó Anh Bằng thật sự bực mình, xe cứ phải chạy qua đường này sang đường khác. Nhìn đồng hồ đã 11 giờ đêm, Anh Bằng nói thẳng với L. "Nếu em không chỉ đường cho thầy đưa em về thì thầy sẽ dừng xe ở lề đường để ngủ hết đêm nay. Mà nếu đêm cảnh sát có hỏi thì thầy sẽ nói sự thật là em không chịu xuống xe, em sẽ chịu trách nhiệm hoàn toàn". Tưởng như vậy L. sẽ sợ mà chịu cho Anh Bằng chở về, ngờ đâu L. vẫn thản nhiên vui đùa, lại còn thách thức:

- "Em chắc thầy không dám nói như vậy, em thương thầy chứ có làm điều gì mất lòng thầy đâu!?"

Câu chuyện cãi cọ vô bổ cứ thế tiếp diễn. Nhưng may thay giờ chót L. ra một điều kiện:

- "Em sẽ để thầy về nhà kẻo cô đang đợi, nhưng thầy phải lấy danh dự mà hứa với em là Thứ Bảy này đúng 8 giờ tối, em sẽ đứng đợi thầy ở ngoài phố Hai Bà Trưng lối quẹo vào đường Trần Quang Khải, thầy đến đón em, cho em đi uống cà phê trên xa lộ với thầy, vào quán nào cũng được, đúng 10 giờ thầy trò mình trở về, thầy chịu không?"

Tôi nghĩ trong thế bí này "chịu" là thượng sách nên giơ tay hứa ngay, L. lại nói tiếp

- "Người khác thì em không tin, nhưng với thầy Anh Bằng thì em tin như đinh đóng cột, thầy sẽ giữ lời hứa với em nên em cám ơn thầy".

Trước khi xuống xe ở một đầu hẻm cách xa nhà Anh Bằng, L. còn giơ tay ra "hôn gió" với Anh Bằng

Coi như mình thoát nạn nên khi về nhà thấy nhẹ nhõm, tự cảm thấy có gì vui vui. Tuy nhiên cũng nhận thức rằng học trò ngày nay táo bạo hơn học trò ngày xưa nhiều, đôi khi học trò còn muốn ăn hiếp thầy, cô giáo nữa!"

Và như thế Nếu Tôi Đưa Em Về:

Còn một mình, trên đường khuya
đi trong hoang vắng mênh mang
Đèn màu vàng, soi vàng thêm thân cô đơn giữa không gian
Dáng u hoài bước lang thang như hồn hoang
Nàng thật buồn...
Ôi thành đô đêm hoang vu đáy tâm tư
Nhìn cuộc đời...
Nghe sầu dâng theo đôi chân giá bơ vơ
Biết bây giờ có ai thương ai mong chờ

Anh Bằng đã trải rộng tình thương yêu qua bài Qua Ngõ Nhà Em thơ mộng mà ai nghe cũng lâng lâng cảm xúc một niềm vui lúc ban đầu khi cuộc tình đang thắm thiết mê say:

Trời mưa nhè nhẹ trên cành hoa mơ
Anh đi lặng lẽ không gian mờ mờ
Anh muốn đi tìm giọt nắng giọt mưa
Qua ngõ nhà em

Ngày xưa hẹn hò mỗi lần anh qua
Hoa bay đầy ngõ thương em đợi chờ
Hai đứa vui đùa đẹp nhất ngày mưa
Tình nhất trời mưa

Nhưng cuộc tình kết thúc không mấy vui khi tình em không còn mặm nồng như xưa nữa vì em không chờ anh đến nữa, anh đến tìm em nay chỉ còn thấy hoa trắng mà chẳng thấy người xưa đâu nữa, chẳng khác gì câu chuyện xưa kể về Thôi Hộ, một danh sĩ đời Đường (618-907), nhân dự ngày hội Đạp Thanh, chàng đi rong ruổi rồi lạc đường đến Đào Hoa Thôn, ghé vào Đào Hoa Trang mới cảm thấy khát nước và vì tản bộ đã lâu nên cảm thấy thấm mệt. Vừa khát nước lại mệt nên đã gõ cửa trang trại Đào Hoa Trang xin nước uống. Khi ông vừa gõ cửa thì có một thiếu nữ ra mở cửa, nàng khép nép rụt rè đưa nước cho chàng. Nàng rất xinh đẹp e lệ thục nữ, hai má nàng đỏ hây hây, lại đứng dưới bóng cây hoa đào nên đôi má nàng càng tươi thắm đẹp tuyệt trần. Chàng Thôi Hộ nhìn nàng thấy nàng e thẹn nên ông cũng thấy ngượng ngập, chàng đỡ bát nước nàng trao cho, uống xong rồi vội vã cúi đầu chào từ giã ra về. Một năm sau đến ngày hội xuân Thôi Hộ nhớ cảnh nhớ người nên chàng háo hức trẩy hội Đạp Thanh và trở lại Đào Hoa Trang, chàng đến nơi nhưng thấy cửa đóng then cài mà người thục nữ năm trước đâu chẳng thấy, chỉ thấy muôn hoa đào vẫn rực rỡ đang mỉm cười trong gió lạnh mùa đông. Cảm xúc quá chàng liền phóng bút đề một bài thơ tứ tuyệt trên cổng nhà nàng:

Khứ niên, kim nhật, thử môn trung
Nhân diện, đào hoa tương ánh hồng
Nhân diện bất tri hà xứ khứ
Đào hoa y cựu tiếu đông phong.

Phỏng dịch:
Ngày này năm ngoái tại cửa này
Ngọc chuốt hoa đào, má đỏ hây
Nàng đi biền biệt nào ai biết
Hoa đào nơi đó vẫn cười tươi

Người thiếu nữ và thân phụ đi viếng chùa xa mãi đến xế chiều mới trở về, hai cha con chợt nhìn thấy mảnh giấy có viết mấy câu thơ ghim trên cửa, nét bút như phượng múa rồng bay, đọc lên nghe tình ý nồng nàn, nàng đoán ngay bài thơ và ý thơ là của người khách du xuân dự hội Đạp Thanh năm ngoái, nàng cảm động lắm nên sinh lòng tương tư. Kể từ đó hàng ngày nàng có ý ngóng trông... Nhưng hết mùa hoa đào này đến mùa hoa đào khác đã trôi qua, mà chàng vẫn bặt vô âm tín nên nàng hết sức tuyệt vọng, người thiếu nữ sầu khổ ốm tương tư, dung nhan mỗi ngày một tiều tuỵ, mặt nguyệt thêm xanh xao vàng võ. Cha nàng cố gắng tìm thầy tìm thuốc cứu chữa cho đứa con gái mà ông cưng chiều, nhưng mọi sự cố gắng của người cha đều không có kết quả.

Tôi nghĩ cũng tâm tư ấy bài Qua Ngõ Nhà Em là một khúc tình ca không kém gì câu chuyện Thôi Ngộ:

Nhưng rồi hôm nay
Vắng bóng em chờ
Anh qua đường này
Vắng bóng em chờ
Hoa trắng còn đây
người xưa đâu thấy
Mưa lạnh đôi vai

Anh lạnh đôi vai, ngõ vắng mưa gầy
Hoa bay lạc loài, ngõ vắng mưa gầy
Anh nhớ ngày nào dầm mưa ướt áo
Ôi tình tuổi yêu

Em là sao khuya lóng lánh trong hồ

Anh ôm tình sầu, liễu rũ trên bờ
Em mãi là mưa, hạt mưa hiu hắt
Trên đường năm xưa

Em là mây trôi với gió chân trời
Anh như thuyền đợi, bến vắng ngậm ngùi
Mây vẫn làm mưa tình nhân ướt áo, bây giờ bỏ nhau
Bây giờ quên nhau, chát đắng linh hồn
Anh đi một mình, chát đắng linh hồn
Hoa trắng rụng đầy...
Tình trôi xa mãi... anh còn nơi đây

Anh ngồi đây anh, phố vắng anh đợi
Thương em vời vợi, quán vắng anh chờ
Hoa lá vào xuân, cành cao chim hót
Chim hót anh buồn...

Đã bao nhiêu năm qua dòng nhạc Anh Bằng đã chuyên chở niềm xúc cảm qua từng ca sĩ diễn tả bản nhạc bằng mỗi tâm trạng riêng cũng như mỗi giai đoạn trong cuộc đời, di cư rồi di tản mà khi ta nghe những bản nhạc tình thì như vẫn nghe nỗi lòng nhiều niềm vui cũng có khi nhiều cay đắng xót sa trong đời người vui sướng hay trầm luân khổ ải của những chặng đường gian nan, tuy nhiên Anh Bằng đã cho tôi một ước mơ "Mộng với tay cao hơn trời tôi hái hoa tiên cho đời…" để tôi cũng như bạn âm thầm nhủ lòng mình rằng hãy cám ơn đời, cám ơn người.

Và cũng trong tâm tình đó xin biết ơn người Nhạc sĩ tài hoa Anh Bằng đã cống hiến cho nền văn hoá nhân bản Việt Nam bằng cách ghi lại tình tự quê hương và cả những khổ đau mà dân tộc ta phải gánh chịu. Ngược với chế độ Cộng sản du nhập văn hoá nô dịch về tàn phá quê hương Việt Nam để chúng ta phải một lần di cư và thêm một lần lưu vong nơi xứ lạ quê người.

KIM ĐAO & THỤC ĐOAN
Nam Cali - Tháng 1-2009

hình bóng người thương binh

- Hồng Vũ Lan Nhi -

Vào một buổi chiều đầu đông, khi ánh mặt trời đang nhạt dần trên bãi xa, và khi ngọn gió se lạnh thấm nhẹ vào cây cỏ, lòng tôi bỗng dưng buồn nhớ lạ lùng. Nỗi nhớ không tên, không hình bóng, cứ bềnh bồng trong tôi, như ngọn sóng trùng dương xô lui tới...

Đứng nhìn trời cho tới khi tối hẳn, tôi trở vào phòng, ngồi thừ người trên bàn computer. Tôi mở hộp thư với không chủ đích tìm kiếm thư đọc, hay những bài viết của các bạn bè trong các văn đàn gửi tới.

Ôi chao sao mà nhiều thư thế này. Mắt tôi bỗng để ý đến ba chữ Người Thương Binh, do anh Hà Phương Hoài gửi vào hộp thư.

Ba chữ Người Thương Binh, như cuốn hút tôi, khiến tôi vội mở nhanh. Đó là bài hát Người Thương Binh của nhạc sĩ Anh Bằng.

Đọc tiểu sử của ông, tôi còn biết, ông quê Thanh Hóa, gần quê với tôi. Tôi không nhớ nhiều về những tác phẩm của ông, nhưng, những bài như Nỗi Lòng Người Đi, Anh Biết Em Đi Chẳng Trở Về, Khúc Thụy Du là những bài tôi nghe với một thích thú, say mê. Hơn nữa, tôi đã yêu thích bài thơ Anh Biết Em Đi Chẳng Trở Về của Thái Can đã từ rất lâu rồi... nên khi những vần thơ được dòng nhạc quyện vào, tạo thành những âm thành réo rắt, dìu dặt, đã đưa vào tâm hồn người nghe những rung cảm tuyệt vời.

Lúc này, tình cờ tôi lại được nghe bài nhạc "Người Thương Binh", của nhạc sĩ Anh Bằng, với dòng nhạc day dứt, ngậm ngùi, tiếc nuối những ngày tháng qua, những kỷ niệm hào hùng một thời...

Hình ảnh những anh thương binh, ngồi buồn bên ly rượu, hay nhìn ngắm trời xa, trong nuối tiếc, ngậm ngùi... đã làm lòng tôi xúc động tột cùng. Tiếng hát của Đặng Thế Luân, càng làm cho hồn tôi tái tê, buồn đau, vì lời trong bản nhạc buồn và thấm thía quá.

Tôi lắng tai nghe, mắt nhìn hình ảnh do anh Lê Nguyễn trình bày, và bùi ngùi với tâm sự của người chiến sĩ, đã một thời hy sinh tuổi trẻ, hy sinh thân mình, cho tổ quốc thân yêu. Người con trai trong thời chiến, đã mang một hoài bão, một lý tưởng đấu tranh, mong sao mang lại thanh bình cho quê hương đất nước.

Nhưng rồi, hoài bão đã tan, lý tưởng đã mất, chỉ còn lại đây một tiếc nhớ, ngậm ngùi...

Hình ảnh người thương binh, bị mất một chân, ngồi bên dòng sông, cạnh đó vài chai bia lăn lóc, mái tóc bềnh bồng, mắt nhìn xa xôi nơi phương trời nào đó, nhưng trên người, anh vẫn mang bộ đồ trận, giày saut...

Rượu uống mềm môi bao chiều rồi
Chỉ thấy dòng sông đỏ ráng trời
Chỉ thấy lòng ta mưa mưa mãi
Sóng sầu nghiêng ngả mảnh hồn trôi...

Hình ảnh người lính chiến, trong bộ đồ trận, rất thân quen với tôi, trong những ngày tôi còn là nữ sinh, trên con đường hằng ngày đến trường Trưng Vương. Những hình ảnh chàng trai hào hùng không quân, nét mặt cương quyết của các anh áo rằn ri mũ đỏ, và nhất là các chàng lính thủy ở bến Bạch Đằng trong bộ đồ trắng thẳng nếp, đến trường đón người yêu, đã làm cho người con gái cảm thấy hãnh diện khi có một người yêu là lính chiến...

Tôi còn nhớ, cứ mỗi năm, gần đến Tết, trường tổ chức thêu khăn tay để gửi tặng các anh chiến sĩ nơi tiền đồn, gọi là quà của các em gái hậu phương, vui Xuân nhưng không quên các anh chiến sĩ đã quên mình trong nhiệm vụ làm trai... Bà Giám thị lớp tôi, trước khi ra khỏi lớp, còn quay lại dặn dò, nghiêm khắc:

- Bà Hiệu Trưởng dặn dò kỹ, không khăn nào được có tên hay dấu hiệu gì đặc biệt. Trước khi gửi, nhà trường sẽ kiểm soát kỹ càng, cô nào phạm lỗi là bị phạt.

Tôi cũng hiểu ý của bà Hiệu Trưởng Tăng Xuân An, bà sợ các học trò nữ của bà, phá phách thông lệ, làm quen với chiến sĩ bằng cách thêu tên, lớp...

Nhưng bà có biết đâu, khi các lớp được tổ chức đi thăm các anh thương bệnh binh nằm trong Bệnh Viện Cộng Hòa, hay các lớp được vài nữ sinh đại diện đi thăm các anh ở tiền đồn, cũng đã là cái cớ để cho các nữ sinh Trưng Vương nảy nở nhiều mối tình đẹp cũng có, bi thương cũng có... Đẹp là chàng đã trở về, cưới người con gái chàng yêu. Còn bi thương, là ngày chàng ra trận, cũng là ngày cuối cùng đôi ngả chia tay... tin chàng hy sinh nơi trận tuyến đã làm tim người em gái hậu phương lịm chết trong tuyệt vọng...

Càng ngày trận chiến càng khốc liệt, cuộc sống của người dân lúc ấy càng bị quay cuồng trong những tin tức trên đài truyền hình, trên radio, và tin truyền miệng từ các gia đình có con là lính chiến...

Trong thời loạn ly, sự sống chết mong manh như sợi tơ mành. Nhưng, các anh chiến sĩ đã coi thường sinh mạng, cốt chống giữ làm sao cho hậu phương được sống thanh bình.

Nhưng cuộc chiến đã thay đổi cục diện. Càng gần những ngày cuối tháng Tư, chiến trường càng trở nên sôi động, và, hình ảnh người lính chiến phải buông súng, đã làm cho nhiều chiến hữu, sững sờ, uất ức... Biết bao người đã phải sửa soạn ra đi, tránh bọn độc tài khát máu... Người thương binh đã vì lý tưởng hy sinh một phần thên thể, để giờ đây, sống trong mảnh đất quê hương, mà như lạc lõng như sống nơi phương trời xa lạ nào...

Bạn cứ đi, xin đừng lưu luyến
Là thương binh ta sống khổ đã thành quen
Như mãnh thú khép mình trong phố nhỏ
Đốt hết cuộc đời nghiệt ngã đau thương...

Người thương binh, còn lại gì trong tâm tư? Những kỷ niệm chiến đấu, còn hằn trong trái tim, trong tâm tư, với những địa danh anh đã từng chiến đấu, cùng các bạn, có người đã bỏ thân nơi chiến địa này, có đứa đã ngã gục ngay cạnh bên anh, không kịp trối trăn, anh chỉ kịp vuốt mắt, và thầm chúc cho hồn bạn được thành thơi nơi chín suối.

Bao lần bên dòng sông soi mặt
Thoáng như mây trời đỉnh Chu Prong
An Lộc, Khe Sanh, đèo Lao Bảo
Tử sinh ta thấy nhẹ như không...

Thời nào mà chả có bóng dáng chiến tranh. Kẻ xâm chiếm, người phòng thủ. Những anh hùng dân tộc như anh hùng áo vải Lê Lợi, như Đinh Tiên Hoàng, như Quang Trung, như Gia Long... dù chiến đấu trong mảnh đất nhỏ bé, so với láng giềng bề thế Trung Hoa, đã dùng mưu lược để dành chiến thắng, khiến quân sĩ Tàu đông đảo, cũng phải bỏ chạy...

Vậy mà giờ đây, lòng anh vẫn còn hăng say chiến đấu, tâm anh vẫn dành cho tổ quốc mến yêu, mà sao anh không được cầm súng chiến đấu. Anh cảm thấy lạc lõng, bơ vơ trong nỗi khổ đau giữa đất trời mênh mông, và những người bạn chiến đấu ngày xưa của anh giờ ở đâu, còn sống hay đã bỏ thân nơi nào, và có còn nhớ đến anh không? Anh hỏi trời. Anh hỏi anh, và chỉ có gió thổi âm u, và anh đành tâm sự với cỏ cây:

Chia với cỏ cây, nỗi niềm tri kỷ
Nhân gian chừng như đã lãng quên ta
Rượu uống bên dòng sông tủi nhục
Buồn hát một mình bài Quốc Ca năm xưa...

Có lẽ trong cuộc đời, không gì buồn bằng, rượu uống một mình, sống không tìm ra tri kỷ, để giờ đây, nhìn trời chiều trong màn sương đục, một mình ngóng về chốn xa, để thấy lòng mình vẫn còn yêu thương một Tổ Quốc,

Rượu uống bên dòng sông tủi nhục
Buồn hát một mình bài Quốc Ca năm xưa...

• Cám ơn anh Hà Phương Hoài đã gửi cho bài Người Thương Binh
• Cám ơn tiếng hát Đặng Thế Luân đã u ẩn gieo vào lòng người niềm thương cảm vô bờ.
• Cám ơn anh Lê Nguyễn đã thực hiện một cuốn phim đầy ý nghĩa với những hình ảnh vô cùng sâu sắc, nói lên được tâm tình của người thương binh nơi chốn quê nhà, khi Tổ Quốc thân yêu chỉ còn trong trí tưởng... và nỗi buồn sâu đậm trong lòng người
• Và cuối cùng, trân trọng nhất, cám ơn nhạc sĩ Anh Bằng đã có những dòng nhạc, với lời tâm tình tuyệt vời, đã khiến cho người nghe, đã không thể cầm được giọt nước mắt nhẹ rơi trong buổi tối mùa đông...

HỒNG VŨ LAN NHI

"Nỗi Lòng Người Đi" chuyện bây giờ mới kể

- SONNY PHAN -

Đối với quý khán thính giả thưởng thức dòng nhạc tiền chiến Việt nam, chắc hẳn ai cũng đã từng có, ít nhất một lần, nghe qua ca khúc "Nỗi Lòng Người Đi" của nhạc sĩ Anh Bằng.

Tuy không được chính thức công nhận bởi các giải thưởng âm nhạc do người Việt tổ chức (mà thực ra cũng không hề có một giải thưởng nào như thế!), nhưng mọi người, có lẽ ai cũng đều đồng ý rằng: "Nỗi Lòng Người Đi" là một ca khúc hay, có giá trị đặc sắc, được sáng tác trong giai đoạn cuối thập niên 50 của nhạc sĩ Anh Bằng – là người đã cùng với nhiều nhạc sĩ miền Bắc di cư vào Nam, gởi niềm nhung nhớ và lòng hoài niệm cố hương của thế hệ này, về một Hà Nội: có 5 cửa ô và 36 phố phường lãng đãng mờ sương trong những sáng sớm mùa Thu, trời se se lạnh...

Hôm nay, tôi xin mạn phép kể lại câu chuyện nhỏ của riêng tôi có "liên quan" đến ca khúc Nỗi Lòng Người Đi của Anh Bằng. Và qua đó xin cám ơn Ông đã sáng tác ca khúc này, mà nhờ đó tôi đã có được những kỷ niệm thật đẹp cho quảng đời niên thiếu...

chuyện bây giờ mới kể

Tôi sinh ra ở Đà nẵng, thành phố biển thuộc miền Trung nước Việt, vào lúc mà Nhạc sĩ Anh Bằng cũng đã xuôi Nam, sau hiệp định Genève. Thành phố của tôi không có cái thi vị của mùa Thu gió heo may nhè nhẹ thổi trên mặt hồ lặng im nhìn mây trời soi bóng, cũng không có nét độc đáo của 36 phố phường (hàng Đào, hàng Trống, hàng Bún, hàng Than, hàng Hành, hàng Quạt, v.v…) như quê hương Hà nội của nhạc sĩ Anh Bằng và của nhiều văn nghệ sĩ Bắc Hà thuộc thế hệ của Ông.

Hà Nội và đất Bắc, đối với tôi, chỉ qua sách vở, thi ca, âm nhạc, tiểu thuyết, và đặc biệt là qua các tác phẩm của nhóm Tự Lực Văn Đoàn. Hình ảnh của miền Bắc trong tâm tưởng tôi thật là trừu tượng, mơ hồ, nhưng chẳng hiểu tại sao nó lại có sức hấp dẫn lôi cuốn rất mãnh liệt trong tôi. Phải chăng là nhờ vào các tác phẩm của các tác giả thuộc thế hệ của Nhạc sĩ Anh Bằng đã "gieo hạt nẩy mầm" trong tâm hồn nhạy cảm của tôi?

Tôi thích ca hát và yêu văn nghệ từ tấm bé, khi còn ở bậc tiểu học. Kể từ năm học lớp Nhì (tức là lớp 2 sau này), tôi đã "xung phong" hát cho Thầy Cô và các bạn trong lớp cùng nghe vào lúc cuối giờ của những buổi học, hay vào các dịp lễ lạc, nghỉ Tết, nghỉ Hè, v.v... Bài ca đầu tiên, tôi hát vào năm lên 7 tuổi, đó là bài Em Bé Quê, nhờ vào công lao "huấn luyện - đào tạo" của "sư phụ" (chính là bà chị của tôi) – người đã nhận tôi làm "đệ tử", sau khi tôi "ký hợp đồng" thực hiện nhiệm vụ đi mua: *cóc, ổi, me dầm, xí muội, hạt dưa, chè, cháo, yaourt*, v.v…cho sư phụ vào bất cứ lúc nào mà sư phụ thèm ăn. Bù lại, sư phụ bỏ công luyện tập nhuần nhuyễn cho tôi hát vài bài "ruột" như bài: Em Bé Quê, Đón Xuân, Ly Rượu Mừng, Ngựa Phi Đường Xa, Bánh Xe Lãng Tử, v.v…

Trong suốt bậc tiểu học, tôi đã hăng say tham gia sinh hoạt văn nghệ trong lớp, trong trường. Nhiều đứa bạn học với tôi ở trường Nam Tiểu Học Đà nẵng, bây giờ gặp lại, vẫn còn nhắc đến chuyện tôi thường hát bài Ly Rượu Mừng mỗi khi Tết đến, trong các kỳ liên hoan văn nghệ tất niên của trường. Thực lòng mà nói, tôi cũng chẳng biết là giọng hát của mình hay dở ra sao? Chỉ biết, thuở còn thơ, khi nào Thầy Cô và bạn bè trong lớp yêu cầu, thì tôi lại đứng trước lớp, hay trước sân trường để hát một cách say sưa, hồn nhiên và thoải mái. Nhờ tham gia vào những sinh hoạt văn nghệ trong trường mà tôi kết bạn với nhiều bạn khác trong liên lớp. Cho nên, tôi có rất đông bạn bè thật là vui…

Đọc đến đây, chắc có nhiều vị độc giả thắc mắc: Uả, có thấy liên quan gì đến Nhạc sĩ Anh Bằng và Nỗi Lòng Người Đi?

Xin quý vị "bình tĩnh". Chuyện kể của tôi, bây giờ mới chính thức bắt đầu.

Rời trường Nam Tiểu Học, tôi thi đỗ vào lớp đệ Thất trường trung học Phan Châu Trinh Đà Nẵng. Nghĩa là tôi không còn mặc quần "short" đi học nữa. Thay vào đó, tôi phải bận quần dài màu xanh đậm, với áo sơ mi trắng, và mang giày (hay dép có quai sau) mới được bước qua cổng trường để đứng sắp hàng vào lớp. Khi trở thành học trò trường Phan Châu Trinh, ngoài các môn học chính như Toán, Lý, Hóa, Việt văn, Vạn vật, Sinh ngữ, v.v…,do Bộ Quốc gia Giáo dục quy định, tôi lại được học môn Nhạc. Và nhờ thế, tôi lại có điều kiện phát triển khả năng ca hát và lòng say mê âm nhạc của mình…

Trong nhiều năm ở bậc trung học, những lúc cả lớp ngồi chờ chừng 5, 10 phút nữa mới có tiếng chuông reng báo hiệu giờ tan lớp, thì Thầy Cô lại cho hát hò văn nghệ giải lao. Vậy là tôi lại đứng trước lớp hát cho mọi người nghe. Khoảng thời gian này, bà chị kiêm sư phụ của tôi cũng đã rời nhà, đi học Đại học ngoài Huế. Cho nên tôi phải tự mình luyện "võ công" bằng cách nghe băng nhạc, xem Tivi, rồi tập hát các bài nhạc mình yêu thích. Bấy giờ, trên radio có phát thanh các chương trình ca nhạc hằng ngày. Và trên Tivi, mỗi tuần đều có những chương trình Văn nghệ rất hấp dẫn. Tôi và các bạn học say mê âm nhạc thường hay tụ tập hát hò để chuẩn bị các tiết mục văn nghệ cho lớp mỗi khi Tết đến, Hè về. Tôi thì thích dòng nhạc tiền chiến với các ca khúc như: Thiên Thai, Suối Mơ (Văn Cao); Em Tôi (Lê Trạch Lựu); Tiếng Đàn Tôi, Bên Cầu Biên Giới (Phạm Duy);

Nỗi Lòng (Nguyễn Văn Khánh); Ngọc Lan, Bến Xuân Xanh (Dương Thiệu Tước); Hướng Về Hà Nội (Hoàng Dương); Nỗi Lòng Người Đi (Anh Bằng); Ai Về Sông Tương (Thông Đạt); Chiều Tím (Đan Thọ); Dư Âm (Nguyễn Văn Tý); Biệt Ly (Doãn Mẫn); Đêm Đông (Nguyễn Văn Thương), v.v…

Trong số các ca khúc mà tôi yêu mến như vừa kể ở trên, thì tôi ít có dịp hát bài Nỗi Lòng Người Đi, bởi vì các bạn thường thích nghe và yêu cầu tôi hát bài Nỗi Lòng (của Nguyễn Văn Khánh), Ai Về Sông Tương (của Thông Đạt) hay Tiếng Đàn Tôi (của Phạm Duy). Chỉ khi nào buồn, một mình ôm đàn hát nghêu ngao, thì tôi lại hát ca khúc Nỗi Lòng Người Đi của Anh Bằng, mà thú thật, lúc bấy giờ, vì chỉ nghe từ radio mà chép lại lời nhạc để tập hát, cho nên tôi quên viết lại tên tác giả và quên luôn cả việc viết tên của bản nhạc. Vì thế tôi cứ ngỡ bài này có tựa đề là: Tôi Xa Hà Nội. (Thật là thất lễ với nhạc sĩ Anh Bằng)…

Chẳng hiểu tại sao khi cất tiếng hát hai câu đầu tiên của bài này: *"Tôi xa Hà Nội năm lên mười tám khi vừa biết yêu. Bao nhiêu mộng đẹp yêu đương thành khói tan theo mây chiều…"* thì lòng tôi lại chùng xuống. Cái cảm giác xót xa của một chàng trai phải rời bỏ quê nhà yêu dấu, tâm trạng tan nát tơi bời vì: *"bao nhiêu mộng đẹp yêu đương thành khói tan trong mây chiều"*, như ngấm sâu vào lòng tôi, khiến tôi cảm thấy cơ hồ như chính mình là chàng trai ấy. Khi hát bài này, lúc nào cũng vậy, tôi đều cảm nhận được sự chia lìa, mất mát, ngăn cách, đổ vỡ, vô cùng thống thiết, bi ai…

Thế hệ của tôi lớn lên cùng với sự trưởng thành của nền tân nhạc Việt nam. Cho nên, xin dành một chút thời gian, để nhìn lại một cách tổng quát các hoạt động văn nghệ tại Sài gòn trong chặng đường 20 năm (1955-1975).

Phải công nhận rằng các sinh hoạt âm nhạc của Sài gòn, suốt trong khoảng thời gian này, đã phát triển với tốc độ nhanh, ngày càng phong phú, năng động và vô cùng hấp dẫn, Nhiều ca khúc ra đời, được phổ biến rất thịnh hành. Nhiều nhạc sĩ và ca sĩ xuất hiện ngày càng đông trong các hoạt động văn nghệ sôi nổi. Nhiều nhạc sĩ Việt nam đang ở trong thời kỳ sáng tác sung mãn như: Lam Phương,

Châu Kỳ, Phạm Duy, Lê Uyên Phương, Phạm Đình Chương, Anh Bằng và nhóm Lê Minh Bằng, Nguyễn Trung Cang & Lê Hựu Hà (ban nhạc Phượng Hoàng), Hoàng Thi Thơ, Nguyễn Hiền, Đan Thọ, Trúc Phương, Thanh Sơn, Ngô Thụy Miên, Song Ngọc, Nhật Ngân và nhóm Trịnh Lâm Ngân, Trịnh Công Sơn, Từ Công Phụng, Nguyễn Văn Đông, Nhật Trường - Trần Thiện Thanh, Quốc Dũng, Phạm Mạnh Cương, v.v...

Các ban nhạc trẻ Việt nam nở rộ khắp nơi, từ các trường trung học và đại học. Những ca khúc Pháp, Mỹ của Beatles, Bee Gees, Rolling Stones, John Denver, Christophe, Sylvie Vartan, Johnny Holliday, Tom Jones, Elvis Presley, v.v...được Việt hóa và trình bày trong các buổi trình diễn Nhạc Trẻ ngoài trời đã có sức lôi cuốn mạnh mẽ đối với giới trẻ. Bên cạnh đó, sự phát triển kỹ thuật của nghành truyền thanh, truyền hình, đĩa nhạc tour, băng nhạc cassette, đã góp phần thúc đẩy và quảng bá các ca khúc, nhạc sĩ, ca sĩ, và hoạt động văn nghệ lan rộng ra xa, từ Sài gòn đến khắp bốn vùng chiến thuật. Đây chính là thời kỳ vàng son của nền âm nhạc Nam Việt...

Lên lớp Đệ Tam, tôi chọn Ban B (ban Toán). Ba Mẹ tôi vẫn thường hay lo lắng chuyện học hành thi cử của tôi, thường hay nhắc nhở, "hăm he" tôi về tình trạng động viên quân dịch, sau khi nhìn ông Anh của tôi, giã từ tuổi học trò áo trắng, xếp bút nghiêng lên đường tòng quân nhập ngũ... Bạn bè trong trường của tôi cũng hay ngâm nga câu vè thời thượng:

Rớt Tú Tài, Anh đi trung sĩ.
Em ở nhà, lấy Mỹ nuôi con.
Mai này xong việc nước non.
Anh về, Anh có Mỹ con Anh bồng...

Giữa những áp lực căng thẳng như thế, tôi "lửng thửng" bước vào tuổi mới lớn, biết mộng mơ như các bạn đồng trang lứa. Tôi vốn thích ca khúc Que Sera, Sera! (What Will Be, Will Be) cho nên tôi vẫn sống vô tư với sách vở học đường, với những courses học thêm vào buổi tối, và vẫn "thong dong" trong thế giới âm nhạc và thơ văn mà tôi yêu thích. Đời sống của tôi không thể nào thiếu âm nhạc. Càng ngày

Sonny Phan đang hát ca khúc "Nỗi Lòng Người Đi"

tôi càng đam mê lời ca, tiếng nhạc, những giai điệu trưởng - thứ, một cách *"hết thuốc chữa"* (nguyên văn lời nói của Ba tôi, mỗi khi ông lắc đầu ngao ngán nhìn tôi ca hát ồn ào trong nhà).

Và rồi tôi lại biết… yêu! Cái "vụ" này thì có "dính dáng" đến Ông Anh Bằng đấy các bạn ạ!

Số là tôi có một thằng bạn thân, tên K., mà tôi thường hay "ăn dầm nằm dề" nhà nó. K. không mặn mà cho lắm về chuyện hát hò thơ thẩn giống tôi, mà chỉ thích rủ tôi đi đánh ping-pong với hắn (hai đứa tôi là một cặp bài trùng đi dự thi giải bóng bàn đôi nam trong trường). Hắn có cô em gái út, tên T. mà ở nhà mọi người thường gọi là Bé Út. Bé Út học dưới chúng tôi chỉ có một lớp, bên trường Nữ trung học.

Chúng tôi học lớp 11 B1, thì Bé Út học lớp 10 A1. Cho nên, Bé Út và các bạn lớp 10 A1 của nàng thường nhờ vả tôi giải giùm bài tập Toán. Do vậy, tôi hay được các nàng tiểu thư xinh đẹp lớp 10 A1 "thưởng công" cho ăn free: kem, chè, cốc ổi, me dầm, hạt dưa, xí muội…

Mùa Noel năm đó, Bé Út rủ K. và tôi đi dự tiệc sinh nhật của H. (cô bạn thân học chung lớp với Bé Út). Nhà của H. nằm trong khu cư xá Đoàn Kết – là khu dành cho gia đình sĩ quan cư ngụ, ở gần phi trường Đà nẵng. Bố Mẹ H. đều là người gốc Hà nội di cư vào Nam. Bố nàng là sĩ quan cấp Tá. Còn Mẹ nàng là Nha sĩ. Nàng là cô gái "rượu" trong nhà. Ông Anh cả thì đang học trường Võ bị Đà lạt. Còn ông Anh kế thì học lớp 12 ở trường Phan Châu Trinh (học cùng trường nhưng trên tôi một lớp).

Đêm sinh nhật của H. thật vui, và với tôi đó là một kỷ niệm chẳng bao giờ có thể quên. Số người tham dự gồm có các cô bạn học cùng lớp với nàng, vài người bạn hàng xóm láng giềng trong khu cư xá Đoàn kết, các bạn của ông Anh kế của nàng, và nhóm chúng tôi. Đêm đó có Bố Mẹ H. ở nhà nên chuyện nhảy nhót dancing coi như bị "kiểm duyệt". Thay vào đó là chương trình văn nghệ bỏ túi đầy hào hứng, sôi nổi: ăn bánh sinh nhật, nhâm nhi hạt dưa, uống nước ngọt xá xị, và thay phiên nhau hát. Các giọng hát học trò thật hồn nhiên, dễ thương, chứa nhiều cảm xúc rất thật. Nàng xinh đẹp lộng lẫy trong chiếc áo đầm màu trắng. Khi cười, đôi mắt đẹp của nàng dường như cũng cười theo đôi môi hé mở, để lộ hàm răng trắng đều thật đẹp…

Nàng cười tươi rạng rỡ với mọi người và giọng nói Bắc kỳ của nàng, ôi! nghe sao mà dịu dàng quyến rũ đến thế!!! Lòng tôi như đang mở hội khi nghe nàng nói:

"Nghe bạn T. nói Anh vừa là thầy dạy kèm Toán vừa là thầy dạy nhờ T. hát nữa. Vậy Anh hát góp vui, mừng sinh nhật của H. nhé!"

Nàng vừa nói, vừa cười nhìn tôi thật duyên dáng. Ánh mắt long lanh của nàng đã sưởi ấm trái tim tôi mà từ bấy lâu nay, vẫn thường hay mơ mộng vẩn vơ mỗi khi nghĩ đến nàng và những vần thơ lãng mạn. Tôi đã để ý đến nàng từ lâu, ngay từ ngày đầu gặp nàng trong nhóm bạn học của Bé Út đến nhờ tôi giải giùm các bài tập Toán, nhưng mà tôi đâu dám nói! Đêm ấy, đêm sinh nhật của nàng, tôi đã bị say bởi đôi mắt đẹp và nụ cười quá đỗi dễ thương... Theo yêu cầu của nàng, tôi lập tức "tập trung tư tưởng" để chọn lựa bài tủ trong đầu, chuẩn bị tư thế sẵn sàng biểu diễn "dợt le" với nàng và mọi người.

Thằng K., bạn hiền của tôi, đầy tự tin mà nói với nàng: *"H. đừng lo. Anh S. có thể hát bao nhiêu bài cũng được. H. cứ việc yêu cầu, ảnh sẽ hát. Ca-sĩ thứ thiệt đó. Hổng phải "ca-lẻ" mô!!!"* Nói xong thì hắn lại cười pha trò rất tếu.

Còn Bé Út thì "đệm" thêm vào: *"Anh S. cố gắng lên nha. Em đã lỡ "quảng cáo" về Anh rồi, hay hơn gấp ngàn lần so với quảng cáo của hãng dầu Nhị Thiên Đường trên Tivi nữa đó. Hi Hi Hi!!!"* Đám bạn của Bé Út cùng nàng cười vang, giọng cười tươi vui vô cùng...

Trong tích tắc, tôi quyết định sẽ hát bài Nỗi Lòng của Nguyễn Văn Khánh. Bài này tôi đã hát nhiều lần trước lớp rồi, nên rất chi là tự tin. Vả lại, tôi cũng muốn "bày tỏ" với nàng về "nỗi lòng" của chính mình, mượn lời ca của nhạc sĩ Nguyễn Văn Khánh: *"...ấp ủ lạnh lùng, tình yêu kia mà người nào hay?"* Nghĩ như thế, trong lòng tôi cảm thấy hân hoan, phấn chấn, nôn nao đợi chờ đến phiên mình hát...

Vậy mà những dự tính chuẩn bị kỹ lưỡng trong đầu của tôi bị bể "tanh-banh". Bởi vì, đã có kẻ "đi trước một bước". Cuộc đời luôn có những chuyện thật bất ngờ xảy ra ngoài ý muốn, phải không quý vị!

Trong số các bạn của ông Anh của nàng, có một anh chàng đạt đủ tiêu chuẩn "quốc gia": **Đẹp trai – Con nhà giàu – Học giỏi**. Ngoài ra, anh ta còn có vài "phẩm chất ngoại hạng": a) cầu thủ chính trong đội bóng rổ nhà trường, b) danh thủ vĩ cầm của khu cư xá Đoàn kết – niềm hãnh diện của cả xóm nàng...

Khi nghe đám con gái xầm xì to nhỏ: *"Cây si của H. đó!"* và khi nghe anh ta ngỏ lời giới thiệu: *"Mình xin hát bài Nỗi Lòng để "đặc biệt" riêng tặng cho một người "đặc biệt" hạnh phúc nhất đêm nay, v.v...và v.v..."* thì trống ngực của tôi đập loạn xà ngầu, chân tay tôi bủn rủn, hồn phách xiêu lạc tiêu tan...

Chưa bao giờ, tôi cảm thấy mình bị hụt hẫng và mặc cảm tự ty đến thế. Bài hát ruột của tôi, bài hát tủ của tôi, bài hát đầy ý nghĩa, đúng tâm trạng, hợp tình hợp cảnh, mà tôi đã luyện tập và trình diễn trong suốt bao nhiêu năm ngồi mòn ghế nhà trường, vậy mà nay đã bị "xí phần" mất rồi! Phải làm sao đây??? Phải làm sao đây??? Tôi chẳng còn tâm trí nào để mà lắng nghe ca khúc Nỗi Lòng mà Anh ta đang ra sức "diễn tả" bằng ánh mắt nhìn H. một cách đắm đuối. Trời ạ! "Cứu tôi với! Cứu tôi với!", câu nói thường nghe trong các phim ảnh cinema bấy giờ cứ văng vẳng trong đầu tôi. Phải chọn hát bài nào đây để tặng nàng? Bài hát phải có ý nghĩa. Lời ca phải hay. Nhạc điệu phải hấp dẫn, lôi cuốn. Hát phải đúng tông, đúng nhịp. Hát phải có hồn. Hát phải diễn đạt cho được những điều mà nhạc sĩ đã nặn óc viết ra…

Ôi! bao nhiêu câu hỏi rối lung tung beng trong đầu…Giữa lúc, lòng tôi đang ngổn ngang như một bãi chiến trường, thì nàng lại cất tiếng: *"Bây giờ đến phiên Anh S. hát một bài giúp vui"* và rồi mọi người vỗ tay cổ vũ. Tiếng vỗ tay đã "lôi" tôi về với thực tại!!! Nàng nhìn tôi như đang mong đợi một điều gì? Ánh mắt của Nàng rất lạ: như thôi miên, như vỗ về, như khuyến khích, như một dòng điện cao thế chạy xuyên qua người tôi, truyền thêm "công lực" cho tôi … Ngay giây phút ấy. Vâng! Chính ngay trong giây phút ấy, trong đầu tôi lại loé lên giai điệu và lời ca: *"Tôi xa Hà Nội năm lên mười tám khi vừa biết yêu. Bao nhiêu mộng đẹp yêu đương thành khói tan theo mây chiều…"* Trời ơi! Đúng rồi! Bài này là trúng tủ rồi. Ai đã là người Hà nội di cư vào Nam mà lại không biết bài này?

Thế là tôi mỉm cười khoan khoái, kín đáo liếc nhìn nàng "một phát", rồi ôm cây đàn guitar vào lòng, hít một hơi thật sâu tập trung tinh thần, chọn tông Đô trưởng đệm đàn và bắt đầu cất tiếng hát, thả hồn mình bay bổng, phiêu diêu cùng với "Nỗi Lòng Người Đi" của nhạc sĩ Anh Bằng…

Khi tôi vừa hát câu đầu của bài, thì tôi đã có cảm giác mình "nhập vai" vào ca khúc rồi. Tôi thấy mình là một chàng thanh niên trai trẻ, ngồi trên con tàu đã tách bến ra khơi, quay đầu nhìn lại quê hương Đà nẵng nhạt mờ xa khuất… Khi tôi hát câu: *"Bao nhiêu mộng đẹp yêu đương thành khói tan theo mây chiều"* thì tiếng hát của tôi dường như có chút uất nghẹn, luyến thương, ngậm ngùi, đau xót… bởi vì tôi cảm thấy như *bao nhiêu mộng đẹp yêu đương* của chính bản thân mình đang bị tan tành *"thành khói theo mây chiều"*, kể từ lúc Anh chàng có "tiêu chuẩn ba sao": Đẹp trai- Con nhà giàu- Học giỏi, chọn bài Nỗi Lòng hát tặng cho nàng, trước khi tôi kịp có cơ hội!

Đến đoạn: *"Hà Nội ơi! Nào biết ra sao bây giờ. Ai đứng trông ai ven hồ khua nước trong như ngày xưa"* thì tôi lại có cảm giác mình là một kẻ xa nhà cô đơn nơi miền viễn xứ, ruột gan cồn cào quay quắt mỗi khi nhớ đến nàng... Đà nẵng quê tôi, không có hồ để có "ven hồ", nhưng lại có con sông Hàn thơ mộng, để cho nàng chiều chiều thơ thần bên sông. Ôi! tưởng tượng ra cảnh nàng một mình đứng ở ven sông, nhìn hoàng hôn buông xuống, trong cô đơn thương nhớ về tôi - một người đã ra đi, chẳng biết ngày trở lại - thì tôi cảm thấy tình nàng dành cho tôi, ôi! sao da diết quá!!!

Đến đoạn: *"Bạn lòng ơi! Ngày ấy tôi mang cây đàn quen sống ca vui bên nàng. Nay khóc tơ duyên lìa tan"* thì tiếng hát của tôi như tiếng nấc nghẹn ngào, thương cho quãng đời thơ mộng, có tiếng đàn và tiếng hát cùng nàng chia sẻ niềm vui như đêm sinh nhật hạnh phúc hôm nay, để rồi phải: *"khóc tơ duyên lìa tan"*... Tôi đã nhắm mắt lại, đặt để hết cả lòng mình trong câu hát *"Nay khóc tơ duyên lìa tan"* như tôi đang tự mình khóc cho chính mối tình của mình dành cho nàng, bởi vì tôi có "mặc cảm" rằng tôi sẽ bị đo ván trước đối thủ "tầm cỡ ba sao", nhân vật vừa mới hát xong bài Nỗi Lòng, để riêng tặng cho nàng…

Đoạn điệp khúc, nốt nhạc lên cao thì tôi hát rất tha thiết: *"Giờ đây biết ngày nào gặp nhau. Biết tìm về nơi đâu ân ái trao nàng mấy câu"*. Tôi "nhả" chữ **biết** trong câu: *"Giờ đây **biết** ngày nào gặp nhau. **Biết** tìm về nơi đâu ân ái trao nàng mấy câu"* như một người có tâm trạng vô cùng tiếc nuối vì đã đánh mất hết tất cả mọi điều yêu quý trên đời. Và khi hát câu: *"Thăng Long ơi! Năm tháng vẫn trôi giữa giòng đời ngậm đắng nuốt cay nhiều rồi. Hồ Gươm xưa vẫn chưa phai mờ"* tôi đã thấy lòng mình buồn vô hạn bởi sáu chữ *"ngậm đắng nuốt cay nhiều rồi"*. Thử hỏi Ai mà không xót xa thương cảm cho một người sống ở trên đời mà phải bị *"ngậm đắng nuốt cay nhiều rồi"* kia chứ???

Tôi nhắm mắt, hát lập lại hai câu chót của bài: *"Sài Gòn ơi! Mộng với tay cao hơn trời. Tôi hái hoa tiên cho đời để ước mơ nên đẹp đôi"* mà lòng cảm thấy nhẹ nhàng khi tưởng tượng ra hình ảnh xinh đẹp của Sài gòn với đóa "hoa tiên" và "ước mơ thêm đẹp đôi" thật là tươi sáng...

Khi tôi hát hết bài, có nhiều tiếng vỗ tay thật to. Tôi mở mắt ra tìm nàng thì chạm ngay ánh mắt của nàng đang nhìn tôi, chao ôi! "kỳ lạ" lắm – Một ánh mắt nồng nàn, cọng với một chút hớn hở vui tươi, cọng với một chút mừng rỡ sung sướng, cọng với một chút e ấp thẹn thùng...Tất cả quyện lẫn vào nhau để tạo ra một ánh mắt vô cùng quyến rũ, cướp mất hồn tôi. Trong tôi, cảm giác sung sướng khó tả, tràn ngập cả tâm hồn. Vâng! Nàng là người con gái đầu tiên đã "cảm" được giọng hát của tôi khiến cho tôi thấy mình như đang ngụp lặn chơi với trong niềm hạnh phúc bất tận. Tôi mỉm cười khoái chí và thầm biết ơn nhạc sĩ Anh Bằng – vị cứu tinh của đời tôi, người đã cứu tôi thoát khỏi "một bàn thua trông thấy"...

Đêm đó về nhà, tôi chong đèn ngồi viết nắn nót nguyên cả bài thơ dài "Tình Thứ Nhất" của thi sĩ Xuân Diệu, rồi hôm sau, tôi "bạo phối" nhờ Bé Út chuyển cho nàng.

Tôi còn nhớ bốn câu thơ nhập đề:
Anh chỉ có một tình yêu thứ nhất
Anh cho em, kèm với một lá thơ
Em không lấy, và tình anh đã mất
Tình đã cho, không lấy lại bao giờ

Và bốn câu thơ kết:
Tờ lá thắm đã lạc dòng u uất
Ánh mai soi cũng pha nhạt màu ôi
Anh chỉ có một tình yêu thứ nhất
Anh cho em, nên anh đã mất rồi.

Và đặc biệt phần P.S. ở cuối thư, tôi đã "úp mở": **Không biết H. thích bài "Nỗi Lòng" hay bài "Nỗi Lòng Người Đi"?**

Thư chuyển đi rồi, tôi cứ thấp thỏm đợi chờ. Cả ngày, trong đầu tôi cứ lảng vảng hình ảnh của nàng, ánh mắt của nàng, nụ cười của nàng. Tôi chẳng thiết ăn, thiết ngủ. Sách vở bài tập ở trường chất đống thành núi và tôi "nuốt" chẳng muốn trôi…Trong người cảm thấy bần thần, chán nản. Đã hơn một tuần, không nhận được thư hồi âm của nàng, tôi lại càng thêm lo âu thắc mắc, thấy ngày chầm chậm đi qua - sao mà dài lê thê và buồn rười rượi!

Tôi thăm dò, hỏi Bé Út về nàng.

"*Bé Út ơi!, nhỏ H. có "nói" gì không? Có tin tức gì không Út?*"

Bé Út trả lời tưng tửng: "*Em đã đưa thư của Anh cho nhỏ H. rồi. Em chẳng thấy nó nói gì? mà Anh muốn nó nói gì hả??*"

Tôi nổi điên trong bụng nhưng cố gắng dịu giọng với nhân vật "chim xanh" của tôi: "*Chủ nhật này, Bé Út rủ H. đến nhà học bài nhé. Mấy bài toán tuần rồi có cần Anh giảng lại không?*"

Bé Út tinh quái chọc tôi: "*Ồ, mấy bài toán đó thì Em hiểu rồi. Nhưng hổng biết nhỏ H. đã hiểu "rõ" chưa? Để Em hỏi nó có cần Anh giảng lại hông nha!!!*" Nói xong thì Bé Út tùm tỉm cười rồi bỏ đi tỉnh bơ…

Tôi đau khổ khi nghĩ rằng nàng đã thích anh chàng "Nỗi Lòng" mất tiêu rồi. Tôi "quê độ" muốn độn thổ khi nghĩ rằng mình là kẻ mơ mộng "dở hơi". Tôi giận chính bản thân mình đã "liều mạng nhắm mắt" mà… yêu! Tôi vật vã thê thảm như cái xác không hồn. Thằng bạn thân của tôi còn "lên lớp" bằng một câu nói hiểm hóc: "*Coi mi kìa! Tau đâu ngờ, đường đường là một đấng nam nhi, bỗng phút chốc đã trở thành một… cọng bún thiu. Pourquoi? Pourquoi? Why? Why? He He He!!!*" Tôi nghe nó vừa nói vừa cười mà thấy lòng tự ái của mình "dồn dập" lên tận đỉnh đầu…

"***Đời việc gì đến sẽ đến…***" Vâng, cũng chính là của Anh Bằng – người nhạc sĩ đã viết nên một câu ca tuyệt cú mèo như thế, trong ca khúc **Sầu Lẻ Bóng** của Ông!

Tôi đang tiu ngỉu buồn đời, ôm cây đàn hát bài **Tôi Đưa Em Sang Sông**, thì Bé Út xuất hiện và nói ríu rít: "*Anh hối lộ một chầu đu đủ bò khô với nước mía Kim Châu, thì Em sẽ đưa cho Anh cái này!*"

Tôi ngẩn tò te: "*Đưa cho Anh cái này… là đưa cái gì chớ?*"

"*Thì là cái thư của nhỏ H. sáng nay mới nhờ Em chuyển cho Anh nè, chớ còn cái gì nữa*" Bé Út liền thoắng trả lời…

*Nhạc sĩ Anh Bằng, Hồng Vũ Lan Nhi,
Nhạc sĩ Lam Phương, Dương Viết Điền*

Trời ạ! Trái tim tôi muốn vỡ tung trong lồng ngực. Tôi mừng rỡ ra mặt. Và hạ giọng năn nỉ, ỷ ôi! *"Đâu! Bé Út đưa cho Anh coi liền đi, rồi Em muốn mấy châu cũng được mà..."*

"Anh hứa rồi đó nha!" Bé Út vừa nói vừa chìa ra trước mặt tôi một phong thư nhỏ màu xanh.

Tôi cầm lá thư trong tay mà không thể tin nổi mắt mình. Nàng đã gởi thư hồi âm cho tôi? Phải xem ngay bây giờ hay là chờ Bé Út đi khỏi rồi mới mở ra xem? Lòng tôi nôn nao, hồi hộp ghê gớm!!!

Tôi không biết mình đã đọc đi đọc lại bao nhiêu lần bức thư của nàng. Tôi chỉ biết là tôi yêu từng nét chữ, từng dòng, từng câu mà nàng đã viết trong thư. Nét chữ của nàng thật đẹp. Màu mực tím, ôi! thật dễ thương. Nhất là đoạn trả lời vô cùng "quan trọng" đối với tôi:

"H. thích bài Nỗi Lòng Người Đi hơn là bài Nỗi Lòng bởi vì người hát đã hát rất truyền cảm, rất xúc động, rất chân thực, rất hay và

rất... đáng "yêu"!!!..." Đọc tới đoạn này là tôi thấy sướng rân cả người. Vậy là Nỗi Lòng Người Đi đã đánh "bại" Nỗi Lòng rồi. Ôi! sung sướng quá khi đọc những dòng chữ thương yêu trìu mến đang nhảy múa tung tăng trong trang thư tình đầu tiên nàng đã gởi cho tôi!

Từ đó, tôi và nàng yêu nhau: Mối tình đầu của cả hai đứa. Mối tình học trò thơ mộng của chúng tôi!

Nhưng, một lần nữa: ***Đời việc gì đến sẽ đến...*** Chúng tôi yêu nhau chưa trọn một học kỳ "Đệ nhị lục cá nguyệt" thì Bố nàng nhận được lệnh thuyên chuyển lên Đà Lạt. Cả gia đình nàng rời khu cư xá Đoàn kết ở Đà Nẵng vào một buổi sáng tháng 4, trời có mây mù và mưa bay lất phất. Đêm cuối cùng, chúng tôi ra ngồi trước hiên nhà nàng, trong bóng đêm yên lặng. Nàng khẽ nói: ***Em thích nghe Anh hát bài Nỗi Lòng Người Đi. Anh hát cho Em nghe đi!***"

Thế là tôi hát. Không tiếng đàn, không tiếng nhạc, chỉ có tiếng hát nho nhỏ của tôi bên tai nàng. Khi hát đến đoạn: "*Bạn lòng ơi! Ngày ấy tôi mang cây đàn quen sống ca vui bên nàng. Nay khóc tơ duyên lìa tan*" thì tiếng hát của tôi chừng như bị đứt quãng bởi ngẹn ngào. Nàng bắt đầu sụt sùi, thút thít...Đến đoạn điệp khúc: "*Giờ đây biết ngày nào gặp nhau. Biết tìm về nơi đâu ân ái trao nàng mấy câu. Thăng Long ơi! Năm tháng vẫn trôi giữa giòng đời ngậm đắng nuốt cay nhiều rồi. Hồ Gươm xưa vẫn chưa phai mờ*" thì nàng ôm lấy tôi, dụi đầu vào ngực tôi mà khóc nức nở... Tôi không thể nào tiếp tục hát nữa bởi vì giọng hát của tôi đã bị nghẹn lại. Trái tim tôi như đang bị một quả núi nặng trĩu đè lên. Khóe mắt tôi cũng đã cay cay. Tôi ngừng hát, quàng tay ôm vai nàng đang rung lên từng hồi thổn thức. Nàng vẫn khóc rấm rứt. Còn tôi câm lặng mà nghe tan nát vụn vỡ trong lòng. Nước mắt nàng đã đẫm ướt trái tim tôi...

Đêm đó, tôi hát bài Nỗi Lòng Người Đi, nhưng tôi lại là người ở lại. Còn nàng - người con gái tôi yêu, người thích nghe tôi hát bài Nỗi Lòng Người Đi - thì lại là kẻ ra đi mà không biết bao giờ mới quay trở lại. Oái ăm thay cho những "trớ trêu" của cuộc đời này! Ca khúc Nỗi Lòng Người Đi - kỷ niệm đẹp của ngày tôi mới biết yêu - trong đêm cuối cùng bên nàng, tôi đã hát không trọn vẹn, giống như số phận mối tình đầu của tôi với nàng, đành phải chịu dang dở bởi sự chia lìa, ngăn cách, phân ly...

Từ đó, tôi và nàng chẳng gặp lại nhau. Từ đó, tôi cũng chẳng còn ham mê ca hát nữa...

Nhưng xin thưa với quý vị. "Chuyện Bây Giờ Mới Kể" của tôi cũng chưa hết đâu ạ!

Gặp mặt...
Hơn ba mươi năm trôi qua, dòng đời không ngừng chảy. Chuyện yêu đương ở tuổi học trò mơ mộng, của thời mới lớn ngây thơ, theo thời gian và bao thay đổi thăng trầm của cuộc đời, rồi cũng đã ngủ yên trong ký ức... Kỷ niệm của tôi với bài ca Nỗi Lòng Người Đi cũng phải vậy thôi... Có điều là tôi rất mong có dịp gặp mặt...tác giả Anh Bằng, để cám ơn Ông đã viết nên một ca khúc mà ca khúc ấy đã là một phần của cuộc đời tôi.

Theo dõi các chương trình ca nhạc của trung tâm Asia, tôi nhìn thấy Nhạc sĩ Anh Bằng nhiều lần trên màn ảnh nhỏ, nhưng tôi vẫn mong ước được gặp Ông để cám ơn và nhân đó gởi tặng Ông một ca khúc mà tôi đã viết bằng tất cả cảm xúc của lòng mình trong lúc nhớ nhà, thương quê da diết. Khi tôi viết ca khúc Nhớ Cố Hương (Thương Về Đà Nẵng), cái cảm giác chia ly tiễn biệt, xa cách nghìn trùng, đã sống dậy thật mãnh liệt trong tôi, giống như lần đầu tiên, tôi hát bài Nỗi Lòng Người Đi để tặng cho nàng, trong đêm sinh nhật năm nào...

Tôi muốn chia sẻ nỗi niềm thương nhớ quê hương Đà Nẵng của tôi, với nhạc sĩ Anh Bằng bởi vì lòng ngưỡng mộ và cũng bởi vì tôi nghĩ rằng: chính Ông - với một Nỗi Lòng Người Đi dành cho Hà nội của Ông, đã thực sự làm xúc động biết bao người, trong đó có tôi - hẳn sẽ dễ dàng đồng cảm với lòng trắc ẩn và nỗi nhớ thương của một người Việt ly hương như tôi... Khi ra đi, lìa xa đất Mẹ, quê hương đi theo chúng ta và nằm ngay trong trái tim của mỗi một người dân Việt. Đà Nẵng hay Hà nội. Sài gòn hay Đà Lạt. Cần Thơ hay Huế...cũng đều là đất Mẹ Việt nam, quê hương thân yêu ngàn đời của tất cả chúng ta...

Ca khúc Nhớ Cố Hương (Thương Về Đà Nẵng) của tôi, không có phần kết luận nhẹ nhàng như phần kết luận của ca khúc Nỗi Lòng Người Đi: *"Sài Gòn ơi! Mộng với tay cao hơn trời. Tôi hái hoa tiên cho đời để ước mơ nên đẹp đôi"*, mà nó là niềm ray rứt không nguôi:

*Mịt mùng xa cố hương.
Buồn thao thức đêm trường
Viễn xứ ta lòng đau
Một đời cách xa nhau...
Viễn xứ ta ngồi ôm
Một hình bóng quê hương!!!*

Cuối cùng, một lần nữa: ***"Đời việc gì đến sẽ đến..."*** Tôi đi xem chương trình ca nhạc có tên: Huyền Thoại Lê Minh Bằng do trung tâm Asia tổ chức. Tôi cố gắng tìm để được gặp mặt Nhạc sĩ Anh Bằng, và tôi đã gặp. Tôi nhìn Ông đang bận rộn cùng với nhạc sĩ Lê Dinh (trong nhóm Lê Minh Bằng của Ông) trong suốt chương trình. Cơ may, tôi có dịp đứng tiếp chuyện với Ông trong thời gian ngắn ngủi chừng... 2 phút. Cũng không thể nói gì nhiều với Ông, dù trong lòng tôi có nhiều điều muốn nói, nhưng tôi đã có dịp gởi tặng Ông dĩa nhạc CD trong đó có bài Nhớ Cố Hương (Thương Về Đà Nẵng). Đêm đó, tôi về nhà ngủ một giấc thật ngon nhờ niềm vui đã được gặp mặt Nhạc sĩ Anh Bằng...

Nếu sau này, có "duyên" gặp lại H. của năm xưa, chắc chắn tôi sẽ kể cho nàng nghe chuyện tôi đã gặp tác giả của ca khúc Nỗi Lòng Người Đi, và cũng sẽ nói cho nàng biết là tôi đã ***"lỡ"*** kể hết câu chuyện của tôi với nàng, trong bài viết **"Nỗi Lòng Người Đi - Chuyện Bây Giờ Mới Kể"**...

Sonny Phan
December 1st, 2008
www.sonnyphanmusic.com

những giọt đời rơi

- PHIẾN ĐAN -

Âm nhạc là cánh cửa để con người trải rộng những cảm xúc thành những âm điệu mua vui cho đời, nhưng âm nhạc không có mái che của thời gian nên ở độ tuổi nào người ta cũng có thể sống và đam mê với âm nhạc. Chính nhờ mức độ rung cảm chân thành mà có nhiều Nhạc Sĩ đã trở thành những Thần Tượng cho người mộ điệu. Tôi cũng đã nghe và hát nhiều ca khúc của những nhạc sĩ thành danh của Việt Nam. Với tôi, nhạc sĩ Anh Bằng thật là một trong những nhạc sĩ lớn đã tạo nên sự thành công cho chính ông bằng những sáng tác được yêu chuộng.

Trong khoảng thập niên sáu mươi, gần như mọi người sống ở miền Nam đều quen thuộc với những nỗi đau trong dòng nhạc của Anh Bằng, với những ca khúc được khắc lên bằng những vết thương rỉ máu, trong tiếng ầm ì của đại pháo câu vào thành phố Sàigòn. Hình ảnh một chú bé đánh giầy lây lất trên vỉa hè trong cái lạnh lẽo của trời Đông, nỗi đói lạnh tội nghiệp vang lên não nề trong ca khúc "Nó", nỗi ám ảnh của chiến tranh Việt Nam đã như là định mệnh trong ca khúc của Anh Bằng, và có những người, dù không một lần gặp ông nhưng chắc chắn khi nghe ca khúc của Anh Bằng phải ghi nhận ông quả thực đang nói hộ tâm sự và nỗi cô đơn của đại đa số người dân Miền Nam trong thời kỳ mà đất nước từng ngày bị cuộc chiến làm thương tổn. Cũng vì ảnh hưởng qua đôi mắt của một nhân chứng nên dường như ca khúc nào của Anh Bằng trong thập niên 60 cũng mang một Melody buồn như tiếng tỉ tê của Chopin. Vâng! đó là duyên cớ vì sao tôi cảm thấy gần gũi với lòng lương thiện và nỗi khao khát bình yên của một người như Anh Bằng, đã dùng cung bậc để vẽ cho đời những giọt sầu rơi.

Tôi đã không giống như một con vành khuyên nhỏ chỉ thích nhảy nhót trên cành cây cao, ríu rít mộng mơ như một đứa trẻ vô tư, coi hình ảnh chiến tranh như những dấu hỏi (?) hay dấu chấm than (!) trong cuộc sống của mình, nên tôi đã nhận ngay được cái gia sản văn hoá đầy khói và thuốc súng để mà lớn lên, để rồi từ cõi riêng lẻ đó tôi bị cuốn hút vào dư âm ca khúc của Anh Bằng một cách tự nhiên. Dù cho lúc bấy giờ tôi chưa trưởng thành nhưng đã biết hát theo tiếng nhạc từ chiếc radio, đó là nơi mà tuổi lên 10 tôi đã thấy tiếng súng dội vang át cả tiếng pháo trong những ngày tết Mậu Thân và cũng từ nơi đó có những buổi trưa hè tôi đã nghe tiếng ca sĩ Phương Dung ca bài Gõ Cửa của Anh Bằng, hay nghe tiếng một chị hàng xóm ngân nga một mình trên chiếc võng cọt kẹt...

Chuyện một đêm khuya nghe tiếng nổ nổ vang trời.
Chuyện một đêm khuya ôi máu đổ đổ lệ rơi.
Chuyện một đêm khuya nghe tiếng than trong xóm nghèo,
Mái tranh lửa cháy bốc lên ngun ngút trời cao...

Những kỷ niệm thuở ấu thơ của tôi quả thật khó mà qua đi trong sự bình yên khi chiến tranh vẫn khốc liệt và nó cũng vì vậy đeo mang cả âm hưởng tang thương vào kho tàng văn hoá của người dân miền Nam, không một nguyên nhân nào có thể thay đổi được cảm xúc của những người từng có nước mắt cho đồng bào, có nỗi đau cho dân tộc và tôi nghĩ đó chính là lý do đã tạo thành tiếng nói của Anh Bằng qua những tác phẩm thành danh của ông trong thập niên 60-70 và mãi đến bây giờ vẫn còn vang vọng hoặc còn ray rứt trong lòng những người từng nghe hay hát những sáng tác của Anh Bằng.

Đại đa số người nghe nhạc Việt Nam thường ít chú ý đến tên người sáng tác ngoại trừ một số ít tác giả có nhiều tác phẩm được trình diễn và được yêu chuộng. Tuy nhiên điều đó không phải là hiếm hoi khi Anh Bằng sáng tác ca khúc nào của ông cũng dễ dàng chiếm một chỗ đứng trang trọng trong tâm tình người nghe nhạc Việt Nam. Nhạc của Anh Bằng như tiếng sáo diều ru nhẹ trong buổi hoàng hôn vì chính dư âm từ những cung trầm nét bổng như vang vọng niềm lưu luyến như là một cung đàn dở dang, và tôi đã chợt nhận ra tôi thường bị đắm mình và có một mặc cảm cô đơn khi nghe Thương Vùng Hoả Tuyến qua tiếng hát Phương Hồng Quế

Có ai qua vùng hoả tuyến
Nhắn cho tôi một vài lời
Mái tranh thân yêu còn đâu
Luỹ tre xanh tươi còn đâu
Đổi thay giờ đây lửa máu

Xóm Thôn hoang tàn đổ nát
Luống Khoai nương và nghẹn ngào
Tiếng Chuông vang không còn nữa
Vắng Trâu ăn trên đồng sâu
Trẻ Thơ đi tìm Mẹ hiền.

Hình như không ai mà không thuộc ít nhất đôi dòng những ca khúc của Anh Bằng. Sự gần gũi với quần chúng đến độ đã tạo thành tên tuổi cho những ca sĩ hát nhạc của ông như ca sĩ có nét đẹp là Kim Loan đã thành danh sớm và khiến người ta luôn nhớ cô với bản Căn Nhà Ngoại Ô của Anh Bằng

Tôi ở Ngoại Ô, một căn nhà tranh có hoa thơm trái hiền
Cận kề lối xóm, có cô bạn thân sớm hôm lo sách đèn...

Nghe nhạc để trái tim của chính mình có những điệp khúc vang dội thao thức là do tài năng của người sáng tác. Một sự tình cờ ở tuổi khi bước vào trung học tôi đã yêu thích ca khúc Nỗi Lòng Người Đi với những tiết điệu gợi nhớ, gợi thương và dù không sanh ra ở Hà Nội nhưng những dòng thương cảm quê hương trong mối tình đất nước mà tôi được nghe vẫn thôi thúc tôi có những thiện cảm đặc biệt với người đàn ông đất Bắc. Đó không phải là vì cái gốc Bắc Kỳ của tôi, nhưng điều đó đã cho tôi cái nhìn thật sâu sắc về người đàn ông mà mẹ tôi thường bảo là "Gan lì nhưng đa tình". Tôi vẫn nghe thỉnh thoảng bố tôi ngân nga một mình "Tôi xa Hà Nội năm lên 18 khi vừa biết yêu", giọng bố ấm và truyền cảm khiến tôi bắt đầu tập nhớ và hát theo ca khúc này. Tôi vẫn cứ nghĩ đó là của chú Phạm Đình Chương (bạn của bố tôi), nhưng đến lúc tôi vượt biển sang trại Ty Nạn Bidong được gặp nhạc sĩ Tuấn Khanh, trong những buổi tối các anh các chú đến căn nhà của chúng tôi cùng đàn hát, nghe chú Tuấn Khanh hát lại "Nỗi Lòng Người Đi" giọng chú thật hay vừa ấm lại trữ tình, tôi hỏi chú xuất xứ thì chú bảo rằng của nhạc Sĩ Anh Bằng. Với tôi, cái tên Anh Bằng trở nên thật thân quen từ đó và tôi nghĩ người viết được những âm hưởng đa sầu đa cảm này có lẽ rất yêu quê hương.

Điều bất ngờ hơn nữa cho tôi, một thời ca sĩ có giọng ca nũng nịu rất dịu dàng là Xuân Thu hay hát bài mà tôi thích là bài "Nếu Vắng Anh". Ca khúc này gần như là bài hát mà tôi thường hát tặng bạn bè trong những buổi tiệc, nhưng tôi cũng thật thất lễ là không biết của nhạc sĩ Anh Bằng, cho đến khi tôi được xem một tập nhạc kỷ niệm vàng uá của người bạn trong nhóm mới biết Anh Bằng cũng chính là nhạc sĩ sáng tác ca khúc này.

Sau này một thời gian tôi lại thấy ở Hải Ngoại bỗng xuất hiện nhiều ca khúc mới và có những âm hưởng tươi trẻ và với phong cách thật lạ và cái lạ đó thu hút được cả mọi lứa tuổi, dường như nhạc sĩ Anh Bằng quả cho chúng tôi nhiều bất ngờ khi ông có thể biến mình trong những thay đổi của đất trời trong những phong cách sáng tác theo vận mệnh của đất nước và con người Việt Nam, như luồng gió mới đập vào cánh cửa sổ khép kín u uất của những mãnh đời đang lây lất tha phương, những điểm tựa của buổi giao thời đã vỡ nát đi niềm tin của tuổi trẻ đã được hồi sinh trong những ca khúc "Hạnh Phúc Lang Thang", "Anh Còn Yêu Em", "Khúc Thụy Du", "Chuyện Tình Hoa Sim", "Chuyện Dàn Thiên Lý"…

Tôi dường như nhận ra một điều rất rõ là dù sáng tác theo điệu Boston, Rumba, hay Bolero, ca khúc nào của ông cũng có những chất điệu đầy đặn và dễ hát, dễ nhớ và đó cũng là lý do tôi đã thuộc và hát nhiều ca khúc của Anh Bằng. Dù tôi không phải là ca sĩ chuyên nghiệp nhưng khi tôi hát mọi người đều yêu thích, tôi nghĩ không phải vì tôi hát hay, mà vì nhạc sĩ Anh Bằng đã làm những sáng tác của ông trở thành những ước mơ cho những người thích hát. Không phải ai nghe nhạc cũng có thể thuộc và hát dễ dàng những ca khúc mình ưa thích, nhưng đặc biệt những sáng tác của Anh Bằng dường như đại đa số nghe qua một lần đều có thể hát và nhớ bởi âm điệu rất ngọt ngào và lưu luyến, phải chăng đó là vì nhạc sĩ Anh Bằng là một người dễ hoà mình với đại chúng, hay ông có thể trong hoàn cảnh nào cũng có thể sống và đạt được thành công nhờ tấm lòng nhân hậu và thuỷ chung của mình.

Tôi không biết nhiều về người nhạc sĩ có tên Anh Bằng, nhưng tôi thoáng nhận ra phong cách sáng tác tự tin của ông đã cho thấy ông là người rất kỷ luật trong đời sống và có một nhân sinh quan rất phóng khoáng. Tôi được một lần gặp chị Thy Vân, ái nữ của ông khi tôi đến thăm Trung Tâm Asia, chị Thy Vân là một người ít nói và chừng mực lại giản dị cho tôi cảm giác quý trọng hơn khi biết chị là một tay quán xuyến sự phát triển của Trung Tâm Asia. Hơn thế nữa, sự thành công và lập trường chính trị của Trung Tâm Asia đã cho tôi hiểu thân phụ chị cũng đã ảnh hưởng đến con gái mình rất nhiều. Ngoài ra, tôi lại biết nhạc sĩ Anh Bằng còn là một cựu chiến sĩ trong quân lực VNCH, và ông từng là người lính nên dường như ca khúc của ông gần như là một tài liệu cho những giai đoạn biến đổi thương hải tang điền của Việt Nam. Những nét đẹp trong tâm hồn người lính dù vui hay buồn cũng nói được tấm lòng trân quý đất nước trong những cung bậc thăng trầm trên khung nhạc được Nhạc Sĩ Anh Bằng buông xuống.

Tôi còn nhớ rất rõ vào năm 1968, tôi đã nhìn thấy hằng ngày trên màn ảnh truyền hình đen trắng hình ảnh mấy em trai đang chơi đá gà ở trong xóm bỗng tiếng cười bị dập tắt trong tiếng quả Mìn Plastic của bọn đặc công Cộng Sản làm nổ ra và nhường lại những thân thể bị xé nát của đám trẻ thơ vô tội bên cạnh xác hai con gà tan nát và tiếng ầm ì vang lên trong ánh hoả châu, cùng một lúc có giọng ca Anh Vũ ngân lên bài hát "Đêm Nguyện Cầu" của Lê Minh Bằng

> Hãy lắng tiếng nói vang trong tâm hồn mình người ơi
> Con tim chân chính không bao giờ biết đến nói dối
> Tôi đi chinh chiến bao năm trường miệt mài
> Và hồn tôi mang vết thương vết thương trần ai...

> Có những lúc tiếng chuông đêm đêm vọng về rừng sâu
> Rưng rưng tôi chấp tay nghe hồn khóc đến rướm máu
> Quê hương non nước tôi ai gây hận thù tội tình
> Nhà Việt Nam yêu dấu ơi bao giờ thanh bình?

Tôi phải thú thật, cho đến bây giờ mỗi khi nghe ca khúc này tôi đều không thể cầm được nước mắt khi nhớ đến câu chuyện Tết Mậu Thân và những vụ thảm sát quá tàn nhẫn mà cộng sản đã gây nên trong ba ngày Nguyên Đán 1968. Dạo đó tôi không được rõ Lê Minh Bằng là tên của ba nhạc sĩ Anh Bằng, Lê Dinh và Minh Kỳ. Sau này khi biết được ba nhạc sĩ xuất xứ từ ba miền đất nước cùng viết một tâm tình ăn ý trong nhiều tác phẩm khác nữa tôi mới thấy quả là trái tim Việt Nam không có sự ngăn cách và một lần nữa tôi lại thêm ngưỡng mộ bài "Đêm Nguyện Cầu" nay đã trở thành bất tử và là chứng tích cho một lịch sử đầy máu và nước mắt của cuộc chiến Việt Nam.

Nhiều thập niên trôi qua, mỗi người đều bị cuốn hút trong cõi đời đầy phẫn nộ, chia lìa của cuộc sống lưu vong, và có những lúc người ta không có sức để nhớ hết những tháng năm dĩ vãng trôi qua vì đã phải gánh chịu quá nhiều bi hận, không ai buồn nhớ đến những gì họ đã mất vì quá mệt mỏi. Nhưng mỗi khi ta tìm được đôi nét nhạc rơi xuống từ nỗi đau triền miên, không ai lại không tỉnh thức trong kỷ niệm, dù đó chỉ là một thuở ngoan hiền trong giấc mơ áo trắng, như chính tôi đã lặng người và chảy nước mắt khi nghe Vũ Khanh hát lại bài hát "Hoa Học Trò" mà xưa kia tôi đã nghe ca sĩ Thái Châu ôm đàn hát vọng xuống từ trên balcony vào buổi tối nào đó ở con hẻm rộng đường Hồng Thập Tự, giọng của anh mặn mà và thật sự đầy rung cảm như anh đang thổ lộ nỗi u sầu. Bây giờ tôi mới hiểu được âm nhạc có sức quyến rũ diệu kỳ và những giọt đời rơi đó sẽ mãi mãi đắm say nhân gian khi người nghệ sĩ đã trút cạn tâm tư...

Bây giờ còn nhớ hay không?
Ngày xưa hè đến phượng hồng nở hoa
Ngây thơ anh rủ em ra
Bảo nhặt Hoa Phượng về nhà chơi chung
Bây giờ còn nhớ hay không?
Bây giờ còn nhớ hay không?...

Không làm sao quên được tất cả những dòng nhạc mà tôi yêu thích đã khóc thay tâm tình của dân tôi, làm sao mà không nhớ những dòng nhạc đã trôi vào tuổi trẻ của chúng tôi để biết thế nào là bi kịch của đời, là tình yêu và là nỗi thương mang cho những duyên kiếp lỡ làng. Thật không làm sao viết hết những sáng tác trong nhiều thập niên dù với một melody nhịp nhanh hay chậm, dù trang trọng hay đầy hài tính như bốn chữ "Huynh Đệ Chi Binh" nhưng chắc chắn tôi biết được nhạc sĩ Anh Bằng đã để lại nhiều trân quý cho chính tôi trên những ca khúc của ông mà hầu hết tôi điều yêu thích. Nhạc sĩ có đời sống ra sao tôi không được biết, nhưng tôi biết rất rõ ông là một người yêu nước, có tấm lòng nhân hậu, và ông gần được mọi tầng lớp để thành công khi ghi được những tâm tình rất thực. Nghe nhạc của Anh Bằng chắc chắn ta không thể quên quê hương ta đã có những lịch sử được ghi lại, không bằng hình ảnh, nhưng bằng những thanh âm sẽ mãi mãi tồn tại vì đi vào trái tim con người.

Tôi muốn gửi đến nhạc sĩ Anh Bằng lời cảm ơn muộn màng. Cám ơn ông đã để cho đời tiếng vui, dù cho những thanh âm từ cung đàn đó có như giọt sầu rơi, nhưng mãi mãi là bài thơ đẹp cho kiếp nhân sinh.

PHIẾN ĐAN
Sydney mùa Hạ 2008

ANH BẰNG
sáng tác như non

- HAHUYENCHI -

Ở 1962, gã thiếu úy nhô Mũ Đỏ khác thường đã hạ cánh dù xuống ban văn nghệ Trung ương. Kỷ luật sắt khiến đau lòng tráng sĩ. Nghệ sĩ lớn Hoài Trung dài thêm mặt ngựa khó thương. Thêm Anh Bằng, Hoàng Hải, Lữ Liên, Tuấn Đăng, Vân Sơn... trăm chiều hậm hực.

Anh Bằng, Lữ Liên bị phạt chạy quanh sân cờ, huấn nhục. Rồi cũng chào thua chàng thiếu úy nhô. Vẫn hát, vẫn đàn, vẫn kịch xôm trò. AVT ló mòi ngũ âm tạp lục. Vân Sơn hát như đùa, danh hề đích thực.

Sau Tháng Tư Đen, nghe tin Vân Sơn đói rạc. Vội xa đời trong đói nghèo thảm khốc. Ở Paris tôi gặp lại Hoài Trung bạc tóc. Mời bạn ta tô bún ốc, làm duyên.

San Jose, gặp Anh Bằng nơi sân khấu, cười hiền. Với gia tài bộn bề nhạc bản.

"Tôi xa Hà Nội năm lên mười tám khi vừa biết yêu
Bao nhiêu mộng đẹp yêu đương thành khói tan theo mây chiều"
(nhạc Anh Bằng, trích bài viết "Hà Nội Còn Nhớ Hay Quên")

"Hôm nay Sài Gòn bao nhiêu tà áo khoe màu phố vui
Nhưng riêng một người tâm tư sầu vắng đi trong bùi ngùi"
(nhạc Anh Bằng, Nỗi Lòng Người Đi)

Anh Bằng sáng tác nhiều như non. Cả khi thính giác đã không còn, nhưng nhạc ngữ vẫn chưa mòn.

Kệ đời thăng giáng, tình say
Tình tang cho hết kiếp này, bạn ta.

HAHUYENCHI

nghĩ về nhạc ANH BẰNG

- PHẠM VĂN VĨNH -

Không phải ai cũng quen nhạc sĩ Anh Bằng nhưng có lẽ nhiều người Việt sinh sống ở miền Nam Việt Nam vào những năm của thập niên sáu mươi, bảy mươi đều biết nhạc sĩ Anh Bằng.

Ông đến với mọi người bằng những tình khúc do ông viết riêng dưới bút hiệu Anh Bằng hoặc viết chung dưới bút hiệu Lê Minh Bằng. Những tác phẩm của ông xuất hiện thường xuyên trên các làn sóng truyền thông, qua những tiếng hát của nhiều ca sĩ lừng danh.

Từ rất lâu, tôi cứ nghĩ Anh Bằng người Hà Nội và di cư vào năm dạo ông ở vào tuổi mười tám. Sở dĩ tôi nghĩ như vậy là bởi vì đã nghe ông tâm sự trong nhạc phẩm Nỗi Lòng Người Đi. Bản nhạc này chắc chắn ông viết ở Sài Gòn, tin như thế chẳng qua cũng bởi những câu cuối cùng của bài hát:

Hôm nay Sài Gòn bao nhiêu tà áo khoe màu phố vui
Nhưng riêng một người tâm tư sầu vắng đi trong bùi ngùi
Sài Gòn ơi! Mộng với tay cao hơn trời
Tôi hái hoa tiên cho đời để ước mơ nên đẹp đôi

Thực ra khi đọc tiểu sử của Anh Bằng, người ta mới biết rằng ông sinh ra ở tỉnh Ninh Bình và khi ông di cư vào Nam thì ông đã ở ngưỡng cửa cuộc đời của tam thập nhi lập. Và ông đã tam thập nhi lập thật, bởi nghe đâu ông đã tạo dựng một cuộc sống rất thành công. Ngoài tài âm nhạc và sức hoạt động âm nhạc hăng say và đều đặn, ông còn có nhiều cơ sở khác.

Nhạc và thơ có được thường nhờ vào một hiện tượng cụ thể hay từ một bức tranh trừu tượng rồi nhờ vào khả năng sáng tạo mà nhạc sĩ mới diễn tả những cảm xúc, cảm tình và cảm giác, trong dòng nhạc, lời ca, được thể hiện nhờ cách điều khiển âm thanh, cung bậc, tức là giai điệu.

Nếu chúng ta cố gắng đi tìm lại những gì đã qua của những năm xưa ở quê hương Việt Nam, chúng ta sẽ nhận ra rằng các nhạc phẩm của nhạc sĩ Anh Bằng thường thể hiện rất nhiều tình cảm và tâm trạng của người Việt qua từng thời đại.

Trong số trên dưới một trăm sáng tác, căn cứ theo nội dung của lời ca, sáng tác hay phổ từ thơ của các thi sĩ, nhạc của ông có thể được xếp thành nhiều loại:

- Một thời nhìn lại: chúng ta có thể kể đến những bài hát như Nỗi Lòng Người Đi, Chuyện Tình Hoa Trắng, Hồi Chuông Xóm Đạo, Chuyện Tình Trương Chi My Nương, Chuyện Hoa Sim...
- Tình yêu đôi lứa: Căn Nhà Ngoại Ô, Khi Mình Xa Nhau, Nếu

Tôi Đưa Em Về, Nếu Vắng Anh, Gõ Cửa, Khúc Thụy Du...

- Quê Hương Việt Nam: Huế Bây Chừ, Huế Đã xa Rồi, Đà Lạt Xa Nhau, Sài Gòn Thứ Bảy, Nhớ Sài Gòn...

- Chiến Tranh Việt Nam: Lạy Mẹ Con Đi, Chuyện Một Đêm, Nửa Đêm Biên Giới, Đêm Nguyện Cầu.

- Tình cảm xã hội: Nó, Huynh Đệ Chi Binh, Cát Bụi.

Xét về thể điệu, Anh Bằng thường xử dụng các điệu nhạc Bolero, Slow, Slow Rock. Thỉnh thoảng xuất hiện một vài bản nhạc với điệu nhạc Habanara (Lạy Mẹ Con Đi), Blues (Linh Hồn Tượng Đá), Tango (Tango Dĩ vãng)...

Rất nhiều ca sĩ nổi danh đã hát nhạc của ông. Nếu nhớ thế nào kể ra thế nấy thì phải viết tên của các danh ca Trang Mỹ Dung, Duy Khánh, Phương Hồng Ngọc, Hùng Cường, Thanh Tuyền, Hà Thanh, Chế Linh, Hoành Oanh, Than Lan, Hùng Cường, Khánh Ly, Thanh Sơn, Mạnh Đình, Như Quỳnh, Ban Tam Ca Sao Băng, Tuấn Ngọc, Lệ Thu, Vũ Khanh, và còn thêm nữa.

Trong thời gian trước và sau 1970, nhạc Anh Bằng, Lê Minh Bằng rất thịnh hành ở miền nam Việt Nam. Bởi lời ca và điệu nhạc rất gần với quê hương, dân gian, đại chúng nên có lẽ vì thế mà rất nhiều tầng lớp dân chúng ưa thích nhạc của ông. Nhạc của ông thường xuất hiện trong các buổi họp mặt, to nhỏ khác nhau, giữa bạn bè, các buổi văn nghệ, đài truyền hình, đài phát thanh, các chương trình đại nhạc hội, chương trình tuyển lựa ca sĩ mỗi sáng Chủ Nhật tại rạp Quốc Thanh. Trưa hè oi ả, nhạc Anh Bằng phát ra từ đài phát Thanh ru giấc ngủ trưa. Nhiều bài hát của ông được phát đi, phát lại như những bản nhạc Top thời bây giờ. Tuy ông đã viết nhiều bài hát rất nổi tiếng và thành công, nhưng hình như bài hát được nhiều người xử dụng trong nhiều trường hợp đặc thù là bài Đêm Nguyện Cầu.

Chắc chắn bây giờ, ở vào cái tuổi hơn thất thập cổ lai hy, nhạc sĩ Anh Bằng vẫn tiếp tục sáng tác nhiều ca khúc mới, cống hiến cho đời những bản tình ca hay mà từ mấy chục năm qua đã đúc kết lại thành một huyền thoại, huyền thoại Anh Bằng.

Phạm Văn Vĩnh

Paris, ngày 1 tháng 8, 2008

ANH BẰNG
người nhạc sĩ của Đạo Học

- Lê Việt Điểu -

Nhiều bài viết, nhiều người nói rằng nhạc sĩ Anh Bằng là nhạc sĩ của tình yêu, nhạc của ông đã ca tụng tình yêu, tình yêu đôi lứa, tình yêu quê hương, tình chiến hữu huynh đệ chi binh, tình yêu đối với những người lính chiến vô danh đã nằm xuống vì tự do, những người Thương phế binh VNCH bị bỏ quên sau cuộc chiến.

Vào đầu năm nay, 2008, nhà văn Nguyễn Quý Đại ở Đức vết về Anh Bằng như sau "Nhìn lại 33 năm âm nhạc hải ngoại thời thịnh vượng, thành công rực rỡ, với những nhạc phẩm sáng tác hát cho tình yêu quê hương đất nước... Những Trung Tâm trên mời những nhạc sĩ tài danh giới thiệu họ với khán giả, nói lên lời tri ơn vì họ âm thầm đóng góp cho đời những nhạc phẩm bất hủ. DVD nhạc phát hành trên toàn thế giới, từ đó nhiều người biết mặt các nhạc sĩ, từ lâu tên tuổi họ đã đi vào lịch sử âm nhạc và tình tự dân tộc. Ngoài ra cũng giới thiệu những nhân tài gốc Việt thành công trên nhiều lãnh vực: khoa học, thương mãi, xã hội.. mang lại danh dự cho cộng đồng người Việt chúng ta. Sự có mặt của nhiều nhạc sĩ qua nhiều thế hệ (trưởng thành trước 1975 và sau 1975) đóng góp cho nền âm nhạc tại hải ngoại cần phải được vinh danh. Nhạc sĩ Anh Bằng đến định cư ở Hoa Kỳ từ 1975 lúc 50 tuổi đã có cơ hội tiếp tục sáng tác và phát hành cassette với tên Lê Minh Bằng, Sóng nhạc, Dạ lan, Asia. Khoa học phát triển, nghệ thuật thứ Bảy cũng tiến theo, từ Video đến DVD. Nhạc sĩ Anh Bằng sáng lập ra trung tâm Asia Entertainment, do con gái Thy Vân điều khiển tổng quát, nhạc sĩ trẻ tài ba Trúc Hồ làm Giám đốc. Nhạc sĩ Anh Bằng sáng tác nhiều trong số đó có 10% là thơ phổ nhạc…" Còn nhiều người viết về Anh Bằng với những góc nhìn khác nhau.

Dường như ông, Nhạc sĩ Anh Bằng, có duyên với thơ. Người ta nói "Thi trung hữu nhạc" trong thơ đã có nhạc rồi, thơ giàu chất nhạc, nhưng có mấy nhạc sĩ đem nhạc vào thơ nhiều như Anh Bằng? Có thể tôi lầm, hoặc chủ quan trong ý kiến; nhưng, người nghe như tôi, thường nhớ những nhạc phẩm của Anh Bằng hơn nhiều tác giả nhạc sĩ khác. Thơ đã hay, khi vào nhạc thơ được chắp cánh bay cao hơn, thơ ở trong lòng người nghe nhiều hơn va lâu hơn. Có ai nhớ những bài thơ tiền chiến: Bướm Trắng (Nguyễn Bính), Chuyện Hoa Sim (Hữu Loan), Anh Biết Em Đi Chẳng Trở Về (Thái Can), Chuyện Giàn Thiên Lý (Yên Thao) Ngập Ngừng (Hồ Dzếnh), Hoa Trắng Thôi Cài Trên Áo Tím (Kiên Giang Hà Huy Hà) nhưng khi vào nhạc, hơi thở của nhạc đã đưa thơ đi xa hơn và ở lại lâu hơn. Thuộc nhạc ễ hơn thuộc thơ?

Nhiều người nhận xét rằng "Anh Bằng rất có tài phổ thơ thành nhạc "Hai Sắc Hoa Ty Gôn" của TTKH dài 40 câu là chuyện tình tan vỡ, vì hoàn cảnh trái ngang nàng phải gạt nước mắt lên xe hoa về nhà chồng thành một ca khúc trữ tình "chuyện tình hoa Tigôn" Những dòng thơ sau "tiền chiến", của thi sĩ sau 1954 đất nước chia đôi. Thơ tình, thơ của mộng mơ, thơ của những chàng thi sĩ "mơ theo trăng" và ngơ ngẩn vì em. Làm thơ cho chính họ…nhưng qua dòng nhạc của Anh Bằng, tâm tình đó trở thành đại chúng. Những bài thơ của các thi sĩ: Hoa Học Trò (Nhất Tuấn), Khúc Thụy Du (Du Tử Lê), Anh Còn Nợ Em (Phan Thành Tài), Từ Độ Ánh Trăng Rằm (Đặng Hiền), Trúc Đào (Nguyễn Tất Nhiên), Mai Tôi Đi (Nguyên Sa) mãi mãi chỉ là những dòng thơ "than mây, khóc gió" của một người với một người, nếu nó còn lưu lại (may mắn lắm) sẽ đi vào văn học từ chương cho học sinh, sinh viên; hoặc sẽ nằm trong kệ sách của thư viện. Nhưng khi đã được Anh Bằng thổi vào đó sức sống của nhạc... với 7 âm được phối trí, được nhào nặng, những vần thơ đó đã đi vào quần chúng, đi vào mọi ngõ ngách của con người của cuộc đời. Cái ngọn Trúc Đào của Nguyễn Tất Nhiên:

"Trời nào đã tạnh cơn mưa
Mà giông tố cũ còn chưa muốn tàn
Nhà người tôi quyết không sang
Thù người tôi những đêm nằm nghiến răng
Quên người - nhất quyết tôi quên
Mà sao gặp lại còn kiên nhẫn chào.
Chiều xưa có ngọn trúc đào
Mùa thu lá rụng bay vào sân em... "

Sẽ mãi mãi chỉ có thể là Trúc Đào của Nguyễn Tất Nhiên chẳng ai biết đến cái ngọn trúc đào hằng ngày vẫn thấy ngoài vườn thơ một thế nào. Con chim bói cá, tình ơi và Thụy ơi, trên cọc nhọn trăm năm của Du Tử Lê chỉ là hình ảnh của chính thi sĩ với người tình; ấy vậy mà qua bàn tay, qua cảm quan của Anh Bằng... Con chim bói cá tầm thường (bình thường) tung cánh bay bổng vào mọi nhà, vào tim mọi người. Như vậy... ta khen thơ hay ta khen nhạc? Chẳng có gì mới. Nhạc hay thơ tuyệt... đã quyện vào nhau.

Tôi đã chủ quan mà suy nghĩ như vậy, đại chúng hàng chục triệu dân Việt chắc hẳn đã nghĩ như vậy.

Anh Bằng còn là nhạc sĩ của thời thế, thời đại, thời cuộc... Như một nhà viết sử ghi nhận các mốc của thời gian. Bên cạnh những tác phẩm âm nhạc ghi lại tình cảm, tình chiến hữu trong chiến đấu, còn có những bài mang tính hài hước... Anh Bằng còn mang theo những hoài niệm man mác về quá khứ của một thời đã đi qua. Nhạc phẩm "Nỗi lòng người đi" là tiêu biểu. Ai chẳng thấy xót xa "Tôi xa Hà Nội lên năm mười tám khi vừa biết yêu. Bao nhiêu mộng đẹp yêu đương thành mây khói tan theo mây chiều. Hà Nội ơi! Nào biết ra sao bây giờ. Ai đứng trông ai ven hồ khuya nước trong như ngày xưa..." Chẳng những mang nhiều hoài niệm, Anh Bằng đối với tôi còn là nhạc sĩ của tình nhân loại. Phải có cái tâm lân mẫn lắm, đớn đau cùng kiếp nhân sinh lắm, ông mới có thể làm rung động người nghe "Thằng bé âm thầm đi vào ngõ nhỏ. Tuổi ấu thơ đã mang nhiều âu lo. Ngày nó sống kiếp lang thang. Ngẩn ngơ như chim xa đàn. Nghĩ mình tuổi thân muôn vàn..." Cái tâm lân mẫn đó là tâm Từ trong Phật Giáo, là Tâm Bác Ái trong lời dạy của Đức Chúa Trời. Tôi không quen, tôi chưa lần gặp Anh Bằng... nhưng tôi tin ông có tấm lòng nhân hậu và từ ái. Tôi đã cùng chia sẻ với ông "Chuyện một đêm khuya nghe tiếng nổ nổ vang trời. Chuyện một đêm khuya ôi máu đổ đổ lệ rơi. Chuyện một đêm khuya nghe tiếng than trong xóm nghèo. Mái tranh lửa cháy bốc lên ngun ngút trời cao..." khi còn sống bình yên tại Sài Gòn ở cái tuổi còn mơ còn mộng.

Từ những suy nghĩ rất riêng đó, tôi mới đến với Anh Bằng, và thưởng thức nhạc Anh Bằng không phải với cái tai thẩm âm, cái đầu suy luận, hoặc chất thơ, chất nhạc... Tôi thẩm thấu nhạc Anh Bằng với trái tim và cái tâm của một con người cùng khổ được chia sẻ. Với cá nhân tôi, nhạc sĩ Anh Bằng là người nhạc sĩ của Đạo học.

Năm 1985 tôi đến được trại tị nạn Galang, Indonesia. Năm đó trong trại còn ít người không đông như những năm 1979-80. Tuy nhiên, trại vẫn còn hàng chục ngàn người chờ đợi được đi định cư. Có những gia đình chờ đợi hàng đôi ba năm, năm bảy năm vẫn chưa có nước nào nhận. Đời sống của những con người tị nạn... nó giống như bầy chim không có tổ, như đàn cừu không chuồng... cuộc sống mờ mịt mông lung. Sống là nhờ vào hy vọng. Thế nhưng, con người vốn dĩ đã có những tiềm ẩn của sự ác... trong cảnh khốn khó đó người ta kèn cựu nhau, tranh chấp nhau, có thể ăn thịt nhau... nhưng dưới họng súng của Task Force Indo thì im ru xếp cánh. Có một thời gian, lính Indo đã coi người tị nạn trong trại như những món đồ chơi... như những con chim mà họ muốn thịt lúc nào là thịt... Những con người, những mẩu chuyện vượt biên được kể lại cho nhau nghe... Trong thời gian đau buồn và mất hướng đó, một buổi chiều tôi ngồi cùng chúng bạn tại một ngọn đồi gần những hàng quán buôn bán. Một nhạc phẩm cất lên, giọng ca Khánh Ly... lời nhạc như vậy:

> Một người thợ săn âm thầm mang súng lang thang vào rừng.
> Bầu trời bình minh muôn ngàn tia nắng sớm xuyên màn sương
> Một vài cụm mây như chùm hoa trắng bay trong trời xanh,
> Rất xinh và rất xinh.
> Kìa một bầy nai vương sừng ngơ ngác phóng nhanh vào rừng.
> Còn một bầy chim vô tình vẫn hót líu lo đùa chơi.
> Nào ngờ thợ săn đang cầm cây súng bắn lên cành cây.
> Chim chết chim lạc bầy.
> Ngay hôm sau cũng nơi này...
> Chim đang kêu vang gọi bầy...
> Nào ngờ bên gốc cây người thợ săn hôm trước
>   núp thân sau lùm cây.
> Chim yên tâm sống vô tình, yêu thương nhau trên đầu cành.
> Đạn vụt bay đến nhanh, cả bầy chưa tung cánh,
>   xác rơi trên đất lành.
> Rồi người thợ săn âm thầm mang súng mang chim trở về.
> Lề đường bầy chim không thù không oán hót cho người nghe.
> Rượu nồng thịt thơm bao người nâng chén no say đùa vui.
> Đâu biết chim ngậm ngùi.
> (Người Thợ Săn Và Đàn Chim Nhỏ- Anh Bằng)

Tôi đã nghe nhạc phẩm nầy rất nhiều lần, gần như mỗi ngày cái quán đó đều mở nhạc, vẫn những bản nhạc người chủ có và mở đi mở lại... tôi nghe không chán. Thật sự lúc đó, năm 1985, tôi không biết tác giả là ai... tôi chỉ biết nghe, và nghe với tâm trạng rất buồn liên hệ đến cuộc sống hoàn cảnh của bản thân thời gian đó. Buồn thật nhiều... tôi đã bỏ không ăn thịt một thời gian rất lâu, nhất là thịt các loài lông vũ chim, gà, ngỗng, vịt... Ôi buồn làm sao "Còn một bầy chim vô tình vẫn hót líu lo đùa chơi. Nào ngờ thợ săn đang cầm cây súng bắn lên cành cây. Chim chết chim lạc bầy." Lời của nhạc phẩm đã kể hết mọi chuyện, nó có bố cục rất chặt chẽ, nó là một đoạn văn viết bằng thơ, đọc qua là hiểu. Câu chuyện thật đơn giản, đơn giản đến độ tầm thường, nó có mặt hằng ngày với ta, nhưng ta không biết nên ta coi thường. Triết lý cao siêu nào thoát ra ngoài con người? Lục

Tổ Huệ Năng "Đi đứng nằm ngồi đều là đạo". Đức Phật Tổ đưa cành hoa, Ca Diếp cười-Niêm Hoa Vi Tiếu. Đạo ở đâu xa?

Và, Anh Bằng với cái tâm "bồ tát" đã nhận ra, và rung lên cho loài chim... cho loài người "tị nạn" (tôi đã nghĩ như vậy). Nhạc đạo của Anh Bằng cho tất cả mọi loài. Trại tị nạn không khác chi khu rừng và người thợ săn vẫn âm thầm vác súng vào rừng săn bắn bầy chim "tị nạn" đang líu lo vô tư chờ đợi ngày định cư... mù xa thăm thẳm.

Tôi đã học đạo với nhiều vị thầy, và người thầy năm ấy chính là Anh Bằng. Tôi nhận ra cái tâm "Bi" của người nhạc sĩ (Sau nầy tôi mới biết Anh Bằng là tác giả). Từ đó, tôi tìm... và biết Anh Bằng đã có cái tâm đạo học từ lâu... nhạc phẩm Nguyện Cầu, là một bằng chứng khác:

Hãy lắng tiếng nói vang trong hồn mình người ơi.
Con tim chân chính không bao giờ biết nói dối.
Tôi đi chinh chiến bao năm trường miệt mài.
Và hồn tôi mang vết thương trần ai.
Thượng Đế hỡi có thấu cho Việt Nam nầy,
nhiều sóng gió trôi dạt lâu dài,
từng chiến đấu tiêu diệt quân thù bạo tàn.
Thượng Đế hỡi hãy lắng nghe người dân hiền,
vì đất nước đang còn ưu phiền,
Còn tiếng khóc đi vào đêm trường triền miên.

Tôi nghĩ rằng nếu không có cái tâm Đạo không thể có những lời ca, ý nhạc súc tích và đắm lòng người như vậy. Không cần lời to mà rỗng, ý lớn mà nhẹ... hãy cứ bình thường như thế tức là đạo rồi "Bình thường tâm thị đạo". Cái tâm yên bình đó đã cho Anh Bằng những ca khúc, những tác phẩm... ở mãi với mọi người, và nhất là ở lại với tôi.

Lê Việt Điểu
Rừng thông Campbell, đầu Đông 2008

về một thần tượng thời niên thiếu

- LETAMANH -

Nói về một Nhạc Sĩ nổi tiếng không phải là một vấn đề quảng cáo nữa mà là một cách chứng tỏ lòng kính trọng tài năng, biểu tỏ tấm lòng ngưỡng mộ của mình qua các tác phẩm mà tác giả đã đem hết sự rung cảm tâm hồn, chất tinh hoa cá nhân có được, điểm lên giấy dòng nhạc bất hủ.

Người nghệ sĩ, nếu đã hoà nhập cả cảm xúc, tâm hồn vào hiện thể vũ trụ và lắng nghe được tiếng nói của từng hoa cỏ vô tri để bật lên được những nốt nhạc có hồn, có bóng dáng nhân gian và từng cá thể chung nhịp thở... Thì ắt hẳn những bản nhạc lời ca đó sẽ thấm thấu mãi từ thế hệ nầy đến thế hệ mai sau. Nó có thể là những tác phẩm bất hủ!

Một trong số những nhạc sĩ được những lời diễn tả trên là Nhạc sĩ Anh Bằng. Có rất nhiều nhạc sĩ học hành tốt nghiệp từ các trường Âm Nhạc nổi tiếng, nhưng không phải ai có bằng cấp trong tay thì sẽ có những tác phẩm bất hủ, được người đời ca tụng. Học vị và tài năng là hai lãnh vực không phải lúc nào cũng ở chung một nhà. Tài năng, năng khiếu là do thiên bẩm cho từng cá nhân. Một nhà thơ có những lời thơ làm bao nhiêu thế hệ nối tiếp tôn sùng, học thuộc lòng... nhưng bản thân tác giả chưa chắc đã có học vị cao. Trường hợp thi sĩ Nguyễn Tất Nhiên là một thí dụ. Khi Nguyễn Tất Nhiên nổi tiếng, thơ của anh được phổ nhạc là ở cái tuổi học trò!

Khi tôi vừa lớn, tâm hồn rộng mở, nhìn vạn vật qua những lời thơ ca và

Tác giả Lê Tam Anh ngồi trên sàn (tiệc Tân Xuân LP-AB 2009)

ước mơ chân trời tự do. Tôi mê tiếng đàn của ông thầy dạy nhạc lớp Đệ Thất tên là Trần Đình Cang ở một trường trung học nghèo vùng Bồng Sơn Tam Quan. Tôi cũng rất mê tiếng hát của thầy dạy toán Nguyễn Văn Trợ mỗi khi đến nhà trọ của thầy chỉ để xin ngồi nghe thầy và thầy Nguyễn Văn Tốt đàn tây ban cầm và hát. Đó là những năm 1958-1962, tôi cố dành dụm tiền mua một cây đàn mandolin. Nốt nhạc và lý thuyết cơ bản được học mỗi tuần tôi đem áp dụng. Sau khi tập đánh nốt nhạc trên phím đàn mandolin, tôi áp dụng vào một nhạc phẩm hồi đó được phổ biến rộng rãi trên đài phát thanh là "Nỗi Lòng Người Đi" của Nhạc sĩ Anh Bằng. Có thể ý nghĩa bài hát này mang tâm trạng của người bị bắt buộc phải xa quê hương, nơi chôn nhau cắt rốn. Nét nhạc và lời ca làm rung động lòng tôi, tâm trạng của một học sinh mới mười mấy tuổi đã phải khăn gói xa nhà trọ học!

...Tôi xa Hà Nội năm lên mười tám khi vừa biết yêu.
Bao nhiêu mộng đẹp yêu thương thành khói tan theo mây chiều
Hà Nội ơi! Nào biết ra sao bây giờ,
Ai đứng trông ai ven hồ, khua nước trong như ngày xưa...

Hồi đó, những lời ca như thế nầy đối với tâm hồn của một học trò trung học đệ nhất cấp như tôi - Mới thoát ra khỏi vùng "giải phóng" của Việt Minh (hồi đó chúng chưa tự nhận là cộng sản) - là những câu ca tuyệt vời làm bay bổng một tâm hồn trời phú cho rất nhạy cảm! Thoát ra khỏi những bài hát mang tư tưởng đấu tranh giai cấp, hô hào tố khổ, hô hào căm thù, tôn thờ lãnh tụ... Gặp được những lời ca đầy hồn thơ, đầy tình tự dân tộc và ôm ấp nỗi nhớ thương đầy nhân bản làm sao tôi có thể không hấp thụ một cách đam mê! Nhạc sĩ Anh Bằng lúc bấy giờ tôi chưa biết là ai, cũng không cần để ý tên tác giả cho lắm, nhưng nhạc và lời ca của ông đã biến cải tâm hồn tôi. Đó là một kỷ niệm rất sâu sắc mà về sau này tôi mới ý thức được rằng, ông là một trong những thần tượng đầu tiên của tôi lúc mới thoát khỏi bóng tối chủ nghĩa Cộng Sản, bước ra vùng ánh sáng tự do!

Đồng thời tôi cũng bị ma lực của nhiều tác giả nhạc sĩ thời bấy giờ lôi cuốn vào cõi đam mê. Không có một nhạc phẩm nào của bất cứ nhạc sĩ nào mà tôi không mua cho được đem về tập dượt. Hồi đó nhạc Lê Minh Bằng cũng làm cho con tim tôi bồi hồi. Sau này tôi mới biết một trong ba nhạc sĩ đó là Nhạc sĩ Anh Bằng. Nhạc sĩ Anh Bằng có rất nhiều tác phẩm trong cuốn tuyển tập nhạc của tôi. Rất tiếc là sau năm 1975, lúc tôi bị đày ra miền Bắc XHCN để lại một lần nữa nghe những tiếng hát đầy căm thù giai cấp... Thì ở nhà vợ tôi đã đem hết những thứ gì bị gọi là "đồi trụy" đốt thành tro... Bằng cấp trung học, đại học, các chứng chỉ trong quân đội của tôi cũng vì thế tiêu thành tro bụi!

Thi sĩ Hữu Loan có bài thơ "Màu Tím Hoa Sim", nhiều nhạc sĩ đã phổ thành những nhạc phẩm, cũng bất hủ như bài thơ theo thời gian. Nhạc sĩ Anh Bằng cũng dự phần vào Màu Hoa Tím đó với đề tựa là "Chuyện Hoa Sim". Bài này Nhạc sĩ Anh Bằng đã sửa lời rất nhiều trong thơ Hữu Loan, nhưng đó là sự rung động cá nhân. Chúng ta thử nghe điệp khúc:

"...Ôi lấy chồng chiến binh
Lấy chồng thời chiến chinh, mấy người đi trở lại,
Sợ khi mình đi mãi, sợ khi mình không về,
Thì thương người vợ chờ bé bỏng chiều quê
Nhưng không chết người trai khói lửa
Mà chết người em nhỏ hậu phương...
Tại sao nàng vẫn yêu màu tím
Màu buồn tan tác phải không em
Để chiều sim tím hoang biền biệt
Để mình tôi khóc chuyện hoa sim..."

Lúc sau này khi hành quân qua những vùng có hoa sim tím, tôi chợt nhớ lại những bài hát về loài hoa buồn tím ruột mà Hữu Loan để lại bằng thơ, các nhạc sĩ tô đậm thêm nét hoang dã mang sầu đời với bóng dáng người em gái yêu màu sim tím. Tôi cũng nhớ đến vợ tôi hồi chưa cưới nhau, nàng cũng thường yêu cầu tôi hát những bài về màu tím hoa sim của Anh Bằng, Phạm Duy... Nhưng lúc sau nầy khi hai đứa cưới nhau rồi, nàng không cho tôi hát tặng nàng màu hoa tím ngày xưa nữa vì theo nàng, đó là một cuộc tình buồn.

Trong "Nhật Ký Của Hai Đứa Mình", người nhạc sĩ tài hoa hạ bút ghi dòng nhạc và lời như sau:

...Thức trắng đêm nay, ghép lại nhật ký của hai đứa mình...
Xé nát trong tay những dòng nhật ký chép lâu lắm rồi,
Chuyện tình năm trước thôi đành vùi chôn từ đây thế thôi...
Dứt đi cung đàn thiết tha, thôi cũng như qua một giấc mơ...

Với nhạc phẩm nầy, hồi đó, tuổi học trò vẫn thường mộng mơ về tình bạn trong dòng lưu bút mỗi độ hè về, thương vay khóc mướn tỉ tê nắn nót trao cho nhau những bài lưu bút... Ôi cái tuổi học trò sao mà đẹp lạ! Khi lớn lên vào tuổi thành niên, bài hát này làm những cặp tình nhân sụt sùi khóc lóc cho mối tình tan vỡ... Có thể trong đời Nhạc sĩ Anh Bằng cũng đã trải qua một cuộc chia ly nên bóng dáng đau khổ thường bàng bạc trong tác phẩm của ông. Chuyện tình nào cũng có nhiều buồn lo hơn vui, nhạc phẩm nào cũng kể lể những điều dang dở nhớ nhung và quặn thắt quanh chuyện tình buồn đều được quảng đại quần chúng ca tụng.

Anh Bằng có tài phổ nhạc lúc trước kia và cho đến bây giờ vẫn thế. Một trong những bài ông phổ thơ thành công là bài "Anh Cứ Hẹn" của Thi sĩ Hồ Dzếnh:

"...Anh cứ hẹn nhưng anh đừng đến nhé,
Để một mình em dạo phố lang thang..."

Bài hát nầy cũng là một trong những gợi hứng cho các anh chàng si tình như tôi khi sửa lại lời anh thành em để hát khi đến với em mà em tránh mặt hay hẹn trễ giờ... Hồi đó không có điện thoại cầm tay nên không làm sao biết được lý do, nên ta cứ đứng bên gốc cây vệ đường hay bờ sông vắng chờ nàng... kim đồng hồ vô tình nhích qua, mà bóng dáng thân yêu của nàng vẫn đâu rồi không thấy...

Trong lời ca, trong nhạc phẩm "Biển Dâu" người nhạc sĩ đã nói lên nỗi lòng của ai đó hay chính mình, nhưng là chung cho tâm trạng những người tình si:

...Thôi rồi anh đã xa em
Tìm đâu lại thuở êm đềm
Chỉ còn lại nhớ nhung thêm...

Tình xưa đổi trắng thay đen
Mộng mơ giờ biết đâu tìm,
Cho nên đành đau đớn riêng em...!

Nhạc sĩ Anh Bằng sáng tác rất nhiều nhạc phẩm và cũng phổ nhạc rất nhiều bài thơ thành những ca khúc bất hủ cho đến bây giờ vẫn chưa thấy "cổ lỗ sĩ"! Có thể bàn tay ông mát, nên những thi sĩ được ông đem thơ của họ phổ thành nhạc đều trở nên nổi tiếng. Tôi đã trích một vài bài thơ được ông phổ nhạc ở trên để chứng tỏ điều suy nghĩ của mình là đúng. Bài thơ của thi sĩ Lưu Trọng Lư được Nhạc sĩ Anh Bằng phổ nhạc với cái tên "Ai Bảo Em Là Giai Nhân!" cho đến bây giờ nó vẫn là một bài hát ca tụng người đẹp, ca tụng giai nhân rất phổ biến. Mà nghĩ cho cùng, mỗi người con trai lớn lên đều tìm cho mình một bóng giai nhân...

...Em chỉ là em gái thôi,
Người em sầu mộng của muôn đời
Tình em như tuyết giăng đầu núi,
Vằng vặc muôn thu nét tuyệt vời...

Năm 1968, tôi đang thụ huấn khóa 26 SQTBTĐ, gặp phải cuộc tổng tấn công Tết Mậu Thân. Thời gian thụ huấn trở thành không còn cần thiết nữa khi chúng tôi và khóa đàn em 27 chung lưng phòng thủ quân trường. Khóa chúng tôi có nhiều SVSQ về phép Tết ở Huế bị chết thảm. Bài hát "Chuyện Một Đêm", với lời ca buồn não ruột, với từng cung bậc làm rung động lòng kẻ chiến chinh. Nhạc sĩ Anh Bằng đã cho chúng tôi liên tưởng đến những giây phút đang giao tranh ngoài chiến tuyến:

Chuyện một đêm khuya nghe tiếng nổ nổ vang trời
Chuyện một đêm khuya ôi máu đổ đổ đầu rơi....
Mái tranh lửa cháy bốc lên ngun ngút trời cao...

Thời kỳ đó, gia đình Ba Má tôi chạy từ vùng Tam Quan lửa đạn vào ở trong khu lao động đường Bà Hạt và Nguyễn Duy Dương (Sau chùa Ấn Quang). Cuộc oanh kích tiêu diệt Cộng quân đang ẩn núp trong xóm nghèo đó. Ngày mồng ba Tết Mậu Thân đã làm cho cả khu vực to lớn đầy dân lao động cháy ra tro bụi (Sau nầy là khu chung cư Ấn Quang). Tâm trạng của tôi lúc bấy giờ là tâm trạng một người lính bị hai nỗi lo và gấp bội hai nỗi buồn... nỗi buồn nào cho gia đình bị cháy mất nhà, ở nhà lều trong Sân Vận Động; nỗi buồn nào bên cây súng garant trong lúc Việt Cộng dùng toàn vũ khí hiện đại...

Ai! Ai giết con tôi,
Ai cướp con tôi giữa cơn mộng đêm thái bình
Ôi thương lời nói tội tình, hàm bao đớn đau
Giờ mẹ con đành cách nhau...

Cảnh chết chóc và điêu tàn trong Mậu Thân 1968, Nhạc sĩ Anh Bằng chỉ diễn tả một phần nhỏ thôi đối với sự thật của hằng hà sa số thảm kịch đớn đau của dân tộc. Nhưng nó đã làm cho mọi người xúc động. Huế là một trong những điêu tàn tang thương nhất mà đã được bài hát nói lên:

Bà đặt con lên đám cỏ phủ sương mờ
Tội gì con ơi khi lứa tuổi tuổi còn thơ
Bà nhẹ đưa môi hôn trán con yêu giá lạnh
Vuốt ve lần cuối trước khi xa con suốt đời!

Đầu năm 2008 vừa qua, Nhà văn Việt Hải, thuộc Văn Đàn Đồng Tâm, có điện thư mời tôi về họp mặt, anh nói có Nhạc sĩ Anh Bằng tham dự tại nhà hàng Seafood World ở trên đường Brookhurst, Little Saigon. Nhưng rất tiếc hôm ấy tôi bận không đến được để trực tiếp gặp người Nhạc sĩ mà, trong thời niên thiếu đã là một trong những thần tượng của tôi. Trên các DVD của các trung tâm sản xuất nhạc, Nhạc sĩ Anh Bằng cũng đã được vinh danh và giới thiệu sáng tác của ông! Điều đó là một niềm vui của một đời người nghệ sĩ. Những dòng chữ này viết lên để diễn tả sự ngưỡng mộ của tôi với Nhạc sĩ Anh Bằng người tài hoa. Kính chúc ông sức khỏe dồi dào, vui tươi, hạnh phúc, tâm hồn lúc nào cũng trẻ trung và trường thọ!

LETAMANH
Xuân 2009

ngày vui sinh nhật 84 của
NHẠC SĨ ANH BẰNG

- Vũ Tùng Văn -

Trời Cali đang vào mùa xuân năm 2009, ngày Chủ Nhật mồng tám tháng Hai, ánh nắng vàng trùm phủ khắp nơi. Dưới ánh nắng không gay gắt, cái lạnh của Cali chạy vờn quanh tôi. Chiếc áo ấm đem lại cho tôi một xa cách không cảm thấy cái lạnh bên ngoài. Buổi tối hôm trước tôi gặp nhà văn Quỳnh Giao trong buổi họp mặt xuân của Cộng Đồng Việt Nam Nam California. Tôi nhớ ngay là ngày hôm sau sẽ có hẹn với Việt Hải tại tư gia của Nhạc sĩ Lam Phương. Buổi họp mặt của Văn Đàn Đồng Tâm để tham dự mừng sinh nhật năm thứ 84 của Nhạc sĩ Anh Bằng, một người quen thuộc trong thế giới âm nhạc đối với tất cả người Việt Nam.

Tôi bước vào căn nhà của Nhạc Sĩ Lam Phương thì được gặp Nhạc sĩ Anh Bằng. Nhà văn Bích Huyền đang ngồi bên cạnh ông. Trên bàn là một chiếc bánh sinh nhật đánh dấu hôm nay Nhạc Sĩ Anh Bằng được 84 tuổi. Không khí yên lặng đã nhen lên tiếng ồn ào qua lời chào hỏi lẫn nhau. Cách đó không xa Việt Hải và một nhóm bạn bè khác đang vây quanh Nhạc sĩ Lam Phương với cây đàn và mỗi người đang có một bản nhạc trên tay. Sự hiện diện của tôi và Tuyết Yến đã làm ngưng trệ những dự định của mọi người. Có lẽ đang dự định phân công trong buổi họp mặt đầu năm này. Thật là bất ngờ, chúng tôi đã

Anh Bằng, tác giả Tùng Văn, Tuyết Yên, Bích Huyền

được ăn những miếng bánh ngọt thật ngon. Nhạc sĩ Anh Bằng đã kéo tôi ngồi xuống bên cạnh ông. Một nụ cười nở rộng trên môi qua sắc diện hiền hòa mừng vui biểu hiệu trên khuôn mặt phúc hậu, hiền từ của ông khi tiếp đón chúng tôi. Nhà văn Bích Huyền đã nhắc tôi phải nói to một chút thì Nhạc sĩ Anh Bằng mới nghe rõ. Nhạc sĩ Anh Bằng vừa cười vừa nói: "Nói to quá tôi cũng không nghe được". Tôi hiểu ý ông. Cuộc chuyện trò thăm hỏi rộ như hoa nở giữa chúng tôi.

Khi tôi vừa bước vào nhà thì một ngạc nhiên khác đã đến với tôi. Một cặp trai tài gái sắc xuất hiện ngay trước mặt tôi. Người con gái cất tiếng cười. Tiếng cười quen thuộc tôi thường nghe thấy hằng ngày mỗi khi đến sở làm. Tôi bỡ ngỡ không biết phản ứng của mình ra sao! Tiếp theo tiếng cười là giọng nói! Tất cả giọng nói và tiếng cười tôi đã được nghe thấy hằng ngày. Người trước mặt cất tiếng nói:

"Thưa chú, cháu tự giới thiệu: Cháu là Thúy Anh và nhà cháu Nguyên Vũ".

Cả hai vẫn giữ nguyên vẹn được phong tục Việt Nam, khoanh tay và cúi đầu. Một hành động khiến tôi hết sức ngạc nhiên và quí mến.

"À, hèn chi, tôi được nghe cô hằng ngày trên đài Little Saigon Radio. Hôm nay vô tình được diện kiến tại đây".

Tôi hỏi thêm hôm nay cô không làm việc. Thúy Anh cho hay chỉ làm từ Thứ Hai đến Thứ Sáu mà thôi. Quí hóa! Quí hóa quá! Chúng tôi chỉ hàn huyên trong giây lát. Và sau đó mọi người bận rộn, Nguyên Vũ còn có trách nghiệm sắp xếp nhạc cụ để tổ chức một buổi họp mặt, đánh dấu ngày Nhạc sĩ Anh Bằng được 84 tuổi. Buổi họp mặt mừng sinh nhật thứ 84 của Nhạc sĩ Anh Bằng không ngờ lại vui và cảm động ngoài sự mong muốn của mọi người.

Cái trẻ trung và khuấy động trên làn sóng Little Saigon Radio nay đang xuất hiện trước mặt mọi người khiến không gian của căn phóng không còn yên lặng nữa vì qua những tiếng cười và giọng nói của Thúy Anh, tiếng nhạc của Nguyên Vũ bắt đầu quyện quấn không gian căn phòng. Mọi người hòa đồng vào khung cảnh đó.

Người ta bảo hổ phụ sinh hổ tử thật không ngoa chút nào, Nguyên Vũ đã cho tất cả mọi người hiện diện nghe những điệu nhạc trầm ấm và sự xuất hiện khởi đầu của cháu Đức Khang qua bản nhạc: "Ô Mê Ly". Cháu Đức Khang, hổ tử của hổ phụ Nguyên Vũ và Thúy Anh, mới được chín tuổi hẳn phải được Nguyên Vũ và Thúy Anh chăm sóc kỹ càng lắm thì phải. Cháu nói tiếng Việt và hát tiếng Việt rất ư Việt Nam chứ không phải một trẻ Mỹ nói tiếng Việt! Nếu có hàng trăm hàng ngàn trẻ Việt ở đây như vậy thì chúng ta sẽ chẳng buồn phiền đất nước Việt sẽ không bị đi vào vết chân của người Chàm! Điều mà kẻ thù truyền kiếp của người Việt là người Tầu đang mong đợi!

Sau đó Thúy Anh đã hướng về phía Nhạc Sĩ Anh Bằng và nói:

"Hôm nay kỷ niệm ngày sinh nhật của Bác, cháu xin hát tặng bác bản nhạc: *Nỗi Lòng Người Đi*". Đây là bản nhạc cháu thích từ hồi còn nhỏ!"

Tiếng hát của Thúy Anh nhẹ như tơ nhưng sắc như dao, cứ vun vút trầm bổng trong căn phòng im lặng như tờ! Từ tiếng hát đến cung cách trình diễn, tôi thấy tuyệt đẹp. Tôi thu vội những hình ảnh vào trong chiếc máy Panasonic DMC Lumix. Tôi mở lại để Nhạc sĩ Anh

Bằng coi. Nhạc sĩ Anh Bằng đã nói với tôi:

"Anh gửi cho tôi tấm hình này"

Tôi hân hoan gật đầu và hứa sẽ làm theo ý của Nhạc sĩ Anh Bằng. Tôi đã giữ lời hứa. Tôi đã làm việc đó một vài ngày hôm sau.

Tấm hình tôi thu được thật vô tình trong khi Thúy Anh đang trình bầy bản nhạc Nỗi Lòng Người Đi. Cái tâm tình của Nhạc sĩ Anh Bằng đã ghi lại tâm tình của hơn một triệu người bỏ Miền Bắc để đi vô Nam tìm tự do. Vào thời điểm đó tuy Miền Nam vẫn là nội địa Việt Nam nhưng phương tiện giao thông thô sơ nên sự trao đổi giữa Nam và Bắc thật là cách trở. Cá nhân chúng tôi khi đặt chân trên thành phố Saigon cũng cảm thấy xa lạ. Tâm tư của một người luôn luôn nhớ tới những sinh hoạt thường ngày của Hà Thành. Tôi nhớ những cách di chuyển bằng những chiếc xe đạp thuê ở ngay đầu phố Hàng Mành ở Hà Nội, góc phố Hàng Bông Thợ Đệm. Nhưng ở Sài Gòn muốn thuê xe đạp không có. Nhớ những món ăn, Nhớ bạn bè. Nhớ họ hàng, anh em. Cảm thấy mình thật bơ vơ trên đất Sài Gòn. Cảm nghĩ sau này đã được viết lại qua truyện ngắn: "Khu Phố Và Người Tình" và khi đọc truyện này Nhà Văn Diệu Tần đã phát biểu "truyện thực không hư cấu đã gây xúc động cho người đọc".

Trở lại tấm hình tôi chụp vội, Nhạc sĩ Anh Bằng đã ngắm nhìn tấm hình vừa thu được và nghiêm nghị nói:

"Đây là tấm hình nghệ thuật!" và ông cũng bất thần bật ra câu nói trong khi nở một nụ cười rạng rỡ:

"Con bé chọc phá tôi hoài".

Đáng ra người viết bài này không viết ra đây nhưng đã viết lại để ghi dấu những phút giây quí hiếm không dễ gì có khi ngồi bên cạnh Nhạc sĩ Anh Bằng vào ngày sinh nhật của Anh Bằng.

Trước khi hát, Thúy Anh đã nói với Nhạc sĩ Anh Bằng:

"Cháu sẽ hát để tặng bác!"

Những câu nói này nó biểu tượng ngoài sự quí mến, không có gì có thể ước định và đo lường được, cái trẻ trung vui nhộn luôn khuấy động không gian để người trực diện phải hòa mình vào khung cảnh của mình. Bài hát được trình bầy với một người có một giọng hát thật truyền cảm đi sâu vào lòng người hiện diện lúc đó.

Phút giây qua đi rất nhanh. Bài hát thứ hai đã được Thúy Anh gửi đến Nhạc sĩ Anh Bằng, đó là bài: *"Nếu vắng anh!"*

Lúc này trời đã về chiều, buổi sáng nay đã có nhiều bằng hữu tham dự. Vì không có mặt buổi sáng nên tôi đã lỡ cơ hội được gặp nhiều bạn bè khác tụ họp tại đây để chụp hình ảnh đánh dấu ngày sinh nhật thứ 84 của Nhạc sĩ Anh Bằng. Chúng tôi đã đến muộn nhưng đã được dịp chung vui và nghe những tâm tình của bè bạn đối với Anh Bằng. Tất cả đã dành cho Anh Bằng nhiều cảm tình nồng nhiệt.

Nhà thơ Quỳnh Giao đã ghi vội những cảm nghĩ của mình trong khung cảnh này:

"Anh đem tiếng nhạc vào đời
Bằng tâm tư để cho người mai sau
Tình quê tình bạn trước sau
Tám tư tuổi một mầu thủy chung"

Văn chương chữ nghĩa không gì quí bằng nói cái mình nhìn thấy, nói cái mình đang suy nghĩ. Cái mọi người mong đợi. Diễn tả đơn thuần. Mộng mị. Trừu tượng. Thế giới không riêng mình. Đem lại cái bất ngờ cho mọi người. Vào một lúc nào đó. Trong hoàn cảnh nào đó. Nhẹ nhàng. Thiển thô. Đơn sơ. Cứ cho như vậy. Có thể chẳng bao giờ như vậy. Chẳng bao giờ biết. Chẳng bao giờ ngờ. Tất cả rồi qua đi. Nhanh như cơn gió thổi.

Nơi quê hương đất nước, như đợt sóng vỡ bờ ào ạt chảy. Có những kẻ muốn vươn cánh tay dài hòng mong ngăn chặn. Người ta có thể ngăn chặn nhiều thứ nhưng người ta không thể ngăn chăn tư tưởng. Tư tưởng chẳng biết đâu mà lường. Tư tưởng không có giới hạn. Nó cũng không có hình hài. Hãy đừng hành động một cách vô thức để ngăn chặn tư tưởng con người.

Buổi họp mặt tại tư thất Nhạc sĩ Lam Phương để kỷ niệm 84 tuổi của Nhạc sĩ Anh Bằng lại được tô điểm qua hai giọng hát: Trịnh Thanh Thủy với "Trăm Nhớ Ngàn Thương" và Ngô Hùng qua bản nhạc: "Ngày Hạnh Phúc"

Thêm vào đó còn có sự tham dự của bác sĩ Morita với bài hát bằng tiếng Hoa "Mùa Thu Lá Bay".

Nếu Nhà văn Bích Huyền có dịp trình bầy cảm tưởng của mình trên đài VOA thì nhớ cho mọi người biết giờ phát thanh để đón nghe với!

Đi đâu người ta cũng được nghe thấy nhắc đến truyện ngắn *"Mãi Mãi Yêu Em"*, của Việt Hải. Người đã có công gửi thơ đến từng người để mời tham dự ngày sinh nhật thứ 84 của Anh Bằng. Còn chuyện gì mới nữa đây hả Việt Hải? Tuyển Tập Đồng Tâm 9 chắc sẽ gây nhiều ngạc nhiên cho bạn đọc xa gần!

Quây quần trong buổi họp mặt còn thấy sự hiện diện của nhiều Nhà văn Nhà báo khác. Tôi chỉ nhớ đại khái có mặt của Phong Vũ. Dương Viết Điền (Hà Ái Khanh) và Lê Anh Dũng. Nếu các anh có viết gì thì nhớ cho các bạn văn, bạn thơ khác cùng thưởng ngoạn với nhé.

Khung cảnh họp mặt lại bừng bừng nổi sóng khi Thúy Anh xuất hiện trở lại và cho mọi người nghe bản: *"Bài Tango Cho Em"* tác giả là Nhạc sĩ Lam Phương. Trong suốt buổi họp mặt Nhạc sĩ Lam Phương luôn ẩn mình bên cạnh cây đàn nhưng không bao giờ khép kín nụ cười trên môi, ông vui mừng nhìn mọi người chúc mừng ngày vui của người bạn Anh Bằng.

Thời gian rồi cũng qua đi khi mọi người xúm xít cạnh hai Nhạc sĩ Anh Bằng và Lam Phương để hẹn hò một buổi họp mặt khác sẽ đến trong ngày gần đây.

Chúng tôi trở lại con đường Stratford thì mặt trời đã ngả xuống thấp dưới những ngôi nhà cao vời vợi nhưng vẫn cố níu kéo cái nắng vàng vọt của một ngày tàn phai. Trời mùa xuân hoa bên đường đang đua nhau nở rộ. Một ngày Chủ Nhật đẹp trời và nhiều kỷ niệm hình như vẫn còn nguyên vẹn nơi chúng tôi.

Vũ Tùng Văn

người cuối ga khói

- Trịnh Thanh Thủy -

Tôi không biết tình yêu ở một người con trai tuổi mười tám đầu đời có cuồng nhiệt lắm không, nhưng đối với người con gái chớm biết thắt hoa mơ, cài tóc mộng từ lúc mười lăm như tôi thì đến tuổi mười tám tình yêu nếu bị tan vỡ chắc chắn là một điều kinh khủng lắm, hầu như sắp ngày tận thế. Đã mất tình yêu lại còn bị cách xa, đứt lìa cuống rốn nơi chốn đầm đìa tuổi thơ và mật ngọt hoa niên hẳn ruột gan con người phải tan tác, buốt đau từng khúc. Sở dĩ tôi nhắc tới sự đau lòng này chẳng qua vì khi nghe bài hát "Nỗi lòng người đi" tôi bỗng hình dung ra được hình ảnh

Trịnh Thanh Thủy và Ngô Quốc Hùng

một Anh Bằng trong dòng người chen chúc vo khăn tay, nhầu nước mắt những ngày tản cư thập niên năm tư, năm lăm. Ẩn hiện trong khúc phim đen trắng quay chậm, có dáng chàng thanh niên tay đàn, tay sách mặt mũi xác xơ, ngơ ngác trông vời tít tắp bóng người con gái mịt mờ xa chân chiều, cuối ga khói.

Bác Anh Bằng nở nụ cười khi tôi hỏi bác về cảm nghĩ phút bác rời xa Hà Nội, về khắc chia tay vật vờ ánh mắt người yêu đầu đời ấy, tâm trạng bác thế nào. Bác chỉ vào tai mình nói "Bác điếc đặc rồi, bác chẳng nghe được gì" Tôi lại hỏi "Bác còn nhớ bài Nỗi lòng người đi của bác không, còn nghe được tiếng đàn không?" Bác lại mỉm cười khi nghe tôi hét to. "Bác chỉ nghe được tiếng rè rè thôi". Tôi không hỏi nữa vì biết có hỏi bác cũng không trả lời được, chỉ nhìn nụ cười hiền của bác mà thấy dâng lên chút bùi ngùi nhưng ấm sáng nỗi niềm an lạc. Nụ cười của người đã mút xa Hà Nội hàng mấy mươi năm ấy vẫn không xoá mờ được tiếng "khóc tơ duyên lìa tan" trong người con trai mười tám Anh Bằng xưa xưa. Ngày người ấy giã từ đêm Hà Nội, ngày gió mùa đông bắc thổi buốt má khô môi, thông thốc rải lá khô đầy những gờ mái cong hàng phố cổ. Hai mươi mấy năm sau người thanh niên đó đã ngũ tuần, phủ thêm một nỗi lòng mới, dứt áo ra đi xa lìa đất tổ. Hà Nội giờ là bên này của ký ức, Sài Gòn chỉ còn bên kia của hồi tưởng, tiếng đàn xưa giờ có trỗi người nhạc sĩ cũng không còn nhận được điệu tình tang thắm thía tít mù.

Sáu mươi năm âm nhạc, nhạc sĩ Anh Bằng đã để lại cho chúng ta rất nhiều tác phẩm nổi tiếng trong kho tàng âm nhạc. Tuy nhiên "Nỗi lòng người đi" đã khắc một dấu ấn sâu đậm và làm nên tên tuổi một Anh Bằng ở mãi trong lòng người yêu nhạc. Đối với những Bắc người di cư hầu như không ai không biết bài hát này vì nó không những chỉ là nỗi lòng của nhạc sĩ mà còn là nỗi lòng thắm thiết của họ đối với mảnh đất thân yêu đã sinh ra và nuôi họ lớn lên. Hà Nội không chỉ là một địa danh mà là một biểu tượng cho cái nôi văn hóa của cả một miền Bắc Việt Nam. Xa Hà Nội là xa trời, xa đất, xa người xa tất cả, là để lại phân nửa hình hài thân thể của chính mình.

Khi còn bé ở trong nước, tuổi thơ của tôi lớn lên bằng tiếng ru vọng cổ của cô người làm, bằng tiếng ư ử xuyên vách "Hai mùa mưa" của chị bán chè đậu kế bên nhà mỗi lúc chị đi tắm. Chị tâm sự với tôi chị ghiền nghe Trang Mỹ Dung nức nở bài này lắm. Sau này lớn lên, tôi cũng đồng ý với chị không ai ăn đứt được tiếng hát Trang Mỹ Dung khi trình bày bài này cả. Cái giọng trầm trầm ấy, nhỏ từng hạt thủy tinh vào lòng người, tưới tắm cho những cuộc tình tan vỡ trổ đầy trái đắng nhân sinh. Anh Bằng và sáng tác "Hai mùa mưa" đến với tôi từ đó. Thêm một lý do nữa là cái hân hạnh được quen với em gái Trang Mỹ Dung khiến "Hai mùa mưa" đi vào trí nhớ tôi như một ký ức ấm vui. Tôi quên mất tên con nhỏ em Trang Mỹ Dung và dịp nào tôi quen nó, nhưng tôi nhớ ngày còn học tiểu học, nó đã thì thầm khoe với tôi, nó là em gái Trang Mỹ Dung và ngỏ ý dẫn tôi đến nhà nó. Hình như đâu đó trong một cái hẻm nhỏ gần nhà tôi ở Phú Nhuận. Lần ấy, tôi không được may mắn gặp chị nó vì chị vắng nhà mà chỉ được thấy Trang Mỹ Dung qua tấm hình đen trắng chụp người thiếu nữ có nụ cười buồn mênh mông giữa tường vôi trắng. Đó là lần cơ hội duy nhất, sau này chẳng bao giờ tôi đến đấy nữa. Có lẽ nỗi háo hức tan ngay từ buổi gặp thất bại trên. Gần đây nhân lúc dạo net tôi mới biết Anh Bằng là tác giả bài hát hiền hoà "Hai mùa mưa" tuổi thơ tôi. Và tôi cũng như thói quen muôn đời của quần chúng, ít nhớ tên người sáng tác nhạc, thẳng hoặc có nhớ, chỉ nhớ tên bài ca hay trong trí chỉ in đậm tên người ca sĩ có giọng hát mình thích mà thôi.

Nhạc Anh Bằng đi sâu vào lòng mọi người không những ở giới bình dân trong những ca khúc "Hai mùa mưa", "Căn nhà ngoại ô", Sầu lẻ bóng" hay "Nếu hai đứa mình", "Nó", và rất nhiều bài khác mà nhạc ông còn dàn trải ra ở các tầng lớp dân trí chọn lọc khác. Có những bài thơ của các thi sĩ nổi tiếng đã được ông phổ nhạc khiến nhiều người mê đảo một thời như các bài "Khúc thuỵ du" thơ Du tử Lê, "Trúc đào" thơ Nguyễn Tất Nhiên, "Ai bảo em là giai nhân" thơ Lưu Trọng Lư, "Anh biết em đi chẳng trở về" thơ Thái Can.

Có một dạo tôi rất thích điệu Tango và say đắm tiếng hát Khánh Ly trong bài hát "Người thợ săn và đàn chim nhỏ". Tôi không biết tâm trạng ông lúc sáng tác bài này ra sao chứ riêng tôi cứ hát đến câu "Rồi người thợ săn âm thầm mang súng mang chim trở về, lề đường bầy chim không thù không oán hót cho người nghe" lại thấy rưng

rưng thương cảm đàn chim vô tội bị thảm sát. Ranh giới giữa cái chết của sinh vật này và cái sống của sinh vật kia là cái mốc mơ hồ và tàn nhẫn. Tôi cảm nhận được nét nhân bản trong nhạc Anh Bằng như một đoá mai từ bi.

Hôm nay tôi ngồi đây nhìn ánh nến lung linh sinh nhật tám tư người thanh niên xa Hà Nội năm nào đang thổi bỗng thấy chấp chới đầy trời những khung nhạc chép giấy hoa tiên lượn bay. Bao nhiêu năm trải lòng, bấy nhiêu năm cảm xúc xôn xao góp phần xây dựng đỉnh kim tự tháp âm nhạc Việt Nam, nhạc sĩ Anh Bằng đã góp vốn luôn phần thính giác của mình. Đáy kim tự tháp nền tảng âm nhạc Việt Nam tượng trưng cho những người có nhạc được quần chúng mến mộ nhiều nhất ắt hẳn có tên Anh Bằng. Suốt một đời nghệ sĩ phục vụ và quay cuồng trong vòng xoáy quỹ đạo âm nhạc có nhiều người đã phải quẳng bút, gác đàn vào một góc tối nào đó vì nhiều lý do. Anh Bằng thì không, sức sáng tạo vẫn còn lấp lánh đâu đó thúc đẩy người nghệ sĩ, dù thính giác khiếm khuyết, vẫn ngồi xuống đẩy cung đưa bậc, thơ dân gian, vần lục bát, điệu quan họ, vào làn hơi tân nhạc. Sáng tác mới "Mình ơi, em chẳng cho về" của Anh Bằng như một minh chứng. Tôi thấy được trong nhạc, ánh mắt dịu dàng nàng thiếu nữ Bắc Ninh, nụ tình lúng liếng níu kéo người đi, động lòng kẻ ở. Tôi trộm nghĩ tôi mà có phép màu quay ngược được thời gian, về lại xóm cổ Ba Mươi Sáu Phố Phường xưa, thay cô gái Hà nội của Anh Bằng bằng mắt tình lúng liếng người con gái Bắc Ninh, ắt hẳn chàng thanh niên mười tám của "Nỗi lòng người đi" chẳng thể nào dứt áo vì câu "Mình ơi, em chẳng cho về". Và chúng ta hẳn không có cơ hội trong đời được hát đi hát lại những lời tha thiết cho tình yêu, cho đất cũ "Hà nội ơi, nào biết ra sao bây giờ. Ai đứng trông ai ven bờ, khua nước trong như ngày xưa".

TRỊNH THANH THỦY
(*sinh nhật Anh Bằng 84)
02-2009

đôi lời về
NHẠC SĨ ANH BẰNG

- THÚY ANH -

*"Tôi xa Hà Nội năm lên mười tám khi vừa biết yêu,
Bao nhiêu mộng đẹp yêu thương thành khói tan theo mây chiều,
Hà Nội ơi, nào biết ra sao bây giờ, ai đứng trông ai ven hồ,
khua nước trong như ngày xưa..."*

Từ những ngày còn bé ở Sài Gòn, tôi đã thường được bố và các anh cho nghe ca khúc này rất nhiều lần. Lúc ấy tôi không biết tên bài hát là gì, và cũng chả có khái niệm gì về tác giả tác giếc. Chỉ biết ngắm nhìn bố thưởng thức bài hát thật say sưa và nghe bố miên man kể cho các con nghe về một địa danh được nhắc mấy lần trong ca khúc đó... Hà Nội, quê hương của bố tôi đấy! Nơi ghi dấu thời ấu thơ và thời tuổi trẻ đầy kỷ niệm của bố, nơi bố yêu thật nhiều mà phải đứt đoạn ra đi vì vận nước. Năm tháng trôi qua, chỉ với những gì bố kể thôi mà tôi đã cảm thấy yêu Hà Nội, yêu cái tên nghe thật thơ với âm thanh rất Bắc kỳ mỗi khi nói lên hai tiếng ấy. Yêu Hà Nội của bố, nên tôi cũng thấy yêu lây những bài thơ, những bài văn và đặc biệt là những ca khúc viết về mảnh đất hơn bốn nghìn năm văn vật đầy cổ kính này. Và... đó là lý do tại sao *"Nỗi Lòng Người Đi"* đã len lén đi vào trái tim tôi thật tự nhiên, nhẹ nhàng nhưng sâu thẳm qua năm tháng... Ca khúc ấy luôn là một kỷ niệm tuyệt vời về thời thơ ấu của tôi với bố.

Hát tặng nhạc sĩ Anh Bằng nhân sinh nhật 84

Sài Gòn sau 75, đâu còn được nghe nhạc xưa qua các đĩa nhạc, nhưng tôi may mắn có các anh biết đàn biết hát nên các ca khúc xa xưa đã được khe khẽ rót vào tai tôi. Những năm 80, khi bắt đầu biết yêu, có dịp nghe lại *Nỗi Lòng Người Đi* tôi mới thật sự thấm thía vì giai điệu của nó thật dễ nghe và lời lẽ lại rất là tình tự, ý tứ nhẹ nhàng thôi nhưng tôi cảm nhận sự say đắm vô cùng trong đó. Bài hát viết về mối tình thơ ngây của chàng trai 18 với cô em 16 yêu kiều đất Hà Thành.

Kỷ niệm của họ không nhiều, chỉ là những chiều hò hẹn nhẹ nhàng bên Hồ Gươm hay những lúc bên nhau anh đàn em hát. Suốt bài hát không hề thấy cảnh ôm ấp hay hôn nhau đắm đuối gì xất cả, ấy vậy mà khi xa nhau... Nơi đất Sài Gòn hoa lệ, giữa bao tà áo khoe màu trên đường phố vui mà chàng vẫn ngậm ngùi lẻ bóng và luôn thương tiếc mối tình xưa. Tôi nghe mà thấy tội nghiệp cho cái anh chàng chung tình trong bài hát và lúc ấy mới bắt đầu tự hỏi...tác giả của ca khúc này là ai vậy cà??? Thắc mắc của tôi lúc ấy là dịp để các anh tôi bắt đầu khoe mẽ, hùng hồn cho biết sáng tác đó là nhạc sỹ Anh Bằng và còn giới thiệu cho tôi thêm một vài ca khúc khác của ông qua chính giọng hát ống bơ bể của các anh như: *Chuyện Một Đêm, Nửa Đêm Biên Giới, Nó, Chuyện Một Đêm, Nửa Đêm Biên Giới, Nó, Nếu Vắng Anh* v.v...

Ca khúc *"Nếu Vắng Anh"* đến với tôi khi tôi mới biết yêu và tôi cảm nhận dường như người con gái trong ca khúc đó là... tôi. Vì lúc ấy tôi cũng có mái tóc dài, có nụ cười tươi với chàng khi đón tôi tan trường về.

"Nếu vắng anh ai dìu em đi chơi trong chiều lộng gió
Nếu vắng anh, ai đợi chờ em khi sương mờ nẻo phố,
Nếu vắng anh, ai đón em khi tan trường về
Kề bóng em ven sông chiều chiều, gọi tên người yêu..."

Cuộc tình của chúng tôi không ở trong thời chinh chiến, nhưng cũng có hẹn hò, chia xa và chờ đợi khi gia đình chàng phải rời quê hương sang Hoa Kỳ lập nghiệp. Những lúc bên nhau, tôi đã bao lần tình tự thỏ thẻ và rơi lệ khi hát:

"Nếu vắng anh ai ngồi gần em thêm hương nồng đêm giá,
Nếu vắng anh, ai dệt vần thơ cho em hồng đôi má,
Nếu vắng anh, ai ngắm môi em tươi nụ cười
Làn tóc xanh buông lơi tuyệt vời, chan chứa mộng đời"

Cũng như người con gái trong bài hát, tôi đã trải qua bao đêm dài khắc khoải đợi chờ và thầm nguyện cầu:

"Phút luyến thương, em chắp hai tay lên nguyện cầu
Mộng ước quê hương thôi hận sầu, ta sớm gần nhau..."

Ca khúc *"Nếu Vắng Anh"* đã theo tôi suốt thời gian yêu đương và chờ đợi chàng. Cho đến bây giờ khi hai đứa đã là của nhau rồi, thỉnh thoảng chàng vẫn đàn cho tôi hát lại ca khúc ấy như một sự nhắc nhớ về kỷ niệm tình yêu tuyệt vời của chúng tôi.

Anh Bằng, người nhạc sỹ tên tuổi của cả nước Việt Nam, mà tôi tin chắc rằng cũng đã có rất nhiều người tìm thấy chính mình trong những tác phẩm của ông. Ngày trước khi chưa gặp ông, tôi đã cảm thấy gần gũi, mà bây giờ biết ông rồi tôi lại càng thấy gần hơn. Gặp ông lần thứ hai mới đây tại tư gia của nhạc sỹ Lam Phương nhân dịp họp mặt đầu xuân Kỷ Sửu với các thân hữu và cũng là dịp mọi người mừng lễ Thượng Thọ thật thân tình ấm cúng. Tôi gọi ông bằng bác Anh Bằng, và bác gọi tôi là cô gái Hà Nội vì cũng đồng ý với một số các cụ các bác bảo rằng tôi giống con gái Hà Nội ngày xưa... Bác Anh Bằng 84 tuổi ta rồi nhưng tâm hồn còn trẻ trung hồn nhiên lắm nên hôm mừng Thượng Thọ, mọi người đùa là sinh nhật 48 của bác chứ không phải 84.

Dưới mắt tôi nhạc sỹ Anh Bằng có bề ngoài không giống như nhạc sỹ. Thoáng nhìn bác có vẻ là một nhà mô phạm hay một vị linh mục. Nhưng lạ lắm, cái cảm giác đó của tôi mất biến đi ngay khi thấy bác cười và nghe lối nói chuyện rất khôi hài tỉnh bơ của bác. Lúc ấy, tôi mới nhận ra bác đúng là cái anh chàng đa tình khi còn trẻ trong ca khúc *Nỗi Lòng Người Đi* của thuở nào. Ấy là hồi này bác bị điếc nặng rồi đấy, có trang bị máy trợ thính loại "top of the line", hàng xịn rồi, mà thường "chỉ nghe được có ba mươi phần trăm thôi, hên lắm thì được bốn mươi phần", bác bảo vậy. Quý vị nào có dịp gặp bác khi tiếp chuyện, nhớ chuẩn bị giấy bút để trao đổi tâm tình. Bảo đảm sau buổi mạn đàm, ra về sẽ bị mỏi tay, chứ không mỏi miệng. Còn quý vị nào quên mang giấy bút mà nhất định phải tâm tình cho được với bác thì mặt phải đối mặt, và mắt phải chòng chọc vào mắt chuẩn bị khẩu thí. Xin đừng vội lầm tưởng khi nói chuyện với người khiếm thính thì cứ phải gào to là okey... Điều đó hoàn toàn trái ngược trong trường hợp của bác Anh Bằng. Nói chuyện với nhạc sỹ Anh Bằng, muốn hiệu quả, chúng ta phải dùng kỹ thuật chỉnh tần số âm thanh của tiếng nói sao cho chừng mực đúng tiêu chuẩn theo độ "điếc" của tai bác thì sẽ làm cho bác nghe đỡ hơn, hiểu hay đoán được những gì ta nói và đáp lại những câu rất tiếu lâm, rất Anh Bằng. Cũng có đôi lúc trong câu chuyện thấy bác cười rất tươi như đang hòa vào câu chuyện của mọi người, nhưng rồi sau đó "cụ" lại tự khai báo rằng cười vậy cho vui chứ có hiểu gì đâu! Thế có thương không ạ!

Đến với buổi họp mặt đầu xuân vừa rồi, dù tai đã nghễnh ngãng nhưng nhạc sỹ Anh Bằng vừa sáng tác một ca khúc mới theo làn điệu dân ca quan họ rất điệu đà. Nếu như chúng ta đã từng say mê với dân ca quan họ Bắc Ninh *"Người Ơi Người Ở Đừng Về"* của các cụ ngày xưa thì bây giờ từ ý của những câu:

''Mình về, ta chẳng cho về,
Ta nắm vạt áo ta đề câu thơ
Câu thơ ba chữ rành rành:
Chữ Trung, chữ Hiếu, chữ Tình là ba.
Chữ Trung thì để phần cha,
Chữ Hiếu phần mẹ, đôi ta chữ Tình.''

Nhạc sỹ Anh Bằng đã phổ nên ca khúc "Mình Ơi Em Chẳng Cho Về", với lời lẽ như sau:

"Người ơi người ở đừng về
Người về em vẫn tỉ tê (mà) khóc thầm
Người về em đứng em nằm
Đôi bên vạt áo ướt đầm (mà) như mưa
Người ơi người ở đừng về
Người về em vẫn kè kè (mà) trông theo
Người ơi em vẫn trông theo
Trông nước nước chảy trông bèo (mà) bèo trôi
Mình ơi!
Mình ơi mình ở đừng có về nghe
Mình về em nhắc lời thề (mà) nhớ thương
Nhớ thương nhớ thương em vẫn nhớ thương
Yêu em xin chớ chung giường (mà) với ai
Mình ơi em chẳng cho về
Em níu vạt áo em đề (mà) bài thơ
Chữ Trung xin để phần cha
Chữ Hiếu phần mẹ, đôi ta (là) chữ Tình"

Chưa nghe bài hát hát ra sao nhưng thấy cái tựa "Mình Ơi Em Chẳng Cho Về", là đã thấy thất kinh cái đáo để của con gái Bắc rồi, phải không ạ?

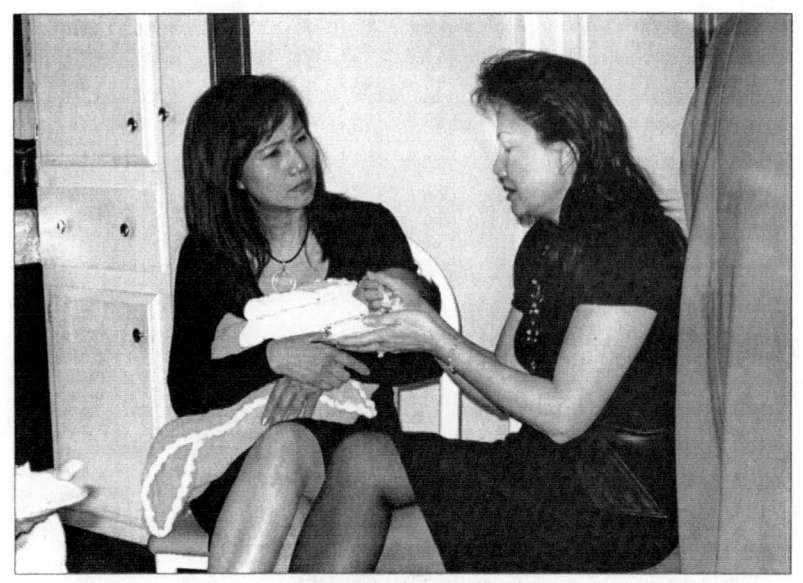

Minh Khai và Lệ Hoa

Chỉ vỏn vẹn hai lần tiếp xúc với nhạc sỹ Anh Bằng, nhưng tôi cảm tưởng như đã quen bác lâu lắm rồi. Ở bác tôi cảm nhận được sự đôn hậu hiền hòa, chân thật nhưng lại không mất đi sự lịch lãm trong giao tế. Tôi thấy sung sướng vì được biết bác, được ngồi gần bác, được nắm tay bác, được nói chuyện với bác và được hát cho bác nghe hai ca khúc của bác, đã gắn liền với tuổi thơ của tôi với bố và của mối tình đầu với người bạn đời tôi bây giờ…

Bác Anh Bằng ơi, con cảm ơn bác thật nhiều về những ca khúc tuyệt vời của bác trong dòng nhạc trữ tình Việt Nam… Cảm ơn những ca khúc đã chắt chiu nhiều kỷ niệm thiết tha gắn liền với phần đời của con. Cũng nhân ngày lễ Tình Yêu hôm nay, con kính chúc hai bác thật nhiều sức khỏe, luôn đầm ấm hạnh phúc bên nhau, riêng bác sẽ sống lâu như ông Bành Tổ mà bác nói sẽ sống tới 118 tuổi để tiếp tục dâng hiến đời những nốt nhạc ân tình…

THÚYANH
Garden Grove, ngày Lễ Tình Yêu 14 tháng 2 năm 2009.

gặp gỡ đầu xuân với nhạc sĩ
ANH BẰNG và LAM PHƯƠNG

- PHONG VŨ -

Nghe tiếng chim ríu rít bên khung cửa sổ đầy nắng. Hình như có âm thanh tí tách rơi, từ những giọt mưa còn đọng trên cành lá sau vườn. Và trong ăn phòng khách xinh xắn, mọi người ang quay quần chụp ảnh lưu niệm. Buổi sáng Chúa Nhật thật hiền hoà. Cơn mưa sớm đã ạnh từ lúc nào; nắng len lỏi theo bước chân những người khách hẹn, tìm đến gặp gỡ nhau sáng nay...

Có mặt những thành viên trong Văn Đàn Đồng Tâm như Trần Việt Hải và phu nhân Lệ Hoa, bác sĩ Peter Moria, chị An Nguyễn Kiều Mỹ Duyên, Hà Giang, nhà thơ nữ Quỳnh Giao, Cát Ngọc, Hồng Vũ Lan Nhi, Yến Thư, chị Bích Huyền, vợ chồng Diễm Chi và anh Dương Hữu Chương, nhà văn Dương Viết Điền, Phong Vũ, Lê Anh Dũng, ông bà Dược sĩ Võ Văn Tùng và Tuyết Yên, Thu Hảo, đôi uyên ương Nguyên Vũ và Thúy Anh, anh chị Ngô Quốc Hùng và nhà văn nữ Trịnh Thanh Thủy... Và nhân vật chính trong buổi hội ngộ đầu xuân này là nhạc sĩ Anh Bằng và nhạc sĩ Lam Phương. Tiếc quá còn nhiều khách mời nữa, nhưng mưa gió đường xa đã không thể về kịp.

Địa điểm gặp gỡ là tư thất của nhạc sĩ Lam Phương, với vợ chồng cô em gái - Minh Khai và anh Lâm Phong. Mọi người đồng ý nơi này, vì đôi chân bay nhảy thuở nào của Lam Phương nay đã yếu đi, người nghệ sĩ tài hoa này thường ngồi yên một chỗ. Điểm thú vị của buổi họp mặt hôm nay là mọi người có dịp đối diện, cùng lúc cả hai nhạc sĩ vang tiếng một thời của âm nhạc Việt Nam. Hôm nay cũng là ngày sinh nhật của nhạc sĩ Anh Bằng, người anh cả cao niên nhất trong nhóm văn nghệ sĩ đang có mặt.

Không khí trong căn phòng thật vui. Mọi người quây quần chung quanh Anh Bằng và Lam Phương để chúc sức khỏe và hỏi han những vấn đề về nghệ thuật. Nhạc sĩ Anh Bằng dù đã tám mươi tư tuổi, nhưng trông ông vẫn mạnh khỏe và hoạt bát như thuở nào. Ông vẫn bình dị cười nói khi có ai nhắc nhớ đến những nét hào hoa phong nhã của tuổi trẻ, của buồn vui Sài Gòn, của nhóm Lê Minh Bằng... Ông không còn nghe được rõ, nên người đối thoại phải nói to, hoặc... thuyết minh bằng đôi tay. Ông không lấy đó làm khó chịu mà còn dí dỏm pha trò. Ông nói về nhạc, về thơ và ông nói về đời sống cùng bao kỷ niệm thuở nào, đã ghi những dấu ấn trong các sáng tác của nhóm Lê Minh Bằng. Bên góc kia, cạnh khung cửa sổ rộng có những lồng chim oanh đang hót líu lo, nhạc sĩ Lam Phương ngồi yên lặng, nhưng nụ cười tươi của ông luôn nở làm bừng sáng khuôn mặt. Tóc ông đã bạc, tuy vẫn còn in nét bay bướm của một Lam Phương hào hoa ngày nào. Ông ít nói, nhưng sẽ say mê nói nếu có ai đó hỏi ông về những ngày tháng đẹp ở Paris, với dòng sông Sein, với những tháng mùa đông sương phủ trắng, và niềm rung động nơi trái tim nhạy cảm của người nghệ sĩ trước vẻ đẹp thiên nhiên và những bông hoa biết nói...

Mục đích buổi hẹn hôm nay để đánh dấu bài vở về cuốn sách "Kỷ Niệm Về Nhạc Sĩ Anh Bằng" đã tuyển chọn xong xuôi, và sắp được đưa đi in ấn. Đồng thời một chủ đề mới sẽ được tiếp tục với sách "Kỷ Niệm Về Nhạc Sĩ Lam Phương" sau khi sách Anh Bằng đã hoàn thành và trình làng.

Cô Thu Hảo, chị Minh Khai, và anh Lâm Phong gia chủ, đã chuẩn bị một buổi tiệc "buffet" tuyệt ngon và đẹp mắt. Những món ăn đặc biệt Việt Nam, cầu kỳ nấu nướng và trình bày. Mọi người theo nhau sắp hàng để thưởng thức tài nghệ nội trợ của quý bà, những người phụ nữ Việt yêu kiều.

Nhạc sĩ Anh Bằng và Phong Vũ

Một chiếc bánh sinh nhật to được đem ra với hai ngọn nến thắp sáng, gây sự bất ngờ cho Anh Bằng. Bài hát "Happy Birthday" được mọi người cùng hát vang để chúc mừng nhà nhạc sĩ tài hoa của Việt Nam. Có lẽ nếu dùng tám mươi tư ngọn nến thì không đủ chỗ trên mặt bánh, nên thay vào đó là hai ngọn nến làm thành số "84", mà cô Thúy Anh đã dí dỏm đọc ngược là sinh nhật thứ 48, để chúc để bác Anh Bằng luôn mãi mãi trẻ trung như thế. Bánh được Anh Bằng tự tay cắt nhát đầu tiên rồi sau đó trao qua người khác. Những chai "champagne" được khui và rót tràn ly để mọi người nâng chúc thọ nhạc sĩ...

Đôi vợ chồng trẻ Nguyên Vũ - Thúy Anh đã đưa vào một dàn

Keyboard để bắt đầu một chương trình văn nghệ bỏ túi, theo lời yêu cầu của mọi người. Ca sĩ đầu tiên là em Đức Khang, 9 tuổi (con trai của Nguyên Vũ và Thúy Anh) đã trình bày rất nhà nghề bản nhạc "Omély" đã gây nhiều kinh ngạc cho người nghe. Bé còn nhỏ mà đã hát thật vững và hay.

Thúy Anh chọn hát những nhạc phẩm nổi tiếng do Anh Bằng và Lam Phương sáng tác. Thúy Anh có giọng hát điêu luyện kỹ thuật, và đầy duyên dáng trong phong cách trình diễn. Nếu cô là một nghệ sĩ trình diễn trên sân khấu lớn, thì chắc chắn rằng Thúy Anh sẽ chinh phục khán thính giả ngay. Cô có lối hát vô cùng lôi cuốn và đầy ấn tượng. Sau đó đôi uyên ương Ngô Quốc Hùng và Trịnh Thanh Thủy đã song ca vài tình khúc của Lam Phương và Anh Bằng. Anh Hùng chơi guitar đệm cho Thủy hát. Nhìn đôi vợ chồng đầy nghệ sĩ tính này lại nhớ đến Lê Uyên Phương ngày nào...

Rồi sau đó tuần tự từng khách... bị mời lên để hát cho vui. Nhà văn Dương Viết Điền dù đang bị cảm, mất tiếng, nhưng cũng tự hát liên tục hai bài (mà anh thích của Anh Bằng và Lam Phương). Đến lượt BS Morita lại tạo nên sự ngạc nhiên và thích thú khi anh trổ tài hát bài "Mùa thu lá bay" bằng Hoa ngữ. Ôi sao ông này nhiều tài quá nhỉ? Tài bào chế thuốc, tài ca hát, nhiếp ảnh, và gì nữa? Theo sau đó, chị Bích Huyền cũng không thoát được. Chị đã lên cầm máy vi âm và nói (xướng ngôn viên đài phát thanh - nghề của chị mà) về những cảm tưởng của mình khi xưa đối với giới nghệ sĩ. Và chị cũng đã hát một bài để thân tặng hai nhạc sĩ...

Đặc biệt nhà thơ nữ Quỳnh Giao đã ngẫu hứng và sáng tác tại chỗ bốn câu thơ để kính tặng nhạc sĩ Anh Bằng trong dịp sinh nhật ông. Thúy Anh lại làm lòng người ngây ngất khi cô ngâm bốn câu thơ đó. Một giọng ngâm thơ tao đàn, ngọt ngào và đầy ắp hồn nghệ thuật. Bốn câu thơ đó thế này (hai chữ đầu của câu một và câu hai ghép thành tên Anh Bằng):

"Anh đem tiếng nhạc vào đời
Bằng câu ca để cho người mai sau
Tình quê tình bạn trước sau
Tám mươi tư tuổi với nhau trọn tình."

Sáng Chúa Nhật mây vẫn vũ giăng kín bầu trời, như hứa hẹn một cơn mưa giông nữa sẽ dầm dề rớt xuống, làm ướt đẫm quận Cam. Năm nay xuân mưa nhiều. Mưa làm lả tả rụng hoa đào ngoài sân. Mưa làm run rẩy nhành trúc sau vườn. Và mưa bão cũng làm mọi người muốn xích lại gần nhau hơn.

Những khách hẹn như chưa trút hết bao câu chuyện hàn huyên, sau bao ngày không gặp. Thúy Anh vẫn say sưa hát theo cung cách riêng của cô. Một lối hát làm say đắm lòng người. Lam Phương vẫn yên lặng ngồi đó với nụ cười vô tư trên môi. Nhạc sĩ Anh Bằng vẫn lắng nghe mọi người nói, hát, theo sự suy đoán riêng. Và rồi ông cười vui nhẹ nhàng, ông phát biểu những nỗi niềm của một nhạc sĩ đã cống hiến cả cuộc đời mình cho nghệ thuật. Đám trẻ ngồi nghe và tự nhủ "phải chi mình bằng được một khoảng nào đó của ông..."

Chị An Nguyễn Kiều Mỹ Duyên phải ra về trước. Nắng bên ngoài sáng lên một ít, thêm chút hy vọng cho một ngày không mưa gió. Các chú chim oanh vẫn líu lo hót trong lồng, bên khung cửa sổ trông ra khu vườn đầy cây lá. Mọi người chúc sức khỏe và từ giã nhạc sĩ Anh bằng và Lam Phương. Hẹn sẽ gặp lại nhau vào buổi ra mắt sách "Kỷ Niệm Về Nhạc Sĩ Anh Bằng" vào tháng 5-2009 sắp tới.

Thực phẩm vẫn còn nhiều trên chiếc bàn dài. Ai cũng bận nói chuyện mà quên ăn thêm. Những ánh đèn máy ảnh lại nhấp nhánh sáng. Anh Lâm Phong chồng chị Minh Khai lại phải tất bật làm công tác bất đắc dĩ của một người phó nhòm...anh phải cầm lên, hạ xuống, bấm nút hơn một tá máy ảnh của khách đang nằm chờ được chụp...

Một buổi hội ngộ thật vui và ấm cúng. Xin kính chúc nhạc sĩ Anh Bằng trường thọ và sáng tác thêm để lại cho nền âm nhạc Việt Nam những ca khúc tuyệt vời. Xin kính chúc nhạc sĩ Lam Phương chóng bình phục, để đời sống, và những kẻ yêu nhau, có thêm những lời nhạc ngọt mềm để hát ru, và tình tự...

Chợt nhớ một câu hát Quan Họ: *"Người ơi người ở đừng về..."*

PHONG VŨ
Chúa Nhật sau cơn mưa

xuân hạnh ngộ
ANH BẰNG & LAM PHƯƠNG

- Dương Viết Điền -

Chiều Chủ Nhật ngày 08 tháng 02 năm 2009, nhà văn Phong Vũ cùng tôi đến tư thất của nhạc sĩ Lam Phương tại con đường nhỏ nhưng dễ thương Stratford Way, thuộc thành phố Garden Grove, miền Nam California, để tham dự buổi họp mặt của các anh em trong Văn Đàn Đồng Tâm theo lời mời của nhà văn Việt Hải, vị phụ trách kêu gọi bài vở trong dự án sách "Kỷ Niệm Về Nhạc Sĩ Anh Bằng".

Do đó buổi họp mặt hôm nay một phần vì Việt Hải muốn tập họp các tác giả đã viết bài liên quan đến sách "Kỷ Niệm Về Nhạc Sĩ Anh Bằng", để gặp mặt biết nhau, cũng như được gặp gỡ thân mật với hai nhạc sĩ Anh Bằng và Lam Phương. Buổi lễ lý ra được làm ở một nhà hàng, nhưng để tiện lợi cho sự góp mặt của nhạc sĩ Lam Phương, nên buổi họp mặt đã diễn ra tại tư gia của anh Lam Phương. Một diễn biến quan trọng khác là trong buổi tiệc này lại hướng về mừng sinh nhật 84 của Anh Bằng nên lại càng vui thêm.

Anh Lam Phương dáng vẻ vui mạnh tiếp chuyện khách, anh cho biết rất hân hạnh góp bài cho loạt sách "Kỷ Niệm" do Văn Đàn Đồng Tâm chủ chương.

Dương Viết Điền với NS Lam Phương

Ngoài ra, anh Việt Hải có cho biết sau sách về Anh Bằng thì Văn Đàn Đồng Tâm sẽ khởi sự viết về "Kỷ Niệm Về Nhạc Sĩ Lam Phương". Nhân buổi tiệc hôm nay, anh Việt Hải muốn bạn bè, thân hữu có dịp tìm hiểu những dữ kiện để viết bài khi được trực tiếp với nhạc sĩ Lam Phương. Và lại Lam Phương sẵn lòng trả lời những thắc mắc và hàn huyên tâm sự. Tóm lại buổi họp rất hữu ích, vì bạn bè gặp nhau kết tình thân hữu.

Vì đi lạc đường nên chúng tôi đến trễ khoảng mười lăm phút. Bước chân vào nhà, tôi và anh Phong Vũ đã thấy nhiều anh chị em đang ngồi sát cánh bên nhau, chuẩn bị chụp hình kỷ niệm. Vừa thấy Phong Vũ và tôi bước vào, chị Bích Huyền nói to:

- Nhanh lên hai anh, đứng chung vào đây để chụp hình luôn.

Như vậy màn giáo đầu là tôi và anh Phong Vũ liền đứng sát cạnh với các anh chị em để chụp hình. Phút giây chụp hình kỷ niệm kéo khá dài thời gian vì có tất cả khoảng 15, 16 máy ảnh tuần tự được sử dụng. Sau khi chụp hình xong tôi liền chào hỏi tất cả các anh chị em và sau khi đảo mắt một vòng, tôi thấy lúc này trong phòng gồm có nhạc sĩ Anh Bằng, nhạc sĩ Lam Phương, nhà văn Bích Huyền, bác sĩ Peter Morita, nhà văn Việt Hải và Tăng Lệ Hoa phu nhân, nhà thơ Hồng Vũ Lan Nhi, nhà thơ Cát Ngọc, nhà thơ Quỳnh Giao, nhà văn Trịnh Thanh Thủy và phu quân là nhạc sĩ Ngô Quốc Hùng, MC ca sĩ Thúy Anh, xướng ngôn viên của đài Little Saigon và phu quân là nhạc sĩ Nguyên Vũ, cô Jennifer Thu Hảo, dưỡng nữ của nhạc sĩ Anh Bằng, chị Bảy chủ nhà là em gái của nhạc sĩ Lam Phương và phu quân, và một vài người tôi chưa biết tên. Sau đó tôi đến bắt tay chào hỏi nhạc sĩ Anh Bằng và Lam Phương khi hai ông đang ngồi chuyện trò với nhau. Đối với nhạc sĩ Anh Bằng thì tôi đã được dịp gặp cách đây khoảng một năm nhân tham dự buổi tiệc của Văn Đàn Đồng Tâm tại nhà hàng Seafood World. Riêng với nhạc sĩ Lam Phương thì đây là lần đầu tiên được gặp anh. Tôi nhận thấy không khí các bạn mới cũ, quen hay lạ hầu như mọi người đã thật gần gũi với nhau trong tình nghệ sĩ thân thương.

Được biết nhạc sĩ Lam Phương tên thật là Lâm Đình Phùng, sinh năm 1937 tại Rạch giá, một tỉnh hiền hòa của miền Nam Việt Nam.

Bản thân tôi là một người yêu nhạc, lại rất thích nhạc của Lam Phương nên cách đây gần nửa thế kỷ tôi đã sưu tầm và lưu trữ nhạc Lam Phương nên khi gặp anh, tôi thật vui.

Tôi nhắc lại với nhạc sĩ Lam Phương những lần anh đi theo đoàn kịch ra Đà nẵng để dạo đàn cho các vở kịch mà nữ nghệ sĩ Kim Cương và nghệ sĩ đẹp trai Vân Hùng đóng vai chính. Tôi nhắc lại thời gian ấy nhạc sĩ Lam Phương có khuôn mặt thật đẹp trai, cao lớn, tóc hai bên đầu chải tém láng mướt, ngồi nơi sân khấu đệm đàn guitar cho các vở bi kịch trông thật tài tử. Hồi đó tôi chỉ được nhìn anh từ xa thôi mà không có cơ duyên gặp mặt. Anh cười và nói "Thời gian trôi qua nhanh quá, với tôi nó đã chìm vào dĩ vãng rồi anh à, mình đã già rồi".

Lam Phương nói vậy, nhưng với tôi những hình ảnh ngày xưa hay hôm nay trong ý nghĩ trân trọng trong tôi về anh Lam Phương, anh vẫn còn tâm hồn trẻ trung trong những câu trả lời dí dỏm hay qua

Việt Hải, Lam Phương, Lê Tam Anh, Dương Viết Điền

những câu chuyện vui cũ mà anh chia sẻ, thỉnh thoảng pha trò tế nhị, duyên dáng.

Thí dụ như là những kỷ niệm xa xưa, lúc Lam Phương ra Đà Nẵng, đôi lần theo đoàn hát của nữ nghệ sĩ Kim Cương và ở tại khách sạn trên đường Độc Lập, thị xã Đà Nẵng... Nghe tôi kể lại những kỷ niệm xa xưa nhạc sĩ Lam Phương rất vui, hình như anh đang thích thú nhìn về dĩ vãng, nhân cơ hội tôi muốn hỏi vài điều thắc mắc của tôi về từ ngữ anh dùng trong bản nhạc, như nhân vật "AI" trong câu "Đôi khi muốn nói yêu AI nhưng ngại ngùng đành lãng phai" trong bài "Kiếp Nghèo" của anh là người đẹp nào của anh vậy, Lam Phương trong nụ cười hiền lành cho biết là khi viết nhạc cũng như viết văn thường thì các nhân vật trong nốt nhạc đi với lời văn toàn là hư cấu nhưng ai cấm tác giả lồng vào đó nhưng tâm tư thật!

Nghe anh nói như vậy, tôi liền xoay sang ý tưởng tiếp:

- Vậy thì "Người em gái cũ" trong câu "Chạnh lòng tìm người em gái cũ, em tôi đã đi phương nào" trong bài "Chiều hành quân" của anh là người em gái nào vậy hở anh? Có một tí ti tâm sự thật của anh không?

Nhạc sĩ Lam Phương lại cười, cái cười mà người ta cho là bí hiểm:

- Thì cũng chỉ là nhân vật hư cấu thôi mà, nếu có tí tâm tư khép kín thì cũng có sao đâu, anh là người viết văn mà sao còn hỏi những câu đó!

Thế ra anh Lam Phương cũng đã bật mí cho biết trong những tác phẩm mà anh sáng tác cũng có khoảng một đôi phần là của sự thật. Tôi hỏi tiếp:

- Trong bài "Vĩnh Biệt" của anh với câu cuối cùng của bản nhạc "Người ơi! Vĩnh biệt là ngàn đời!" nghe sao mà ai oán lâm ly, nghe sao mà đớn đau sầu thảm, chắc là tâm hồn anh lúc sáng tác rất đau khổ vì cơn hứng khởi khi dòng nhạc chợt đến, anh bị xúc động mạnh để rồi nhờ vậy mà sáng tác nên một bản nhạc với giai điệu và lời lẽ chân thật trong ý nghĩ. Vậy thì anh "vĩnh biệt" người nào vậy hay cũng chỉ là nhân vật hư cấu nữa đây? Chưa hết, lại còn bài "Lầm" mà mọi người đã biết?

Bỗng dưng anh cười lớn, hình như có tâm sự riêng tư nên xuống giọng nói nhỏ:

- À, hai ca khúc này cũng có một chút riêng tư, anh hỏi đúng đó.

Nghe vậy tôi và anh Phong Vũ nhìn nhau cười đồng tình như ngầm hiểu ý tưởng anh đã viết trong bài. Nỗi sầu vơi với nhạc sĩ hay văn thi sĩ, lắm khi họ cũng đem vào tác phẩm của họ sáng tác tuy không trút bỏ hết những buồn chán, lo âu sợ hãi vào tác phẩm, nhưng cũng làm cho độc giả hay thính giả bàng bạc cảm nhận nỗi buồn của đời tác giả.

Trong khi ba chúng tôi đang ngồi chuyện trò với nhau thì ký giả Lê Tam Anh tức nhà văn Lê Anh Dũng bước vào, anh Lê Anh Dũng chào anh em và nhạc sĩ Lam Phương như anh em quen thân nhau:

- Tôi biết nhiều người ưa thích nghe bài "Chiều Hành Quân" lắm vì chính tôi cũng vậy!

Mọi cười đều cười vui. Rồi lại thấy nhà văn dược sĩ Vũ Văn Tùng và phu nhân từ ngoài bước vào, và nói câu xin lỗi mọi người vì đã đến hơi trễ. Kế tiếp là nhà thơ Yên Thư cũng đến trễ và được kể là người cuối cùng đến tham dự buổi họp mặt chiều hôm ấy.

Các bạn tiếp tục đi lấy thức ăn hay nước uống, vì tiệc được tổ chức theo kiểu buffet, bạn bè thay đổi chỗ ngồi, đi hoặc đứng chuyện trò rất vui vẻ. Khi tôi ca xong một bản nhạc của Lam Phương, thì đến diện kiến nhạc sĩ Anh Bằng. Tôi nhắc nhạc sĩ Anh Bằng lần gặp nhau năm 2008, ôn lại chuyện cũ đã một năm qua rồi, lúc gặp nhau tại nhà hàng Seafood World Restaurant dịp Tết Nguyên Đán năm vừa qua. Ngồi nói chuyện với nhạc sĩ Anh Bằng phải nói to, và cách xa ông ta khoảng một gang rưỡi và chuyển âm thanh đúng hướng thì may ra ông ấy mới nghe được tiếng nói rõ ràng, ông cho biết chứng lãng tai thật sự làm phiền ông lắm. Các anh chị em trong Văn Đàn Đồng Tâm vẫn tấp nập, huyên náo, cười cười nói nói vui nhất là hoạt náo viên Thúy Anh, cô giới thiệu màn cắt bánh sinh nhật 84 cho Anh Bằng. Thúy Anh bắt giọng ca mở đầu bài hát "Happy Birthday..." đã làm "surprise" cho nhiều người kể cả Anh Bằng, nên có lẽ rất nhiều người tham dự viên không biết chiếc bánh sinh nhật này là để mừng nhân vật nào đang hiện diện trong phòng ngày hôm nay. Nhưng tất cả mọi người khi nghe cô ca sĩ hát thì hát theo, rồi chiếc bánh to, dành cho khoảng 30 người ăn, được kính cẩn đặt trước mặt Anh Bằng. Điều này như là để thực tập cho buổi ra mắt sách sẽ vào đúng ngày... tháng... (sẽ được loan báo sau), sinh nhật của nhạc sĩ Anh Bằng hay là ngày ra mắt sách Anh Bằng.

MC Thúy Anh long trọng tuyên bố:

- Hôm nay là ngày mừng sinh nhật của nhạc sĩ Anh Bằng. Tất cả đều mừng vui và chúc mừng!!!

Thế là tất cả mọi người trong phòng đồng loạt vỗ tay như pháo nổ để mừng ngày sinh nhật của nhạc sĩ Anh Bằng làm cho không khí trong phòng tiệc vui nhộn thêm lên.

Thảo nào trên chiếc bánh sinh nhật, tôi thấy có con số 84 ngoài mấy cây đèn cầy được thắp sáng.

Nếu nhìn vóc dáng và khuôn mặt của nhạc sĩ Anh Bằng ngày hôm ấy, tôi nghĩ rằng nhạc sĩ Anh Bằng khoảng 68 tuổi là cùng. Ông trông rất trẻ. Vậy mà tuổi hạc nay đã tám tư rồi. Vì vậy mà nhiều người đã đùa giỡn khi ví nhạc sĩ đã yêu đến 48 người đẹp nên mới trẻ như thế khi thấy số 84 thành số 48 khi ngó ngược từ hướng ngồi của Anh Bằng. Sau khi thổi tắt lửa trên mấy ngọn đèn cầy, nhạc sĩ Anh Bằng trịnh trọng cám ơn mọi người, và ông được yêu cầu cầm dao cắt xẻ lát bánh đầu tiên, để các cô người đẹp tiếp tay chia bánh cho mọi người.

Khi thấy nhạc sĩ Ngô Quốc Hùng, phu quân của chị Trịnh Thanh Thủy đang đệm đàn cho chị Thủy hát bài "Duyên Kiếp" của Lam Phương tặng riêng cho nhạc sĩ Lam Phương, ông ngồi yên lặng nghe thì tôi ghé tai hỏi nhỏ Lam phương:

- Nhân vật "Em" trong bài "Duyên Kiếp" này là ai vậy, thưa anh?

Nhạc sĩ Lam Phương nháy mắt cười duyên, trả lời:

- Tưởng tượng thôi, hư cấu mà!

Chợt nhớ đến bài "Chuyến đò vỹ tuyến" tôi liền nói với nhạc sĩ Lam Phương:

- Hồi xưa khi nghe bài "Chuyến Đò Vĩ Tuyến" của anh, không phải chỉ một mình tôi mà rất nhiều người cứ tưởng anh là người Bắc kỳ di cư anh ạ. Ít ai nghĩ tác giả của nó là người Rạch Giá, người miền Nam chính hiệu!

Quả thật nội dung bài hát này rõ ràng là sự cô đơn và đau khổ của một anh chàng nào đó đã di cư từ miền Bắc vô Nam khi đất nước bị chia đôi làm chàng thanh niên nghẹn ngào nhớ người yêu còn kẹt lại, nên đã phải thốt lên rằng "Anh ơi! Ai nỡ chia đôi bờ, để tình ta ngày tháng phải mong chờ!". Với bài này, anh Lam Phương cho biết anh đọc báo thấy cả triệu người từ miền Bắc cùng nhau bỏ xứ ra đi lánh nạn Cộng Sản, anh quá xúc động trước cảnh đất nước chia đôi, tình người chia ly, trong niềm xúc cảm ấy, anh sáng tác bài ca như nói lên nỗi buồn thống thiết, chia ly nghẹn ngào.

Trước mặt tôi đây Lam Phương là một nhạc sĩ tính tình dễ mến, hiền hòa như dòng nước sông Hậu Giang lững lờ chầm chậm chảy, trong anh tiềm ẩn một tấm lòng nhân hậu, là biểu tượng cho miền Nam bao dung, ôm ấp tình nghĩa đồng bào qua tiếng lòng thổn thức của "Chuyến Đò Vĩ Tuyến". Anh đúng là một thiên tài của âm nhạc vì trí tưởng tượng của anh đã đạt đến cao điểm để rồi làm cho tâm hồn anh rung động chia sẻ niềm đau thương của gần hai triệu đồng bào miền Bắc di cư. Khi anh Lam Phương sáng tác bài "Chuyến Đò Vĩ Tuyến" thì lúc đó anh đã được 17 tuổi.

Một sự ngạc nhiên khác là Thu Hảo và Thúy Anh đã chuẩn bị mục ca hát giúp vui. Nhạc sĩ Nguyên Vũ sử dụng đàn keyboard synthethizer, Thúy Anh làm MC và ca sĩ. Con trai của hai người là bé Đức Khang, tay cầm bó kẹo, tiếng Việt nói rất chuẩn. Thúy Anh đưa cháu ra giới thiệu với mọi người, và lúc đó miệng cháu đang ngậm kẹo, vội vàng nhả kẹo để ra trình diễn bài "Ô mê ly". Tiếng ca của cháu đã lấy được lòng mọi người qua tiếng vỗ tay khen thưởng nồng nhiệt. Cháu ca đúng nhịp, đôi tay diễn tả theo ý bài hát, đây sẽ là một tương lai nhiều hứa hẹn của cộng đồng.

Cô Thúy Anh, xướng ngôn viên của đài Little Saigon, một MC duyên dáng, dí dỏm cho chương trình văn nghệ "tự phát" hay "surprise" ngày hôm nay.

Mở đầu chương trình văn nghệ, cô Thúy Anh hát ngay bài "Nỗi Lòng Người Đi" của Anh Bằng. Cô nói rằng muốn hát tặng sinh nhật

84 của Anh Bằng để tặng bác Anh Bằng. Tiếp theo đó để cho cân xứng, cô xin hát bài "Bài Tango Cuối Cùng" của Lam Phương để tặng chú Lam Phương.

Sau khi Thúy Anh trình diễn xong, mọi người đều khen ngợi giọng ca cũng như cung cách trình diễn của cô nhuần nhuyễn không khác gì các ca sĩ thành danh chuyên nghiệp, nên mọi người tán thưởng đều vỗ tay như pháo rang.

Sau Thúy Anh là nhà văn Trịnh Thanh Thủy lên hát góp vui một bài và người đệm đàn guitar là phu quân của chị.

Tiếp theo chị Trịnh Thanh Thủy là phu quân của chị, nhạc sĩ Ngô Quốc Hùng vừa đàn vừa hát một bài ca của Lam Phương. Sau Quốc Hùng thì MC Thúy Anh đưa tay chỉ về phía tôi, mời lên hát.

Hôm đó tiếc quá tôi đang bị cảm, định từ chối nhưng nghĩ lại tiếc một dịp may họp mặt vui vẻ nên bằng lòng góp vui... Giọng cảm khàn khàn vịt đực, nhưng bầu không khí vui tươi sinh động quá, và nữa "cây nhà lá vườn" và "hát hay không bằng hay hát", tôi cao hứng hát luôn hai bài! Bài thứ nhất là "Kiếp Nghèo" và bài thứ hai là "Chiều Hành Quân" đều do Lam Phương sáng tác.

Sau khi tôi hát xong, nhạc sĩ Lam Phương nhìn tôi nói:

- Giọng còn khá lắm, còn ấm lắm!

Tôi cười thầm và tự nhủ được tác giả khen là được giải thật hay "giải yên ủi" cho vui, thôi được dù chỉ được giải an ủi cũng vui rồi.

Bài "Mùa Thu Lá Bay" mới thật độc đáo do Bác sĩ Peter Morita người có hai dòng máu Việt-Nhật hát, ông không ca tiếng Nhật mà lại chọn bài ca để hát cả hai thứ tiếng Hoa và tiếng Việt, mà cả hai thứ tiếng ông ca đều hay cả mới ngộ chứ. Hoan hô ông bác sĩ đa tài.

Nhà thơ Quỳnh Giao, tác giả của thi tập "Trong Ta Ngậm Ngùi" vừa xuất bản chưa ráo mực, đã xuất khẩu thành thơ nhờ MC Thúy Anh ngâm ngay tức khắc.

Thúy Anh lại chứng tỏ một năng khiếu khác, nàng ngâm thơ thật điêu luyện và truyền cảm!

Bốn câu thơ của chị Quỳnh Giao sáng tác như sau:

"Anh đem tiếng nhạc vào đời
Bằng câu ca để cho người mai sau

Bích Huyền, Lam Phương

Tình quê tình bạn trước sau
Tám mươi tư tuổi với nhau trọn tình."

    Cuối cùng vào khoảng 4 giờ 30 chiều, tôi và Phong Vũ với vài anh chị em trong Văn Đàn Đồng Tâm cùng nhau chào tạm biệt nhạc sĩ Anh Bằng và nhạc sĩ Lam Phương để ra về, không quên hẹn gặp nhau ngày ra mắt sách "Kỷ Niệm Về Nhạc Sĩ Anh Bằng" sẽ được được tổ chức một ngày gần đây.
    Bên ngoài trời mưa xuân nhè nhẹ.

Dương Viết Điền
California, ngày 10 tháng 02 năm 2009.

    Ghi chú: *Buổi Tân Xuân Hội Ngộ hay Tân Xuân Hạnh Ngộ Anh Bằng - Lam Phương khởi sự lúc 12 giờ trưa, chấm dứt lúc 6 giờ chiều. Một kỷ niệm giữa Văn Đàn Đồng Tâm với các bằng hữu văn nghệ sĩ thật khó quên.*

Nỗi Lòng Người Đi
(Tôi xa Hà Nội)

Nhạc và lời: Anh Bằng (54)

Tôi xa Hà Nội năm lên mười tám khi vừa biết yêu Bao nhiêu mộng đẹp yêu đương thành khói tan theo mây chiều Hà Nội ơi! Nào biết ra sao bây giờ Ai đứng trông ai ven hồ Khua nước trong như ngày xưa Tôi xa Hà Nội năm em mười sáu trăng tròn đắm say Đôi tay ngọc ngà dương gian tình ái em đong thật

kỷ niệm về nhạc sĩ Anh Bằng 457

đấy Hà Nội ơi! Ngày ấy tôi mang cây đàn Quen sống ca vui bên nàng Nay khóc tơ duyên lìa tan Giờ đây biết ngày nào gặp nhau Biết tìm về nơi đâu Ân ái trao nàng mấy câu Thăng Long ơi! Năm tháng vẫn trôi giữa giòng đời Ngậm đắng nuốt cay nhiều rồi Hồ Gươm xưa vẫn chưa phai mờ. Hôm nay Sài Gòn bao nhiêu tà áo khoe màu phố vui Nhưng riêng một người tâm tư sầu đáng đi trong bùi ngùi Sài-Gòn ơi mộng với tay cao hơn trời Tôi hái hoa tiên cho đời Để ước mơ nên đẹp đôi.

Copyright by Asia Entertainment Inc.
Nhạc phẩm độc quyền của Trung tâm Asia

458 kỷ niệm về nhạc sĩ Anh Bằng

Đêm Nguyện Cầu

Lê Minh Bằng

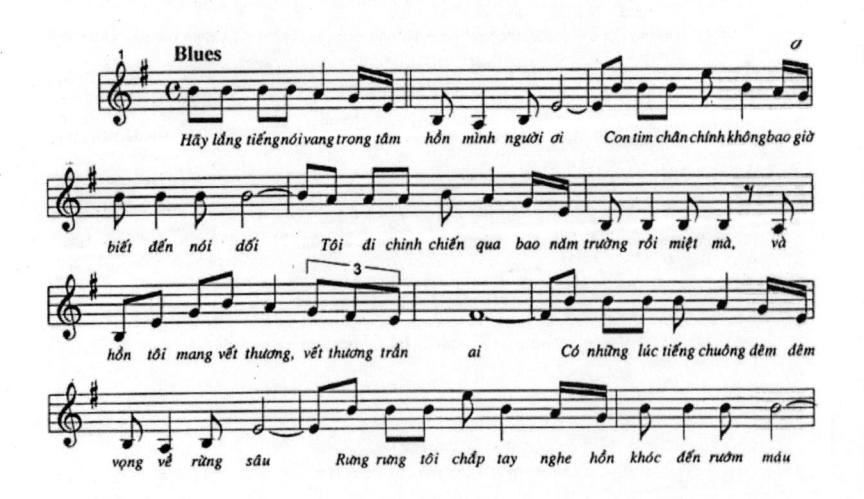

Blues

Hãy lắng tiếng nói vang trong tâm hồn mình người ơi Con tim chân chính không bao giờ biết đến nói dối. Tôi đi chinh chiến qua bao năm trường rồi mệt mà, và hồn tôi mang vết thương, vết thương trần ai Có những lúc tiếng chuông đêm đêm vọng về rừng sâu. Rưng rưng tôi chắp tay nghe hồn khóc đến rướm máu

kỷ niệm về nhạc sĩ Anh Bằng 459

460 kỷ niệm về nhạc sĩ Anh Bằng

Con đường Việt Nam

Nhạc: Trúc Hồ
Lời: Anh Bằng

Tha thiết

Nhớ khi tuổi thơ dại Mẹ dìu con qua đường cái Vũng mưa chân quen lội Nhìn mẹ vui con cũng cười. Nhớ đêm ngủ hiên ngoài tiếng võng đưa miệt mài Tiếng khuya mẹ ru hời Trời vừa sang canh gà gáy Nhớ xưa con đi học, đường quê biêng biếc màu nắng Bướm bay như mây vàng Dập dồn vui lây xóm làng

kỷ niệm về nhạc sĩ Anh Bằng 461

Nhớ hoa bưởi sau nhà, bóng tre đưa la đà Tiếng ve kêu trưa hè Thành
tiếng quê hương đậm đà Đã bao năm rồi đó, thôi không còn nữa bóng dáng con trâu gặm cỏ đường
chiều Một vài em bé vui chơi thả diều có tiếng ai ca đưa duyên tình tứ
đêm trăng hò lơ. Nhớ xưa con đi rồi, mẹ
buồn thôn xóm lửa khói Những mô cao ngăn đường từ miền quê ra phố phường
Nhớ bom nổ kinh hoàng cắt con đê qua trường Nhớ ôi: bao kỷ niệm từ
những con đường Việt Nam.

Copyright 1992 by Asia Entertainment
Nhạc phẩm độc quyền của Trung tâm Asia

Chuyện giàn thiên lý

Thơ "Làng Tôi" của Yên Thao
Anh Bằng soạn nhạc

Tôi đứng bên này sông bên kia vùng lửa khói Làng tôi đây, bao năm dài chinh chiến Từng lũy tre muộn phiền Tôi có người vợ ngoan, đẹp như trăng mười sáu, cưới rồi đành xa nhau Nhớ đôi môi nàng hiền, xinh xinh màu nắng Má nàng hồng thơm mùi thơm lúa non. Ai ra

kỷ niệm về nhạc sĩ Anh Bằng

đi mà không từng bịn rịn Xa người yêu mà dễ mấy ai vui Em nhìn theo bằng nước mắt chia phôi Tôi mạnh bước mà nghe hồn nhỏ lệ.

Này anh lính chiến người bạn pháo binh Mẹ tôi tóc sương từng đêm nghe đạn pháo rơi thật buồn Anh rót cho khéo nhé kẻo lắm vào nhà tôi Nhà tôi ở cuối chân đồi, có dàn thiên lý có người tôi thương.

Copyright 1992 by Asia Entertainment
Nhạc phẩm độc quyền của Trung tâm Asia

Anh Còn Nợ Em

Thơ: Phạm Thành Tài
Nhạc: Anh Bằng

Tha thiết

Anh còn nợ em Công viên ghế đá Công viên ghế đá Lá đổ chiều êm. Anh còn nợ em giòng xưa bến cũ Giòng xưa bến cũ Con sông êm đềm Anh còn nợ em Chim về núi nhạn Trời mờ mưa đêm Trời mờ mưa đêm Anh còn nợ

kỷ niệm về nhạc sĩ Anh Bằng 465

em nụ hôn vội vàng Nụ hôn vội vàng Nắng chói qua rèm

Anh còn nợ em Con tim bối rối Con tim bối rối Anh còn nợ

em Và còn nợ em Cuộc tình đã lỡ Cuộc tình đã

lỡ Anh còn nợ em Anh còn nợ... em.

Copyright by Asia Entertainmnet Inc – Anh Bằng & Phạm Thành Tài

466 kỷ niệm về nhạc sĩ Anh Bằng

Dù Nắng Có Mong Manh

Nhạc và lời: ANH BẰNG

BOSTON

Trên bước chân say Ta nghe tiếng phôi phai Những đêm buồn nhớ em
(Mây vẫn trôi) hoang như ta vẫn lang thang Những con đường vắng em

Xưa đã xa xưa Ôm nhau bước trong mưa Em lạnh áo gió lùa
Sao mãi chưa quên Lênh đênh ngón tay tiên Trên giòng suối tóc hiền

Còn lời nào cay đắng Xin cho nhau một lần Trời còn nhiều mưa nắng Men sầu vẫn mệnh
Từng nhịp đời đang vỡ Trong tim ta mơ hồ Từng cọng buồn lá úa Rơi thành tiếng mưa

mang Tình mặn nồng xưa đó Mang quá nhiều mưa gió Trên phiến đời băng giá
khô Cuộc tình đầy giông tố Ta mãi ngồi quanh...

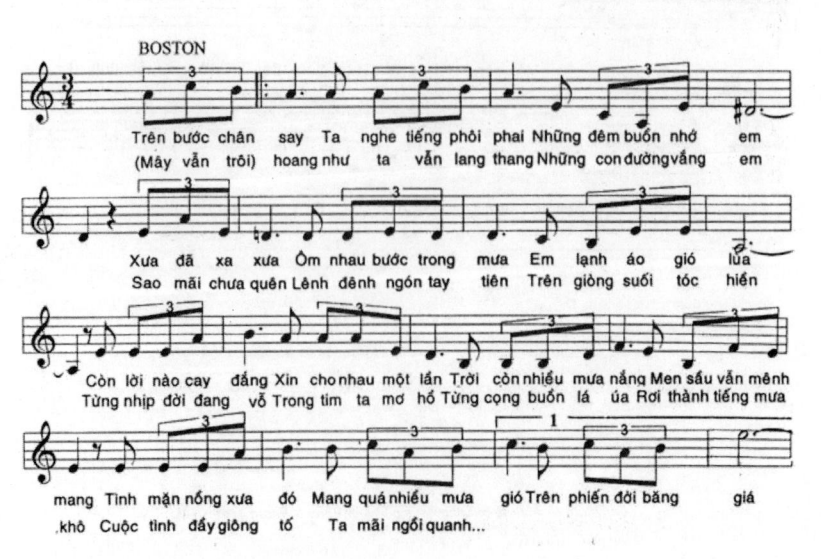

kỷ niệm về nhạc sĩ Anh Bằng 467

Mây vẫn trôi... ...đó Ôm vết thương đã già.
Thôi không còn gì Dù một thoáng môi cười Cho hạnh phúc nhỏ nhoi
Thôi ngày hồng đã úa Tình yêu ấy bây giờ Thành dĩ vãng xa xưa Năm tháng trôi
qua Hôn em gió mưa sa Vẫn nghe lòng xót xa Ôi bến si
mê Như ta đã si mê Sao hồn mãi não nề Còn ngày nào em
đến Mang dung nhan Thiên thần Để một lần tan biến Ta làm kiếp thiêu thân Chiều từng chiều phai
nắng Ru nỗi buồn xa vắng Thôi nhớ nhung đã tàn

Copyright by Asia Entertainment
Nhạc phẩm độc quyền của Trung tâm Asia

468 kỷ niệm về nhạc sĩ Anh Bằng

Ai Bảo Em Là Giai Nhân

Thi phẩm "Một Mùa Đông" của Lưu Trọng Lư
Anh Bằng soạn thành ca khúc

CHẬM

Em là gái trong song cửa Anh là mây bốn phương trời Anh theo cánh gió chơi vơi Em vẫn nằm trong nhung lụa Em chỉ là người em gái thôi Người em sầu mộng của muôn đời Tình em như tuyết giăng đầu núi Vằng vặc muôn thu nét tuyệt

kỷ niệm về nhạc sĩ Anh Bằng 469

với Ai bảo em là giai nhân Cho đời anh đau khổ Ai bảo em ngồi bên song Cho vướng nợ thi nhân Ai bảo em là giai nhân Cho lệ tràn đêm Xuân Cho tình tàn trước ngõ Cho mộng tràn gối chăn Ai bảo em là giai nhân Cho hồn anh rơi rụng Ai bảo em cười như Xuân Cho chết lòng thi nhân Ai bảo em là giai nhân Cho rượu hồng chua cay Cho nụ tình xa bay Cho lệ buồn đêm nay.

Copyright by Asia Entertainment Inc. / Nhạc phẩm độc quyền của Trung tâm Asia

Nếu Vắng Anh

Anh Bằng
(Viết theo ý thơ CẦN THIẾT của thi sĩ Nguyên Sa)

Khoan thai

Nếu vắng anh ai dìu em đi chơi trong chiều lộng gió Nếu vắng anh ai đợi chờ em khi sương mờ nẻo phố Nếu vắng anh ai đón em khi tan trường về kề bóng em ven sông chiều chiều gọi tên người yêu Nếu vắng anh ai ngồi gần anh thêm hương nồng đêm giá Nếu vắng anh ai dệt vần thơ cho em hồng đôi má Nếu vắng anh ai ngắm môi em tươi nụ cười Làn tóc xanh buông lơi

kỷ niệm về nhạc sĩ Anh Bằng 471

tuyệt vời Chan chứa mộng đời Nhưng thôi em biết rằng khi núi sông chưa thái bình trên khắp nơi Anh

Rall...

đi vì nguồn sống, vì ngày mai, vì tự do liều thân tranh đấu Có những đêm âm thầm nghe tin vang xa ngoài trận tuyến Nhớ đến anh oai hùng xông pha gian lao vòng chinh chiến Phút luyến thương em chắp hai tay lên nguyện cầu Mộng ước quê hương thôi hận sầu ta sớm gần nhau Nếu vắng... ...nhau

Copyright 2009 by Asia Entertainment
Nhạc phẩm độc quyền của Trung tâm Asia

```
VI
B A596T

Tran, Viet Hai.
Ky niem ve nhac si Anh
Bang
Park Place ADU CIRC
05/10
```

ấn phí 20 Mỹ kim